காலம்

காலம்

குளச்சல் யூசுஃப்
மொழிபெயர்ப்பாளர்

குமரி மாவட்டம், குளச்சலில் பிறந்தவர். தற்போது நாகர்கோவிலில் வசித்துவருகிறார். வைக்கம் முகம்மது பஷீரின் படைப்புகள் உட்பட முப்பதுக்கும் மேற்பட்ட நூல்களைத் தமிழில் மொழிபெயர்த்துள்ளார். செம்மொழித் தமிழாய்வு மத்திய நிறுவனத்துக்காக நாலடியார், இன்னா நாற்பது, இனியவை நாற்பது, கார் நாற்பது, களவழி நாற்பது, நான்மணிக்கடிகை ஆகிய அறநூல்களை மலையாளத்திலும் மொழியாக்கம் செய்துள்ளார். மொழிபெயர்ப்பிற்கான சாகித்திய அகாதெமி விருது, தமிழ்நாடு அரசு விருது, ஆனந்த விகடன் விருது, உள்ளூர் பரமேஸ்வரய்யர் விருது, வி.ஆர். கிருஷ்ணய்யர், நல்லி திசையெட்டும், ஸ்பாரோ கவிக்கோ உட்படப் பல்வேறு விருதுகள் பெற்றுள்ளார்.

மின்னஞ்சல்: kulachalsmyoosuf@gmail.com

அலைபேசி: 99949 23926

எம்.டி. வாசுதேவன் நாயர்

காலம்

மலையாளத்திலிருந்து தமிழில்
குளச்சல் யூசுஃப்

காலச்சுவடு பதிப்பகம்

அன்பார்ந்த வாசகருக்கு,

வணக்கம்.

காலச்சுவடு நூலை வாங்கியமைக்கு நன்றி.

நூலின் உள்ளடக்கம், உருவாக்கம், அட்டைப்படம் இன்ன பிற அம்சங்கள் பற்றிய உங்கள் கருத்துகளையும் ஆலோசனைகளையும் காலச்சுவடு வரவேற்கிறது. தகவல், எழுத்து, வாக்கியப் பிழைகள் தென்பட்டால் கட்டாயம் தெரிவித்து உதவுங்கள். நூல் தயாரிப்பில் கடும் குறைபாடு இருப்பின் மாற்றுப் பிரதி உங்களுக்குக் கிடைக்கக் காலச்சுவடு ஏற்பாடு செய்யும்.

மின்னஞ்சல்: publisher@kalachuvadu.com

காலச்சுவடு நாகர்கோவில் அலுவலகத்திற்குக் கடிதம் அனுப்பலாம்.

தங்கள்
எஸ்.ஆர். சுந்தரம் (கண்ணன்)
பதிப்பாளர் – நிர்வாக இயக்குநர்

காலம் ❖ நாவல் ❖ ஆசிரியர்: எம்.டி. வாசுதேவன் நாயர் ❖ © எம்.டி. வாசுதேவன் நாயர் ❖ மலையாளத்திலிருந்து தமிழில்: குளச்சல் யூசுஃப் ❖ முதல் பதிப்பு: ஜனவரி 2020, மூன்றாம் பதிப்பு: டிசம்பர் 2023 ❖ வெளியீடு: காலச்சுவடு பப்ளிகேஷன்ஸ் (பி) லிட்., 669, கே.பி. சாலை, நாகர்கோவில் 629001

kaalam ❖ Novel ❖ Author: M.T. Vasudevan Nair ❖ © M.T. Vasudevan Nair ❖ Tamil Translation from Malayalam by: Colachel Yoosuf ❖ Language: Tamil ❖ First Edition: January 2020, Third Edition: December 2023 ❖ Size: Demy 1 x 8 ❖ Paper: 18.6 kg maplitho ❖ Pages: 376

Published by Kalachuvadu Publications Pvt. Ltd., 669, K.P. Road, Nagercoil 629001, India ❖ Phone: 91-4652-278525 ❖ e-mail: publications@kalachuvadu.com ❖ Printed at Clicto Print, Jaleel Towers, 42 KB Dasan Road, Teynampet Chennai 600018

ISBN: 978-81-943956-7-6

12/2023/S.No. 932, kcp 4911, 18.6 (3) uss

And when I woke, the marrow
Out of my bones ran out
That you were the friend I dreamt for
But not the dream I woke for
And so I put this down for
Doubt for doubt.

EZRA POUND

ஒன்று

இரவு,

ஈர வயலின் வரப்போரம் புதுமழையில் துளிர்த்த அருகம்புல் நுனிகளில் தூங்கிக் கிடந்த வெட்டுக்கிளிகள் காலடியோசையில் திடுக்கிட்டன. அவை உள்ளங்காலில் தட்டி வரப்பில் குதித்தபோது எழுந்த மெல்லிய ஓசை, எதையெதையோ நினைவூட்டியது.

தெளிவாகச் சொல்லத் தெரியவில்லை. மனம் ஒரு நிலையில் இல்லை. ஏற்கனவே அறிந்த இதமான இந்த ஓசை முதல் முதலில் எப்போது கேட்டது?

நீரூறிய மண்ணின் நரைத்த இருள் வாசம். இருட்டுக்கும் இரவுக்கும் வாசமிருப்பது போல் ஏனோ ஒரு கணம் தோன்றி விடுகிறது. குடிப்பதற்காக சாழிவலைக்காரர்கள் நடந்து உருவான பாதை களில் தேங்கிக் கிடக்கும் கலங்கிய நீரில், மழை ஓய்ந்தும் மூட்டம் விலகாத வானத்தின் வெண்மேகத் துணுக்குகள் விழுந்துக் கிடந்தன.

முன்புறம் தீவட்டி வழிகாட்டியது.

இரும்புப் பெட்டியும் படுக்கையும் சுமந்துப் பின்னால் வரும் வயதான செறுமன் மூச்சு வாங்குவது காதில் விழுந்தது. வயல் வரப்புகளைக் கடந்து பாதைக்கு வரும்போது ஆற்று நீரின் சலசலப்போசை அருகில் கேட்டது.

முளைக்கோலில் கட்டி நிறுத்தியத் தோணியின்கீழ் சுழிபடும் நீரின் மெல்லிய ஓசை. இருளில் மூழ்கிய ஆறு. மங்கிய ஒளியின் முடிவின்மை. தொலைவில்,

அக்கரையில், இரைச்சலுடன் இரும்புப் பாலம் கிடுகிடுத்தது. புகை வண்டிச்சக்கரங்கள் நகர்கின்றனவா?

காவல்கூடப் பெஞ்சிலிருந்துத் தூக்கக் கலக்கத்துடன் நிழல்போல் வரும் தோணிக்காரனுக்கு வண்டிகள் வருகிற போகிற நேரங்கள் தெரியும்.

நாலரை மணி வண்டி இதுவா?

கேட்பதற்குத் தைரியமில்லை. ஏதுமறியாச் சிறுவன் இல்லைதான். ஐம்பத்து மூன்று மைல் தொலைவில், முன்பொரு காலத்தில் சுல்தான் ஒருவர் கோட்டைக் கட்டி ஆண்ட நகரில் பெரிய படிப்பு படிக்கப்போகும் பதினாறு வயது இளைஞன். ஒரே நாளிரவில் வளர்ந்து பெரியவன் ஆனவன்.

(அந்த ஒரு நாளிரவு. வருடங்கள் பல கடந்தபோதும் குருதி வற்றி, வெளிறிப் போகாமல் மனதுக்குள் துடிப்புடன் நிற்கிற இரவு.)

கரி படர்ந்தக் கண்ணாடிக் குடுவைக்குள் வெளிச்சத்தை மறைத்து வைத்த ராந்தல் விளக்கைத் தோணி முகப்பில் தொங்க விட்டத் தோணிக்காரன், தோண்டியால் நீரை மொண்டு ஊற்றும்போது, கருக்கல் நேரத்தில் ஓடுகளில் வந்திறங்கும் கோயில் ஒற்றைப் புறா நெஞ்சுக்குள் குறுகுறுத்தது.

ஆறு.

தோணிக் கடவு.

கோயிலுக்கும், கண்ணு வைத்தியர் வீட்டுக்கும், வெள்ளரித்தோப்புக்கும் செல்வதற்காக பலமுறைக் கடந்த ஆறு. வருடங்களுக்குப் பிறகு மீண்டும் காத்து நின்ற தோணிக் கடவு. தோணிப்படியில் வைத்திருக்கும் இரும்புப்பெட்டியை செறுமன் சரியாகப் பிடித்திருக்கிறானா? தோணி அசையும்போது நழுவிக் கீழே விழுந்து விடக்கூடும்.

"சாத்தப்பா, பெட்டி கீழே விழுந்துராமக் கவனிச்சுக்க" என்று சொல்வதற்குத் தைரியமில்லை.

கஞ்சிப்பசைப் போட்டுக் காய வைத்து மடித்துடுத்திய வேட்டி கசங்கி விடாமலும் நீரில் நனைந்து விடாமலுமிருக்க இரு கைகளையும் பின்னால் கோர்த்து, தோணிப் படியைப் பலமாகப் பிடித்துக்கொண்டு உட்கார்ந்திருக்கும்போது, அக்கரையில், ஆள் நடமாட்டமற்ற சூழலில், மரக்குடில்களில் கறுத்த உருவங்கள் தென்பட்டன.

ஈர மண்ணில் பதிந்தக் காலடிகளில் குளிர்ந்த நீர் ஊற்றெடுத்தது. வேகமாக நடக்க வேண்டும் போலிருந்தது. இரும்புப் பாலத்தில்

எம்.டி. வாசுதேவன் நாயர்

ஓசை எழுகிறதா? தீவட்டியிலிருந்து உதிர்ந்த ஓலைத் துணுக்குகள் ஈர மண்ணில் விழுந்து எரிந்தடங்கின. சக்கரங்கள் உரசும் தண்டவாளம் அரை இருட்டிலும் வெள்ளி நாடாபோல் மின்னியது.

மனதுக்குள் மகிழ்ச்சியை விடவும் பீதி அதிகமாக இருந்தது.

மடித்துக்கட்டிய வேட்டியும் தலையில் துண்டுமாக முரட்டுக் கைகளை வேகமாக வீசி நடந்த மாமா திரும்பி நின்றார்.

“கூட நடந்து வாயேம்டா.”

அந்தக் குரல் தேவைக்கதிகம் உரத்துக்கேட்டது. அம்மா, மாமா, சித்தி, அபூர்வமாக வீட்டுக்கு வருகிற பரமேஸ்வரண்ணன் என வயதில் மூத்த எல்லாருமே தேவைக்கதிகம் உரத்தக் குரலில் பேசுகிறார்கள். குரல்களைத் தவிர அவர்கள் யாருடைய முகமும் மனதுக்குள் நிற்பதில்லை.

தண்டவாளங்களின் இடையிலுள்ள ஸ்லீப்பர்களில் கவனமாக நடக்க வேண்டும். கூர்மையான கருங்கல் துண்டுகள் சிதறிக்கிடக்கும். அப்போது, நாலரை மணி வண்டியோ சிக்னலின் சிவந்தக் கடைக்கண்களோ முதல் நாள் வரைக்கும் கற்பனையின் நின்றிருந்த நகரமோ நினைவில் இல்லை. மனதுக்குள் வருத்தமிருக்கும் என்றால் அதுவுமில்லை. இது பிரிவு அல்ல! மனதுக்குள்ளிருக்கும் ஏதோ ஒன்று. அதன் பெயர் வருத்தம் அல்ல! கண்களில் நீர்? ஒருவேளை ... ஆமாம், வேர்வையில் கண்களில் எண்ணெய் வடிந்திருக்கும்.

அப்போது, வயல் வரப்பில் ஆங்காங்கே தெறித்து விழுந்த வெட்டுக்கிளிகளின் மெல்லிய ஓசை நினைவுக்கு வந்தது. நீலப்பூக்களிட்ட ஜாக்கெட்டில் ஒட்டுப் பொத்தான்கள் விடுபடுவது போல்.

இது ஏன் முதலில் நினைவுக்கு வரவில்லை? பதினாறு வயது இளைஞனின் வேகமான நடை. ஸ்லீப்பர்களின் இடைவெளியை லாவகமாகக் கடக்கும்போது தன்னையே கடிந்துகொண்டான். ‘ஏன் இது முதலில் நினைவுக்கு வரவில்லை.’

1

கல்தொட்டியிலிருந்தச் செப்புக்குடத்தில் மிச்சமிருந்த நீரைக் கெண்டியில் ஊற்றிய சேது மீண்டுமொருமுறை கால்களையும் முகத்தையும் அலம்பினான். இறுதியாக ஒரு கை நீரை கழுத்திலும் மார்பிலும் தெளித்து விட்டு மீண்டும் கீழ்ப்புற வராந்தாவின் தூணருகில் வந்து உட்கார்ந்துகொண்டான்.

வெளியே மதிய வெயில் தகித்துக்கொண்டிருந்தது. அனல். கமுகந்தோப்பைக் கடந்து அபூர்வமாக வரும் காற்று அக்னிக்

கதிர்களுடன் வருவதுபோல் தோன்றியது. தரை உதிர்ந்து தூசுப் படிந்துக் கிடந்தது. நன்றாகக் கூட்டி ஈரத்துணியால் துடைத்துச் சுத்தம் செய்தால் படுத்துக்கொள்ளலாம்.

அஞ்சலாப்பீசுக்குச் செல்ல நேரமாகவில்லை. அப்பாவிடமிருந்து ஒருவேளை கடிதம் வரலாம். பரமேஸ்வரண்ணன் மாதம் முப்பது ரூபாய் அனுப்பி வைப்பதாகச் சொல்லியிருந்தான். அப்பா மீதிப்பணத்தை அனுப்பித் தந்தால் கல்லூரியில் சேரலாம். அண்ணன் கடிதம் எழுதவில்லை. அம்மாதான் எழுதினாள். பதில் கடிதத்தில் அப்பா, உடம்புக்கு முடியவில்லை என்றும் தோட்ட வேலையில் முன்போல் வருமானம் இல்லையென்றும் பிற சுமைகள் குறித்தும் எழுதியிருந்தார். அம்மாவுக்குக் கடிதத்தை வாசித்துக் காட்டிய சேது, அதில் மீண்டுமொரு முறைக் கண்களை ஓட்டினான். இல்லை, தன்னைப் பற்றி எதுவுமே அதில் இல்லை. அம்மாவின் பதிலுடன் தன்னுடையதையும் சேர்த்து அனுப்பி விட்டு ஒன்பது நாட்களாகப் பதிலை எதிர்பார்த்திருந்தான்.

ஆனைமலையிலிருந்து ஒரு கடிதம் வந்து சேர இரண்டு நாட்கள் போதும்.

குன்றின் சரிவிலிருந்து பார்த்தால் மெயில் வண்டி பாலத்தைக் கடப்பது தெரியும். சிவப்பு நிறம் பூசிய தபால் பெட்டியைப் பார்த்து மெயில்தான் என்று உறுதி செய்த பிறகு சென்றால் போதும். குற்றிப்புறத்திலிருந்துப் புறப்படும் அஞ்சல்காரன் ஆணிக்கால்களுடன் ஆஃபீசுக்குப் போய்ச் சேர இன்னும் நேரமாகும்.

நான்கு மணி வரைக்கும் படுத்துத்தூங்கலாம். நிலைப்பலகைக்கு நேராகத் தலை வைத்துப் படுத்தால் சுகமாக இருக்கும். ஆனால், வெயில் காலம் தொடங்கிவிட்டால் அது அம்மாவின் இடம். இரவும் பகலும் அம்மா அதில்தான் படுத்திருப்பாள்.

வெளியே பார்ப்பதற்குக் கண்கள் கூசின. மண்கட்டைகள் உடைந்துக் கிடந்தத் தரையில் தீ எரிவதுபோலிருந்தது. அதற்கும் அப்பால், ஆலமரம் விழுந்துக்கிடக்கும் வேலப்பரம்பின் வறண்ட மணல் பரப்பை ஒரு நிமிடம் மட்டுமே பார்க்கமுடியும். அதற்குள் கண்களில் மஞ்சள் படர்ந்துவிடும்.

சித்திரை விசுவுக்குப் பெய்யும் என்று நினைத்திருந்த மழை பெய்யவில்லை. செரங்கரைத் தாலப்பொலி மழையும் இம்முறை பெய்யவில்லை. தனது ஆயுளில் இப்படியான ஒரு வறட்சியைப் பார்த்ததே இல்லை என்றாள் சித்தி. ஒவ்வொரு வெயில் காலமும் சித்தி தவறாமல் இதைச் சொல்லி விடுவாள். இப்படியே போனால் மனிதர்கள் வறண்டுச் செத்துப்போய்

விடுவார்கள் என்பாள் ஆனால், அப்படியெல்லாம் யாரும் சாகவில்லை.

"சேது, பத்முவை எங்காவது பாத்தியா?"

மேல் வராந்தாவில் வந்துகொண்டிருந்த சித்தி கேட்டாள்.

"நான் பாக்கலை."

"நாசமாப் போறவ இந்த வேகாத வெயில்ல கிணத்தையோ குளத்தையோ தூர் வார வெச்சிருவாளா? பிள்ளைகளா இருந்தா சொல் பேச்சுக் கேக்கணும். இன்னைக்கு அவ என் கையில கிடைக்கட்டும்."

அவளை வெட்டிக் கூறுபோடப்போவதுபோல் சித்தி இனி வர்ணிக்க ஆரம்பித்துவிடுவாள். அவன் சொன்னான்:

"அவ வடக்கு வீட்டுல உக்காந்து விளயாண்டுட்டிருப்பா சித்தி."

சித்தி தொட்டதுக்கும் பிடித்ததுக்கும் எல்லாம் பத்முவை அடிப்பாள். கையில் கிடைப்பதை வைத்து அடிப்பாள். அம்மாவுக்கும் சித்திக்கும் தகராறு வந்தால் சித்தி முதலில் தேடுவது பத்முவைத்தான். அம்மா அசையமாட்டாள். அழுதழுது அவள் மூச்சு வாங்கினாலும் சித்தி அடிப்பதை நிறுத்த மாட்டாள். கடைசியில் அம்மா சேதுவைக் கூப்பிடுவாள்:

"அந்தப் புள்ளையை எங்கயாவது தூக்கிட்டுப்போயேம்டா. செத்துக்கித்துப் போனாக் கெட்டியிழுக்கவும் நான்தான் வேணும்."

கொஞ்ச நேரத்துக்குப் பிறகு, கோபம் தீர்ந்ததும் சித்தி, பத்முவுக்கு எண்ணெய் தேய்த்துக் குளிப்பாட்டி, பொட்டு வைத்து மடியில் போட்டு சீராட்டுவாள்; அழுவாள்.

வெயில் காலம் தொடங்கினால் சித்தி ரவிக்கைப் போடுவதை நிறுத்திவிடுவாள். அழுக்கடைந்த ஒரு வேட்டியை உடுத்து, பாதி மார்பை மறைப்பதுபோல் துண்டைச் சுற்றித் திண்ணையில் உலாத்திக்கொண்டிருப்பாள். வழக்கமாக வருகிற வியாபாரிகள், மாதவன் மாமாவைத் தேடி வருகிறவர்கள் என்று யார் வந்தாலும் நடப்பதை நிறுத்த மாட்டாள். சேது பலமுறைக் கோபத்துடன் யோசித்திருக்கிறான்:

"சவத்து மூதி, இந்த வேஷத்துல இவளுக்குத் திண்ணையில இப்ப நடக்கணுமா?"

சித்தியிடம் சொல்வதற்கு மாதவன் மாமாவுக்கும் தைரிய மில்லை. அம்மாவுக்கும் சித்திக்கும் இளையவர் என்பதால் மாதவன் மாமாவுக்கு அவர்கள் பயப்பட வேண்டியதில்லை.

“வராந்தாவுல ஒரு பாளை வீசறி வச்சிருந்தனே? காலையில பாக்குறப்பவும் அதிலதான் இருந்தது. இப்பக் காணோம்?”

தன்னிடம் கேட்கவில்லை. ஆகவே அவன் பேசாமலிருந்தான்.

சித்தியின் பக்கத்தில் இன்னார்தான் என்றில்லை. யாராவது இருந்தால் போதும். நூறாயிரம் விசயங்களைப் பேச ஆரம்பித்து விடுவாள்.

“ஒத்தாசைக்குன்னா ஒரு நாதியில்லை; உபத்திரம் பண்ண எல்லாரும் இருக்கா.”

சித்தி திண்ணையில் நடந்துகொண்டிருந்தாள். வெண்புள்ளி விழுந்த உதடுகளை இடையிடையே துடைத்தும் முற்றத்தில் காறி உமிழ்ந்தும் அங்கம்* வெட்டத் தயாராகிக்கொண்டிருந்தாள்.

“நூறு பேரு பின்னால நடந்து, ஒரு வழியா அந்தச் சாத்தப்பன் பய ஒரு பாளை கொண்டு வந்துத் தந்தான். இப்ப அதுக்கும் தேவை வந்திருக்கு.”

சேது கோபத்துடன் அமைதியாக உட்கார்ந்திருந்தான். உள்ளே இருந்து அம்மா பொதுவாகச் சொல்வது கேட்டது:

“மத்தியான நேரம் கொஞ்சம் தலை சாய்க்கலாம்னா அதுக்கும் வழியில்லை போலிருக்கு.”

மடியிலிருந்து சிறு சீசாவை எடுத்து உள்ளங்கையில் கவிழ்த்துத் தட்டிய பொடியை நாசியில் இழுத்து ஏற்றிய சித்தி, மூக்கைத் துடைத்து விட்டு வெயிலைப் பார்த்து எகத்தாளமாகச் சிரித்தாள்.

“ம்ஹூம்... மூச்சுவிட நீதமில்லை. வாய் திறந்து கமான்னு ஒரு வார்த்தை சொல்லிரப்புடாது. கல்யாணி யாருமில்லாதவதானே? கதிகெட்டவ எதைச் சொன்னாலும் தப்பு. நீயே சொல்லுடா? இப்ப நான் என்ன கேட்டுட்டேன்? இங்க ஒரு பாளை வீசறி வச்சிருந்தனே அதைக் காணோமேன்னு கேட்டேன். இது ஒரு தப்பா?”

சேது சாட்சியம் சொல்ல விரும்பாமல் முகம் திருப்பி உட்கார்ந்திருந்தான்.

மனதுக்குள் வெறுப்பு மண்டிக்கிடந்தது. எப்போதுதான் இதிலிருந்து விடுபடப் போகிறோமோ?

அம்மாவும் விடுவதாக இல்லை. அவன் கீழே இறங்கி முற்றத்தை நோக்கி நடந்தான்.

---

* ஒரு வகை வீர விளையாட்டு

ஓரமாகப்போய் நிற்கும்போது, வீட்டுத் தோட்டத்திலிருந்து தேவு சத்தமாகக் கேட்டாள்:

"இல்லத்துல மாதவ மாமா இருக்காளா சேது?"

"இல்லை."

"வந்தா, குஞ்ஞாத்தோல் கூப்பிட்டதாச் சொல்லிரு"

குஞ்சு நம்பூதிரியின் மரணத்துக்குப் பிறகு, மனை* பொறுப்புகள் எல்லாம் மாதவன் மாமாவிடம். பாக்குப் பறித்து விற்பதும், குத்தகைக்காரன் கோவிந்தனிடமிருந்து பணம் வசூல் செய்வதும் மாதவன் மாமாதான். குஞ்ஞாத்தோலுக்கு மாதவன் மாமாமீது நல்ல நம்பிக்கை. காசை வீணாக்க மாட்டார்; குஞ்ஞாத்தோல் எப்போதாவது எதையாவது கொடுப்பதை வாங்கிக்கொள்வார்.

நேந்திரம் வாழை விவசாயமும் மனையில் காரியஸ்தன் பொறுப்பும் இருந்தும் மாதவன் மாமா, மூக்குபொடி வாங்கவும்கூட முக்காலணா காசு தருவதில்லை என்பதில் சித்திக்குக் கோபம்.

"அவன் ஆணாப் பிறந்தவன். அவனுக்கும் இருக்கும் நூறு கூட்டம் செலவு" என்று அம்மாவும் அதை சரி வைப்பாள்.

அக்கப்போர் முடிந்துவிட்டதா என்று அவன் காதுகூர்ந்துக் கேட்டான். இல்லை, போருக்குத் தயாராக இப்போது அம்மாவும் திண்ணைக்கு வந்திருந்தாள்.

இல்லத்து** வளைவைக் கடந்தால் நிறைய பாளைகள் கீழே விழுந்துக் கிடக்கும். அதிலொன்றைக்கொண்டு வந்து விசிறி செய்து திண்ணையில் எறிந்துக் கொடுத்தால் என்ன?

இல்லை. கொடுத்தாலும் அக்கப்போர் நிற்கப்போவதில்லை. அவர்கள் சண்டை போடுவதற்குக் காரணங்கள் இருந்தாக வேண்டும் என்றெல்லாம் எந்தத் தேவையுமில்லை. போரின் இறுதிச் சுற்றில் வெற்றி பெறுபவள் அம்மாதான். ஏனென்றால், அம்மாதான் வீட்டுச் செலவைக் கவனிப்பவள். இன்று பத்முவின் முதுகில் பிரம்பும் அகப்பைக் கம்பும் தடம் பதிக்கும்.

சித்தப்பா உயிருடன் இருக்கும்போது போருக்கானப் புள்ளியை அவரிடமிருந்துதான் தொடங்குவாள். உடலை சிரமப்பட்டு மறைக்கிற ஒரு துண்டைச் சுற்றி, நரைத்தத் தாடியைத் தடவியபடி எல்லாவற்றையும் கேட்டபடி துறவிபோல் அமர்ந்திருப்பார் சித்தப்பா.

---

* நம்பூதிரி வீடு

** இல்லம் = நாயர் வீடு

சித்தியின் இரண்டாவது புருஷன் அவர். முதல் புருஷன், குண்டுளிக்காரன் கிருஷ்ணன் நாயர். இரண்டு வருடங்களுக்குள் அது திசை மாறிப்போனது.

“பெண்ணாப் பிறந்தவளா இருந்தா, ஆணுக்கு அடங்கணும்” என்று அம்மா சொல்வது சித்தியைக் குறிப்பிட்டுத்தான்.

“ஆமா, அடங்குற சாமர்த்தியம் உள்ளவகளுக்கு இப்ப கூடை கூடையால்லே திரவியம் கொட்டுது. என்னை ஒண்ணும் சொல்ல வெச்சுராதே” என்பாள் சித்தி. கிடைப்பதை எல்லாம் அப்பா மருமக்களுக்குக் கொடுக்கிறார் என்ற மனத்தாங்கல் சித்திக்கு.

அன்று குண்டுளி நாயரிடமும் பணமில்லை. மானாவாரி முடிந்தபிறகு, எங்காவது காலியாகக் கிடக்கும் நிலத்தைக் குத்தகைக்குப் பிடிப்பார். எள் விதைப்பார். ஆற்றோரப் புறம்போக்கு நிலத்தை ஏலம் பிடித்து வெள்ளரி விதைப்பார். அம்மாவுக்கு அவரைப் பற்றி நல்ல அபிப்பிராயம்தான். குடித்தனக்காரர்தானாம். பரமேஸ்வரண்ணனுக்கு அப்போது சிறு வயது. உடலில் வீக்கம் போட்டு, எல்லோரும் இறந்துபோய் விடுவான் என்று நினைத்தார்கள். கொடுமுண்டை வைத்தியரும் கைவிட்டு விட்டார். வீங்கிப் புடைத்த பரமேஸ்வரண்ணன் வெறும் மூச்சுக்காற்றாகப் படுத்திருந்தான். எல்லோரும் அவனது மரணத்தை எதிர்பார்த்திருந்தார்கள். குண்டுளி கிருஷ்ணன் நாயர் அன்று இரவோடிரவாக ஆற்றைக் கடந்து ஐந்து மைல் தொலைவிலுள்ள ஒரு வேலத்தி* கிழவியை அழைத்துக்கொண்டு வந்தார். கண் தெரியாத, நடக்க இயலாத அந்தக் கிழவி வீட்டை விட்டு வெளியே இறங்குவதே இல்லை. நடுச்சாமத்துக்குள் எப்படியோ அந்தக் கிழவியை வீட்டுக்குக் கொண்டு வந்து சேர்த்தார் கிருஷ்ணன் நாயர். கிழவி ஏதோ கை மருந்தை உச்சந்தலையிலும் நெஞ்சிலும் புரட்டிவிட்டு பிரார்த்தனை செய்யத் தொடங்கும்போது அண்ணன் கண் திறந்தானாம்.

உறவை முறித்துவிட்டுப் போன கிருஷ்ணன் நாயரைப் பற்றி பிறகு எந்தத் தகவலுமில்லை. ஊரைவிட்டு எங்கோ போய்விட்டார் என்று மட்டும் தெரியும். சித்தப்பா, சொத்துக்களை மருமகனிடம் ஒப்படைத்துவிட்டு வீட்டில் வந்து தங்கியிருக்கும்போது ஒருநாள் தகவல் வந்தது. கிருஷ்ணன் நாயர் பழனியில் ஏதோ வியாபாரம் செய்கிறார். தனது சகோதரிக்கு ஐநூறு ரூபாய் அனுப்பி வைத்திருக்கிறார்.

தைப்பூசத் திருவிழாவுக்குப் போய் வந்த ஓடயன் பூசாரி சொன்னான். பழனியில் கிருஷ்ணன் நாயருக்கு அமோக வியாபாரம். பணமாகக் குவிக்கிறார்.

---

* ஒரு ஜாதி

"அவருக்கு அங்கே பொஞ்சாதி பிள்ளைகளும் இருக்காங்க."

ஐந்தாண்டுகளுக்கு முன் கிருஷ்ணன் நாயர் ஊருக்கு வந்திருந்தார். பரமேஸ்வரண்ணனின் கல்யாணத்துக்கு நான்கைந்து நாட்களுக்கு முன். அப்போது அப்பாவும் வீட்டிலிருந்தார். அண்ணனும் மாதவன் மாமாவும் துணி வாங்குவதற்காக குன்னம்குளத்துக்குப் போயிருந்தார்கள். நீலக்குப்பாயமும் ஜரிகைக்கரை வேட்டியும் உடுத்திய ஒரு ஆள் படியேறி வந்து கொண்டிருந்தார்.

கிருஷ்ணன் நாயர்.

சேது அப்போதுதான் முதல் முதலாக கிருஷ்ணன் நாயரைப் பார்க்கிறான். காதில் வெள்ளைக்கல் பதித்த கடுக்கன். கழுத்திலும் இடது கையிலும் தங்கச் சங்கிலிகள். விரல்களில் பெரிய பெரிய மோதிரங்கள். முழங்கையில் புல்லாங்குழலூதும் கிருஷ்ணரின் படத்தைப் பச்சைக் குத்தியிருந்தார். அம்மாதான் பரபரப்பாக இருந்தாள். சாயாவும் பலகாரமும் ஏற்பாடு செய்யும் பதற்றம்.

அப்பாவும் கிருஷ்ணன் நாயரும் பேசிக்கொண்டார்கள். இடையிடையே அம்மாவும் வந்து பேச்சில் கலந்துகொண்டாள்.

"அப்ப நாயரில்லையா?"

"கொஞ்ச முன்னால வரைக்கும் இங்கதான் இருந்தார்."

சித்தப்பா வடக்குப்புறம் வழியாக வேலி தாண்டிச் செல்வதை சேது மட்டும்தான் கவனித்தான்.

திரும்பிப் போகும்போது கிருஷ்ணன் நாயர் அம்மாவிடம் கேட்டார்:

"கல்யாணியம்மாவைக் காணோம்?"

சித்தி வரமாட்டாள் என்றுதான் சேது நினைத்திருந்தான். பத்முவுக்குப் பால் கொடுத்தபடி வீட்டுக்குள் எங்காவது அசையாமல் உட்கார்ந்திருப்பாள்.

ஆனால், சித்தி இடுப்பில் பத்முவுடன் இடது காதில் விழுந்துக் கிடந்த நரை முடியைத் பதித்துக்கொண்டு மெல்ல அம்மாவின் பக்கத்தில் வந்தாள். சித்தி, சிரிக்க முயற்சிப்பதை சேது கவனித்தான்.

"என்ன சௌக்கியமா?"

முன்புற தங்கப்பற்கள் தெரியச் சிரித்தபடியே கிருஷ்ணன் நாயர் வாசல் கதவில் கை வைத்தபடி நின்றார்.

சித்தி முனகினாள்போல் தோன்றியது. கூட்டியெடுத்துக் குப்பையில் தள்ளிய காய்ந்த ஓணப்பூ போன்ற அந்தச் சிரிப்பு சித்தியின் முகத்தில் அப்போதும் இருந்தது.

“நான் நாளைக்குக் கிளம்புறேன். போறதுக்கு முன்னால எல்லாரையும் ஒரு கண் பாக்கணும்னுத் தோணிச்சு.”

மூக்கு வடித்தபடி சித்தியின் இடுப்பில் துவண்டுபோய் உட்கார்ந்திருக்கும் பத்முவின் கையில் அவர் எதையோ வைத்துக்கொடுத்தார். ஐந்து ரூபாய் நோட்டு.

அப்பாவிடம் விடைபெற்று விட்டு இறங்கும்போது சேதுவின் தோளைப் பிடித்துக்கொண்டு கேட்டார்:

“எத்தனாம் வகுப்புப் படிக்கிறே?”

“ஆறாம் வகுப்பு.”

அவர் தந்த புதிய, மடிப்பு விழாத ஐந்து ரூபாய் நோட்டின் வாசம் இப்போதும் நினைவில் தங்கி நிற்கிறது.

கிருஷ்ணன் நாயர் படிக்கட்டைத் தாண்டுவதுவரை வெற்றிலைத் தட்டைத் திருகியபடி திண்ணையில் நின்றிருந்த அம்மா சொன்னாள்:

“என்னதான் காசு வந்தாலும் பழசை இன்னும் மறக்கலை. தங்கமான மனுசன்.”

கனத்த உடலும் குனிந்தத் தலையுமாக வேலி தாண்டி வந்துகொண்டிருந்தார் சித்தப்பா.

“எல்லாமே ஒரு யோகம்தான். இப்பப் பாரு? என் தங்கச்சின்னு சொல்லிட்டா போருமா? எல்லாத்துக்கும் காரணம் அகம்பாவம். இப்ப ராஜ பதவியில இருந்திருக்கலாம்; ராஜ பதவியில.”

அம்மா சொல்வது காதில் விழுந்தாலும் வாசலுக்குப் பின்னால் சுயநினைவற்றவள் போல் தலையைக் கோதியபடி நின்றிருந்த சித்தி கோபப்படவோ, அம்மாவைப் பார்க்கவோ இல்லை.

அப்பா சொன்னார்:

“பேசாம இரு. அவரு வர்றாரு.”

“சேது.”

சித்தி அழைத்தாள்.

திண்ணை இப்போது அமைதியாக இருந்தது. போரில் தோற்றவள் அம்மாபோல் தெரிகிறது. சித்தி வராந்தாவில் நடந்துகொண்டிருந்தாள்.

ஏதோ ரகசியம் சொல்ல வருவதுபோல் சேதுவின் பக்கத்தில் வந்தாள் சித்தி.

"நீ அஞ்சலாப்பீசுக்குப் போறியா?"

"ஒரு வேளை."

"போனா, ரெண்டு முக்காலுக்கு மூக்குப்பொடி வாங்கிட்டு வா. சித்தி கையில காசில்ல."

அம்மாவின் காதில் விழுந்துவிடக் கூடாதே என்று அவன் பிரார்த்தித்தான். விழுந்தால் இன்னொரு அக்கப்போருக்கு இது போதும். பெண்ணாகப் பிறந்தவள் மூக்குப் பொடி போடுவது என்பது இன்னொரு அகம்பாவம். சித்தி மூக்குப்பொடி போடுவதைப் பார்த்தால் அம்மாவுக்குக் கோபம் தலைக்கேறி விடும்.

அரையணாவுக்கு நான் இப்ப எங்க போவேன்?

ஆனால், சித்தியிடம் சொல்லவில்லை.

கீழ் வராந்தாவில் கை மூட்டில் தலை சாய்த்துப் படுத்திருந்த சித்தி முற்றத்தில் துப்பினாள்.

படிக்கட்டுப் பக்கம் பார்த்துக்கொண்டிருக்கும்போது யாரோ இரண்டுபேர் வயல் வரப்பில் நடந்து வருவது தெரிந்தது. இந்நேரத்தில் யார்? பரமேஸ்வரண்ணனா? படியேறும் அவர்கள் யாரென்பதைப் புரிந்துகொண்ட சேது திடுக்கிட்டான். ஹரிதாசன். தெய்வமே, ஹரிதாசனா?

முதலில், ரவிக்கை போடாமல் ஒன்றரை வெளியே தெரிய திண்ணையில் படுத்திருக்கும் சித்திதான் நினைவுக்கு வந்தாள்.

"சித்தி யாரோ வர்றா."

"யாரு?"

"எங்கூட படிச்ச பையனும் இன்னொரு ஆளும்."

"வரட்டும்."

சித்தி கொஞ்சம் எழுந்து வீட்டுக்குள் போ என்று சொல்வதற்குத் தைரியமில்லாமல் கோபத்தை அடக்கிக்கொண்டு நிற்கும்போது ஹரிதாசன் ஓரப்படியைக் கடந்து முற்றத்துக்கு வந்தான். அழுக்கடைந்த ஒற்றை வேட்டியுடன் நிற்கிறோம் என்பதை உணர்ந்த சேது சிரிக்க மறந்தான்.

"சேது உன் வீட்டைக் கண்டுபிடிக்கிறதுக்குள்ள ரொம்பவே கஷ்டப்பட்டுட்டோம்."

“ஒரு கார்டு போட்டுருக்கலாமே?”

“இது சந்திரண்ணன். நானும் சந்திரண்ணனும் கோபி மேனன் வீட்டுக்கு வந்தோம். பக்கத்திலதானேன்னு உன் வீட்டுக்கும் வந்தோம்.”

உட்காருவதற்கு நல்ல இடம்கூட இல்லை. செயர்களில்லை.

ஹரிதாசனின் வெள்ளை பாலியஸ்டர் சட்டையில் வேர்வையின் ஈரம். சேதுவின் தோளில் கை வைத்து நின்றிருந்த ஹரிதாசன் தலையைச் சாய்த்துக்கொண்டு கண்களில் சிரிப்புடன் சொன்னான்:

“ஏற்கனவே சொன்னனே, திடீர்னு ஒரு நாள் வருவேனுட்டு.”

“வாங்க மாடிக்குப் போவோம்.”

திண்ணையில் படுத்திருந்த சித்தி தலைத் தூக்கிப் பார்த்து விட்டுத் திரும்பவும் படுத்துக்கொண்டாள்.

முற்றத்தினூடே நடந்து வராந்தாவின் கடைசிக்கு வந்து மாடிப் படியேறினார்கள்.

சாய்வு நாற்காலி வெளிவராந்தாவில் கிடந்தது. உள்ளே நுழைந்ததும் சேது சொன்னான்:

“உக்காருங்க.”

அவர்கள் வெளிச்சம் குறைவான அந்த அறையில் சாய்வுப்படியில் உட்கார்ந்தார்கள். நரைத்து இற்றுப்போன வைக்கோல் தாழ்வாரத்தின்கீழ், கூட்டி ஒதுக்கியக் குப்பையும் காகிதத் துண்டுகளும் கிடந்தன.

குப்பையும் கூளமுமாக இருந்தது.

செறுமிக் கிழவியிடமும் கம்மாளச்சி நாணியிடமும் இனி அம்மாவே சொல்லட்டும்.

‘கோட்டை போலுள்ள இந்த வீட்டைப் பராமரிக்குறது லேசுப்பட்ட காரியமா?’

கோட்டை போன்ற வீடு.

ஹரிதாசனின் வீட்டு இரும்புக் கேட்டைத் திறந்தால் இரு புறத் திண்டிலும் மண் சட்டிகளில் குதிரை வாலிச் செடிகள். முற்றத்தில் முல்லைப் பந்தல். வீடு சிறியதாக இருந்தாலும் ஓடுபோட்ட அழகான வீடு.

திண்ணையில் வட்டமேசையைச் சுற்றிலும் செயர்கள். கண்ணாடிபோன்ற துணியில் ஜரிகை இழைத்த மேசை விரிப்பு.

ஹரிதாசன் அம்மாவை அழைத்து அறிமுகம் செய்து வைத்தான். கஞ்சிப்பசையிட்ட தூய வெண்ணிற ஆடைகள், அகன்ற கறுப்புக் கரையிட்ட மேல் முண்டு. ஹரிதாசனின் அக்கா தேனீர் கொண்டு வந்தாள். வெள்ளைப் பீங்கானில் வெட்டி வைத்த மாம்பழத் துண்டுகளும்.

நூலகத்தில் நடந்த பேச்சுப் போட்டியில் கலந்துகொண்டு திரும்பி வரும்போதுதான் ஹரிதாசனின் வீட்டைப் பார்த்தான். யாரோ காட்டித் தந்தார்கள்.

போட்டியில் பரிசு பெறவில்லை என்றாலும் விருந்துபசரணை மனதுக்குள் தங்கி நின்றது.

“இருங்க, இப்ப வந்துடறேன்,” என்று சொல்லிவிட்டுக் கீழே இறங்கினான்.

அவமானமாகி விட்டது; பெருத்தக் கேவலம். தேவையில் லாமல் என்னவெல்லாம் சொல்லி விட்டோம்? அப்பா பெரிய உத்தியோகம் பார்க்கிறார். மாதா மாதம் பணம் அனுப்புகிறார். பெரிய நாலுகெட்டு வீடு. தனக்கென்று தனியறை.

வராந்தாவில் சித்தி இல்லை. அவன் அதைத்தான் எதிர்பார்த்திருந்தான்.

அம்மாவைக் காணோம். கண் சிரட்டையில் கயிறுபோட்டு இழுத்துக்கொண்டு நடந்த பத்முவிடம் கேட்டான்:

“பெரியம்மா எங்கடீ?”

“எனக்குத் தெரியாது.”

“எனக்குத் தெரியாது.”

தேவையில்லாமல் அவளைப் பழிப்புக் காட்டினான்.

“சித்தி எங்கம்மா?”

“சமையக்கட்டுல நிப்பா.”

“சமையக்கட்டுல இல்லையே? சித்தி, வந்தவங்களுக்குக் கொஞ்சம் சாயா கொடுக்கணும்.”

“மவனே, சமையக்கட்டு ஆட்சி உங்கம்மா கையில இல்லையா இருக்கு? அவளாக் கூப்பிட்டு ஏதாவது தந்தாத் திம்பேன். தராம இருந்தாலும் நமக்கு ஆவலாதியில்லை. நாங்க இங்க ரெண்டாம் தரக் குடிகளில்லையா? கொடுத்தப் பணத்துக்கான வட்டி கிடைச்சாலே போதும். எண்ணெயும் குளியலுமா சிரமப்படாம வாழலாம்.”

"சித்தி, தேவையில்லாத பேச்சை நிறுத்திட்டு சாயா போட்டுத் தர்றியா?"

"எதை வெச்சிடா சாயாப் போடச் சொல்றே? தேயிலையும் சீனியும் உங்கம்மா பூட்டுக்கும் சாவிக்கும் உள்ள வெச்சிருக்குறப்ப?"

சித்தியிடம் பேசுவது வேலைக்காகாது என்று தெரிந்ததும் அவன் வடக்கு முற்றத்தில் இறங்கி நின்று கூப்பிட்டான்:

"அம்மா!"

தெய்வமே, ஹரிதாசன் காதுல விழுந்துடக்கூடாது.

"என்னடா?"

ஹரிதாசனிடம் பீத்திக்கொண்ட 'மதர்' கேட்கிறாள். அவன் காதுகளில் விழுந்துவிடப் போகிறது. வேலியருகில் நின்று வடக்கு வீட்டு அத்தையிடம் ஊர் விவகாரம் பேசிக்கொண்டிருக்கிறாள் அம்மா.

"அம்மா இல்லத்துக்கு ரெண்டு பேர் வந்திருக்கா. எங்கூட படிக்கிற ஹரிதாசனும் அவனோட அண்ணனும். கொஞ்சம் சாயா போடு சீக்கிரம்."

"பாலில்லை."

"அம்மா..!"

அவனுக்கு அழுகை வந்துவிடும் போலிருந்தது.

"பால் இல்லேங்கறனேடா?"

வடக்கு வீட்டுக்குச் சென்று சுமித்ராவிடம் விஷயத்தைச் சொன்னான். அவள் மேய விட்டிருந்த ஆட்டைப் பிடிக்க இறங்கியதும் திரும்ப ஓடினான். சமையல் கட்டைக் கடக்கும்போது அம்மாவிடம் கேட்டான்:

"அவாளுக்குச் சாப்பிடக் கொடுக்க என்ன இருக்கு?"

"ஒலக்கை இருக்கு. பேசாம இங்கிருந்துப் போயிரு சொல்லிட்டேன். மூணு நேரமும் பட்டினியில்லாம சாப்பிடறதே அரும்பாடா இருக்கு. இங்க ஏதோ வகை வகையா பணியாரம் சுட்டு அடுக்கி வெச்சிருக்காப்ல கேக்குறியே?"

அம்மா ஏன் தேவையில்லாம குரலை உயர்த்துகிறாள்?

மீண்டும் ஓடிப்போய் படிகளில் ஏறி முற்றத்தின் மேலே வரும்போது ஹரிதாசனும் சந்திரன் அண்ணனும் இறங்கி, வாசலில் நின்றிருந்தார்கள்.

“போவோமா ஹரி?”

“நாங்க வரட்டுமா?”

“இருங்க, டீ சாப்டுட்டுப் போலாம்.”

ஹரிதாசனின் அண்ணன் சொன்னான்:

“வேண்டாம். இன்னும் ஒண்ணு ரெண்டு இடங்களுக்குப் போக வேண்டியதிருக்கு.”

வற்புறுத்திச் சொல்வதற்குக் குரல் எழவில்லை.

முற்றத்தில் அவர்கள் ஒரு நிமிடம் நின்றார்கள். வராந்தாவில், கண் சிரட்டையில் நிரப்பிய மண்ணைச் சொரிந்து அதில் படம் வரைகிறாள் பத்மு.

“சேதுவோட மதர் எங்கே?”

“சமையக் கட்டுல நிக்கிறாங்க போலிருக்கு. கூப்புடறேன்.”

சந்திரன் அண்ணன் காப்பாற்றினான்.

“நீ சொன்னா போதும். வா.”

சேதுவும் அவர்களுடன் இறங்கினான்.

வயலைக் கடந்து கொஞ்ச தூரம் அவர்களுடன் நடந்தான். சட்டையில்லாமல் இதற்கு முன்பு ரோட்டில் அவன் இறங்கியதே இல்லை.

சந்திரன் அண்ணன் கொஞ்சம் முன்னால் நடந்துகொண் டிருந்தான்.

“லீவுல நீ என்ன பண்றே?”

ஹரிதாசன் கேட்டான்:

“என்ன பண்றதுக்கு?”

“நான் ஒருநாள் டி.கே.பி. வீட்டுக்குப்போனேன்.”

சேது சிரிப்பதற்கு முயற்சி செய்தான்.

“நீ எந்த காலேஜில சேரப் போறே?”

“ரிசல்ட் வரட்டும்.”

“நீயா பாஸாகாம இருப்பே? நான் பாஸானாலும் படிக்கிறதா இல்லை. காலேஜில சேர்றதுக்கு ஒண்ணும் நம்மட்ட பணமில்லை.”

ஒடைக்கரைக்கு வந்து சேர்ந்ததும் சேது நின்றான்.

"நான் வரட்டுமா தாசா. லெட்டர் போடுறேன்."

"சரி. டி.கே.பி. யைப் பாத்தா உன்னை சந்திச்சதாச் சொல்றேன்."

சேது திரும்பி நடந்தான்.

வயல் வரப்பின் துகள்மண் சுட்டுப் பழுத்துக்கிடந்தது.

திரும்ப வீட்டுக்கு வந்தவனுக்கு இந்த உலகத்தின்மீதே கோபம் கோபமாக வந்தது. உதிர்ந்த உத்தரங்கள், நரைத்த வைக்கோல் கட்டடம். உடைத்தெறிய வேண்டும்போல் தோன்றியது. பெரிய இல்லக்காரர்கள்!

ஹரிதாசன் மற்ற மாணவர்களிடம் சேதுவின் வீட்டுக்குச் சென்ற கதையை விவரிக்கும் காட்சியை மனம் கற்பனை செய்தது.

"சேது!"

அம்மா கூப்பிட்டாள்:

"பத்மு ஏணிப்படிக்கீழ சேது நின்னா பெரியம்மா கூப்பிடுறான்னு சொல்லு."

காதில் விழுந்தாலும் அவன் அசையவில்லை.

கொஞ்ச நேரத்துக்குப் பிறகு இரண்டு பித்தளை லோட்டாக்களில் சாயாவுடன் அம்மாவே வந்தாள்.

"இந்தா சாயா."

கோபத்தையும் வேதனையையும் வெளிக்காட்டாமல் அவன் சொன்னான்:

"அவா போயாச்சி."

ஒரு தம்ளரை வராந்தாவின் ஓரத்தில் வைத்துவிட்டு அம்மா உள்ளே சென்றாள். அவன் அதை எடுத்துக் குப்பையில் கொட்டினான்.

எப்படி இனிமேல் ஹரிதாசனின் முகத்தை ஏறிட்டுப் பார்ப்பேன்?

பத்தாம் வகுப்பில் இரண்டாவது வருடம் படிக்கும் மாணவர்களில் ஒருவனான ஹரிதாசனுடன் ஏற்பட்டது திடீர் நட்புதான். சுருண்ட முடியும் குறும்புச் சிரிப்புமுள்ள ஹரிதாசன் பள்ளிக்கூடத்துக்குத் தாமதமாகவே வருவான். மூக்குப்பொடி போடுவான். ஆசிரியர்களைக் கேலிசெய்வான்.

எம்.டி. வாசுதேவன் நாயர்

சில வேளைகளில் வகுப்பறையிலிருந்து வெளியேற்றப் படுவான். ஒரு முறை அவன் சேதுவின் பக்கத்தில் வந்து உட்கார்ந்தான். புத்தகங்களுடன் சங்கம்புழையின் ஒரு கவிதைத் தொகுப்பும் அவனிடம் இருப்பதை சேது பார்த்தான். அதை வாசிப்பதற்குக் கேட்ட பிறகுதான் அவர்களிடையே நட்பு உருவானது.

கல்லத்துற திருவிழாவுக்கும் அவர்கள் சேர்ந்துதான் போனார்கள். சுபாஸ் சந்திர போசுடன் போருக்குச் சென்ற கர்னல் லட்சுமி, மூன்று மைல் தொலைவில் ஒரு பொதுக் கூட்டத்துக்கு வருவதாகச் சொன்னான் ஹரிதாசன். பார்க்கப் போகலாமென்றும் அவனே முடிவு செய்தான். வகுப்பில் நன்றாகப் படிக்கும் மாணவனுக்கும் மோசமாகப் படிக்கும் குறும்புக்காரனுக்குமிடையிலான நட்பு. சேதுவை விடவும் இரண்டோ மூன்றோ வயது அதிகமுள்ள ஹரிதாசனின் முகத்தைக் கூர்ந்துக் கவனித்தால் உதட்டின்மீது மீசையின் சிறு நிழல் படிந்திருப்பது தெரியும்.

ஹரிதாசன் மிக நன்றாக கவிதைப் பாடுவான். மாணவிகளில் பாருக்குட்டி. பெரிய கறுப்புத் திலகம் வைத்த பாருக்குட்டி பள்ளிக்கூடத்துக்கு வரும்போது ஒரு பெண்கள் பட்டாளத்துக்குத் தலைமையேற்று வருவாள். அதில் அழகாக இருப்பவளும் பட்டாளத் தலைவிதான்.

ஒருநாள் ஹரிதாசன் ஒரு கடிதத்தைக் காட்டினான்.

"இது யார் எழுதினதுன்னு தெரியுமா?"

"யாரு?"

"டி.கெ.பி."

"எந்த டி.கெ.பி.?"

"பாரு."

நான்கைந்து பக்கங்கள்கொண்ட அந்தக் கடிதத்தின் முடிவில் கையொப்பமிருந்தது. டி.கெ. பாருக்குட்டி.

ஹரிதாசன் பள்ளிக்கூடத்துக்குச் சீக்கிரமாக வரத் தொடங்கினான். நான்கு மைல் நடந்து வரவேண்டிய சேதுவால் அது இயலாத விஷயம். ஹரிதாசனின் யோசனைப்படி, இல்லத்தில் சண்டைப் போட்டு சீக்கிரமாக கஞ்சி வாங்கிக் குடித்துவிட்டு ஒன்பது மணிக்கெல்லாம் வந்துவிடுவான். மேலே புதிதாகக் கட்டப்பட்ட இரண்டு வகுப்பறைகளில் ஒன்றில் பத்தாம் வகுப்பு 'பி' பிரிவு.

வகுப்பறையின் முன் எதிர்பார்த்து நிற்கும்போது பாருக்குட்டி, ஹாலின் கடைசியிலுள்ள பெண்கள் அறைக்குள் நுழைந்துப் புத்தகத்தை வைத்துவிட்டு வெளியே வருவாள். நாவல் மரங்களிடையே இருக்கும் கரும் துத்த நாகத்தகடுகளால் கட்டப்பட்ட கழிப்பறைக்குப் போவதாகப் பாவித்து நடந்துவரும் பாருக்குட்டி, வகுப்பறைக்கு வெளியே நின்று ஹரிதாசனுடன் பேசுவாள். அப்போது ஹால் வராந்தாவில் நின்று யாராவது வருகிறார்களா என்று பார்ப்பது சேதுவின் வேலை. பாருக்குட்டி யின் 'ச' உச்சரிப்பு வித்தியாசமான தொனியில் ஒலிக்கும்.

யேஷுமகேஷனை ப்ராஷன வேளையில்
வீஷினால் மாருதன் மந்தமந்தம்

என்று சொல்லும்போது அது மிகத் தெளிவாகக் கேட்கும். மாணவர்கள் யாரும் கேலி செய்து சிரிக்க மாட்டார்கள். தவறாக உச்சரிப்பவள் பாருக்குட்டி என்பதால்.

ஹரிதாசன் இல்லாத ஒருநாள் பெண்கள் அறையின் முன் நடந்துகொண்டிருந்த சேதுவைக் கூப்பிட்டாள்.

"ஷேது."

பாருக்குட்டிதான். முன்பு ஒருபோதும் ஏற்படாத மகிழ்ச்சி அப்போது ஏற்பட்டது.

"எனக்கு ஷி. ஃபிஷிக்ஷ் நோட் வேணும்."

தன்னிடம் நோட் கேட்பதில் ஆச்சரியப்படுவதற்கில்லை. வகுப்பில் மிக அதிகமாக மதிப்பெண் வாங்குகிற, மிகக் குறைந்த வயதுள்ளவன்.

அன்றிரவு சிம்னி வெளிச்சத்தில் உட்கார்ந்து புதிய நோட் புத்தகத்தில் பார்த்து எழுதினான். சுவரில் நீண்ட காலமாக தொங்கிக் கிடந்த வினோளியா சோப் காலண்டர் காகிதத்தில் பொதிந்தான். மறுநாள் அதைப் பாருக்குட்டியிடம் கொடுக்கும்போது எதையோ சாதித்து விட்டதுபோன்ற மனத்திருப்தி உருவானது.

அடுத்த திங்கட்கிழமை ஹரிதாசன் வந்தபோது இதைச் சொல்லவா வேண்டாமா என்று யோசித்தான். சொல்லவில்லை. அப்படியாக, பாருக்குட்டி தொடர்பான, ஹரிதாசனுக்குத் தெரியாத ஒரு ரகசியத்தைப் பாதுகாக்கும் உணர்வுடன் இருந்தான்.

வகுப்பறையில் வைத்து இடையிடையே தைரியமில்லாத மனதுடன் பாருக்குட்டியைப் பார்ப்பான். தரையில் இழையும் பாவாடையுடன் நடந்துபோகும் பாருக்குட்டியைப் பார்க்க மிகவும் அழகாக இருக்கும்.

ஒரு நாள் ஹரிதாசன் சொன்னான்:

"டி.கெ.பி.க்குக் காய்ச்சல்." டைஃபாய்டு. இரண்டு மாதங்களுக்குப் பிறகு ஒரு நாள், டி.கெ.பி. இனி பள்ளிக்கூடத்துக்கு வர மாட்டாள் என்றான். ஆனால், அவள் வந்தாள். சான்றிதழ் வாங்குவதற்காக! தொலைவில் நின்று பார்த்தான். சிவப்புச் செண்டுமல்லி சிக்கிக் கிடக்கும், அசைந்தாடும் நீளக்கூந்தலைப் பையன்கள்போல் கிராப் செய்திருந்தாள். மனம் கையறு நிலையில் தவித்தது. முகத்தைத் திருப்பிக்கொண்டான்.

அன்று ஹரிதாசனிடம் சொன்னான்:

"அவ எங்கிட்டேருந்து ஃபிஸிக்ஸ் நோட் வாங்கியிருந்தா. இனி பார்க்கும்போது அதைக் கேட்டு வாங்கு."

"அதை அவ எங்கிட்ட தந்து ரொம்ப நாளாகுது. நான்தான் மறந்துட்டேன்."

'அவளுடைய தலைமுடி வளர்ந்து விட்டதா?' என்று கேட்க தைரியம் வரவில்லை.

"ஏதுடா இந்த சாயா ஊறல்?"

அம்மா கேட்டாள்.

பேசாமல் எழுந்து மாடிக்குப் போய் சட்டையை அணிந்துகொண்டான்.

கீழே ஆரவாரம் கேட்டுக்கொண்டிருந்தது.

"வேண்டாம்னா உடனே கீழ கொட்டிருவியா? யாருட்டடா நீ மூஞ்சும் மொகறயும் காட்டுறே? நீ சொன்ன உடனே சாயாவும் பலகாரமும் உண்டாக்குறதுக்கு இங்க என்ன கொட்டியாக் கிடக்கு? அறுவது நொட்ட அனுப்பி வைக்கிறார் உங்கப்பா. அதை வெச்சி எத்தனை பேரைச் சமாளிக்கணும்? நான் ஒருத்தி இங்க இல்லேன்னா தெரியும்."

இனி தன்னுடைய பொறுப்புகள், ஆற்றாமைகள், ஊரில் நல்ல குடும்பத்துப் பெண்களுக்கு தன்மீதிருக்கும் மரியாதை என எல்லாவற்றையும் பட்டியலிட ஆரம்பித்துவிடுவாள். அதற்குள் தப்பித்து விட வேண்டும். அவன் படியிறங்கினான்.

2

"நேத்தைக்கு நான் சொன்னதை மறந்துட்டியா?"

"என்ன சொன்னே?"

“ரெண்டு முக்காலுக்கு மூக்குப்பொடி.”

எதுவும் பேசவில்லை. இரண்டணாவுக்கு என்னடா வழியென்று யோசித்துக் கொண்டிருக்கும்போது அதை நினைவுப் படுத்துகிறாள்.

சித்தி பெருமூச்சு விட்டாள்.

“சொந்த பந்தமெல்லாம் அவனவன் கையில இருந்தா மட்டும்தான்.”

சித்தப்பா சொத்தை எழுதிக்கொடுத்து விட்டு வருவதுவரைக் கும் சித்தி நல்ல நிலையில் இருந்ததாகச் சொல்லிக் கேள்வி. சேதுவுக்குத் தெரிந்து, சித்தப்பா பொறுப்புகளை நன்குணர்ந்த மனிதர். அம்மாவும் சித்தியும் சொல்வதை மறுத்துப் பேசாமல் கேட்பார்.

இதுபோன்ற ஒரு வெயில் காலத்தில்தான் சித்தப்பா இறந்தார்.

எட்டாம் வகுப்பு பரீட்சை முடிந்து வீட்டிலிருக்கும்போதுதான் முதன் முதலாக அவன் மரணத்தைப் பார்க்கிறான். அதுவும் அருகில் நின்று.

அதற்கு முன் சித்தியின் இரண்டு குழந்தைகள் இறந்திருக் கின்றன. அப்போது அவன் வீட்டில் இல்லை. பள்ளிக்கூடத்திற்குப் போயிருந்தான். ஒருநாள் காலையில் எழும்போது பத்து மாதம் நிரம்பிய சித்தியின் அறைக்குள் முக்கலும் முனகலும் கேட்டன. சும்முக்குட்டியம்மையை சேதுதான் அழைத்துக்கொண்டு வந்தான். அம்மாவும் வடக்கு வீட்டு பாரு அத்தையும் சித்தியைத் திட்டினார்கள். ஒரு இடத்தில் படுத்துக்கிடக்காமல் உச்சந்தலை யில் கைகளை வைத்துக்கொண்டு ஏணிப்படி தளத்தில் அங்குமிங்குமாக நடந்துகொண்டிருக்கிறாள் என்று.

“விளங்காதவளே, ஒரு இடத்துல அடங்கிக் கிடயேன். நானும் குழந்தைப் பெத்தவதான்.”

வடக்கு வீட்டு அத்தைதான் அன்று கஞ்சி பரிமாறினாள். கஞ்சியைக் குடித்துவிட்டு புத்தகப் பையை எடுக்கப் போகும்போது தண்ணீர்க்குடத்தைக் கவிழ்த்ததுபோல் ஏணிப்படி வாசல் முழுவதும் நனைந்திருந்தது.

“பனிக்குடம் உடைஞ்சிடுச்சு. இந்த பேறுக்காரி எங்க போய்த் தொலைஞ்சா?”

அவன் இடத்தைக் காலி செய்தான்.

சித்தி பெற்ற குழந்தையின் அழுகுரல் கேட்கிறதா என்று காது கூர்ந்தபடியே சாயங்காலம் வீட்டுக்குள் ஏறினான். அம்மாவும்

வடக்கு வீட்டு அத்தையும் அமைதியாக இருந்தார்கள். வீட்டில் கஞ்சி வைத்ததுபோல் தெரியவில்லை. சித்தப்பா அழைத்தார்:

“சேது இங்க வா.”

சித்தப்பாவுடன் நடந்துகொண்டிருந்தான். இரம்பிளியத்துக் காரர்களுடனான வழக்கில் சித்தப்பாவுக்கு வட்டிப்பணம் கிடைத்த காலம் அது. மடியில் நோட்டுகளும் சில்லறையும் இருந்தன. சாயாவும் பலகாரமும் வாங்கித் தந்தார். மடக்கத்தில் கண்டுண்ணியின் புரைக்கு முன்னால் வரும்போது ‘இரு இப்ப வந்துடறேன்’ என்று சொல்லிவிட்டு உள்ளே போனார். வேலிப்படர்ப்பிலிருந்து ஆமணக்கு இலையை ஒடித்து, நீரை ஊதிப் பறக்க விட்டபடி அவன் நின்றுகொண்டிருந்தான். சிறிது நேரத்தில் சித்தப்பா, சிரிக்கும் உதட்டைத் துடைத்தபடி, இடையிடையே துப்பிக்கொண்டு வந்தார். நரைத்த, குட்டை ரோமங்களுள்ள, பெரிய வட்ட முகம் சிவந்துபோயிருந்தது. சாராய நெடி.

“சரி, நட.”

சித்தப்பா தடுமாற்றத்துடன் நடப்பதுபோலிருந்தது.

வயலில் இறங்கும்போது சித்தப்பா சொன்னார்:

“உன் சித்தி குழந்தைப் பெத்தா. ஆண் குழந்தை. போயிட்டுது.”

சித்தப்பாவை எல்லோருக்கும் பிடிக்கும். ஐம்பதாவது வயதில் சித்தியை மூன்றாம் தாரமாக யோசிக்கும்போது யாரும் எதிர்க்கவில்லை. சித்தப்பாவுக்கு அன்று ஆரியம்பாடம் கோயில் நடையில் வியாபாரம். குடும்பத்தின் காரணவரும்கூட! வியாபாரம் நலிந்தது. மருமக்கள் பாகம் பிரிந்தார்கள். வீட்டில் பிரச்சினை உருவானபோது தன்னுடைய பங்கை மூவாயிரம் ரூபாய்க்குக் கொடுத்துவிட்டு இங்கே வந்தார். பணத்தை இரம்பிளியத்து மாப்பிளைகளுக்கு வட்டிக்கு விட்டார்.

வட்டியுமில்லை, முதலுமில்லை என்றானபோது வழக்குப் போட்டார். சித்தியின் நகைகள் வழக்காடித் தீர்ந்தன. தொடர்ந்து வழக்கை நடத்துவதற்காக அம்மாவின் நகைகளை அடமானம் வைத்தார். முடிவில் வழக்கு வெற்றி பெற்றது. கொடுத்தப் பணம் திரும்பக் கிடைத்தபோது கடன்களைத் தீர்க்கவும் போதவில்லை.

பரமேஸ்வரண்ணன் வீட்டுக்கு வரும்போதெல்லாம் சித்தப்பாவுக்கு வெற்றிலை வாங்குவதற்கு ஒன்றோ இரண்டோ ரூபாய் கொடுப்பான். சித்தியின் வாயிலிருந்துத் தப்பிப்பதற்காகப் பொழுது விடிந்ததுமே சித்தப்பா எழுந்து ஆற்றை நோக்கி நடப்பார். நெற்றியில் பூசிய திருநீறுடன் வெயில் சூடேறுவது வரைக்கும்

காலம் ❀ 29 ❀

பிரார்த்தனை செய்வார். பிறகு, மணலில் காயப்போட்டிருக்கும் வேட்டியை உடுத்தி, நெற்றியிலும் மார்பிலும் அள்ளிப்பூசிய திருநீறுடன் வீட்டுக்கு வருவார். கஞ்சிக் குடிக்கக் கூப்பிடுவது வரைக்கும் வராந்தாவில் வெறுமனே நடந்துகொண்டிருப்பார். அப்படியே நேராக வடக்கு வீட்டுக்குப் போவார்.

தூரத்து உறவினர்கள் என்பதால் வடக்கு வீட்டு பாரு அத்தையை எல்லோருமே அத்தை என்றுதான் அழைப்பார்கள். அம்மாவை விடவும் வயதில் இளைய பாரு அத்தையை அம்மாவும் அத்தையென்றுதான் சொல்வாள். தேவுவோ சுமித்ராவோ சித்தப்பாவுக்குக் கோரைப்பாய் போட்டுக்கொடுப்பார்கள். வடக்கு வேலிக்கட்டுக்கு வந்து யாராவது மதிய உணவுக்குக் கூப்பிடுவதுவரைக்கும் சித்தப்பா அங்கேயே உட்கார்ந்திருப்பார்.

இடையே, வடக்கு வீட்டு அத்தை சாயா போட்டுக் கொடுப்பாள். திண்ணையில் உட்கார்ந்திருக்க ஒரு காரணவர் கிடைத்ததில் அத்தைக்கு மிகுந்த மகிழ்ச்சி. ஆண் துணையில்லாத வீடல்லவா?

சித்திக்கு இது பிடிப்பதில்லை. திட்டுவாள்:

“அவாளவா வீட்டுத் திண்ணையில இருந்தா என்னடீ உங்கப்பனுக்கு? அடுத்த வீட்டுப் பொட்டச்சிகளைப் பாத்து, காக்கையும் கோழியும் விரட்டிட்டு இருக்கணுமா?”

வடக்கு வீட்டு முற்றத்தில்தான் விளையாடுவது எல்லாம். தேவுவும் சுமித்ராவும் உண்ணி நம்பூதிரியும் இருப்பார்கள். சித்தப்பா எல்லாவற்றையும் பார்த்து ரசித்துக்கொண்டிருப்பார். எதுவுமே பேசமாட்டார்.

ஒரு மாதமாக படுக்கையில் கிடந்த சித்தப்பா ஒரு சாயங்கால நேரத்தில் இறந்து போனார். உள்ளே இருந்து அலறல் குரல்கள் எழுந்தன. அப்போது அவன் திண்ணை மாடியில் முள்ளிலை அச்சில் பெயர் பொறித்துக்கொண்டிருந்தான்.

ஓடிப் போய்ப் பார்த்தபோது –

கண்கள் ... எதையும் பார்க்க இயலாத அந்தக் கண்கள் வட்டமாக விரிந்துகொண்டிருந்தன. முகத்தோற்றமே மாறியதுபோல் தோன்றியது.

அம்மா சொன்னாள்:

“என் புள்ளை, பத்முவையும் கூட்டிட்டு மனைக்கோ வடக்கு வீட்டுக்கோ போயிரு.”

சரியாகவே வட்ட வடிவத்தில் நின்ற கண்களைப் பார்த்தபடி அவன் அங்கேயே நின்றிருந்தான். மூச்சுவிடும் சத்தம் பயமூட்டுவதாக இருந்தது.

“நீ இப்பப் போறியா இல்லையா?”

எதுவும் புரியாமல் திகைத்து நிற்கும் பத்முவை இழுத்துக் கொண்டு அவன் நடந்தான். கமுகந்தோப்பைக் கடப்பதற்குள் சித்தி தொண்டை கிழிய கூக்குரல் போடும் சத்தம் கேட்டது.

அவன் பத்முவைத் தூக்கிக்கொண்டு நடுங்கியபடி நின்றான். திடீரென்று அவள் அழ ஆரம்பித்தாள்.

மரணச் செய்தியை அறிவித்து ஆரியம்பாடத்துக்கு ஆளனுப்பி யும் யாரும் வரவில்லை என்பது மறுநாள்தான் தெரிந்தது. நடுச்சாமம் வரை எதிர்பார்த்தும் யாரும் வரவில்லை. மாதவன் மாமா உடலை புதைத்துவிடச் சொன்னார். வயதானவர்களை மாமரத்தை வெட்டி எரியூட்ட வேண்டும். வளைவில் நிற்கும் மாமரம் காய் பலன் தருகிறது. ஆகவே, யாரும் அதை வெட்டச் சொல்லவில்லை.

சேது அன்று வடக்கு வீட்டில்தான் தூங்கினான்; அங்கேதான் சாப்பிட்டான். சுமித்ரா, பத்முவுக்குச் சோறு கொடுத்துத் தூங்க வைத்தாள். பிறகு சேதுவுக்கு சோறு வைத்தாள்.

“தேவு அக்கா எதுக்காக அங்கயே நிக்கிறா?” தேவு, பாரு அத்தையுடன் சேதுவின் வீட்டிலிருந்தாள்.

சிம்னி விளக்கின் அருகில் உட்கார்ந்து தலைமுடியை அவிழ்த்துப்போட்டுப் பிரித்து உச்சியில் நீளக்கொண்டைக் கட்டிக்கொண்ட சுமித்ரா சொன்னாள்:

“சேது படுத்துக்க.”

பத்முவை கார்த்தியாயனியுடன் படுக்க வைத்தாள். பத்முவை விடவும் கார்த்தியாயனி ஒரு வயது மூத்தவள்.

சுமித்ராவுக்கு சேதுவின் வயதுதான் இருக்கும். இருந்தாலும் திடீரென்று அவள் குடும்பப் பெண்ணாக மாறிவிட்டாள்.

தளத்தில் மெத்தைப்பாய் விரிக்கப்பட்டிருந்தது. வட்டமாக விரிந்துவந்த வெளுத்தக் கண்களைக் குறித்த பயம் விலகியிருந்தது. தேவுவின் உதவியுடன் சுமித்ராவும் சேதுவும் குன்றிலேறி பள்ளிக்கூடத்துக்குச் சென்ற நாட்களைப் பற்றி யோசித்தான். ஐந்தாம் வகுப்பில் படிக்கும்போதும் சுமித்ரா ஜாக்கெட் அணிய வில்லை. ஐந்திலேயே அவள் படிப்பையும் நிறுத்திவிட்டாள்.

பள்ளிக்கூடம் விட்டு வீட்டுத்தோட்டத்தின் இடைவழியில் வந்ததும் சிலேட்டையும் புத்தகத்தையும் கடலாமணக்குச் செடியின்கீழ் வைத்துவிட்டு, வேலியினூடே நுழைவான். தோட்டத்தில் வடுமாங்காய் ஏதாவது விழுந்துக்கிடக்கிறதா என்று பார்ப்பதற்காக! மூங்கில் கூட்டங்களும் அயினிப்பலா மரங்களும் காடு தட்டிக் கிடப்பதால் மதிய வேளையிலும் இல்லம் இருட்டாகத்தான் இருக்கும். உண்ணி நம்பூதிரி மட்டும்தான் மாங்காய் பொறுக்குவதற்காக அங்கே வருவான். அதிகமாகக் கிடைத்தால் சுமித்ராவுக்கும் சேதுவுக்கும் கொடுப்பான். மாங்காய் பொறுக்கி விட்டு வேலிப்பருத்தி விதை விழுந்துகிடக்கிறதா என்று பார்த்தான். உண்ணி நம்பூதிரியைக் காணாமல் கமுகந்தோப்பில் இறங்கி தெற்குப்படியைக் கடந்து வேலியருகில் வரும்போது தேவு கனத்த முகத்துடன் நின்றுகொண்டிருப்பாள்.

எட்டாம் வகுப்பு முடித்து நான்கு மைல் தொலைவிலுள்ள ஹைஸ்கூலில் சேர்ந்த பிறகும் தெற்குத் தோட்டத்துக்குப் போயிருக் கிறான். அப்போது மாங்காய் பொறுக்குவதில் ஆர்வமில்லை. முள்முருக்கு மரத்திலிருந்து பெரிய அச்சுகளை அடர்த்தி எடுத்து விட்டு வரும்போது சில நேரங்களில் மாங்காய் விழுந்துக் கிடக்கும். அச்சுகளை உரசித் தட்டையாக்கி குடைக்கம்பியை விரித்து உருவாக்கிய உளியை வைத்து சீல் வைப்பது மாங்காய் பொறுக்குவதை விடவும் பெரிய விஷயம்.

வடு மாங்காய் பொறுக்குவதற்குப் பிள்ளைகள் யாரும் வருவதில்லை. குஞ்சு நம்பூதிரியை அதன்கீழ்தான் தகனம் செய்தார்கள். அந்தப் பக்கம் நடப்பதற்குத் தயக்கமாக இருக்கும்.

முள்முருக்கு முத்திரை செய்வதை நிறுத்திய பிறகு ஒரு தடவை, அம்மா தந்த பணத்தை குஞ்ஞாத்தோலிடம் கொடுத்து விட்டுத் திரும்பும்போது தெற்குத் தோட்டத்தில் நுழைந்தான். குஞ்சு நம்பூதிரியைத் தகனம் செய்த இடத்தில் தொட்டாவாடியும் செஞ்சட்டியும் அடர்ந்து வளர்ந்துக் கிடந்தன.

குஞ்சு நம்பூதிரியைத் தகனம் செய்வதைக் கனவுகண்டு பலமுறை அவன் தூக்கத்திலிருந்துத் திடுக்கிட்டு விழித்திருக்கிறான்.

பகலில் நாவல்காட்டில் நடக்கும்போதும் குஞ்சு நம்பூதிரியின் நினைவு வந்தால் பயமாக இருக்கும். சித்தப்பாவின் கண்கள் நினைவிலிருந்து சீக்கிரமாக அகன்று விட்டன.

எரியூட்டுவதைப் பார்க்கப் போவோமென்று சுமித்ராதான் சொன்னாள். நாவல் காட்டுப் பாறைமீது நின்று அவர்கள் அதைப் பார்த்தார்கள்.

புகை மூட்டமும் ஆள் கூட்டமும் காரணமாக முதலில் எதுவும் தெரியவில்லை. புகை மூட்டம் காற்றில் கலைந்தபோது தட்டுடுத்து பால் கிண்டியில் தண்ணீருடன் நிற்கும் உண்ணி நம்பூதிரியைப் பார்த்தார்கள்.

“உண்ணிம்பூரி அழுதுருப்பானா?”

சுமித்ரா கேட்டாள்.

“அப்பா இறந்தா யாராவது அழாம இருப்பாளா?”

உண்ணி நம்பூதிரி அழமாட்டான்.

சுமித்ராவுக்கு நம்பிக்கை இருந்தது.

குஞ்சு நம்பூதிரி அவனை அடிக்காத நாட்களே கிடையாது. குளப்புரையில் வைத்து சாஸ்திரம் சொல்லிக் கொடுக்கும்போது அடிக்கிற சத்தம் மனையில் இருப்பவர்களுக்கும் கேட்கும். எல்லாம் முடிந்து, கமுகம்பாளைக் கோவண வாலை அரைஞாண் சரடில் திருகி, வயதை மீறி, இரட்டை வளர்ச்சி பெற்ற தடித்த உடலைக் குலுக்கியபடி உண்ணி நம்பூதிரி நடந்து வரும்போது முகத்தில் அழுத அடையாளமே இருக்காது.

“அதோ இடும்பனை வருது.” பார்த்ததுமே மாதவன் மாமா சொல்வார். “இன்னைக்கு என்ன படிப்பு?”

உடம்பு முழுவதும் அடி வாங்கிய வடுக்களுடன் பெரிய பலகைப் பற்களைக் காட்டிச் சிரித்தபடியே அவன் நின்றிருப்பான்.

“கரும்பூனைத் தின்னணும் திருமேனி, அடிபட்டா வலி தெரியாது.”

மாதவன் மாமா கேலி செய்வார்.

அப்பாவின் சாவுக்காக உண்ணி நம்பூதிரி அழுதிருப்பான்போல் தெரியவில்லை. தோட்டத்தில் சாய்ந்துக்கிடந்த கமுகு மரத்தில் பிள்ளைகள் ஏறி உட்கார்ந்து ஆடுவார்கள். திடீரென்று ஒருநாள் அது தரையில் பதிந்தது. அதனடியில் சிக்கிய கையை உருவியெடுத்து விட்டு எழுந்தான் உண்ணி நம்பூதிரி. சிதைந்த விரல்களின் நுனியில் இரண்டு நகங்கள் தொங்கிக்கிடந்தன. அப்போதும், தனது பெரிய பலகைப் பற்களைக் காட்டிச் சிரித்தபடியேதான் நின்றான்.

உண்ணி நம்பூதிரி நீர்த் தெளிக்கிறான். வலம் வருகிறான்...

எரியும் உடலை நீள மரத்துண்டுகளாலும் கொடைப்பனைத் தண்டுகளாலும் ஆட்கள் தளர்த்திக் கொடுக்கிறார்கள். சிறு

வயதில் கேட்ட நரகக் காட்சி நினைவுக்கு வந்தது. எமதூதர்கள் தீயில் வாட்டுகிறார்கள்; எண்ணெயில் வறுக்கிறார்கள்.

“பாரு சேது, பாரு.”

சேதுவின் தோளை அழுத்திப் பிடித்த சுமித்ரா சுட்டிக் காட்டினாள். குத்திக் கிளறி உயர்த்திய கொடைப்பனைத் தண்டில் கருங்குரங்குபோல் எதுவோ தொங்கியது. ஒரு நிமிடம்தான் பார்த்தான்.

“குடல் மாலை.”

சுமித்ராவை விட்டு விட்டு அவன் அலறியபடியே ஓடினான்.

பிறகு சுமித்ரா பார்க்கும்போதெல்லாம் கேலி செய்வாள். ‘பயந்தாங்கொள்ளி.’ தூக்கம் வரும்போது பார்த்து கருங்குரங்கு போன்ற அது மனதில் தெரியும். உடனே திடுக்கிடுவான்.

மெயில் வண்டி, பாலத்தைக் கடந்துகொண்டிருந்தது.

சேதுவின் மனம் அமைதியடைந்தது. இன்னொரு பகலும்... அனல் பறக்கும் இன்னொரு பகலும் முடிவடைகிறது.

கை கால் முகம் அலம்புவதற்காக மனையின் குளப்புரைக்கு நடந்தான். திருவிழாக் காலம் தொடங்கிவிட்டது. உண்ணி நம்பூதிரி வெளியே எங்காவதுதான் இருப்பான். பார்த்தால் இரண்டணா கேட்கலாம். யானைமீது ஏறுவதற்காகவே அவன் திருவிழாக்களுக்குச் செல்வான். எட்டணா கொடுப்பார்களாம். அதைவிடவும் பெரிய விஷயம், எப்போதும் யானைமீது உட்கார்ந்திருக்கலாம். அவனுக்கு இசைவாகப் பேசிக்கொண்டிருந்தால் ஒருவேளை இரண்டணா கொடுப்பான். மூன்று தபால் கார்டுகளும் சித்திக்கு மூக்குப் பொடியும் வாங்கலாம்.

தேவு, எண்ணெய்க்கசடு படிந்த உருளியைக் கழுவ வந்தபோதுதான் உண்ணி நம்பூதிரி அங்கே இல்லை என்பது தெரியவந்தது. எப்போது வருவான் என்று யாருக்கும் தெரியாது. தோன்றும்போது வருவான். போவான்.

“ஆட்டைத் தேடி வர்றப்ப குஞ்ஞாத்தோல் எண்ணெக் காய்ச்சிட்டிருக்கா. ஒரு கையுதவி கேட்டா மாட்டேன்னா சொல்ல முடியும்?”

தேவு, வயதான பெண்களைப்போல்தான் பேசுவாள். கிழக்கு வீட்டு ராமன் நாயரின் மனைவியை அரிசி திருடியதாக வெளியே அனுப்பிய அன்று முதல், பகல் நேரங்களில் பசுவை மாற்றிக் கட்டுவதும், சுத்தம் செய்வதும், பாத்திரம் அலம்புவதும் தேவுவின் வேலைகள். தேவுவும் பாரு அத்தையும் மனையில் வேலைக்குப்

போவதாகச் சொல்லமாட்டார்கள் வயதான காலத்தில் குஞ்ஞாத்தோலுக்கு ஒரு கையுதவி என்று சொல்வார்கள். ஆள் மறை கட்டிய கிணற்றங்கரையில் சேம்பஞ்செடிகளினூடே போகும்போது கப்பியும் கயிறும் சத்தம் எழுப்பும். பெரிய காதுகளில் அசைந்தாடும் *சிற்றும், கனத்தக் குரலும் கண்களின்கீழ் கறுப்பு வளையங்களுமுள்ள குஞ்ஞாத்தோல், இராமாயணம் நூலில் அசோக வனத்தில் சீதையுடன் இருக்கும் இராட்சசியின் படத்தை நினைவூட்டுவாள். வெளுப்பாக, ஒல்லியாக இருந்தாலும் முகம் பயமூட்டுவதாக இருக்கும்.

"சேது, மாதவன் மாமா எங்க போயிருக்கான்?"

"தெரியாது."

"அவனை நேத்தைக்கும் இந்தப் பக்கம் காணோம்."

அகத்தம்மாக்கள்** எட்டுப் பத்து வயதான ஆண் பிள்ளைகளைக்கூட பார்க்கக்கூடாது என்று சொல்வார்கள். குஞ்ஞாத்தோல் அப்படியில்லை. மாதவன் மாமாவிடமும் நேருக்கு நேர் நின்றுதான் பேசுவாள்.

"நீ பரீச்சையில ஜெயிச்சிட்டியா?"

சேது நின்றான்.

"தெரியலை."

நான்காம் வகுப்பில் மூன்றாவது வருடம் படிக்கும் உண்ணி நம்பூதிரியின் பொறுப்பைக் குஞ்ஞாத்தோல் சேதுவிடம்தான் ஒப்படைத்தாள். அவன் மூன்றே மாதத்தில் படிப்பை நிறுத்தி விட்டான். ஒவ்வொரு பரீட்சை முடியும்போதும் குஞ்ஞாத்தோல் சேதுவிடம் படிப்பு விவரங்களைக் கேட்டறிவாள்.

"லட்சுமியோட மவனுக்குப் புத்தியுண்டு. நல்லா வருவான்," என்பாள்.

அவன் திரும்பி நடக்கும்போது குஞ்ஞாத்தோல் கூப்பிட்டுச் சொன்னாள்:

"சேது, அந்தப் பாட்டுப் பெட்டியைக் கொண்டு வரச் சொல்லணும்னு ரொம்ப நாளா நினைக்கிறேன்."

"அது கோளாறாக் கிடக்கு குஞ்ஞாத்தோல். சரி பண்ண பிறகு கொண்டு வர்றேன்."

முன்பொருமுறை பழுதானபோது ஆலூர்க்காரன் கருவான் சரியாக்கித் தந்தான். மாதவன் மாமாவுக்குக் குலுக்கல் சீட்டில்

---

* காதணி

** நம்பூதிரிப் பெண்கள்

பரிசாகக் கிடைத்தது அந்தக் கிராம ஃபோன். மாமா எங்கிருந்தோ சில பழைய ரிக்கார்ட் தட்டுகளும் கொண்டு வந்தார். முதலில் எல்லாம் யாருக்கும் அதைப் பாடவைக்க அனுமதி கிடையாது. குஞ்ஞாத்தோலுக்கு 'கலயாமி ஸுமதே, பூஸுரமௌலே . . .' மட்டும்தான் வேண்டும். 'லக்ஷ்மீதல்பேம் முராரே'வும் பிடிக்கும். பாட்டு வைத்துக்கொடுக்கும் நாட்களில் சாயா போட்டுத் தருவாள். எண்ணெயில் வறுத்த பலாச்சுளை தருவாள். குஞ்ஞாத்தோலுக்கு அண்ணாந்துக் குடிப்பது பிடிக்காது. "உறிஞ்சிக்குடி. அவ வந்தா கழுவிக்குவா" என்பாள்.

பெட்டியைத் தூக்கிக்கொண்டு வரும்போது ஒரு தடவை திரும்பிப் பார்த்தான். சாயா தம்ளரை குஞ்ஞாத்தோல்தான் எடுக்கிறாள்.

குஞ்ஞாத்தோல் பெற்ற ஐந்து பிள்ளைகளில் உயிருட னிருக்கும் உண்ணி நம்பூதிரியைப் பற்றி பேசுபவர்கள் வருத்ததுடன் சொல்வதுண்டு. "அதுக்கு இப்படியான ஒரு யோகம் வரவேண்டியதில்லை." கேட்பவர்களுக்கு எல்லாம் அரிசியும் காசும் கடன் கொடுக்கும் குஞ்ஞாத்தோலின் தலையெழுத்துதான் உண்ணி நம்பூதிரியைப் பார்க்கும் பெண்களுக்கான பேசு பொருள். உண்ணியை மற்றவர்கள் பெண்ணயன் என்பார்கள். சேதுவுக்கு இதில் நம்பிக்கையில்லை. ஓரணா வாங்க வேண்டுமென்றால் உண்ணியிடம் கொஞ்சம் அதிகமாகப் பேசவேண்டும். குஞ்சு நம்பூதிரி இறப்பதுவரைக்கும் மனையில் சாயா போடமாட்டார்கள். அவ்வப்போது இல்லத்துக்கு வந்து அவர் ரகசியமாக சாயா குடிப்பார். யாருக்கும் தெரியாமல் சித்திக்கு ஊறப் பாக்குப் பொதிந்து கொண்டுவந்து கொடுத்துவிட்டு, பதிலுக்கு சாயா வாங்கிக் குடிப்பார். சித்தி அதை, செறுமனிடம் சந்தைக்குக் கொடுத்தனுப்பி அந்தக் காசில் மூக்குப்பொடி வாங்கி வரச் சொல்வாள்.

சட்டையணிந்து, தலை வாரி, முகத்தைக் கையால் துடைத்து விட்டு வெளியே வரும்போது அம்மாவிடம் சந்தேகத்துடன் கேட்டான் சேது.

"ரெண்டணா தருவியாம்மா?"

"எதுக்குடா?"

"ஒரு லெட்டர் அனுப்பணும்."

"யாருக்கு?"

பதில் சொல்லவில்லை. அம்மாவிடம் கேட்பது வேலைக் காகாது என்று தெரிந்திருந்தும் கேட்ட தன்னைச் சொல்ல வேண்டும்.

“எத்தனை பேருக்குத்தாண்டா கடுதாசி எழுதுவே? மரியாதையா இங்கிருந்துப் போயிரு சொல்லிட்டேன்.”

தொண்டைக்கு எதுவோ சிக்கிக்கொண்டதைப் போலிருந்தது. உமிழ்நீரை இறக்கிவிட்டு எதுவும் பேசாமல் வயல் வரப்பில் நடந்துகொண்டிருந்தான்.

3

அஞ்சலாப்பீசுக்குச் சென்றபோது கடிதம் எதுவும் வரவில்லை. அஞ்சல்காரன் வந்து தபால்களைத் தரம் பிரித்து முத்திரை வைப்பது வரைக்கும் ஆட்களுடன் அவனும் நின்றிருப்பான். போஸ்ட் மாஸ்டர் வாசலுக்கு வந்து வெள்ளிக்கம்பிப்போட்ட கண்ணாடியினூடே பார்த்துப் பெயர்களைக் கூப்பிடத் தொடங்குவார். அதிகமும் பட்டாளத்திலிருந்து வருகிற கடிதங்கள்தான். அடுத்ததாக, தனது பெயரைக் கூப்பிடுவார் என்ற எதிர்பார்ப்புடன் அவனும் நின்றிருப்பான்.

மணியார்டர் வந்திருக்கிறதா என்று அவன் கேட்கவில்லை. எல்லோரும் போன பிறகும் போஸ்ட் மாஸ்டரின் பார்வையில் படுவதுபோல் அங்கேயே சுற்றிக் கொண்டிருந்தான். இருந்தால் இதற்குள் சொல்லியிருப்பார். தினமும் வெறுங்கையுடன் செல்ல வெட்கமாக இருக்கும். ஒரு தடவை அம்மாவின் கால்பெட்டியிலிருந்து அம்மாவுக்குத் தெரியாமல் கால் ரூபாய் எடுத்தான். முன்பு, பரமேஸ்வரன் அண்ணன் கொண்டு வந்த வாரப்பத்திரிகளைப் புரட்டிப் பார்த்து ‘காட்லாக்குக்கு எழுதுங்கள்’ என்று அச்சடித்த எல்லோருக்கும் கார்டு போட்டு விட்டு, ஒரு வாரம் வெறுமனே உட்கார்ந்திருந்தான். ‘பி.கெ. சேது மாதவன், படிஞ்ஞாறப்பாட்டு ஹவுஸ்’ என்ற முகவரிக்குத் தினமும் காட்லாக்குகள் வந்துகொண்டிருந்தன. நகைக்கடைகளின், மருந்துக் கடைகளின் காட்லாக்குகள். தன்னுடைய முகவரி அச்சடித்த கவர்களை பத்திரமாகப் பாதுகாத்து வைத்தான்.

ஒரு மைல் தூரமிருக்கிறது வீட்டுக்கு. வெட்டு வழியில் மணலின் சூடு குறையவில்லை. தாழைப்புதர்களின் நிழலை யொட்டி நடந்தான். பாதையிலிருந்து பெரிய தோப்புக்கு வரும்போது, வடக்குப் படிக்கட்டில், பெரிய ஐந்து கட்டை டார்ச்சின் மூடியைக் கழற்றவும் மூடவும் செய்தபடி உண்ணி நம்பூதிரி உட்கார்ந்திருக்கிறான். கீழே பார்த்து தனக்குத்தானே சிரிக்கவும் செய்கிறான்.

மனதுக்குள் திடுக் என்றது. பெண்ணயன் என்று சொல்லிச் சொல்லி உண்ணி நம்பூதிரி கடைசியில் நிஜமாகவே

பெண்ணயனாகி விட்டான். மகனுக்கு நல்ல புத்தியைக் கொடுப்பதற்காக துப்ரங்கோட்டுக்கு வழிபாடு நடத்தும் குஞ்ஞாத்தோலும் நினைவுக்கு வந்தாள்.

அருகில் வரும்போது சிரிப்புச் சத்தம் கேட்டது. வேலியருகில் நீரோலி* கூட்டத்தின் பின்புறம் சுமித்ரா அருகம்புல் பறித்துக்கொண்டிருந்தாள்.

"திருவிழால்லாம் முடிஞ்சுடுச்சா உண்ணிம்பூரி?"

உண்ணி நம்பூதிரி சிரித்தான்.

"யானையில ஏறி நிறைய பணம் கிடைச்சா?"

உண்ணி நம்பூதிரி டார்ச்சை நீட்டினான். திருவிழாக் கடையிலிருந்து வாங்கியது.

"ஆறு ரூபா. அடிச்சா ரொம்ப தூரம் வரைக்கும் தெரியும்."

உண்ணி நம்பூதிரி பேசும்போது வார்த்தைகள் வழுக்கித் தெறிப்பதுபோலிருக்கும்.

"உண்ணிம்பூரியைக் கல்லடுத்துறைக் கோயில்ல திருவிழா வுக்குக் கூப்பிட்டிருக்கா சேது."

சுமித்ரா சொன்னாள்.

வெட்கத்துடன் சிரித்த உண்ணி நம்பூதிரி எழுந்து டார்ச்சை அக்குளில் இடுக்கிக் கொண்டு நடந்தான்.

சேது தன்னையறியாமல் சொன்னான்:

"பாவம்."

"பாவம்லாம் இல்லை. தேவைக்கான எல்லா சாமர்த்தியமும் இருக்கு."

சேதுவுக்குப் புரியவில்லை.

"கீழ் வீட்டு ஆயாம்மாவை வேலைக்கு வர வேண்டாம்னு குஞ்ஞாத்தோல் ஏன் சொன்னா தெரியுமா?"

"அரிசி திருடினாள்னு."

அருகம்புல் கட்டை தென்னையில் அடித்து மண்ணை நீக்கியபடி சுமித்ரா வாய்விட்டுச் சிரித்தாள்.

"உண்ணிம்பூரி சின்னப்பையன் ஒண்ணுமில்லை."

---

* ஒருவகைச் செடி

தெளிவாகப் புரிந்துகொள்ள இயலாத சேது திரும்பி நடந்தான். வீட்டுக்கு வரும்போது வராந்தாவில் கால் நீட்டி உட்கார்ந்து வெற்றிலை போட்டுக்கொண்டிருந்த அம்மா, வடக்கு வீட்டுத் தேவுவை வைத்து முற்றம் பெருக்கிக்கொண்டிருந்தாள்.

"கடுதாசி எதுவும் வரலையாடே?"

"இல்லை."

"உம்..."

அம்மா வெற்றிலையை வேகமாக அசைபோட்டபடி சிறிது நேரம் பேசாமல் இருந்தாள்.

"ரெண்டு மாசமாகுது பணம் அனுப்பி. அத்தியாவசிய செலவுகளுக்கு என்ன பண்றது? தகப்பன்தான் அப்படின்னா பிள்ளைகளுக்காவது தெரியணும். பரமேஸ்வரனுக்கு அப்படியொரு நினைப்பே இல்லை."

தேவு கேட்டாள்:

"பரமேஸ்வரண்ணனும் அண்ணியும் வரலையா?"

நம்முடைய இல்லாமையும் ஏலாமையும் மற்றவர்கள் அறிய வேண்டுமா?

சேது மாடிக்குப் போய் சட்டையைக் கழற்றிவிட்டு, சாய்வுப்படியில் படுத்துக்கொண்டான்.

வெளியே வானம் செந்நிறமாக மாறியிருந்தது. முற்றத்தில் மெல்லிய மஞ்சள் வெளிச்சம் படர்ந்திருப்பதுபோல் தோன்றியது. இடையிடையே இடி உறுமியது. மேற்குக் குன்றுகளிலிருந்துக் குளிர்ந்தக் காற்று வீச ஆரம்பித்தது.

ஏப்ரல் இருபது. இன்னும் இரண்டு மாதங்கள். பிறகு, தப்பித்துவிடலாம்.

படிப்பு முடிந்து வந்த பரமேஸ்வரன் அண்ணன் ஆளே மாறிப்போயிருந்தான். அவனது பெட்டியைத் திறந்தபோது ஆச்சரியமாக இருந்தது. எத்தனை சட்டைகள்? இஸ்திரி போட்ட மெல்லிய வாசமுள்ள சட்டைகள்.

சேது இதுவரை இஸ்திரி போட்ட சட்டை அணிந்ததில்லை. பொன்னனின் தையல் கடைக்குப் பக்கத்து அறையில் புதிதாக வந்திருக்கும் மாப்பிளை இஸ்திரி போடுவான். கஞ்சி போட்ட சட்டையும் அரையணாவும் கொடுத்தால் இஸ்திரி போட்டுத் தருவான். அம்மாவிடம் சொன்னபோது கிடைத்த பதில்:

"இருக்குற மதிப்பெல்லாம் போதும்."

தேவு விடைபெற்றுப் போவது காதுகளில் விழுந்தது. அம்மா சொன்னாள்:

"அம்மாட்ட ராத்திரி படுக்கறதுக்கு இங்க வரச்சொல்லு."

வடக்கு வீட்டு அத்தையும் பிள்ளைகளும் இரவு சில நாட்களில் படுப்பதற்கு இல்லத்துக்கு வருவார்கள். அம்மாவுக்கு நீண்ட நேரத்துக்குப் பிறகுதான் தூக்கம் வரும். அதுவரைக்கும் பேசிக்கொண்டிருக்க ஆள் வேண்டும்.

இடை வழியில் காலடிச் சத்தம் நெருங்கிக்கொண்டே வந்தது. சித்திதான்.

வாசலில் வந்து நின்று கேட்டாள்:

"பொடி எங்கடே? தலை வேதனைத் தாங்க முடியலை."

"முஸலியாரு கடையில பொடி தீந்துப் போயிடுச்சி."

சித்தி நம்பிக்கை வராமல் சிறிது நேரம் கோபத்துடன் முறைத்தபடி நின்றாள்.

"நாளைக்குத்தான் வருமாம் சித்தி. பொடி பரணியைக் கவுத்துக் காட்டினாரு முஸலியாரு."

சித்தி எதுவும் சொல்லாமல் திரும்பினாள்.

பத்மு நாமம் சொல்வதைக் கேட்டபோதுதான் நேரம் இருட்டியதை அறிந்தான்.

கீழே இறங்கி முற்றத்தில் அங்குமிங்குமாக உலாத்திக்கொண் டிருந்தான்.

"நீ குளிக்கலியாடே?"

"இல்லை."

"இந்த வேனல் காலத்துல எப்படிடா உனக்குக் குளிக்காம உறக்கம் வருது?"

வெயில் காலம் ஆரம்பித்துவிட்டால் அம்மா கூடத்தில்தான் படுப்பாள். மாதவன் மாமா சாய்வுப்படியிலும் சேது கீழே தரையிலும் படுத்துக்கொள்வார்கள்.

மாதவன் மாமா குளித்துவிட்டு வருவதற்குத் தாமதமாகி விட்டது. குத்தகைக்காரன் கோவிந்தன் சாயங்காலம்தான் நெல் கொண்டு வருவான். கோவிந்தனின் தன்மூப்பு கொஞ்சம் அதிகமாகி வருவதாக மாதவன் மாமா முணுமுணுப்பது கேட்டது.

கோவிந்தனின் இரண்டு மகன்களும் பட்டாளத்தில் இருக்கிறார்கள். ஏராளம் குத்தகை நிலம் வைத்திருக்கிறான். நல்ல புத்தி வந்து அவனாகப் பார்த்து நெல் கொடுத்தனுப்பினால்தான் உண்டு. பணமும் முதிர்ந்த ஆண் மக்களுமுள்ள கோவிந்தனைப் பயமுறுத்த முடியாது என்பது மாதவன் மாமாவின் வருத்தம்.

மாதவன் மாமா வருவதுவரைக்கும் கூடத்திண்ணை ஆரவாரமாக இருந்தது. இரவில் அம்மாவும் சித்தியும் வடக்கு வீட்டு பாரு அத்தையும் சேர்ந்தால் சிரிப்பும் கும்மாளமும்தான். பகல் முழுவதும் பரஸ்பரம் குறை சொல்லியும் திட்டியும் கழிந்தவர்கள் என்ற சுவடுகூட இரவுப் பஞ்சாயத்தின்போது தெரியவே தெரியாது. தூக்கம் வந்தாலும் பத்முவும் விளக்கின் அருகில் எதையாவது நோண்டியபடி உட்கார்ந்திருப்பாள்.

மாதவன் மாமா சாப்பிட்டு முடித்து ஈரத்துண்டை போர்த்தியபடி, பற்ற வைத்த பீடியுடன் முற்றத்தில் நடக்க ஆரம்பிக்கும்போது சத்தம் குறைத்துப் பேசுவார்கள்.

“பத்மு, கொஞ்சம் தண்ணி எடுத்துட்டு வாடீ.”

பத்முவிடம் சொன்னாலும் தண்ணீர் கொண்டு வருவதற்கு ஓடுபவள் தேவுதான்.

உச்சியில் நீளக்கொண்டை போட்டு, சிம்னி விளக்குடன் வரும் சுமித்ரா, அம்மாவுடன் ஒட்டி உட்கார்ந்துகொள்வாள். இருட்டில், வராந்தா தூணில் சாய்ந்து உட்கார்ந்திருப்பான் சேது.

சுமித்ராவுக்கு வாய்த்தது பாரு அத்தையின் வெளுப்பு. தேவு இறந்துபோன ராவுண்ணி மாமாவின் அச்சு அசல் என்று சொல்லிக் கேள்வி. ஆகவேதான் தேவுவைப் பார்க்கும்போது சிரிப்பாக வரும். எடுத்துப் பொருத்தியதுபோன்ற காதுகள். பேசும்போது அதுவும் சேர்ந்து அசைவதுபோல் தோன்றும். எலும்புகள் உந்தி நிற்கும் கைகளில் அடர்ந்த ரோமத்துடன் கறுப்பாக, உயரமாக இருக்கும் தேவுவைப் பார்த்தால் கடந்த மழைக்காலத்தில் நீரோடையில் விழுந்து இறந்த கொம்பிப்பையன் நினைவுக்கு வருவான்.

சுமித்ராவை விடவும் தேவுவுக்குத்தான் பொறுப்புணர்வு அதிகமென்று பாரு அத்தை அடிக்கடி சொல்வாள். காயக்கணக்கும் மரக்கணக்கும் கூட்ட அவளுக்குத் தெரியும்.

வடக்கு வீட்டில் எந்த விஷயமாக இருந்தாலும் தன்னிடம் கேட்டுத்தான் செய்வார்கள் என்பதில் அம்மாவுக்குப் பெருமை. வடக்கு வேலிக் குற்றியை வளைத்துப் பாதை போட்டதும் அம்மா சொல்லித்தான்.

கூடத்து விளக்கு உள்ளே நகரும்போது அம்மா சொல்வது கேட்டது:

"புள்ளையளே, சேதுவுக்குப் பாய் விரிச்சுக் கொடுங்க."

படுப்பதற்கான பாயுடன் வந்த தேவு படியிறங்கும் இடத்தில் பீடி புகைத்தபடி குந்தி உட்கார்ந்திருந்த மாதவன் மாமாவிடம் கேட்டாள்:

"மாதவண்ணனுக்குப் படுக்க நேரமாகலையா?"

நிழல்போல் உட்கார்ந்திருந்த மாதவன் மாமா, ஆமாவா இல்லையா என்று புரிந்துகொள்ள முடியாதபடி முனகி வைத்தார்.

நிசப்தமான ஒரு மின்னலில் முற்றமும் திண்ணையும் வெளிச்சத்தில் மூழ்கி மீண்டன.

மாதவன் மாமா வராந்தாவில் ஏறினார்.

"நான் வெளியே கிளம்புறேன் கூடப்பிறந்தவளே. அந்தத் தொப்பிக்கொடையை எடு."

"இந்நேரத்தில எங்க?"

"மழை வரும். காலையில விதைக்கணும்னா மைமூனோட கன்று தேவைப்படும். இப்பவே சொல்லி வைக்கலேன்னா கிடைக்காது. எல்லாருக்குமே விதைக்க இருக்கும்."

மாதவன் மாமா இறங்கி இருட்டில் நடக்கும்போது அம்மா, மாதவன் மாமாவின் பொறுப்புணர்வையும் குடும்பப் பற்றையும் விவரிக்க ஆரம்பித்தாள்.

நாற்பது வயதான மாதவன் மாமா நன்றாக உழைப்பார். வெற்றிலைப் பழக்கமில்லை. குடிக்கமாட்டார். இதுநாள் வரை எந்தக் கெட்ட பெயரும் சம்பாதிக்கவில்லை. சென்றமுறை அப்பா வந்தபோது அம்மா, மாதவன் மாமாவின் புடவை முறி* விஷயத்தைச் சொன்னாள். மாதவன் மாமா, அம்மாவிடம் சொன்னாராம்:

"கூடப்பிறந்தவளே, என்னால இப்ப அதுக்கெல்லாம் முடியாது."

அம்மா வருகிற, போகிறவர்களிடம் எல்லாம் இதையே சொல்வாள்:

"பத்து நாப்பது வயசான ஆணாப் பிறந்தவன் இல்லையா? சொன்னா கேக்க வேண்டாமா?"

---

* திருமணம்

ஆனால், அம்மாவுக்கு இதில் உள்ளூர மகிழ்ச்சிதான் என்பது பலருக்கும் தெரியும். அம்மா தனக்குள் சொல்லிக்கொள்வாள்:

'குடும்பப்பாசம், குடும்பப்பாசம்னு சொல்றதெல்லாம் அடுத்த வீட்டுல போயி காலு குத்துறது வரைக்கும்தான்.'

ஒரு காற்று, புழுதியை வாரியிறைத்தபடி திண்ணையில் அடித்தேறியது.

திண்ணையில் விரித்த மெத்தைப்பாயில் படுத்திருந்த சேது கமுகந்தோப்பினூடே தென்பட்ட நரைத்த வானப்பரப்பில் கறுத்துருண்டு வரும் மழை மேகங்களைக் கண்டான். மின்னல்கள் இழைகின்றன. மழை பெய்யும்.

கமுகந்தோப்பினூடே பாடி வரும் ஊதக்காற்றில் சாரல் மழையின் மெல்லிய புலம்பல் கலந்திருந்தது.

உள்ளே இருந்து சுமித்ரா சிம்னி விளக்குடன் திண்ணைக்கு வந்தாள்.

"தூங்கிட்டியா சேது?"

அவன் எழுந்து உட்கார்ந்தான்.

"மழை வருது. அம்மா உள்ள பாய் போட்டுத் தரவான்னு கேக்குறா."

வேண்டாம். தகர்த்துப் பெய்யும் இடி மழையில் வைக்கோல் துரும்புகள் இடம் பெயர்ந்துத் தொங்கும் திண்ணையில் மழை நீர் சத்தத்தினூடே தூங்குவது தனி ரசனைதான்.

சிம்னி வெளிச்சத்தினுள் அசையும் சுடர்போல் இளநகையுடன் நின்றிருந்தாள் சுமித்ரா. சேது நினைத்துக்கொண்டான்: சுமித்ரா எவ்வளவு அழகாக இருக்கிறாள்? இதுவரை கண்டுணர முடியாத பேரதிசயம் இதோ கண்முன்.

சிம்னி விளக்கை திண்ணைப்படியில் வைத்துவிட்டு மண்ணெண்ணெய் புரண்ட விரல்களை முகர்ந்துப் பார்த்துத் தலையில் தேய்த்துக்கொண்ட சுமித்ரா, பாயின் அருகில் நிலைப்படியில் உட்கார்ந்தாள்.

தன் முன் படிந்த சுமித்ராவின் நிழலைப் பார்த்தபடி அமர்ந்திருந்த சேதுவின் மனம் பதற்றமடைந்தது.

சிவப்புக் கண்ணாடி வளையல்கள் பளபளத்தன. மழைச்சாரலில் கவனத்தைப் பதித்திருந்த சுமித்ரா கேட்டாள்:

"சேது இனி எப்ப குமர நெல்லூருக்குப் போவே?"

“சர்டிஃபிகேட் வாங்கப் போவணும்.”

இதைச் சொல்லும்போது நெஞ்சுப் படபடத்தது. (ஜெயிச்சுடுவோம்கிற அகந்தை இருக்கக் கூடாது. தேவி பகவதீ, நீதான் காப்பாத்தணும்.)

“சிவப்புச் சாந்து நாலணாவுக்குக் கிடைக்குமா?”

“தெரியலை.”

வடக்குக் கூடத்தில் தேவுவின் சிரிப்புச் சத்தம் கேட்டது.

“மெதுவாச் சிரிடீ.”

பாரு அத்தை அதட்டினாள்.

முற்றத்திலிருந்து அடித்தேறிய காற்றில் சிம்னி விளக்கு அணைந்தது. சேது இருட்டில் நகர்ந்தான். அருகில் சுமித்ரா. கண்ணாடி வளையல் அணிந்த கையைத் தொட வேண்டும் போலிருந்தது. பார் சோப் போட்டுத் துவைத்த ஜாக்கெட்டின், வேட்டியின் மெல்லிய வாசம். சுமித்ரா பேசிக்கொண்டிருந்த எதுவும் சேதுவின் காதுகளில் விழவில்லை. பதற்றமும் பயமும். ஆச்சரியமாக இருந்தது. சுமித்ரா எவ்வளவு அகன்று விட்டாள்? ஐந்தாம் வகுப்புவரை சேர்ந்துப் படித்த சுமித்ராவின் முன் பத்தாம் வகுப்பு படித்த நான் சின்னவனாகி விடுகிறேன்.

தைரியமெல்லாம் ஒன்று திரண்ட தருணத்தில் சுமித்ராவின் விரலைப் பிடித்தான். கையை உதறித் திட்டிவிட்டு எழுந்து போவாள் என்று அவன் பயந்தபோது சுமித்ரா சிரித்தாள்:

“இரும்பு மோதிரம் பையா. செட்டிச்சி வந்தப்ப வாங்குனது.”

விரல் பிடியை விடாமல் அவனும் சிரிக்க முயன்றான்.

“தங்க மோதிரமெல்லாம் வாங்க நமக்கு வசதியிருக்கா? என்ன சேது?”

எழுந்து திண்ணைப்படியில் வைத்த விளக்கைக் குனிந்தெடுத்த சுமித்ரா, இருட்டினூடே வீட்டுக்குள் நுழைந்தாள். வேர்வையும், இதயத் துடிப்புமாக அவன் தலை குனிந்து அமர்ந்திருந்தான்.

புதுமழையின் இரைச்சல் கேட்கத் தொடங்கவே மனம் மெல்ல மெல்ல அமைதியடைந்தது. ஓலைக்கீற்றுகளிலும் வைக்கோல் கூரையிலும் திடீரென்று கனத்த மழைத்துளிகள் விழத்தொடங்கின. ஆயிரமாயிரம் அசைவுகள் ஒன்றிணைந்து பேரிசையாக உருமாறின. தாழ்வாரத்திலிருந்து ஒழுகும் மழை நீரின் இசை இலயத்துடன் இலைகள் கிழியும் ஓசை. தொலை தூரத்திலிருந்து உருண்டு வந்த இடி முழக்கம் தலையின்மீது உடைந்துச் சிதறியபோது பழைய சுவர்கள் அதிர்ந்தன.

செய்யமண் பூசிய சுவர்கள் பெருமழையில் குதிர்ந்து விழும்போது அம்மா என்ன சொல்வாள்?

—கொட்டாரம்போல ஒரு இல்லம்!

மூட்டுக்கொடுத்து நிறுத்திய செல்லரித்த உத்திரம். வைக்கோல் வேய்ந்த மேற்கூரை. மாடியில் ஆன்மாக்களும், மதிய நேரத்திலும் இருள் படர்ந்த அறைகளுமுள்ள இந்த வீடு கொட்டாரமாம்.

புகையும் சிம்னியின் அரண்ட வெளிச்சத்தில் கண்ட சுமித்ராவின் முகத்தைக் கற்பனை செய்ய முயற்சித்தபடி அவன் கண் மூடிப் படுத்திருந்தான்.

4

கோயசன் மாப்பிளையின் ரேஷன் கடைக்குப் பத்திரிகை வரும். மத்தியானம் ஆனைக் கரையிலிருந்து சைக்கிளில் வரும் நீலம் சோப்புக்காரன் கொண்டு வருவான்.

ரிசல்ட் வருகிற அன்று சீக்கிரமாகவே கடையில் போய் நின்றான். நீலம் சோப்புக்காரன் அன்று வழக்கமாக வருவதை விடவும் தாமதமாக வந்தான். கடைக்காரன் பத்திரிகையை எடுத்து மேஜைக்குள் வைப்பதற்குள் அவன் தைரியமாக முன்நகர்ந்து சென்று அதைக் கையிலெடுத்து விரித்தான். இலக்கங்களின் பெருங்கடலில் மிதந்தோடிய கண்கள் கடைசியில் அதைக் கண்டடைந்தன. 51931. சந்தேகத்தைத் தீர்ப்பதற்காக மீண்டுமொரு முறை பார்த்துக்கொண்டான். 51931 தான். ஹரிதாசனின் எண் மட்டும்தான் நினைவில் இருந்தது. வேறு பலருடைய எண்களை எழுதி வைத்திருந்தான். ஹரிதாசன் தோற்று விட்டான்.

விசிலடித்தபடியே திரும்பி நடக்கும்போது மனதுக்குள் உலகைக் கீழடக்கிய மகிழ்ச்சி. வழியில் யாருமே கேட்க மாட்டேன் என்கிறார்களே? யாரிடமெல்லாமோ சொல்ல வேண்டும்போலிருந்தது. பரமேஸ்வரண்ணன் வீட்டுக்கு வந்திருக்கிறான். கூடத்தில் அம்மா இருக்கிறாள். குன்றின்மீதிருந்த அப்பளச் செட்டிகளின் வீட்டை வாங்கிய அப்ப நாயரும் இருக்கிறார்.

சேது ரிசல்ட் பார்க்கச் சென்றிருந்த விஷயம் அம்மாவுக்கும் சித்திக்கும் தெரியும். வரும்போது எல்லோரும் வந்து தன்னைச் சூழ்ந்துகொள்வார்கள் என்ற எதிர்பார்ப்புடன் மகிழ்ச்சியை மனதுக்குள் அடக்கியபடி அவன் ஓரப்படிகளில் ஏறினான்.

வீட்டுக்குள் நுழையும்போது படிப்பை விடவும் யோகமும் ஜாதக பலனும்தான் தலையெழுத்தை முடிவு செய்கின்றன

என்பதை ருசுப்படுத்தும் கதைகளைச் சொல்லிக்கொண்டிருந்தார் அப்ப நாயர்.

"நம்ம சிப்பாயி பங்குண்யார் மவன் ராமுட்டி பத்தாம் கிளாஸ்ல தோத்தானே? இப்ப என்ன சம்பாத்தியம்னு நினைக்கிறீங்க? ரெண்டு கை போட்டு அள்ளிட்டிருக்கான். தலையெழுத்து நல்லா இருந்தா படிக்கவும் வேண்டாம். பாஸாகவும் வேண்டாம்."

மூன்று முறை இண்டர் மீடியட் எழுதிய பரமேஸ்வரண்ணன், மனைவி வீட்டின் பக்கத்திலுள்ள ஒரு வங்கியில் வேலை பார்க்கிறான். படிக்காவிட்டாலும் பணத்தை அள்ளலாம் என்ற அப்ப நாயரின் தத்துவத்தில் ஆர்வமில்லாதவன்போல் முற்றத்தின் மேற்குப் பக்கம் ஓரமாகச் சென்று மூக்குச் சீந்தியபடியும் இருமியபடியும் அவன் இடை வழியைப் பார்த்துக்கொண்டு நிற்கிறான்.

"காலம்பற எங்கடே போயிட்டு வர்றே?"

அப்பாடா..! நாயராவது கேட்டாரே?

"ரிசல்ட் பார்க்க."

"பாஸாயிட்டியா?"

கோபத்தை அடக்கிக்கொண்டு சொன்னான்:

"ஆமா."

"ஒண்ணாவதா?"

"தெரியாது. மார்க் லிஸ்ட் வரவேண்டாமா?"

மாவிலையைக் கிழித்தபடியே மேற்கு முற்றத்திலிருந்து மெல்ல நடந்துவந்த பரமேஸ்வரண்ணன் எல்லாவற்றையும் கேட்டுவிட்டு முதலில் பேசாமல் நின்றான்.

"காலேஜிலேருந்து ஃபாம் வரவழச்சியா?"

அண்ணனின் முகத்தைப் பார்க்காமல் ஏதோ முனகி வைத்தான் சேது. இண்டர் மீடியட்டில் பரமேஸ்வரண்ணன் இரண்டு முறை தோற்றபோதும்கூட வீட்டில் அது முக்கிய சம்பவமாக இருந்தது. 'அவனுக்கு அறிவில்லாமலோ படிக்காமலோ இல்லை. ஜாதக தோஷம்.'

—கேட்டவர்களிடம் எல்லாம் அம்மா சொன்னாள்.

மேற்கு வராந்தா முடியும் இடத்திலிருந்து முன்வாசல் மாடிக்குச்செல்லும் ஏணிப் படியேறி சட்டையைக் கழற்றிவிட்டு

குன்றிலேறினான். சேது மாதவன் பொதுத்தேர்வில் பாஸான செய்தி ஒரு சாதாரண நிகழ்வு மட்டும்தான்.

குன்றிலிருந்து இறங்கி ஓடைக்கரைக்குச் சென்றான். செறுமன் பிள்ளைகள் அதில் நண்டு பிடித்துக்கொண்டிருந்தார்கள். அதைப் பார்த்துக்கொண்டு நின்றிருந்தான். ஓடைக் கரையிலுள்ள இல்லத்துக்காரர்களின் புறந்தோப்பு மாமரம் கீழே மண்ணரித்து வயலில் விழ இருக்கிறது. முன்பு, அதன்கீழ் உண்ணி நம்பூதிரியும் சுமித்ராவும் சேதுவும் கன்று காலிகளை விரட்டுவதற்கு முறை வைத்துக் காவலிருந்திருக்கிறார்கள். சதைப்பகுதி நார்போல் இருந்தாலும் நல்ல சுவையான பெரிய மாம்பழங்கள். கீழே உதிரும் மாங்காய்கள் வயலில் விழும். வேலியைத் தாண்டிக் குதித்து மாங்காயை எடுத்துவிட்டு மீண்டும் இங்கே குதிக்க வேண்டும். வயல் உரிமையாளனான கிழவன் ராகவன் குறுப்போ வேலைக்காரர்களோ பார்த்தால் கெட்ட வார்த்தையால் திட்டுவார்கள்.

“என்ன சேது இந்தப் பக்கம்?”

சுமித்ராதான்.

தனது புது வேட்டியையும் சிவப்பு சில்க் ஜாக்கெட்டையும் சேது கவனிக்கிறான் என்பதைப் புரிந்துகொண்ட சுமித்ரா சொன்னாள்:

“காலம்பற முத்தச்சியாறை கோயிலுக்குப் போயிட்டு இப்பதான் வந்தேன்.” நெற்றியில் அள்ளிப்பூசிய சந்தனம் வேர்வையில் கரைந்துகொண்டிருந்தது.

“எங்க போற சுமித்ரா?”

“ஆசாரி ராமனுட்ட ஒரு மண்வெட்டி கேக்கப் போனேன். ராமன் அங்க இல்லை. அந்தச் சவத்துட்ட கேட்டுப் புண்ணிய மில்லை.”

வேட்டியைக் கணுக்கால் மறைய தாழ்த்தி உடுத்தியதாலும் இருக்கலாம் சுமித்ரா திடீரென்று வளர்ந்து விட்டாள்போல் தோன்றியது. சேது நடந்தான். கோயில் கூட்டத்தையும் சர்க்கரைப் பொங்கல் வைப்பதற்காக ஈர விறகை ஊதியூதிப் பற்ற வைத்து கண்கள் வலிப்பதையும் சொல்லிக்கொண்டு சுமித்ராவும் கூடவே வந்தாள்.

“பரமேஸ்வரண்ணன் வந்திருக்கா இல்லையா?”

“உம்...”

“இன்னைக்கே போயிருவாளோ?”

அம்மாவும் அண்ணனும் இப்போது தனது படிப்பு பற்றி பேசிக்கொண்டிருக்கலாம்.

"போயிருவான்."

கல்யாணம் முடிந்தபிறகு எப்போதாவது ஒரு தடவைதான் பரமேஸ்வரண்ணன் இல்லத்துக்கு வருவான். அன்று சாயங்காலமே திரும்பி விடவும் செய்வான்.

சுமித்ராவுடன் நடக்கும்போது தோன்றியது. சுமித்ராவின் முழங்கையும் கழுத்தும் எவ்வளவு அழகாகவும் வெளுப்பாகவும் இருக்கிறது? சேது தன்னையறியாமல் தனது முழங்கையைப் பார்த்துக்கொண்டான். இரு நிறம். இருந்தாலும் கறுப்பு என்றுதான் சொல்ல முடியும். சுமித்ராவின் முன் வாய் திறந்து சிரிக்கவும் தயக்கமாக இருந்தது. அகன்று நிற்கும் பலகைப் பற்களைக் கண்ணாடியில் பார்க்கும்போது வருத்தமாக இருக்கும். எவ்வளவுதான் சீவி ஒதுக்கினாலும் உச்சிச்சுழியில் முள்போல் உயர்ந்து நிற்கும் தலை முடி.

சுமித்ரா வழியோரக் கொங்கிணிப் படர்ப்பிலிருந்து காய் பறித்துக் கொறித்துக்கொண்டே வந்தாள்.

தன்னுடன் சேதுவும் வருகிறான் என்பதை அவள் கவனத்தில் கொண்டதாகவே தெரியவில்லை. 'இனிமேல் ஒற்றை வேட்டியை மடித்துக் கட்டி வெளியில் இறங்கவே கூடாது. நான் பத்தாம் வகுப்பு பாஸான ஒரு ஆண் என்ற எண்ணமே அவளிடமில்லை. யாரிடமுமில்லை.'

"அடுத்தது நான் பாலக்காட்டுக்குப் போவேன். காலேஜில சேர."

இடைவழி திரும்புமிடத்தில் வைத்து சுமித்ரா சொன்னாள்:

"என் ஆடுக எங்க போச்சுன்னுப் பாக்கட்டும்."

சொல்லிவிட்டு நீரோலிப் படப்பை எட்டிப் பிடித்து ஏறி நாவல் காட்டினூடே நடந்துகொண்டிருந்தாள்.

சேது ஒரு நிமிடம் சந்தேகத்துடன் நின்றிருந்தான். கல்லூரியில் சேரப் போகிற தகவலைச் சொன்னபோது ஏன் அவள் கவனிக்கவில்லை?

சுமித்ரா ஏறிய வழியை வேலிப் பொந்து வழியாகக் கடந்தபோது முட்கள் கிழித்து கால் எரிந்தது. அவளுடன் சேர்ந்துகொள்வதற்காக வேகமாக நடக்கும்போதுதான் தெரிந்தது, ஆடுசதையில் நெடுநீளத்தில் ஒரு கோடு.

குன்றின் உச்சியை அடைந்த பிறகு பார்த்தால் சுமித்ராவைக் காணோம். திரும்பி வரும்போது தொலைவிலெங்கோ ஆடுகளை ஓட்டும் சத்தம் கேட்டது.

மழைத் துளிவிடத் தொடங்கியதும் குன்றிறங்கினான். கீழே வரவும் மழை வலுத்துப் பெய்தது. இடைவழியாக ஓடி மூங்கில் கூட்டத்தின்கீழ் வந்து நின்றான். இந்த இடம் சரிப்படாது. அவன் ஓரத்தில் நின்றிருந்த தேக்கு மரத்தின்கீழ் ஓடினான். மழை வாரியிறைக்க ஆரம்பித்தது. நீரோடையில் ஓடத்தொடங்கிய சேற்று நீர் தெறிக்க யாரோ ஓடிவரும் காலடிச் சத்தம். புழு அரிக்காத இலைகளுள்ள கிளையின்கீழ் தண்ணீர் விழாத சிறு இடம்தான் இருக்கிறது. சுமித்ரா மழையைத் திட்டியபடியே ஓடி வந்து நின்றாள்.

தலையிலும் முகத்திலும் பட்ட நீரைத் துடைத்தபடியே சுமித்ரா சொன்னாள்:

"சள்ளைப் புடிச்ச மழை. வேட்டி முழுசும் சேறு."

அவள் முழுவதுமாக நனைந்திருந்தாள். கவனித்துப் பார்த்தால் மட்டும் தெரிகிற, வெள்ளைப்புள்ளிகளுள்ள ஜாக்கெட் உடம்பில் ஒட்டிப் பிடித்திருந்தது. அவளது நனைந்த முழங்கை, விலா எலும்பில் உரசியதை அறியாத பாவனையுடன் அவன் நின்றிருந்தான்.

வீசிய சிறு காற்றில் தேக்கிலை அசைய, குடத்தைக் கவிழ்த்ததுபோல் மேலேயிருந்து நீர் சொரிந்தது.

மழை மேலும் வலுத்துக்கொண்டிருந்தது.

"மண்ணு மடையில நின்னா நனைய மாட்டோம், வா."

அவள் சொல்லி விட்டு ஓடினாள்.

நிலம் நிரப்புவதற்காக குன்றின் சரிவில் செம்மண் எடுத்த இடம் சிறு குகை போலிருந்தது. அதில் சுமித்ராவின் ஆடுகள் ஒதுங்கி நின்றிருந்தன. ஆடுகளை உந்தித் தள்ளிவிட்டு சுமித்ராவும் அதில் இடம் பிடித்தாள். ஆட்டின் கழிவுகளை மிதித்து விடாமல் சேதுவும் அதில் ஒதுங்கி நின்றுகொண்டான். நிமிர்ந்து நின்றால் தலை இடிக்கும். குன்றுச் சரிவின் மீதிருந்து செம்மண் கலந்த நீர் ஒழுகிப் பாய்ந்தது. அங்கிருந்துப் பார்க்கும்போது இல்லத்தின் சமையல் கட்டு முற்றத்திலுள்ள அவரைப் பந்தலும் உரல் புரையும் தெரிந்தன.

பதைக்கும் நெஞ்சுடன் பேச்சு மூச்சின்றி நின்றிருந்தான் சேது.

காலம்

“குஞ்ஞும்பூரியைக் கொள்ளி வைக்கிறதைப் பாத்து ஓடுனது நினைவிருக்கா?”

சேது சிரித்தான்.

சுமித்ராவுக்கு இப்போது அது நினைவுக்கு வருவதற்கான காரணம் என்ன?

குந்தியமர்ந்து ஈர மண்ணில் *செங்கணத்தண்டால் குத்தி வரையும் சுமித்ராவை அவளுக்குத் தெரியாமல் கடைக்கண்ணால் பார்த்தான்.

இன்னும் கொஞ்சம் அவளுடன் ஒட்டியிருக்க நகர்ந்தபோது விலகிக்கொண்ட சுமித்ரா கேட்டாள்:

“ஏன் தள்ளுறே?”

சேது பதில் சொல்லவில்லை.

“சுமித்ரா முழுசா நனைஞ்சிட்டே.”

மிக மெதுவாகச் சொன்னான். முதுகில் ஒட்டியிருக்கும் ஜாக்கெட்டில் விரலால் மெல்ல வரையும்போது அவள் அசைய வில்லை. முதுகில் கை வைக்கும்போது உடல் நடுங்குவதுபோல் தோன்றியது. பிறகு, இடது கையை கழுத்தினூடே போட்டு அணைக்க முற்படும்போது சுமித்ரா எழுந்தாள்.

“சேது என்ன பண்ற நீ?”

ஆகாயம்போல் பரந்து விரிந்த இரு கண்கள் சேதுவின் முகத்தை மறைத்து நின்றன.

முழுமை பெறாத ஏதோ சொற்களுடனும், கழுத்தில் விழுந்தக் கையை விடுவிக்காமலும் பிடிவாதமாக எழுந்த சுமித்ராவின் முகத்தைப் பார்க்கும் தைரியம் சேதுவிடமில்லை. மண் மடையின் ஈர முகட்டில் தலை உரசியது. நனைந்த சந்தனத்தின், வேர்வையின் நெடி. வெற்றித் தருணம்.

விடுபட முயன்ற உடல், திடீரென்று வலுப்பெற்ற கைகளுக்குள் ஒடுங்கியது. உடல் சிலிர்த்த சுமித்ராவின் முகம் சேதுவின் கழுத்தில் உரசியது. பிடியை விட்டபோது குளிரின் வெப்ப அலைகள் உடலில் பாய்ந்தன.

பழைய சேதுவாக, சுமித்ராவின் முகத்தைப் பயத்துடன் பார்த்தான். நம்ப முடியவில்லை. அவளது அனல் கண்களில் நனைந்த, மெல்லிய புன்னகை மருட்சி. கோபத் துடிப்புக்கு மாறாக இதழ்களில் வெட்கம்.

---

* செங்கணம் = ஒருவகைப் புல்

மரங்களில் விழும் மழைத்துளியின் ஓசைகள் இடைவிட்டும் குறைந்துகொண்டும் வருவதைக் கேட்டபடி நின்றிருந்தான்.

"மழை விட்டுருச்சி."

அவள் இடைவழியினூடே குதித்தோடிய பிறகும் அவன் அசையவில்லை. சந்தன மணத்தைக் கிரகிக்க முயன்றபடி குகைக்குள்ளேயே நின்றிருந்தான்.

இறங்கி, மெல்லிய மழைச்சாரலினூடே நடக்கும்போது மனம் மழைக்காலம் முடிந்த கூட்டாடம் வயல்போல் நிரம்பி நின்றது.

வீட்டுக்கு வந்ததும் அம்மா கேட்டாள்:

"இந்த மழையில நீ எங்கடா நின்னே?"

பதில் சொல்லவில்லை.

உலகத்தை நோக்கி உரக்கச் சொல்ல வேண்டும்போலிருந்தது. 'நான் சேது. சுமித்ராவை நான் கட்டிப் பிடித்தேன்.'

முற்றத்து மாடிக்குச் சென்றபோது பரமேஸ்வரண்ணனின் தோல் பையைக் காணோம். போயிருப்பான்.

இண்டர்வியூ கார்டை எதிர்பார்த்திருந்த நாட்களில் பகல் பொழுதைப் போக்குவது இப்போது சிரமமாக இல்லை. சுமித்ராவின் குரலைக் கேட்பதற்காக, முற்றத்து மாடியில் நிலைப்பலகையின் பின்னால் காத்திருக்க ஆரம்பித்தான். அவள் முற்றத்தில் நடப்பதைக் கண்டால் பலகையின் தாழ்ப்பாளை அசைத்துச் சத்தம் கொடுப்பான். கூடத்தில் யாருமில்லை என்றால் சுமித்ரா மேலே பார்த்துக்கொண்டு நிற்பாள்.

மற்றவர்களின் முன்னால் சுமித்ராவுடன் பேசுவதற்குத் தயக்கமாக இருந்தது.

புறப்பட வேண்டிய நாள் வந்தது.

துணியை மண்ணெண்ணெயில் தோய்த்துத் துடைத்து கறையைப் போக்கிவிட்டதாக நம்பிய பழைய இரும்புப் பெட்டியில் பொருட்களை அடுக்கிக் கொண்டிருந்தான்.

நான்கு சட்டைகளும் நான்கு வேட்டிகளும் மட்டும்தான். எட்டாம் வகுப்புப் படிக்கும்போது தைத்த கோணிப்பை தடிமனுள்ள கோடு போட்ட இரண்டு சட்டைகள் இருந்தன. இன்னமும் அவை கிழியவில்லை. ஒரு காலமும் கிழியாதுபோல் தோன்றும். பார்ப்பவர்கள் தலையணைத் துணியென்றுதான் சொல்வார்கள்.

பரமேஸ்வரண்ணன் முதல் நாள் வந்துவிட்டுப் போனான். “உங்கூட வரலாம்னு பாத்தா லீவு கிடையாது. மாதவன் மாமாவே போதும்,” என்றான். நான் காலேஜில் சேரப்போனது தனியாகத்தான் என்றும் நினைவுபடுத்தினான்.

அப்பா நூறு ரூபாய்தான் அனுப்பி வைத்தார். பரமேஸ்வரண்ணன் கணக்குப் பார்த்துவிட்டுச் சொன்னான். இன்னும் ஐம்பது ரூபாய் தேவைப்படும். மாதவன் மாமா சொன்னார்:

“குஞ்ஞாத்தோல் கையில நெல் வித்தப் பணமிருக்கு. கேட்டா, தருவா.”

வடக்குப் பக்கமிருந்து சுமித்ராவின் குரல் கேட்டது. பெட்டியை மூடி விட்டு, ஜன்னல் வழியாகப் பார்த்துக்கொண்டு நிற்கும்போது சுமித்ராவின் குரல் திண்ணை முற்றத்தினூடே கடந்துபோனது. களமுற்றத்து மூலையில் வெள்ளிலை பறிக்க வந்திருக்கிறாள். அதை அவள் சேர்த்துப் பிடித்தபடி வரும்போது சத்தம் கொடுத்தான்.

“ஸ் . . . ஸ் . . . ஸ் . . .”

வெயிலிலிருந்து பார்வையை மறைப்பதற்காக இடது கையை நெற்றியில் தடுப்பாக வைத்து மேலே பார்த்தாள்.

“வா.”

“எதுக்கு ?”

மெதுவாகக் கேட்டாலும் குரலில் பதற்றமிருப்பதுபோல் தோன்றியது.

“வாங்கறேனே.”

அவள் வெள்ளிலைக்கட்டை வாழை மூட்டில் வைத்துவிட்டு முற்றத்தில் தயக்கத்துடன் நின்றாள்.

“மதில்ல கெடக்குற போர்வைக் காஞ்சிருச்சான்னுப் பாரு சுமித்ரா ?”

சமையல் கட்டுவரை கேட்பதுபோல் உரத்தக் குரலில் சொன்னான்.

“காஞ்சிருச்சி.”

முற்றத்திலிருந்து சத்தமாகச் சொன்ன சுமித்ராவின் குரலில் பதற்றம்.

“எடுத்துட்டு வாயேன்.”

ஏணிப்படி சத்தம் உடம்பில் நடுக்கத்தை ஏற்படுத்தியது.

அவள் மாடியறைக்கு வந்தாள். சேது நடுக்கத்துடன் நின்றிருந்தான்.

“எப்ப போற சேது?”

“விடியக்கால வண்டியில.”

அவளது முதுகில் கை வைத்துச் சொன்னான்:

“இரு.”

“இல்லை. நின்னா போதும்.”

“அட, இருன்னா?”

கையைப் பிடித்து உட்கார வைக்கும்போது சுமித்ராவின் உடல் நடுங்குவதுபோல் தோன்றியது. தலைக்குள் சூறாவளி.

“வேண்டாம், வேண்டாம்.”

கண்டுகொள்ளவே இல்லை.

“சேது ...”

வாழ்க்கையில் முதன் முதலாக அவள் வெட்கத்தை மறந்தாள். குருத்துப்போன்ற மெல்லிய அடிவயிற்றில் சுடு விரல்கள் நகரவே சுமித்ரா விடுபட முயன்றாள்.

அகன்றகன்று சமையல் கட்டு முற்றத்துக்குச் சென்ற காலடியோசைகளின் முடிவில் சுமித்ராவின் குரல் கேட்டது. அவன் மெதுவாக எழுந்தான். தலை முடியின் எண்ணெய் பிசுக்கு, காவி நிறத் தரையில் தீட்டிய வடிவம் பெறாத சித்திரங்களின்மீது சேதுவின் விரல் கையொப்பமிட்டது. ‘டி.கே.எஸ்.’

குரலும் அகன்ற பிறகு, அவன் ஜன்னலில் வந்து நின்றான்.

சுமித்ராவைத் தொடுகிற உரிமை இனி யாருக்குமில்லை.

உனக்கு நான் மட்டும்.

சேது.

இரண்டு

மேலும் கீழுமாக பதினாறு அறைகளுள்ள சிறு கட்டடத்தைக் கல்லூரி விடுதியாக மாற்றி அதிக காலமொன்றும் ஆகவில்லையாம். பிரதான விடுதியில் சீனியர்கள் மட்டும்தான் சேர்த்துக் கொள்ளப்படுவார்கள். சற்றுத்தொலைவில் மேலும் இரண்டு விடுதிகள் இருந்தன. 'பிரேமகுமா'ரில் இடம் தருவதாக வார்டன் சொன்னபோது அதுவே தாராளமென்று தோன்றியது. காரைப்பெயர்ந்த சுவர்களும் இருபுறமும் இரைச்சலுடன் செல்லும் வாகனங்கள் காற்றில் அடித்தேற்றும் செம்மண் புழுதியும். இருந்தாலும் அந்தப் பெயர் சேதுவின் மனதில் அழகிய ஒரு கற்பனை உணர்வையூட்டி வாசம் பரப்பிக் கொண்டிருந்தது.

யாரிந்த பிரேமகுமார்?

யாருக்குமே தெரியவில்லை. கட்டடத்தின் உரிமையாளர்கள் வேறெங்கோ இருக்கிறார்கள்.

வயதான வாட்ச்மேன் நாகுவுக்கும் தெரிய வில்லை. யாரிந்த பிரேமகுமார்?

மன்னார்க்காட்டிலிருந்து மரம் ஏற்றி வருகிற லாரிகள் வளைவில் திரும்பும்போது டயர்கள் உரசும் சத்தமும் பிரேக் போடும் சத்தமும் கேட்டு இடையிடையே திடுக்கிட்டு விழிப்பான். முன்பு, இது வீடாக இருந்தது. வீட்டுக்காரரின் மகன் பெயர் பிரேமகுமாராக இருக்கலாம். லாரிகளின் இரைச்சலில் திடுக்கிட்டெழும் அவன் இருட்டில், வேர்வைத் துளிர்த்த ஒரு பெண்ணின் முகத்தைக் கற்பனையில் கொண்டுவர முயற்சி செய்தபடி படுத்திருப்பானோ?

சாயங்காலம், சாலையைப் பார்த்தபடி வராந்தாவில் நிற்கலாம். நகரத்தின் துடிப்பான இரத்த நாளம்.

இல்லத்தில் சாய்வுப்படியில் படுத்துத் தூங்கும்போது கனவுகண்ட நகரம் இதுதானோ? ஆள் நடமாட்டம் அகன்று, கன்று காலிகளைச் சுற்றிலும் மஞ்சள் ஒளி வளையங்கள் விழும், நள்ளிரவுகளின் தெளிவற்ற கனவுபோல் கிடக்கும் நாற்சந்தியைப் பார்த்தப் படியே அவன் நின்றிருப்பான்.

கல்லூரி விடும் நேரத்தில் வராந்தாவில் நிற்கக்கூடாது என்பது விதி. ஆனால், கடந்துபோகிற பெண்களைப் பார்ப்பதற்கென்று பலரும் வராந்தாவில் வந்து நிற்பார்கள். மிதிவண்டிகளின் குதிரை வண்டிகளின் நிறப் பிரவாகம். உருளைத் தூண்களின் மறைவில் சிகரெட் புகைத்தபடி எதிர்பார்த்து அந்த ஒரே ஒரு கணத்துக்காக தவமிருப்பவர்கள். ஒரு கணம் அந்தக் கண்கள் மேலே – ஒரே ஒரு கணம் – வராந்தா காலியான பிறகுதான் சேது அறைக்குள்ளிருந்து வெளியே வருவான். வெளியே இருப்பவர்கள் அறிமுகமான மாணவர்கள்தான். அவர்களின் முன்னால் வரும்போது சேது தனக்குள் குறுகிப்போவான்.

இரண்டு மாதங்களுக்கு முன், விடுதிக்கு வந்ததுமே பெயரும் கிடைத்துவிட்டது. 'கடுக்கன்.'

கடுக்கன்போட்ட மாணவன் சேது மட்டும்தான். சிவப்புக்கல் பதித்த அந்தக் கடுக்கன் அவனுக்கு நினைவு தெரிந்த காலம் முதல் காதில்தான் கிடக்கிறது. ஆனால், அது வினையாக மாறுமென்று அப்போது தெரியாது. ஒரு ஞாயிற்றுக்கிழமை. பிரதான விடுதியிலிருந்து கறுப்புத் திரவம் கலந்த டப்பாக்களும் பித்தளைப் பாத்திரங்களுமாக மாணவர் கூட்டமொன்று பாய்ந்து வருவதைக் கண்டான். யாரோ, "சீனியர்ஸ் வர்றாங்க. ராக்கிங் இருக்கும்," என்றார்கள். பல மாணவர்களைப் பிடித்து கிணற்றங்கரைக்கு இழுத்துக்கொண்டு போனார்கள். மூடிக்கிடந்த அறைக்கதவுகளை அடிக்கவும் உதைக்கவும் செய்கிற சத்தம் கேட்டது. ஒன்றுமே புரியவில்லை. உயிர்ப்பயத்துடன் கூட்டத்தினூடே வார்டனின் வீட்டுக்கு ஓடிய அவன் மூச்சு வாங்கியபடி சொன்னான்: "சீனியர்ஸ் பிரேமகுமாரைத் தாக்குறாங்க." வார்டன் அவர்களின் பெயர்களைக் கேட்டபோது சொன்னான். விசாரிக்கிறேன் என்று அவர் மிகச் சாதாரணமாகச் சொன்னபோது ஏற்பட்ட வருத்தத்தை அவன் வெளிப்படுத்திக்கொள்ளவில்லை.

பல இடங்களில் பயந்து பயந்து நின்று விடுதியை அடைந்தபோது போர்க்களம் அமைதியாக இருந்தது.

ரூம் மேட் சாமி சொன்னான்: "அவங்களுக்குப் புரிஞ்சிடுச்சி."

காலம்

சிவப்புக்கல் கடுக்கன்போட்டவன்தான் போட்டுக் கொடுத்திருக்கிறான். சாமியின் உதவியுடன் கடுக்கனைக் கழற்றி, ஒரு காகிதத்தில் பொதிந்துப் பெட்டியின்கீழ் பத்திரமாக வைத்தான்.

இனி யாராலும் தன்னை அடையாளம் கண்டுபிடிக்க இயலாதென்று அவன் நம்ப முயன்றான். ஆனால், அவர்கள் இரவில் வந்தார்கள். நிர்வாணமாக்கினார்கள். செருப்பு மாலை போட்டு ஒவ்வொரு அறைக்கு முன்னாலும் கொண்டு சென்று வெளிச்சமிட்டுக் காட்டினார்கள். அவர்கள் விடுவிப்பது வரைக்கும் அவன் அழவே இல்லை. மனதுக்குள் அடக்கிய வேதனை, பாரமாக மாறி தொண்டையை அடைத்து நின்றது.

சாயங்கால நேரங்களில் மாணவிகளைப் பார்ப்பதற்கென்று வராந்தாவில் வந்து நிற்கும் மாணவர்கள் அதை மறந்திருப்பார்கள். இருந்தாலும் அவர்கள் முன் வருவதற்கு அவனுக்குத் தயக்கமாக இருந்தது.

மூலையிலிருக்கும் மூன்று உருளைத் தூண்களின் பக்கத்தில் நின்றால் ஒரு பர்லாங் தொலைவிலுள்ள பெண்கள் விடுதியின் இரண்டு மாடி ஜன்னல்கள் தெரியும். இரவு நேரங்களில் மஞ்சள் நிறத் திரைச்சீலைகளின் பின்னால் நிழல்கள் அசைந்தாடுவதைக் காண முடியும். வார்டனின் ரவுண்டு முடிந்தபிறகு, இதைப் பார்ப்பதற்காக சேதுவின் அறைக்குப் பின்னாலுள்ள வராந்தாவில் பலரும் வந்து கூடுவார்கள்.

பெண் நிழல்.

– அது மாலினி.

– இல்லை, லீலாவதி.

மாலினிதான்.

பெட்?

எப்படிக் கண்டுப் பிடிப்பது?

ஒரு புதிய உத்தியைக் கண்டுபிடித்த, பையனூர்க்காரன் பாலகிருஷ்ணன் தினமும் ஒரு மத்தாப்புக் குச்சியை உரசுவான்.

மஞ்சள் மறைவின் பின் நிழலாக நிற்கும் மாலினி, தனது முகத்தை அடையாளம் காண்பதற்கான வெளிச்சம்.

பாலகிருஷ்ணன், கணபதி, சிவசங்கரன் குழுவிலிருந்து இயன்றவரைக்கும் அவன் விலகியே நின்றான். இரவில் அவர்கள் மதிலேறிக் குதித்து சினிமாவுக்குச் செல்வார்கள். சைக்கிளில்

பெண்களின் பின்னால் திரிவார்கள். சிகரெட் பிடிப்பார்கள். அவர்களைப் போல் பணம் செலவு செய்ய சேதுவால் இயலாது. ஆகவே, அடக்க ஒடுக்கமுள்ள நல்ல பிள்ளையாக அவன் விலகி நிற்க முடிவு செய்தான்.

சாமி, ஒரு பெரிய வியாபாரியின் மகன். ஆனாலும் பணம் செலவு செய்ய மாட்டான். அன்றாடச் செலவுகளை பாக்கெட் டயரியில் மிகச்சரியாக எழுதி வைப்பான். சாமி செலவில் ஒரு சாயா குடித்தே தீருவதென்ற முடிவுடன் ஒரு வார காலம் முயற்சி செய்தான் சிவசங்கரன். சாமி காபி குடிக்கப் போகிற நேரம் பார்த்து அவனும் சென்றான். சாமி, கடைசியில் சிவசங்கரனிடம் தோற்றான். அன்று பாக்கெட் டயரியில் சாமி, கோபத்துடன் முணுமுணுத்தபடி எழுதினான்:

தண்டச் செலவு = 0 – 1 – 0*

அனுப்பி வைக்கிற அறுபது ரூபாய் இரண்டாம் தேதி கிடைக்கும். விடுதி வாடகையும் டோபி கணக்கும் தீர்த்தால் பத்து ரூபாய் மிஞ்சுவதே பெரிய விஷயம். இந்தப் பத்து ரூபாயில் ஒரு மாத காலத்தை ஓட்ட வேண்டும்.

பணத் தேவையைக் குறிப்பிடாமல், தொடர்புகொண்ட பலருக்கும் அவன் பதில் எழுதினான்:— பிரியமுள்ள சங்கரன் குட்டி அண்ணனுக்கு, நீங்கள் அனைவரும் நலமென்று நம்புகிறேன். ஜூன் மாதம் நான் காலேஜில் சேர்ந்தேன். ஹாஸ்டலில் தங்கியிருக்கிறேன் –

கல்லூரியில் படிக்கும் சேதுவின்மீது அன்பு காட்டி யாராவது – கொஞ்சம் பணம் – சிலர் பதில் எழுதுவார்கள். எல்லோருக்குமே மகிழ்ச்சிதான்.

அன்று சனிக்கிழமை. விடுதி சிப்பாய் ராமகிருஷ்ணன் கீழே யாருடனோ சண்டை போடுவதைக் கேட்டு அவன் படியிறங்கினான். கேட்டினருகில் மாணவர்கள் பலர் கூடி நிற்கிறார்கள். கிழிந்துத் தொங்கும் ஆடைகளுடன் வாடித் தளர்ந்த ஒரு பெண். கறுப்பாக, சுத்தமில்லாத ஒரு குழந்தைக்குப் பால் கொடுக்கிறாள். மாணவர்கள் தங்களுக்குள் உள்ளர்த்தத்துடன் பேசிக்கொள்கிறார்கள். வறண்ட முலைக்காம்புகளைக் கடித்திழுக்கும் குழந்தையைத் தாலாட்டியபடி வெட்கமே இல்லாமல் அவள் ராமகிருஷ்ணனுடன் பேசிக் கொண்டிருக் கிறாள். கொழிஞ்ஞாம்பாறைக்காரியாம். தமிழ்ச்சுவையுள்ள மலையாளத்தில் பேசினாள்:

---

* ஓரணா

“ஒன்பது மைல் நடந்நு வந்திருக்கியேன். கொச்சின்டெ அப்பனைத் தேடி. அயாளூ சொன்ன ஓர்க் ஷாப்ல போய் கேட்டா, அங்ஙனெ ஆரும் ஞங்ஙட ஓர்க் ஷாப்ல இல்லேன்னு சொல்லுயாங்க.”

ஹரிதாசன் தந்த நாவல்களில் வரும் கதாநாயகிகள் நினைவுக்கு வந்தார்கள்.

தெய்வமே, என் சுமித்ரா!

– சொல்லுடீ, சொல்லு. உன்னை நான் கொல்லாம விடமாட்டேன்.”

– சொல்லமாட்டே? நாசமாப் போனவளே, சொல்ல மாட்டே?”

யாரென்பதைச் சொல்லச் சொல்லி, வடக்கு வீட்டு அத்தை, சுமித்ராவைத் தூணில் கட்டி வைத்து அடிக்கிறாள். நினைக்கும்போதே அவனுக்குள் நடுக்கம் உருவானது.

படிப்பதற்காக உட்கார்ந்தபோது கவனம் செலுத்த முடிய வில்லை.

மேற்கு வீட்டு ஆண்களைப் பற்றி எந்த அபகீர்த்திகளும் இதுவரை வந்ததில்லை. சேது மாதவன் பாவம்... நல்ல அறிவுள்ள பிள்ளை... எல்லோரும் பாவமென்று கருதியிருந்த அவன்தான் – அவன்தான் இதைச் செய்தவன்.

சாமி, எட்டு மணி முதல் பத்து மணி வரை மட்டுமே படிப்பான். பத்து மணிக்கு இரண்டு மேஜைகளைச் சேர்த்துப் போட்டு மூலையில் அடித்த ஆணியில் கொசு வலை நாடாவை மாட்டி, பாதுகாப்பாக்கி, பிரார்த்தனை செய்துவிட்டுப் படுப்பான். அதிகாலை ஐந்து மணிக்கே எழுந்து விடுவான். சேது தாமதமாகத்தான் படுப்பான். காலையில் ஏழு மணி வரைக்கும் அவனுக்குத் தூங்க வேண்டும்.

கொழிஞ்ஞாம்பாறைக்காரிக்கு வசூலித்துக் கொடுத்த ஒரு ரூபாயில் சாமியின் தண்டச் செலவிலுள்ள ஒரு அணாவும் உட்படும். அதைக் கணக்குப் புத்தகத்தில் எழுதும்போது சாமி சொன்னான்:

“புருஷனைத் தேடி ஓர்க் ஷாப்புக்கு வந்தாளாமே? பொய். சுட்ட அடி கொடுக்கணும் இவளுவளுக்கு.”

சேது பதில் சொல்லவில்லை. சாமி படுத்த பிறகு, தரையில் போர்வையை விரித்து லைட்டை அணைத்து விட்டுப் படுத்தான். சுமித்ராவைப் பற்றி நினைக்காமலிருக்க முயற்சி செய்தான்.

தூக்கத்தினிடையே லாரிகளின் இரைச்சல் சத்தம் முதலில் தொலைவில் கேட்டு, பின்னர் நெருங்கி வந்து அகன்றகன்று செல்வதைக் கவனித்தான். கும்மாணிக்குளத்தில் செறுமியின் பிணம் மிதப்பதைப் பார்க்கக் கூடி நின்றவர்களை நான்காம் வகுப்பில் படிக்கும்போது பார்த்தான்.

தூங்க ஆரம்பித்ததும் சுற்றிலும் தாழைப்புதர்கள் மண்டிய வயலோரப் பொட்டக் குளத்தில் மிதக்கும் பிணத்தைக் கனவுகண்டு திடுக்கிட்டெழுந்தான். மணி என்ன? உடல் முழுவதும் வேர்வையில் நனைந்திருந்தது. இதயத் துடிப்பை உணரமுடிந்தது. ஜன்னலின் இரும்புக் கம்பிகளினூடே தெரு விளக்குகள் மங்கி எரிவது தெரிந்தது.

சுமித்ராவின் நினைவை மனதிலிருந்து அகற்றுவதற்காக வகுப்பு மாணவிகளைப் பற்றி யோசித்தான். மாணவிகளில் பாவாடை அணிந்து வருகிற சியாமளாதான் மிகவும் இளையவள்.

சியாமளா நாயர்.

முதல் நாள் அட்டெனன்சின்போதே அந்தப் பெயர் நினைவில் பதிந்தது. திரீ ஹன்ட்ரட் அன்ட் சிக்ஸ்டி –சேது மாதவன்.

சாவித்ரி எம்.

சாவித்ரி பி.ஆர்.

சோமசுந்தரம்.

சியாமளா நாயர்.

சியாமளா நாயரின் சிறு முகத்தைப் பார்க்கும்போது கறுத்து மின்னும் பெரிய கண்கள் மட்டுமே தெரியும்.

வகுப்பு முடிந்து வரும்போது ஒவ்வொருவருக்கும் பல்வேறு விஷயங்கள் சொல்வதற்கு இருந்தன. மாலினி, குஞ்ஞிக்கிருஷ்ணனைப் பார்த்தாள். நளினி, சந்திரனைப் பார்த்துச் சிரித்தாள். கள்ளன் ராஜன் அடித்த விட்டுக்கு அச்சாம்மா சிரித்தாள். சியாமளாவைப் பற்றி யாரும் எதுவும் பேசவில்லை.

அவன் மனதுக்குள் பிரார்த்தனை செய்துகொண்டான். இரகசிய ஆசைகள் பிரார்த்தனையாக மாறுகின்றன. தன்னை யாராவது பார்ப்பதாக இருந்தால் அது சியாமளாவாக இருக்க வேண்டும். சியாமளாவின் அகன்ற கண்கள் தன்னை ஒருமுறை பார்க்க வேண்டும்.

ஒருமுறை –

மணியார்டர் வந்த அன்று சிவசங்கரன் வற்புத்தியதால் அவனும் பிரபாகரனும் சேதுவும் காஃபி சாப்பிட வெளியே

சென்றார்கள். சாமி தவிர்த்துக்கொண்டான். சிவசங்கரன் வாரமொருமுறை பிரியாணி சாப்பிடுவான். பி. டீமுக்கு தேர்வு செய்த அவன் உடலைப் பேணுவதில் ஆர்வமுள்ளவன். ஆகவே, அவர்கள், 'மதறாஸ் கஃபே'யில் ஏறினார்கள்.

சேது பிரியாணி வேண்டாம் என்றான். சாப்சும் வேண்டாம்.

"வெஜிட்டேரியன்?"

"யெஸ்."

பொய் சொன்னான்.

இன்று சரி, சிவசங்கரன் காசு கொடுப்பான். அடுத்த வாரம் சிவசங்கரன் அழைக்கும்போது –

—ஹைஸ்கூலில் படிக்கும்போது பாலன்நாயரின் ஓட்டலுக்குச் சாப்பிட சென்று இறைச்சி பரிமாறுவதைக் கண்டால் நாவில் நீரூறும். ஒரு பிளேட் மட்டன் நாலணா. புதன்கிழமை சந்தையில் சாயா விற்க வரும் தடியன் மூத்தான் இரண்டு பிளேட் சாப்பிடுவான்.

மூத்தானைப் பொறாமையுடனும், கோபத்துடனும் பார்த்துக் கொண்டு நின்றதுண்டு. புவனேஸ்வரி பூஜைக்கு அறுத்தக் கோழி எண்ணெயில் காய்ச்சிய தேங்காயின் சுவையும் வாசனையும் நினைவு வந்தால் வாயில் பிரளயமே உருவாகும்.

இருந்தாலும் எச்சரிக்கையுடன் சொன்னான்:

"எனக்கு சாயா மட்டும் போதும்."

மங்கிய கண்ணாடிச் சில்லுகளால் பிரிக்கப்பட்ட சிறு அறைகள் ஒன்றிலிருந்து சிவசங்கரன் ஆர்டர் செய்தான்.

கை கழுவிவிட்டு வந்த சிவசங்கரன் இரகசியமாகச் சொன்னான்:

"அடுத்த அறையில நம்ம கிளாஸ் சியாமளா நாயர் இருக்கா."

"கூட யார்லாம்?"

"யார்லாமோ இருக்காங்க."

பிரபாகரன் சொன்னான்: "அவ அப்பா இங்க வக்கீலா இருக்கார்."

சுவைத்து மெதுவாகச் சாப்பிடும் சிவசங்கரனை சேது மனதுக்குள் சபித்தான். அவள் இறங்கும்போது நாமும் கூடவே இறங்க வேண்டும். 'மதறாஸ் கஃபே' என்னும் பெரிய ஓட்டலில்

வகை வகையாகச் சாப்பிட்டுச் செல்லும் சேதுவை அவள் பார்க்கவேண்டும்.

அடுத்த அறைக்குள் ஆண் குரல்கள் கேட்டன.

பில் கொடுப்பதற்கு கௌண்டரில் நிற்கும்போது சிவசங்கரன் சிகரெட் பற்ற வைத்தான்.

"பிரபாகரனுக்கு சிகரெட் வேணுமா?"

சற்று யோசித்த பிரபாகரன் சிகரெட் டின்னிலிருந்து ஒன்றை எடுத்துக்கொண்டான்.

"சேதுட்ட கேக்கவே வேண்டாமே?"

"வேணும்."

சிவசங்கரனின் முகத்தை ஏறிட்டுப் பார்த்த சேது தைரியமாக சொன்னான். அவனுக்கு நம்பிக்கை வரவில்லைபோல் தோன்றியது.

சிகரெட் புகையை உள்ளிழுக்காமல் ஊதியபடி ரோட்டுக்கு வந்த சேது, சியாமளா நாயரும் கூடவந்தவர்களும் ஓட்டலிலிருந்து இறங்கிச் செல்வதைப் பார்த்தான். வீட்டிலுள்ளவர்களாக இருக்கலாம். அவர்கள் விளக்குத் தூணில் பின்னால் நிறுத்தப்பட்ட காரில் ஏறினார்கள். தடித்தக் கண்ணாடி அணிந்தவன் காரை ஓட்டிச் சென்றான். சிகரெட் புகைத்தபடி நிற்கும் அவர்களைக் கவனிக்கவே இல்லை, யாருமே!

இருமல் வந்து மூச்சுத் திணறியது. இருந்தும் அவன் சிகரெட்டைக் கைவிடவில்லை. ஹாஸ்டல் படியேறும்போது யாரோ கேட்டார்கள்:

"உம்..?"

"டவுனுக்குப் போயிருந்தோம்."

"ஷாப்பிங்?"

"இல்லை, மதறாஸ் கஃபேவுக்கு."

சிவசங்கரன் சொல்லும்போது அந்தப் பெருமைக்கு நானும் பங்காளி என்பதுபோல் சேது தலைநிமிர்ந்து நின்றான்.

இரவில் சாமி கேட்டான்:

"நீ சிகரெட் பிடிப்பே இல்லையா?"

"இல்லை."

"பொய் சொல்லாதே. ஸ்மெல் அடிக்குது."

சாமியின் முன் அவன் பதுங்கினான்.

"சும்மா இழுத்துப் பாத்தேன். ஹேபிட்டாக்க மாட்டேன் சாமி."

ஓய்வு நேரங்களில் லைப்ரரியில் உட்கார்ந்து வாசிக்கும் பழக்கமுள்ள சேதுவைப் பற்றி சாமிக்கு அதுவரை நல்ல அபிப்பிராயம்தான் இருந்தது. மோசமான பையன்களுடன் சேர்க்கை இல்லை. துஷ்டத்தனங்கள் கிடையாது. ஊரில் நடக்க இருப்பதை அறிந்தால் சாமியும் மற்றவர்களும் என்ன சொல்வார்கள்?

ஒவ்வொரு இரவும் தூக்கம் வராமல் படுத்தபடி அவன் தன்னையே சபித்துக்கொள்வான்.

சுமித்ரா முன்வாசல் மாடியில் ஏறி வந்தபோது எதையும் யோசிக்கவில்லை.

யாரிடம் சந்தேகம் கேட்பது? பதினாறு வயதான ஒருவனால் அப்பாவாக முடியுமா?

ஒரு வாரத்துக்குப் பிறகு பரமேஸ்வரண்ணனின் கடிதம் வந்தது. இன்லாண்டுதான். அண்ணனாகப் பார்த்துக் கடிதம் எழுதுவது அபூர்வம். ஒருவேளை அம்மா அவனுக்கு எழுதி,

அவன்... யாருமில்லாத வராந்தா மூலையில் சென்று கடிதத்தைப் பிரிக்கும்போது கைகள் நடுங்கின. தெய்வமே, இந்த ஒரு தடவை மட்டும் மன்னித்துவிடு... இனி இப்படிச் செய்ய மாட்டேன். செய்த குற்றத்தை மன்னித்துவிடு!

கடிதத்தை வாசித்து முடித்த பிறகுதான் சேதுவின் மூச்சு நேரானது.

மனதுக்குள் குப்பையும் கூளமுமாக பறந்துயர்ந்தச் சூறைக்காற்று அடங்கியது போல் பேரமைதி.

அடுத்த மாதம் ஃபீஸ் கட்ட வேண்டும். அப்பாவால் அறுபது ரூபாய்தான் அனுப்பி வைக்க இயலுமென்று அண்ணன் எழுதியிருந்தான். ஃபீசை இரண்டு தவணையாக கட்டலாமா என்று ஆஃபீசில் கேட்டுச் சொல்ல வேண்டுமாம்.

— நீ மைக்கேல் மஸ்சுக்கு வருவாய் என்று கருதுகிறோம்.

சம்பவங்களை எல்லாம் கேள்விப்பட்டு, மைக்கேல் மஸ்சுக்கு வருவான். அப்போது பார்த்துக்கொள்ளலாம் என்றிருக்கிறார்களா?

தன்னுடைய முட்டாள்தனங்களைப் பற்றி நினைத்தபோது வருத்தமாக இருந்தது. உலகப் பேரழகுகள் அனைத்தும்

சுமித்ராவிலும் குடிகொண்டிருப்பதாகக் கருதிய முட்டாள் தனம். பெவிலியன் ஹாலில், பால்கனியில் அணிவகுத்து நிற்கும் வண்ணங்களின் உலகைக்கண்ட பிறகுதான், செய்த குற்றத்தைச் சரியாகப் புரிந்துகொள்ள முடிந்தது.

2

ஓணத்துக்கும் மைக்கேல் மஸ்சுக்கும் சேர்த்து விடுமுறை அளிக்கப் பட்டது.

சாமி, பெட்டியைக் கொண்டு போவதாக முடிவு செய்ததால் அவனது லெதர் பேக்கை இரவல் வாங்க முடிந்தது. துவைத்துத் தேய்த்த சட்டையையும் வேட்டியையும் இரண்டு மூன்று புத்தகங்களையும் அதில் வைத்தான்.

வெள்ளிக்கிழமை இரவு இரண்டு மணிக்குப் புறப்பட்டான். விடுதியில் அன்று இரண்டு வார விடுமுறைக் கொண்டாட்டம். கல்லூரி திறந்த பிறகு கிடைத்த முதல் விடுமுறையில் அனைவரும் ஊருக்குக் கிளம்புகிறார்கள்.

கொண்டாட்டத்தில் பங்கு வகிப்பதுபோல் காட்டிக்கொள் வதற்காக சேதுவும் சிரித்தான். கேரம் விளையாடினான். விருந்துண்ட பிறகு கிடைத்த சிகரெட்டை இழுத்தான். ஆரவாரங் களிடையே வெற்றுச் சிரிப்புடன் நிற்கும்போது, காலையில் வீட்டுக்குச் சென்ற பிறகு நடக்கப்போகும் காட்சிகள் மனதுக்குள் தெரிந்தன. பயத்தை வெளிக்காட்டாமல், பதற்றத்துடனும் தனிமைக்குப் பயந்தும் கூட்டத்துடன் நின்றிருந்தான்.

– ஒருவேளை நான் திரும்பி வரமாட்டேன்...

யாருக்கும் தெரியாத ஏதோ ஒரு இடத்துக்குப் போவேன். அறிமுகமான எல்லா முகங்களை விட்டும் ஓடி ஒளிந்து... சேது மனம் தளர்ந்தான்.

முதன் முதலில் பாவம் செய்யத் தூண்டிய பாம்பு.

முற்றத்து மாடியில் ஜன்னல் வழியாகப் பார்த்துக்கொண்டு நிற்கும்போதுதான் படம் விரித்த பாம்பைப் புரிந்துகொண்டான். மேற்குத் தொடர்ச்சி மலையினூடே புகுந்து, கரும்பனைகள் நடுநடுங்க சீறிப்பாயும் கடுங்குளிர்காற்றின் திறந்த நடைவெளியில் நிற்கும்போது பைபிளில் வரும் பாவத்தின் கதை ஏனோ நினைவுக்கு வந்தது.

கற்பனையில் ஒரு வீரக் காட்சி:

அவளைத் தொடக்கூடாது. நான்தான், குற்றம் என்னுடையதுதான்.

ஏண்டா நீயா!

ஆமாம், நானேதான்.

இருந்தும், தலை தாழ்த்தி கண்ணீரால் நனைந்த ஈரத் தரையைப் பார்த்தபடியே நிற்கும் யுவதியின் கையைப் பற்றியபடி பெருவழியை, பிரபஞ்ச விசாலத்தை நோக்கிப் புறப்படும்போது மனம் அவளுக்கு மட்டும் கேட்கும்படியாக உச்சரித்தது: 'உனக்கு நானிருக்கிறேன்.'

அப்பாவின், பரமேஸ்வரண்ணனின் முகங்கள் மனதில் தெரிந்தபோது கற்பனைக் காட்சி, மின்னலில் தோன்றி மறையும் வழித்தடம்போல் திடீரென அந்தகாரத்தில் மூழ்கியது.

மணியோசை, நடைபாதையின் நெடுநீளத்தில் சலனங்களை உருவாக்கியது.

நடைபாதை முழுவதும் மாணவ மாணவிகள். காசர்கோட்டுக்குச் செல்பவர்களும் அதிலிருந்தார்கள். பெட்டியும் பையும் உதட்டில் புகையும் சிகரெட்டுமாக நடக்கும் சிறு சிறு குழுவினரின் சீழ்க்கையொலி. ஆங்கிலம் கலந்து உரத்தக் குரலில் பேசிக்கொள்கிறார்கள். நாங்கள் கல்லூரி மாணவர்கள் என்று அறிவிப்பதுபோல்.

கூட்டம்... இடித்தும் தள்ளியும் மிதித்தும் வண்டிக்குள் வந்து விழும் மனிதர்களைப் பார்த்த சேது பயந்து விலகி நின்றான். கூட்டத்தில் தங்களை விட்டு விலகிப் போனவர்களுக்குக் கிடைக்கும் திட்டுகள், இடம் பிடித்த மகிழ்ச்சிகள், மற்றவர்களின் இரும்புப் பெட்டிகளிலிருந்து தங்களை விடுவிக்க இயலாதவர்களின் ஓலக்குரல்கள்.

கண்ணூர்க்காரன் ராகவன் நம்பியார் துவாலையை விரித்துப் பிடித்த இடத்தில் அவனுக்கான பங்கைக் கொடுத்தான். கக்கூஸ் கதவருகில் குந்தி உட்கார்ந்திருந்த வள்ளிக் கடுக்கனும் தலைப்பாகையும் அணிந்த முதியவரின் அருகில், ஜன்னலில் சாய்ந்து நிற்கும் பெண்ணைப் பார்க்காமலிருக்க முயற்சி செய்தான். உண்ணி மாஸ்டர் மைனர் போயம்ஸ் தொடங்கிய வகுப்பில் விவரித்த 'சிவல்ரி'யின் பொருளைப் புரிந்துகொண்டவர்கள் யாரும் இங்கே இருக்க வாய்ப்பில்லை என்பதில் அவனுக்கு ஆறுதல்.

வண்டியின் தாளகதியிலான அசைவில் தூக்கத்தின் விகார உருவங்களும் சுற்றி ஆடியுலைந்தன. வேர்வையின், பீடிப்புகையின் மூச்சுக்காற்றின் துர்நாற்றம். ஓலைப் பெட்டிகளும் இரும்புப் பெட்டிகளும் ஏற்றிய லக்கேஜ் பர்த்தில் இடம் பிடித்து சுருண்டுக்

எம்.டி. வாசுதேவன் நாயர்

கிடந்த பையனூர்க்காரன் பாலகிருஷ்ணனுடன் சிறிதுநேரம் பேசிக்கொண்டிருந்த நம்பியாரும் தூங்கிவிட்டான்.

கூரிருளைத் துளைத்து இழை ஐந்துபோல், இரைந்தும் சீறியும் ஓடிக்கொண்டிருந்தது புகைவண்டி. தீப்பொறிகள் பறந்து இருளில் கரைவது ஜன்னலினூடே தெரிந்தது. முதியவரின் அருகில், ஆரஞ்சுத் தோல்கள் கிடந்த நனைந்த, அசுத்தமான தரையில் உட்கார்ந்திருந்த அவளும் தூங்க ஆரம்பித்தாள்.

அழுது வடியும் பல்பின் கழன்றக் கண்ணாடிக் குடுவை அசைந்தாடியது. பல்பைச் சுற்றி வட்டமிட்டிருந்த சிற்றுயிர்களைப் பார்த்தபடியே அமர்ந்திருந்தான் சேது.

அதிகாலை ஐந்தரை மணிக்கு வண்டி ஸ்டேஷனை அடைந்தது.

தான் திரும்பி வருவதாகக் கற்பனை செய்ய முயன்றான். நாற்பத்தைந்து மைல் தொலைவிலுள்ள நகரத்தில் பெரிய பல்கலைக்கழகத்தில் படிக்கும் இளைஞன் திரும்பி வருகிறான்.

விளக்குத் தூண்களில் கண்ணாடிக் குடுவைகளிலிருக்கும் மண்ணெண்ணெய் விளக்குகளின் மங்கிய வெளிச்சம் படர்ந்த ரெயில் நிலையம் ஆளரவமற்றுக் கிடந்தது. அதிர்ஷ்டம்தான். நண்பர்கள் யாரும் இன்னும் விழிக்கவில்லை. விழித்தால், சேதுவின் வீடு எங்கே? வீட்டுப்பெயர் என்ன? என்று கேட்பார்கள். விடுமுறையின்போது யாராவது வீட்டுக்கு வந்தால் ஏற்படப்போகும் அசம்பாவிதங்களை நினைத்துப்பார்க்க முடியாது. முன்பொருமுறை ஹரிதாசன் வீட்டுக்கு வந்த அனுபவம், நீங்காத அவமானமாக இன்றும் மனதுக்குள் நிற்கிறது.

இருள் இலேசாக விலகுவது வரைக்கும் காலியாகக் கிடந்த சிமெண்ட் பெஞ்சில் உட்கார்ந்திருந்தான். தூக்கக் கலக்கம் முழுவதும் இமைகளில் படர்ந்தேற ஆரம்பித்ததும் தோணிக்கடவை நோக்கி நடந்தான்.

ஏற்கனவே அறிமுகமான தோணிக்காரன் கேட்டான்:

“பாடசாலை லீவுல வர்றதா?”

கல்லூரிக்கும் பாடசாலைக்குமான வேறுபாட்டை தோணிக்காரனுக்கு விளக்கிச் சொல்ல அவன் விரும்பவில்லை.

முதல் தோணிக்காக கடவில் வந்து நிற்பவர்கள் தொலைவிலுள்ள சந்தைகளுக்குப் போகும் வியாபாரிகள். அதில் தெரிந்த முகங்கள் ஏதாவது? இல்லை. மனம் ஆறுதலடைந்தது. தோணியில் தனியாக உட்கார்ந்திருந்தான். மெல்லிய குளிர்க்காற்று. அறுவடையை எதிர்பார்த்திருக்கும் வயல் வெளிகள்.

வீட்டருகில் வரும்போது நெஞ்சுத்துடிப்பு அதிகரித்தது. இதோ வருகிறது, உத்திராட்சப்பூனை.

முழுத் தைரியத்தையும் திரட்டி, ஓரப்படிகளைக் கடந்து முற்றத்துக்கு வரும்போது செறுமிப்பெண் முற்றம் பெருக்கிக்கொண்டிருந்தாள். திறந்து வைத்த வெற்றிலைச் செல்லத்தின் அருகில் உட்கார்ந்து அம்மா தலை வாரிக்கொண்டிருந்தாள். மாதவன் மாமா கல்தொட்டியின்மீது பல் விளக்கிக் கொண்டிருந்தார்.

முதல் நாளிட்ட கோலம் சாணியில் நனைந்துச் சிதறி முற்றம் அருவருப்பாகக் கிடந்தது.

பையைக் கீழே வைத்த அவனால் அம்மாவின் முகத்தை ஏறிட்டுப் பார்க்கவும் முடியவில்லை. அடுத்ததாக வெடித்துச் சிதறுவாளோ? முகத்தில் தென்படும் அமைதி அதற்கான முன்தயாரிப்போ?

"எவ்வளவு நாள்டா லீவுட்டுருக்காங்க?"

அப்பாடா! வயலோரம் ஓடித் திரியும் காலைத்தென்றல் மனம் முழுவதும் படர்வது போன்ற குளிர்ச்சி. திண்ணை விளிம்பில் உட்கார்ந்து தன்னை ஆசுவாசப்படுத்திக் கொண்ட சேது சொன்னான்:

"ரெண்டு வாரம்."

அப்போது ஆடுகளை ஓட்டி வரும் சத்தம் கேட்டது.

"இங்க வா ஆடே, இங்க... ஏய், ஆட்டுக்குட்டி உன்னை..."

சுமித்ரா! ஆமாம், சுமித்ராவின் குரலேதான்.

மேற்கு முற்றம் வழியாக ஆடுகளை ஓட்டிச் சென்ற அவள் குன்றுக்குச் செல்லும் இடைவழியில் ஏறிய பிறகுதான் சேதுவைக் கவனித்தாள்.

சிரித்துக்கொண்டே பக்கத்தில் வந்தாள்.

ஏந்திச் சொருகிய வேட்டியை இறக்கி விட்டு அம்மாவின் முன் நின்று கேட்டாள்:

"இப்பதான் வர்றியா சேது?"

"ஆமா."

சுமித்ரா சோகச் சிறையில் வதைபடும் நாயகியல்ல! ஜூன் மாதம் பார்த்த அதே சுமித்ராதான். இதற்கு முன் பார்த்ததே இல்லை என்பதுபோன்ற அவளது கண்களின் உறுதியான

நோட்டத்தில் தான் சற்றுப்பதறிப்போவதை உணர்ந்தான். நேரடியாகப் பார்ப்பதைத் தவிர்க்க முயற்சிப்பதுபோல் அவள் சொன்னாள்:

“சேது கொஞ்சம் தடிச்சிருக்கான் இல்லையா அண்ணாம்மா?”

அவன் பொதுவாகப் புன்னகைத்து வைத்தான்.

புகைவண்டியின் கூட்ட நெரிசலிலும் கசங்காமலிருக்கும் காலரையும் மூட்டுவரை மடித்து வைத்த சட்டைக் கையையும் அவள் கவனித்திருக்கிறாள். ஏதாவது கேட்க வேண்டுமே என்பதற்காக கேட்டான்:

“ஓணம் எப்ப?”

“வெள்ளிக்கிழமை பரமேஸ்வரன் தெக்க போவணும்னு எழுதியிருந்தான்.”

மாமியார் வீட்டுக்கு.

“இன்னும் வயல் அறுக்கல. பிறகு எதை வெச்சு ஓணம் கொண்டாடுறது? எது இருந்தாலும் இல்லேன்னாலும் அவிட்டத்துக்கு செறுமக்களுக்குச் சோறு கொடுக்க வேண்டாமா? விருந்தையும் கொண்டாட்டத்தையும் வேண்டாம்னு வெச்சுடலாம். வழக்கமா நடக்குறதை அப்படி விட்டுட முடியுமா மாதவா?”

கல்தொட்டியில் உட்கார்ந்து, குமட்டல் சத்தத்துடன் நாக்கு வழிக்கும் மாதவன் மாமாவை நோக்கி அம்மாவின் பார்வை திரும்பியபோது அவன் பையை எடுத்துக்கொண்டு முன்வாசல் மாடிக்குச் சென்றான். உள்வாசலுக்கு வரும்போது திரும்பிப் பார்த்தான். சுமித்ராவின் கண்கள் தன்னைப் பின் தொடர்கின்றன.

3

திருவோணம் சாப்பிட்டுவிட்டு பரமேஸ்வரண்ணன் திரும்பிச் சென்றான். காலையில்தான் பஸ்சில் வந்தான். அம்மா எரிச்சலுடன் சொன்னாள்:

“பொண்டாட்டியை விட்டுட்டு ஒரு நிமிசம் பிரிஞ்சிருக்க மாட்டான். பொண்டாட்டி தாசன்.”

முன்வாசல் மாடியில் சாய்வுப்படியில் கிடந்தால் இல்லத்து முற்றத்தில் நடக்கும் பாட்டும் களியாட்டமும் தெரியும்.

சாப்பிட்டு முடிந்ததும் நன்றாக வேர்த்தது. சட்டையைக் கழற்றவில்லை. வந்த மறுநாள், சட்டையுடன் நடக்கும்போது

அம்மா திட்டினாள். அவன் கேட்கவில்லை. அம்மா பிறகு சொல்லவுமில்லை.

மாடியில் படுத்தபடி வெளியே பார்த்து சீட்டியடிக்க முயற்சி செய்தான்.

'சலே ஜானா நஹி நைனு மிலாகெ...'

கல்லூரியில் இருந்த மூன்று மாதங்களில் ஒரே ஒரு சினிமா பார்த்தான். 'பரிபெகன்.' அதிலுள்ள அழகான ஒரு பாடலை இரவு நேரங்களில் குஞ்ஞிக்கிருஷ்ணன் சீட்டியடித்துப் பாடுவான். 'வாழ்க்கை'யை ஒன்பது முறை பார்த்த குஞ்ஞிக்கிருஷ்ணன், நகரில் எங்கிருந்தோ வைஜயந்திமாலாவின் ஒரு சுவரொட்டியைத் திருடிக்கொண்டு வந்திருந்தான். வைஜயந்திமாலாவின் திருமுகத்தைப் பார்த்தபடியே தூங்கவும் விழிக்கவும் வேண்டுமாம்.

வடக்கு வீட்டு அத்தையும் தேவுவும் சீக்கிரமாக வீட்டுக்குப் போவதைக் கவனித்தான்.

தனது மனையில் குஞ்ஞாத்தோல் முன்பு பாட்டும் களியாட்டமும் கற்றுக் கொடுப்பாளாம். அம்மாவும் சித்தியும் வடக்கு வீட்டு அத்தையும் எல்லாம் சிறு வயதில் அங்கே ஆடியிருக்கிறார்கள். குஞ்ஞாத்தோல் இப்போதும் திருவாதிரைக்கும் ஓணத்துக்கும் சுற்றுப்புறங்களிலுள்ள பிள்ளைகளை ஆட வரச்சொல்லி அழைப்பாள். பெரியவர்களுக்கு வெற்றிலையும் மோரும் கொடுப்பாள். முன்பு, ஓணக்காலங்களில் வருகிறவர்களுக்கு எல்லாம் விருந்துக் கிடைக்கும். நான்கைந்து மைல் தொலைவிருந்துகூட ஆட வருவார்கள். இப்போது ஆண்டுக்கொருமுறை செலவு செய்யவும்கூட பாட்டக்காரன் கோவிந்தனின் தயவு தேவைப்படுகிறதென்று மாதவன் மாமா சொல்வார். வருபவர்களுக்கு வெற்றிலையும் மோரும் என்றான பிறகு தொலை தூரங்களிலிருந்து யாரும் வருவதில்லை. இருந்தாலும் ஓணம் நெருங்கினால் பார்ப்பவர்களிடம் எல்லாம் குஞ்ஞாத்தோல் சொல்லி அனுப்புவாள்.

ராமனின் தோட்டத்தைச் சுற்றி இல்லத் தோட்டத்துக்கு இறங்கும் வழியில் வெள்ளையாக ஏதோ நகர்ந்தபோது சேது எழுந்து உட்கார்ந்தான். சுமித்ரா!

அவன் வேகமாக கீழே இறங்கினான். முற்றத்தில் நல்ல வெயில். அதில் வெறுமனே நடந்து திரிந்த சேது தனக்குள் சொல்லிக்கொண்டான்: இது, சுமித்ரா பார்க்கவேண்டும் என்பதற்காக அல்ல! மாதவன் மாமா தூண் சாய்ந்து உட்கார்ந்து பீடி இழுக்கிறார்.

திண்ணை மூலையில் கிடந்த கோரைத் தடுக்கை எடுக்க வந்த சித்தி சொன்னாள்: "எண்ணைத் தேச்சுக் குளிச்சிட்டு அடிக்கிற வெயிலை எல்லாம் வாங்கிக் காய்ச்சல் வந்துக் கிடக்கப்போறா பாரு. எங்கிருந்து வந்தா இந்தச் சவத்து மூதி?"

பத்மு இல்லத்துக்கு ஓடுவதைப் பார்த்த சேது, சித்தியிடம் சொல்லவில்லை.

மீண்டும் முற்றத்து மாடிக்குச் சென்றவன் சாய்வுப்படியில் அமர்ந்துகொண்டான். அப்போது சுமித்ரா போவது தெரிந்தது. வடக்குப் பக்கம் போகிறாளோ? வேப்ப மரத்தடிக்குச் சென்ற சுமித்ரா நடையின் வேகத்தைக் குறைத்துவிட்டு மேலே பார்த்தாள். கறுப்புக்கரையிட்ட புது வேட்டி உடுத்தி, ஒரு சுற்றுப் பருத்திருந்தாள். நீலப்பூக்களிட்ட ஜாக்கெட் இறுகிக் கிடப்பதுபோல் தோன்றியது. நேற்றுப் பார்த்ததை விடவும் இன்று வளர்ந்திருக்கிறாள்.

கீழே கூடத்தில் வைத்து தோணிக்காரன் மாப்பிளைக்கு மாதவன் மாமா சோறு பரிமாறிக்கொண்டிருந்தார். அம்மா பக்கத்தில் எங்காவதுதான் இருப்பாள். இருந்தும் அவன் சைகையில் அழைத்தான். கூடத்தில் ஆட்கள் இருக்கும்போது மாடியேற முடியாது என்று தெரிந்தும் அங்குமிங்கும் பார்ப்பதுபோல் வெறுமனே பாசாங்குக் காட்டி, மதிய வெயிலுடன் சேர்ந்து சிரித்தபடி நேராக வடக்கு வீட்டு வேலியை நோக்கி நடந்தாள்.

தூங்க வேண்டும் போலிருந்தது. ஆனால், சுமித்ரா வரும்போது பார்க்க முடியாமல் போனால்? இல்லத் தோட்டத்திலிருந்து வாழைக்கூட்டம் வழியாக வேலிக்கருகில் வருவது யார்? சுமித்ராதான்.

அவள் நிற்காமல் முகத்தைத் திருப்பாமல், மேலே நிலைப்பலகைப் பார்த்துச் சிரித்த படியே நடந்தாள். கூடத்து முற்றத்தைக் கடக்கும்போது மாதவன் மாமா கேட்பது காதில் விழுந்தது.

"என்ன சுமித்ரா திரும்பிட்டே?"

"அங்க யாருமில்லை. எல்லாரும் அடச்சு மூடிட்டுப் போயிட்டாங்க. முற்றத்துல பாவைக்கா காயப்போட்டிருக்கு."

கண்களில் மயக்கம் தெரிகிறது. வடக்கு வீட்டில் யாருமில்லை.

படியிறங்கி, வேட்டியை மடித்துக் கட்டி, ஓடைக்கரைக்குப் போவதுபோல் மெல்ல கமுகந்தோப்புக்கு நடந்தான்.

தோட்டோரமாக நடந்து வடக்கு வேலியருகில் வந்தான். வேலி தகர்ந்துக் கிடந்தது. ஒரு நிமிடம் சுற்றுமுற்றும் பார்த்தான். யாரும் கவனிக்கவில்லை. முற்றத்திலிருந்தும் யாரும் பார்க்கவில்லை.

வடக்கு வீட்டு முற்றத்திலும் ஆளில்லை. வெறுமனே செருமினான். செம்மண் பூசிய சிறு வைக்கோல் புரையைச் சுற்றி, குளத்துக்குச் செல்வதுபோல் நடந்தபோது அவரைப் பந்தலின்கீழ் சுமித்ரா தலை முடியை அவிழ்த்துப்போட்டு நிற்கிறாள்.

"அத்தை எங்க சுமித்ரா?"

– தனது குரல் இறுகியிருக்கிறது.

"எல்லாரும் இல்லத்தில இருக்கா. பாவைக்கா காயப்போட்டிருக்கு. அதனால நான் ஓடியாந்தேன்."

சேது திண்ணையில் ஏறினான்.

"பழமும் உப்பேரியும் சாப்பிடறியா சேது?"

"வேண்டாம்."

அவள் மேலே வைத்திருந்த அகப்பைக் கணையை உருவி, வாசல் கொண்டியைக் குத்தித் திறந்தாள்.

உள்ளே சென்ற சுமித்ராவை சேதுவும் பின்தொடர்ந்தான். கூரிருள். வெளியிலிருந்து வந்ததால் எதுவும் தெரியவில்லை. ஒளிப்படலம் கண்களை விட்டகன்று இருளுக்குப் பழகுவதை எதிர்பார்த்து நிற்கும்போது சுமித்ரா தெற்கு அறை வாசலைத் திறந்தாள். சேது பயந்துவிட்டான். கதவு விலகும்போது நாதாங்கி அலறுகிறது.

பீடி புகைக்காத, கடையில் போய் சாயா குடிக்காத தன்னை யாரும் பார்த்துவிடக் கூடாதென்று அவன் பிரார்த்தனை செய்தான்.

சுமித்ராவின் பின்னால் அறைக்குள் நுழையும்போது சாய்வுப்படியின் உருளைச் சட்டங்களினூடே ஊர்ந்து வரும் வெளிச்சக் கீற்றில் குறுகிய அந்த அறை தெரிந்தது. கட்டிலின்மேல் பழைய போர்வைகள் அடுக்கி வைக்கப்பட்டிருந்தன. கீழே ஒரு பெரிய கால்பெட்டி. மூலையில் உறியில் தொங்க விடப்பட்டிருந்த புதிய பானை. எண்ணெய் படிந்த, பழைய துணியின், மட்டிப்பசையின் வாசம் அறைக்குள் தங்கியிருப்பதைப்போல் தோன்றியது.

எதுவும் பேசாமல் அருகருகில் நின்றிருந்தார்கள்.

எம்.டி. வாசுதேவன் நாயர்

சாய்வுப்படியை மூடியதும் இருள், கூரிருள் கஞ்சிப்பசை யிட்ட புத்தாடை உரசி விலகும் மெல்லிய ஓசை. வேர்வையின், சந்தனத்தின், கண் மையில் கலந்த கற்பூரத்தின் கலவை வாசம் மனதுக்குள் ...

"யாரு?"

பயமூட்டுவதுபோன்ற சுமித்ராவின் உச்சரிப்பைக்கேட்ட சேது நடுங்கினான். வெளியே யாரோ செருமுகிற சத்தம்.

சுமித்ரா நடுங்கும் முழங்கையை விரல்களால் அழுத்திப் பிடித்து எழுந்தபோது சேது கண்மூடி அரை மயக்கத்தில் இருந்தான். காதுகளில் சில்வண்டின் ரீங்காரம் ...

திரும்பி வந்த சுமித்ரா சிரித்தபடியே சொன்னாள்:

"மாதவண்ணன்."

"ம் .. ?"

"தண்ணித் தோண்டி வாங்கறதுக்கு."

"போயிட்டாரா?"

"போயிட்டாரு."

வெளியே படர்ந்திருந்த மஞ்சள் வெயிலில் இறங்கிய சேது ஒரு மூடனைப்போல் நகைத்தான்.

கேலி செய்கிறாளோ என்ற சந்தேகத்தை உருவாக்கும் சிரிப்புடன் சுமித்ரா தாழ்வாரத்தின் கீழ் நின்றிருந்தாள்.

"இங்கிருந்து போற வரைக்கும்தானே? அப்புறம் எல்லாத்தை யும் மறந்துருவியே?"

அவளது முகத்தைப் பார்க்காமலேயே சொன்னான்:

"பின்னே .. ?"

மறக்க மாட்டேன் என்று சொல்வதற்குத் தைரியமில்லாமல் பதுங்கினான்.

கமுகந்தோப்புக்கு நடக்கும்போது தப்பித்ததுபோன்ற மன ஆறுதல். சுமித்ராவின் மை புரண்ட பெரிய கண்கள் முன் அவன் உள்சுருங்கி விடுகிறான்.

சுமித்ரா சத்தமாகச் சொன்னாள்:

"நில்லு."

நின்றான். அவள் அருகில் வந்தாள். எதற்கென்று தெரியாமல் அவன் சந்தேகத்துடன் நின்றிருந்தான்.

“ஒண்ணுமில்லே. பயப்படாதே, முகத்தில கண்மை பட்டிருக்கான்னு பாத்தேன்.”

போவதற்கான அனுமதியை எதிர்பார்ப்பதுபோல் அவன் நின்றுகொண்டிருந்தான்.

“போ.”

குளிர் நிழலுள்ள தோப்பில் நடக்கும்போது மனதுக்குள் வெற்றி மயக்கம் இல்லை. சுமித்ராவின் ஒளிரும் கண்களைப் பார்த்தபோது உருவான பதற்றம் மட்டும்தானிருந்தது.

4

மைதானத்தின் சிமெண்ட் பெஞ்சுகளிலும் புல்படர்ப்பிலும் ஆட்கள் இடம் பிடித்திருந்தார்கள். நான்கு மணிக்கு ஒலிபெருக்கியில் திரைப்படப் பாடல்கள் தொடங்கும். வெயில் தாழ்ந்து, மைதானத்தில் ஆங்காங்கே இருக்கும் மெர்க்குரி விளக்குகள் ஒளிவிடத் தொடங்குவதற்கு முன், கோட்டை நிழலில் மனிதர்கள் அரூபிகளாக மாறும் அந்த அபூர்வ கணம் சேதுவுக்கு மிகவும் பிடிக்கும். மனதின் தெளிவற்ற ஓசைகள் கேட்கும் கணம். அதன் பின்புறம் ஒரு வரலாற்றின் மணிமாடம்.

கூட்டத்திலிருந்து விலகி கோட்டையின் தென்பகுதியில் பீரங்கிக்குண்டுகளின் அடையாளங்கள் தெரியுமிடத்தில் அமர்ந்தார்கள்.

சேது ஒரே ஒரு முறைதான் கோட்டைக்குள் வந்திருக்கிறான். கிளைகளைத் தரையில் பதித்துக்கிடக்கும் வயதாகித் தளர்ந்த பெருவிருட்சங்கள்தான் அவனது கவனத்தை முதலில் கவர்ந்தன. சிவப்புப் பூசிய சிறைக்கட்டடத்தை சுற்றி வரும்போது உயரத்தில் நெருக்கிக் கட்டிய கம்பி வலைகளினூடே கொட்டடியில் காலடியோசைகள் கேட்டன.

தொடர்ந்து நடக்கும்போது அலறல் சத்தம் கேட்டது. அடி உதையின் ஓலக்குரல். நடுங்கும் உடலுடன் காலடிகளை எட்டி வைத்து அவன் வேகமாக வெளியேறினான்.

கற்களைப் பொறுக்கிக் கிடங்குக்குள் எறிந்தபடியே பிரபாகரன் கேட்டான்:

“என்ன யோசனை?”

“உம்... உம்...”

நாளை கல்லூரி திறக்கிறது. நிறைய பேர் இன்னமும் விடுதிக்கு வந்து சேரவில்லை. சிவசங்கரனும் பிரபாகரனும்

சேதுவும் மதிய நேரத்தில் வெறுமனே கல்லூரி வளாகத்தில் நடந்துகொண்டிருந்தார்கள். சிவப்புச் செங்கற்களால் கட்டப்பட்ட பழைய அலுவலகக் கட்டடத்தின் முன் நடக்கும்போது கடிதப் பெட்டியைப் பார்த்தான். பி.கே. சேது மாதவன் பெயரில் ஒரு கடிதம் கிடந்தது.

நான்கு வாரங்களுக்கு முன் வந்த கடிதம். பிரித்துப் பார்த்தபோது ஹரிதாசனின் அழகான கையெழுத்து. அவன் விசாகப்பட்டணத்தில் ஐ.என்.எஸ். ஜலஜா கப்பலில் வேலை பார்க்கிறான். சாப்பாடும் சீருடையும். மாதம் அறுபது ரூபாய் சம்பளம். ஒரு வருடத்துக்குப் பிறகு சம்பளம் அதிகமாகும். பம்பாயிலிருந்து விசாகப்பட்டணத்துக்கு முதன்முதலில் கப்பல் பயணம் செய்த அனுபவங்களை அதில் விவரித்திருந்தான். நீண்ட கடிதத்தின் முடிவில் பி.எஸ். என்று குறிப்பிட்டு, 'நமது டி.கே.பி.க்குக் கல்யாணமாகி விட்டது. ரோல்டு கோல்டு ஏஜெண்ட் ஒருவர். நான் அவரைப் பார்த்தேன். கொடுமை. நடக்கும்போது முடக்குவாதம் பிடித்த எருமைபோல் காலில் ஒரு உதறல்.'

சேது, ஹரிதாசனைப் பற்றி சொன்னான். ஹைஸ்கூல் வாழ்க்கையின் நிகழ்வுகள் கடந்த காலத் தொலைதூரத்திலிருந்து மீண்டு வந்ததுபோலிருந்தன. ஒரு வருடம் என்பது எவ்வளவு தொலைவு.

ஓண விடுமுறையில் நிகழ்த்திய ஒரு வீர சாகசத்தை விவரித்தான் சிவசங்கரன். அருகிலுள்ள குடிசையில் ஒரு உம்மாப்பெண் இருக்கிறாள். பிளேடால் கயிற்றுக்கட்டுக்களை அறுத்து உள்ளே நுழையும்போது கும்மிருட்டு. அம்மாவும் மகளும் அருகருகில் படுத்திருக்கிறார்கள் என்று தெரியாது. தூக்கக் கலக்கத்தில் அம்மாக்காரி பூனையைத் திட்டியபோதுதான் தடவிப் பார்த்தது அம்மாவின் கால்கள் என்று தெரிந்தது.

எல்லோரும் சிரித்தார்கள். சேதுவும் சிரிக்க முயன்றான்.

செர்ப்புளைச்சேரிக்காரன் ராஜனுக்கு மருத்துவம் பயில ஆர்வம். ராஜனின் சித்தப்பா மதறாசில் பெரிய உத்தியோகம் பார்க்கிறார். பிரபாகரனுக்கு பி.எஸ்.சி. முடித்துவிட்டாலே போதுமானது. பனாரசில் டெக்ஸ்டைல் டெக்னாலஜி படிக்க வேண்டும். அகமதாபாதில் ஒரு பெரிய மில்லில் டையிங் மாஸ்டராக இருக்கும் அவனது மாமாவின் அறிவுரை.

"ஓண லீவுல நீ என்ன பண்ணே?"

அவிட்டம் அன்று வீட்டுக்கு வந்த அப்பா, நான்கு நாட்கள் தங்கிவிட்டுத் திரும்பினார். போகும்போது ஒரு

வாட்ச் வாங்கச் சொல்ல வேண்டுமென்று நினைத்தான் சேது. வாசல்படி வரைக்கும் அப்பாவுடன் சென்றுவிட்டு எதுவும் சொல்லாமல் திரும்பி வந்தான். ஓண விடுமுறையின் சாதனைகள் பற்றி சொல்வதற்கு வேறெதுவுமில்லை. அவன் சிரித்தபடியே சொன்னான்:

"வேறென்ன பண்றதுக்கு. சும்மா உக்காந்து வாசிச்சிட் டிருந்தேன்."

"இது பொய்."

சாம்பிராணி வாசம் தங்கி நிற்கும் இருண்ட அறைக்குள், புத்தன் வேட்டிகள் உரசி அவிழும் ஓசை. கண்களை மூடினால் இப்போதும் அதைக் கேட்க முடியும்.

ஆனால், சொல்லவில்லை.

"பெரிய ஒழுக்கசீலன்னுக் காட்டிக்க வேண்டாம். எங்களுக்கும் தெரியும். உண்மையைச் சொல்லு. வீட்டுல எத்தனை எம்.எஸ். இருக்காங்க?"

"எம்.எஸ்சா?"

"மெய்டு செர்வண்ட்ஸ்?"

சிவசங்கரன் ஒற்றைப்பாலத்திலுள்ள ஒரு பெரிய ஜமீன்தாரின் மகன். அவனுக்கு என்ன தெரியும், தன்னுடைய வீட்டு நிலைமைகள்?

ஒப்புக்குச் சொல்லி வைத்தான்:

"ரெண்டு பேர்."

"வயசு?"

ஒரு பொய்யை ருசுப்படுத்த, தொடர்ந்துப் பொய் சொல்ல வேண்டியதாயிற்று.

"ஓல்ட்... வெரி ஓல்ட்."

"சரி, அவங்க வீட்டில யார்லாம்?"

"யாருமில்லை."

"டேய், எங்கிட்ட வேண்டாம். எம்.எஸ்.கிட்ட டிரெய்னிங் எடுக்காத யாருமே இருக்க முடியாது."

சேது அப்பாவிபோல் சிரித்தான். அதை அவர்கள் ஒப்புதலாக எடுத்துக்கொண்டார்கள்.

சிவசங்கரனும் பிரபாகரனும் வீட்டு விஷயங்கள் பேசிக் கொண்டிருந்தார்கள். அதிக ஆர்வம் காட்டாததுபோல் சேது அதைக் கவனமாகக் கேட்டுக்கொண்டிருந்தான்.

— அக்காவுடன் ஒட்டிக்கொண்ட போது அவள் ஐம்பது ரூபாய் தந்தாள்.

— அங்கிளின் காரில் குருவாயூர் சென்றோம்.

— அண்ணனின் பெட்டியிலிருந்து இரண்டு டீ சர்ட்டுகளைச் சுட்டேன்.

விடுதிக்குத் திரும்பியதும் வார்டன் வரச்சொன்னதாக வாட்ச்மேன் வந்து சொன்னான்.

வார்டன் வீட்டு வராந்தாவில் தடித்த ஆகிருதியும் முரட்டு முகபாவமும்கொண்ட மீசைக்காரன் ஒருவன் நின்றிருந்தான்.

"இந்த கிருஷ்ணன்குட்டியை சேதுமாதவனோட ரூம்ல அக்கமடேட் பண்ணிக்க."

இந்த ஆள் ஒரு மாணவன் என்று அப்போதுதான் புரிந்தது.

அவன் எதுவும் பேசாமல் நின்றிருந்தான்.

"கார்னர் ரூம்தானே? ஏற்கனவே மூணுபேரை அங்க அலாட் பண்ணியிருந்தோம்." வார்டன் மறுக்க வேண்டாம் என்ற தொனியில் சொன்னான்.

ஒப்புக்கொண்டு வெளியே வந்த சேது, தடியன் மாணவனை மனதுக்குள் சபித்தபடி நடந்துகொண்டிருந்தான். சோடா ஃபேக்டரிக்கு முன்பு வரும்போது அவனும் கூடவே வந்தான்.

"நானும் கூட வர்றேன்."

சேது எதுவும் சொல்லவில்லை.

"லாட்ஜில தங்கியிருந்தேன். அங்க பயங்கர ஆரவாரம். எதுவும் வாசிக்க முடியலை."

"எந்த வருஷம்?"

"ஃபர்ஸ்ட் இயர், ஹிஸ்டரி."

எஸ்.எஸ்.எஸ்.சி. முடித்து ஐந்து வருடங்களுக்குப் பிறகு மீண்டும் படிக்க வந்திருக்கிறான்.

"பெட்டியும் புஸ்தகங்களும் வைக்கிறதுக்கு இடமிருந்தாலே போதும். கிளப் ரூமிலோ வராந்தாவிலோ வேணும்னாலும் படுத்துக்குவேன்."

பேச்சுக்கொடுத்தபோது அந்த முரட்டு மனிதன் பாவமென்று தோன்றியது.

விடுதியில் அவனை விட்டு அகன்று நிற்பதையே அனைவரும் விரும்பினார்கள். தேவைக்கு மட்டும் பேசவும்

காலம் 75

எப்போதும் வாசிக்கவும் செய்துகொண்டிருந்த கிருஷ்ணன் குட்டிமீது சேதுவுக்கு மரியாதை உருவானது.

சாயங்காலமானால் அவன் நடக்க ஆரம்பிப்பான். மைதானத்தில் ஏதாவது பொதுக் கூட்டம் நடந்தால் சொற்பொழிவு களை முழுவதுமாக நின்று கேட்பான். இல்லையென்றால் ரெயில்வே வழியாக மூன்று நான்கு மைல் தூரம் நடந்துவிட்டு வருவான்.

ஒருநாள் வெளியே போகும்போது சேதுவிடம் கேட்டான்:

"வாக்கிங் வர்றியா?"

நீண்ட நாட்களுக்குப் பிறகு, ஹரிதாசனுக்குப் பதிலெழுத உட்கார்ந்திருந்தான் சேது.

இரவில் எழுதிக்கொள்ளலாம் என்று வைத்துவிட்டு எழுந்தான்.

"வர்றேன்."

நடந்து நடந்து ஆற்றோரத்துக்குச் சென்றார்கள். வற்றி வலுவிழந்த ஆறு, அலங்கோலமாகச் சிதறிக்கிடந்த பாறைக்கூட்டங் களிடையே தட்டுத் தடுமாறி ஓடிக்கொண்டிருந்தது.

சிவசங்கரனும் பிரபாகரனும் நாளை மதியம் கோயம்புத்தூருக்குப் போகிறார்கள். தாராசிங் குஸ்தி பார்க்க. ஏதாவது பேசவேண்டுமே என்பதற்காக சேது தொடங்கி வைத்தான்.

கிருஷ்ணன்குட்டி, சேது எதிர்பாராத ஒரு கேள்வியைக் கேட்டான்:

"அவங்களைப்போல ஆகணும்னு நீ ஆசைப்படுறியா?"

சேதுவால் இதற்கு உடனடியாகப் பதில் சொல்ல முடிய வில்லை. அந்தக் குரலின் மிடுக்கில் அவன் குறுகிப்போனான்.

"துட்டுள்ள குடும்பத்துல பிறந்தவங்கன்னு காமிக்கிறதுக்காக ஒவ்வொருத்தனும் காட்டுற கோமாளித்தனங்கள் பாக்க சகிக்கலை."

கிருஷ்ணன்குட்டியின் முரட்டு முகத்தின் கண்கள் கோடுகள்போல் சுழிந்தன. எவ்வளவு சீக்கிரமாக சிவந்து விடுகிறான்.

"ஏதோ ராஜகுமாரன்கள்னுதான் ஒவ்வொருத்தனோட நினைப்பும். நாலு வருஷம் கழிச்சி தெருவுக்கு வந்த பிறகுதான் உலகம்னா என்னான்னு ராஜகுமாரனுங்க புரிஞ்சுப்பானுங்க. அத இப்பவே தெரிஞ்சுக்குறதுல என்ன தப்பிருக்குன்னு கேக்குறேன்?"

சேது பதில் சொல்லவில்லை.

“ஹாஸ்டல்ல, இல்லேன்னா கிளாஸ்ல பத்துப் பிள்ளைங் களுக்குத் தலைவனா இருந்தேன்னு சொல்லிக்கிறதுல என்னதான் பெருமை இருக்கோ?”

தனக்குள் சுருங்கிய சேது பதில் சொல்ல முயன்றான்.

“நான் உன்னை மட்டும்னு சொல்லல. எல்லாரையும்தான். ஏழ்மையை ஒருபோதும் நான் அவமானமா நினைக்கிறதில்லை.”

“நாங்களும் பணக்காரங்க கிடையாது.”

கிருஷ்ணன்குட்டியின் அப்பாவுக்கு தென்னந்தோப்பு உண்டு. ஐநூறு *பறை புஞ்சை நிலம். இங்கே ஊதாரித்தனமாக செலவு செய்து ‘ஃபேஷனபிள்’ ஆகத் திரிவதற்கு அவனது தென்னந்தோப்பில் விழும் மடல்களைப் பொறுக்கி விற்றாலே போதும்.

நான்கு வருடம் வீட்டின் அருகிலுள்ள ரூரல் கிரெடிட் சொசைட்டியில் வேலை பார்த்து சேமித்து வைத்த சொந்தப் பணத்தில்தான் கிருஷ்ணன்குட்டி படிக்க வந்திருக்கிறான் என்பதை அறிந்த சேது திகைத்துப்போய் விட்டான்.

ஆற்றின் நடுவே, பாறையில் ஏதோ துறவியின் பேரில் கட்டப்பட்ட விசித்திரமான கருங்கல் கட்டடத்தைப் பார்த்தபடியே அவன் உட்கார்ந்திருந்தான்.

சேது எதுவும் பேசாமல் அமர்ந்திருந்தான். கிருஷ்ணன்குட்டி சொன்னான்: “நாலு வருஷம் எப்படியாவது சமாளிச்சு டிகிரி வாங்கிடணும். பிறகு, பி.டி. படிச்சு ஊர்ல ஆசிரியராக வேலை பாக்கணும். என் லட்சியமே இதுதான்.”

ஒரு பெண்ணுடன் அவன் கொண்டிருந்த காதலை அறிந்த அப்பாவுக்கும் அவனுக்குமிடையே தகராறு ஏற்பட்டது.

சாயங்காலமானால் தனது கையாட்களுடன் சேர்ந்து அப்பா குடிக்க ஆரம்பிப்பார். வீடு நடுச்சாமம் வரைக்கும் சந்தை மடம்தான். அப்பா காசுள்ளவர் என்பதால் அவருக்கு அது அலங்காரம்.

“மதர் இல்லையா?”

“ஒன்பது வருஷமா சிகிச்சையில. குணமாகாது. மனநோய். அறையில பூட்டி வைக்கணும். வீட்டு நிர்வாகமெல்லாம் வேலைக்காரிகதான்.”

---

* 8 பறை = ஒரு மூட்டை

கிருஷ்ணன்குட்டி பேசிக்கொண்டிருக்கும்போது சேது அந்தக் காட்சியை மனதுக்குள் திரையிட்டான்.

போதையிலாழ்ந்த முகங்கள் முன் மகன் வரவழைக்கப்படு கிறான்.

"இவன்தான் என் புத்திரப் பாக்கியம். மம்பாட்டு சிவராமன் நாயர் மவன். இவன், பொண்டாட்டிக் கண்டுப் பிடிச்சது எங்க தெரியுமா? கோலோத்து வேலைக்காரி வீட்டுலேருந்து."

அவர் சொல்லி முடிப்பது வரைக்கும் அந்த அறைக்குள்ளேயே அவனும் நின்றாக வேண்டும். மீறினால், கத்துவதையும் கண்ணாடிப் பாத்திரங்களை எறிந்துடைக்கும் சத்தத்தையும் கேட்டு அக்கம்பக்கத்தினர் வரவேண்டிய சூழ்நிலை ஏற்படும். யோகியைப் போல் திருநாம ஜெபத்துடன் அமர்ந்திருக்கும் அம்மா இந்தச் சத்தத்தைக் கேட்டால் உடுத்தியிருக்கும் துணிகளைக் கிழித்துப் போட்டு விட்டு கை கால்களை அடித்தபடி அலற ஆரம்பித்துவிடுவாள். ஆகவே, எல்லாவற்றையும் சகித்தபடி நின்றிருப்பான். படிக்கும் காலத்தில் நேரம் கிடைக்கும்போதெல் லாம் வீட்டிலிருந்துத் தப்பித்துக்கொள்ளும் நோக்கத்துடன் அவள் வீட்டில் போய் உட்கார்ந்துகொள்வான்.

கிருஷ்ணன்குட்டி சொன்னான்: "அது காதல் எல்லாம் ஒண்ணுமில்லை. மண் சுவரும் வைக்கோல் கூரையும் கரி பூசுன தரையுமுள்ள ஒரு சின்ன வீடு. பொறுமையிழந்த நான் ஓடி ஒளியறதுக்கான ஒரு கூடு மட்டும்தான் அது. அப்பாவும் அடியாட்களும் அங்கே போய் பிரச்சினை பண்ணினாங்க. ஊருக்குள்ள இதை அவதூறா மாத்தினதும் அப்பாதான்.

சொந்த அப்பாவைப் பற்றி நான் இப்படிச் சொல்றது சேதுவுக்கு ஆச்சரியமாக இருக்கலாம். குழந்தைப் பருவத்தில் அப்பாதான் தெய்வம். சிவராமன் நாயரோட மகன்னு ஆட்கள் சொல்லும்போது பெருமையாக தலை உயர்த்தினவன்தான் நானும். வளந்த பிறகுதான் ஒவ்வொண்ணும் புரிய ஆரம்பிச்சுது. மாடியில அப்பா அறையில காலிங் பெல் இருக்கு. அது இரண்டு தடவை அடிச்சா யார் போகணும்; மூணு தடவை அடிச்சா யார் போகணும் என்கிறதெல்லாம் வேலைக்காரங்களுக்குத் தெரியும். அங்க இருக்குறவ கீழே இறங்குறது வரைக்கும் வேற யாரும் மாடிக்குப் போகக்கூடாது."

வெறுப்பை உமிழும் கிருஷ்ணன்குட்டியின் முகத்தைப் பார்க்காமலிருப்பதற்காக, சேது இருட்டத் தொடங்கிய ஆற்றைக் கவனித்தபடி அமைதியாக உட்கார்ந்திருந்தான்.

ஒருமுறை அப்பாவை அவன் தைரியமாக எதிர்கொண்டான். அன்று தலைவாசல் மாடியில் யாரும் பயன்படுத்தாத அறைக்கு அவன் மாறினான்.

அன்று காதலியின் வீட்டுக்குச் சென்றபோது சொன்னான்: "என்னால சொந்தக் கால்ல நிற்க முடியுங்குற நிலைமையில, உனக்கு விருப்பமிருந்தா உன்னைக் கல்யாணம் பண்ணிக்கிறேன்."

பக்கவாதத்தால் தளர்ந்த உடலைச் சூடேற்றுவதற்காக புறாக்களை அணைத்தபடி படுத்திருக்கும் அவளுடைய அப்பாவின் காதுகளில் விழுவதுபோல்தான் இதைச் சொன்னான். அவள் பதில் சொல்லவில்லை.

அழகானவள் என்றெல்லாம் அவளைச் சொல்ல முடியாது. எட்டாம் வகுப்புவரை மட்டுமே படித்திருக்கிறாள்.

முன்வாசல் மாடிக்கு அவள் பலமுறை வந்திருக்கிறாள். இரவு நேரங்களில்.

"அவளை நான் தொட்டதுகூட கிடையாது. அதற்கான எத்தனையோ சந்தர்ப்பங்கள் இருந்துச்சு. சும்மா பேசுவோம். அவ்வளவுதான்."

ஆழத்தில் விழும் ஏதோ காட்டருவியின் சத்தம்போலிருந்தது.

"ஊரை விட்டு வந்த பிறகுதான் அவளைப் பத்தின நினைப்பு அடிக்கடி வருது. எப்போதாவது அவளோட கடிதம் கிடைக்கும்போது மனம் தவிச்சுப் போகுது. இதுதான் காதலா? எனக்குத் தெரியலை. நீ காலேஜ் மேகசினுக்குக் கவிதை எழுதுறவன் இல்லையா? இதுக்குப் பேர்தான் காதலா?"

சேது புன்னகைக்க முயற்சி செய்தான்.

ரெயில்வே தண்டவாளத்தில் அமைதியாக நடந்துகொண்டிருக்கும்போது கிருஷ்ணன்குட்டியின் முகம் சாந்தமாக இருந்தது. லாவகத்துடன் அவன் சீட்டியடிக்க முயன்றான். சேதுவின் மனம் நிம்மதியை இழந்துபோயிருந்தது.

எங்கிருந்தாலும் கிருஷ்ணன்குட்டியின் திருமணத்தில் கலந்துகொள்ள வேண்டுமென்று அவன் உறுதி செய்துகொண்டான். கிருஷ்ணன்குட்டி தனது மனைவியை அறிமுகம் செய்யும்போது சொல்ல வேண்டும்.

"ஏற்கனவே தெரியும். பல வருஷங்களுக்கு முன்னால கேள்விப்பட்டிருக்கேன்."

காதலித்துக் கல்யாணம் செய்துகொள்வது இனிமை நிறைந்த ஒரு கற்பனையாகத் தோன்றியது பரமேஸ்வரண்ணனின் திருமணத்தின்போதுதான். வீட்டின் முக்கிலும் மூலையிலும் பரமேஸ்வரண்ணன்தான் பேசுபொருள். அண்ணன் வரும்போது யாரும் எதுவும் பேசமாட்டார்கள். இந்தக் கலகத்தினிடையே அண்ணன் தைரியமாக நின்றான். வெளுப்பாக, பார்க்க அழகாக இருக்கும் சரோஜினி அண்ணி, அண்ணனைக் காதலிக்கிறாள். அண்ணன்மீது மதிப்பு உருவானது.

பரமேஸ்வரண்ணன் கறுப்பாக இருப்பான். சரோஜினி அண்ணி அப்பாவின் சகோதரி மகள். அப்பாவுக்கும் அப்பாவின் குடும்பத்தினருக்கும் இதில் சம்மதம்தான். அம்மா மட்டும்தான் எதிர்த்தாள். அம்மாவுக்கும் அப்பாவின் குடும்பத்தினருக்கும் ஒத்துப் போகாது. எப்போதுமே தகராறுதான். தேயிலைத் தோட்டத்தில் சம்பாதிக்கும் பணம் முழுவதையும் அப்பா, மருமகளுக்குக் கொடுக்கிறார் என்பது அம்மாவின் எண்ணம்.

அப்பாவின் குடும்பத்தினர் குளித்துப் பிரார்த்தனை செய்வதுதான் தனது வீட்டில் நோய்கள் வருவதற்கான காரணம் என்றாள் அம்மா.

எல்லோரும் சேர்ந்து வற்புறுத்தி, அம்மாவின் முனகலை சம்மதமாகப் பெற்றார்கள். நான்கு மைல் தொலைவில் உறவினர் வீட்டுத் திருமணத்துக்குச் சென்றிருந்தபோது.

அன்று அங்கே சேலை உடுத்திய இரண்டு பெண்கள் மட்டுமே இருந்தார்கள். மணமகளும் சரோஜினி அண்ணியும். நீல நிறத்தில் ஆங்காங்கே வெள்ளி ஜரிகைப் பூப்போட்ட சேலை உடுத்திய அண்ணியை ரொம்பப் பிடித்திருந்தது. அவள்தான் அண்ணியாக வர வேண்டும்.

அண்ணி வீட்டுக்கு வந்த நாட்களில் குளிப்பதற்கு அண்ணிக்குத் துணையாகச் செல்வது சேதுதான். குன்றின்மீது விழுந்துச் சிதையாத நாவல் பழங்களாகப் பார்த்துப் பொறுக்கிக் கொண்டு வந்து அண்ணிக்குக் கொடுப்பான். குருணை போன்ற அவளது பற்கள் நாவல் பழம் தின்று வயலட் நிறத்துக்கு மாறுவதைப் பார்க்க வேடிக்கையாக இருக்கும்.

சேது எட்டாம் வகுப்புப் படிக்கும்போது அம்மாவுக்கும் அண்ணிக்குமிடையே தகராறு உருவானது.

“திருச்சூர்க்காரிக குணத்தைப் பத்தி எனக்கு நல்லாவே தெரியும்.”

அம்மாதான் ஆரம்பித்து வைத்தாள். மெதுவாகப் பேசும் அண்ணியின் குரல் அன்று கலகலவென்று உயர்ந்தது.

“அடியே, என் மவனால ஒருத்தி கிணத்துல விழவோ நாண்டுட்டுச் சாகவோ வேண்டாம்னுதான் நான் இந்தக் கல்யாணதுக்கு ஒத்துக்கிட்டேன். பாவம் பாத்து ... இல்லாம, திருச்சூரு ராசகுமாரியோட பிரதாபத்தைப் பாத்துல்ல. நானா இருந்ததால தான் ஊர்க்காரரா பேசாம விட்டா. மவனுக்குப் பொண்டாட்டியா வாய்ச்சவளுக்கு வயித்துல எட்டு மாசம் ...”

“கொஞ்சம் மெதுவாப் பேசுக்கா.” சித்தி கெஞ்சினாள்.

மறுநாள், பரமேஸ்வரண்ணனும் அண்ணியும் வங்கியின் அருகாமையில் வீடு வாடகைக்குப் பிடித்து மாறினார்கள்.

501 சோப்புப் போட்டு நிக்கரையும் சட்டையையும் துவைத்து சுருக்கில்லாமல் மடித்துத் தரும் அண்ணி வீடு மாறியதால் அம்மாவின்மீது கோபம் கோபமாக வந்தது. அண்ணியுடன் பவுடரின், வாசனைச் சாந்தின் சுகந்தமும் வீட்டிலிருந்து விலகியது.

படித்து முடித்த கிருஷ்ணன்குட்டி அந்தப் பெண்ணுடன் சேர்ந்துக் குடும்பம் நடத்தும் சித்திரத்தை சேது மனக்கண்களால் பார்த்தான்.

ரெயில்வே தண்டவாளத்தைக் கடந்து லெவல்கிராசைத் தொடும் பாதையில் ஏறும்போது விடுதியிலுள்ள பெண்கள் கோயிலுக்குப் போய் சாமி கும்பிட்டு விட்டு வருவதைப் பார்த்தான். போதிய வெளிச்சம் இல்லை என்பதால் யாரையும் குறிப்பாக அடையாளம் காண முடியவில்லை. கிருஷ்ணன்குட்டி கேட்டான்:

“என்ன யோசனை?”

”ஒண்ணுமில்லை.”

“நான் எதுக்காக இதையெல்லாம் சொல்றேன்னா?”

அவன் ஆமாம் என்றோ இல்லையென்றோ புரிந்துகொள்ள முடியாதபடி முனகி வைத்தான்.

“இதையெல்லாம் எப்போதாவது யாருட்டயாவது சொல்லிடணும். இல்லேன்னா முகத்தோற்றமே மாறிப்போயிடும். டென்ஷனைத் தாங்கித் தாங்கி என் முகபாவம் இப்பக் குரூரமாக மாறிட்டிருக்குறதும் எனக்குத் தெரியும்.”

கம்பித்தூண்களில் நிற்கும் தெரு விளக்குகள் திடீரென்று எரிந்தன. சுற்றிலும் புழுதி நிரம்பிய சூழலில், திடுக்கிட்டுணர்ந்த வெளிச்சம் பதற்றத்துடன் வெளுறியது.

விடுதிக் கட்டடம் தெரிகிற வளைவுக்கு வந்தபோது கிருஷ்ணன்குட்டி கேட்டான்:

“உனக்கு யார்மேலயும் காதல் உருவானதில்லையா?”

சுமித்ராமீது உருவானது காதல்தானா? ஓண விடுமுறை முடிந்து, ரெயில் நிலையத்துக்கு, புதுச் சேறு படிந்த வயல் வரப்பினூடே, வழுக்கி விடாமல் கவனமாகப் பார்த்து நடக்கும்போது வடக்கு கல்படியருகில், வாழைத்தோப்பில் அவள் நின்றிருந்தாள்.

பிரியும்போது மனதுக்குள் வருத்தம் இருந்ததா?

முடிந்த வரைக்கும் உணர்ச்சியற்ற குரலில் பதில் சொன்னான்:

“இல்லை.”

ஆனால், மனம் சுமித்ராவைப் பிரிவதில் விருப்பமில்லை என்று சொன்னது. சுமித்ராவை யாரும் சொந்தமாக்கிக்கொள்வதை விரும்பவில்லை.

கிருஷ்ணன்குட்டி பாடப்புத்தகத்தை கையிலெடுத்துவிட்டு காலியாகக் கிடந்த கிளப் ரூமை நோக்கி நடந்தான். சாமியிட மிருந்து ஒரு இன்லாண்ட் வாங்கி ஹரிதாசுக்குக் கடிதமெழுத உட்கார்ந்தான் சேது.

ஏப்ரல் மாத மதிய வெயிலில், ஓடைக்கரையில் வைத்து விடைபெற்று பல ஆண்டுகளாகிவிட்டதுபோல் தோன்றியது. எழுதுவதற்கு நிறையவே இருந்தன. சர்டிஃபிகேட் புத்தகமும் டி.சி.யும் வாங்குவதற்காக ஸ்கூலுக்குப் போகும்போது ஹரிதாசன் அங்கில்லை. கல்லூரி பற்றி, வகுப்புகள் பற்றி, முதன்முதலாக நேச்சுரல் சயன்ஸ் பிராக்டிக்கலுக்கு தவளையைக் கீறி விட்டு வந்து சாப்பிட உட்கார்ந்தபோது வாந்தியெடுத்தது பற்றி, நண்பர்கள் பற்றி, கல்லூரி மாத இதழுக்கு எழுதிய கவிதை பற்றியெல்லாம் நிறைய எழுத வேண்டியதிருந்தது.

கடைசியில் எழுதியது இவ்வளவுதான்:

‘அன்பு ஹரிதாஸ், கடிதம் கிடைத்தது. புதிய வேலையில் சேர்ந்ததை அறிந்து மகிழ்ச்சி. கல்லூரி வாழ்க்கை பரவாயில்லை. அடுத்ததாக ஊருக்கு வரும்போது எனக்குத் தெரிவிக்கவும் –’

என்றும் பிரியாத, உற்ற நண்பனாக முன்பு ஹரிதாசை மட்டுமே கருதியிருந்தான்.

விசாகப்பட்டணத்திலிருந்து இனியும் ஹரிதாசின் கடிதங்கள் வரவேண்டுமென்று தன் மனம் விரும்புகிறதா?

விரும்புகிறதென்று நம்ப முயற்சித்தான்.

5

டிசம்பர் மாதம். மலைப்பாதையினூடே கரும்பனைகளை நடுங்க வைத்தபடி குளிர்ந்த மார்கழிக் காற்று வீசுகிறது. குளிர் மூடிய இரவுப் பொழுதுகள். வேர்வையும் வெப்பமும் நிரம்பிய பகல் பொழுதுகள். கல்லூரி மூடிய பிறகும் ஊருக்குப் போகவில்லை. ஸ்பெஷல் கிளாஸ் இருப்பதாகவும் அதை இழக்க விரும்பவில்லை என்றும் அம்மாவுக்கு எழுதினான். விடுதியில் மெஸ் கிடையாது. ஆகவே, வெளியில்தான் சாப்பிட வேண்டும்.

கோடை விடுமுறை நெருங்கும்போதுதான் யோசனையாக இருந்தது. விடுதியின் கோலாகலத்தில் நகரச் சூழலில் வாழும்போது வேறெதையும் யோசிக்கத் தோன்றவில்லை. அபயம் கிடைத்த மனஆறுதல். பொழிந்துகொண்டிருக்கும் நீர்த்தாரையின் பின், செம்மண் தோண்டிய பள்ளத்தினுள் யாருமறியாமல் ஒளிந்திருப்பதுபோல். வெளியே காற்றின், மழையின் இரைச்சல் கேட்டுக்கொண்டிருந்தது.

வீட்டுக்கு வந்த சேது ஒரு உண்மையை வியப்புடன் புரிந்துகொண்டான். தான் அங்கீகரிக்கப்பட்டிருக்கிறோம். காலையிலும் மாலையிலும் இரவும் சாயா மாடிக்கு வருகிறது. தனது சிறு விரல்களை ஒதுக்கிப் பிடித்தபடி, பெரிய பித்தளைப் பாத்திரம் நிறைய சாயாவுடன் ஏணிப்படியேறி வரும் பத்முவைப் பார்க்கப் பாவமாக இருக்கும்.

ஒரு வருடத்தில் பத்மு வளர்ந்திருக்கிறாள். அவளது நடவடிக்கைகளில் வெட்கம் தெரிந்தது.

ஒருமுறை அவள் தயக்கத்துடன் கேட்டாள்:

"சேதுண்ணா, எனக்கொரு துணிக்குடை வேணும்."

"உங்கிட்ட குடை இல்லையா?"

"ஓலைக்குடைதான் இருக்கு. பழசு."

சேது அண்ணன் பெரியவனாகி விட்டான். அவனிடம் கேட்டால் கிடைக்குமென்ற நம்பிக்கை.

முதலில் அம்மாவிடம் கேட்டிருப்பாள், பெரியம்மாவிடமும் கேட்டிருப்பாள்.

"ஆமா, உனக்கிப்ப துணிக்குடையோட குறை மட்டும்தான்." அவர்கள் யாராவது உடனடியாக பதில் சொல்லியிருக்கவும் கூடும்.

சேது நினைத்துக்கொண்டான். என்னிடமும் குடையில்லை. இருந்தால் அதையாவது கொடுக்கலாம்.

ஆறு ரூபாய் மிச்சம் பிடிப்பதற்கான வாய்ப்பே இல்லை. இருந்தாலும் சொன்னான்:

"உம், வாங்கித் தர்றேன்."

சாயங்காலம் படியிறங்கி அங்குமிங்குமாக முற்றத்தில் நடந்துகொண்டிருந்தான்.

வடக்கு வீட்டு கார்த்தியாயனி தோட்டத்தினூடே தெற்குப் பக்கம் போவதைக் கவனித்தான். தேக்கிலைப் பொதிகளுடன் அவள் திரும்பி வரும்போது தோட்டத்தின் எல்லையில் போய் நின்று கேட்டான்:

"வயித்துலே என்னடீ இருக்கு?"

அவள் வெட்கத்துடன் நின்றாள்.

சிறு டவலை உடுத்தி பெரிய வயிற்றையும் காட்டிகொண்டு நடக்கிற அந்த ஒன்பது வயதுச் சிறுமியின் சிவந்தக் கண்களையும் பெரிய வயிற்றையும் பார்க்கும்போது விடுதி வார்டனின் அறையிலுள்ள சீனப்பொம்மை நினைக்கு வந்தது.

"உன் சுமித்ராக்கா எங்க?"

"அக்கா திரூருக்குப் போயிருக்கா."

"திரூருக்கா?"

"குஞ்ஞுமாளுவம்மாகூட போனா."

அன்றிரவு அம்மாவும் சித்தியும் ஊர் விவகாரம் பேசிக்கொண் டிருக்கும்போதுதான் அறிந்தான். கண்டன்குளங்கரை அப்புண்ணி மேனோன் திரூரில் ஏதோ பெரிய குடும்பத்தில் திருமணம் செய்திருக்கிறாராம். அவள் பிரசவத்துக்குப் போகும்போது சுமித்ராவையும் அழைத்துக்கொண்டு போனாளாம்.

வடக்கு வீட்டு அத்தை, பீபாத்தும்மா தவறாகப் புரிந்து கொண்டு விடக்கூடாதே என்று விளக்கிச் சொல்வது கேட்டது.

"கஞ்சியோ தண்ணியோ குடிச்சிட்டுக் கிடந்தாலும் எங்க குடும்பத்திலேருந்து வீட்டு வேலைக்கெல்லாம் யாரும் வர மாட்டோம்னு சொல்லியனுப்பினோம். ஆனா, அவளே வாயும் வயிறுமா வந்து நிக்கிறா. 'நாங்க வீட்டு வேலைக்குக் கூப்பிடுவமா? கூட வந்தா அவளை எந்தங்கச்சிபோல பாத்துக்குவேன்'ன்னு.

சுமித்ராவை அவளுக்கு ரொம்பப் பிடிக்கும். பக்தே பத்து நாள்தானே? மாதவனுக்கு இதில கொஞ்சம்கூட விருப்பமில்லை."

சுமித்ராவை அழைத்துச்செல்வதற்கு அப்புண்ணி மேனோன், மாதவன் மாமாவிடம் அனுமதிக் கேட்டார் என்று அறிந்தபோது சேது வியப்பில் ஆழ்ந்தான். மாதவன் மாமா?

வடக்கு வீட்டுக்குச் செல்வதற்கு வேலியைப் பிரித்து உருவாக்கிய குறுக்கு வழி அடைபட்டிருந்தது. டவலையும் சோப்பு டப்பாவையும் எடுத்துக்கொண்டு வேலியருகில் சென்ற சேது தயக்கத்துடன் நின்றுவிட்டுத் திரும்பி வருவதை அம்மா பார்த்தாள்:

"அந்தப் பாதையை அடைச்சாச்சு."

அவன் ஏன் என்று கேட்காமலேயே அம்மா சொன்னாள்:

"தோட்டத்துல ஆடு, மாடு, கன்னுக்குட்டின்னுப் பெருந்தொந்தரவாப் போச்சு. இனி எல்லாரும் படிக்கட்டு வழியா வந்து போனாப் போதும்."

சித்தி கேட்டாள்: "சேது குளிக்கவா போறே? வடக்குக் குளத்துல தண்ணி சரியில்லை. பத்தடி நடந்தா போதுமே, ஆத்துல எம்புட்டு தண்ணி கிடக்கு."

வடக்கு வீட்டு அத்தையும் பிள்ளைகளும் முன்போல் இல்லத்துக்கு அதிகமாக வருவதில்லைபோல் தோன்றியது.

சுமித்ரா, குஞ்ஞுமாளுவம்மாவுடன் சென்றதைப் பற்றி அம்மாவின், சித்தியின் பேச்சுகளில் ஒரு எள்ளல் தொனித்தது.

பாக்கு வெட்டுக்காரன் கண்டுவின் மனைவி வந்தபோது மேற்கு முற்றத்தின் அருகில் நின்று அம்மாவும் சித்தியும் வடக்கு வீட்டுக்காரர்களைக் குறை சொல்வது கேட்டது.

என்ன நடந்திருக்கும்?

"ஒரு கையுதவிக்காகப் போன ஒரு ஆணாப் பொறந்தவனில்லையா? அவனோட மூத்த சகோதரிக நாங்க. ஒரு தடவை சொல்லலாம்; ரெண்டு தடவை சொல்லலாம். சொல்லிட்டேவா இருக்க முடியும்?"

அப்போதுதான் நடந்ததைப் பற்றி யூகமாக ஒரு பிடி கிடைத்தது.

காரணம், மாதவன் மாமாதான். மாமா வடக்கு வீட்டுக்குப் போகிறார். அங்குள்ள தேவைகளைக் கவனிக்கிறார்.

வடக்கு வீட்டுக்காரர்கள் மாதவன் மாமாவுக்குக் கை விஷம் கொடுத்துவிட்டதாக அம்மாவும் சித்தியும் நம்புகிறார்கள். "இல்லேன்னா, அவளுங்க பேரைக் கேட்டாலே மொகரையைத் திருப்பிக்கிறவன் இப்படி ஆவானா?"

சேது சாயங்காலம் ஆற்றில் போய்க் குளித்தான். சுமித்ராவைப் பற்றி நினைக்கும்போது யார்மீதென்று இல்லாமல் கோபம் வந்தது.

கண்டன்குளங்கரை மேனோன்கள் வசதி படைத்தவர்கள். ஆட்களிடமிருந்து பண்டம், பாத்திரங்கள் அடகு பிடித்து நெல்லும் பணமும் கடன் கொடுப்பவர்கள்.

திரூரில் குஞ்ஞுமாளுவம்மாவின் வீட்டுக்காரர்கள் ஊர் முக்கியஸ்தர்கள் என்றும் கேள்வி. பழைய குடும்பக்காரர்கள்.

பெரிய வீடாக இருக்கலாம். ஆள் நடமாற்றமில்லாத இடைவழிகள். வெளிச்சம் குறைந்த அறைகள். அந்தி நேரத்தில் இருள் பதுங்கி நிற்கும் களப்புரைகள்.

அங்கே இளந்தாரிப் பையன்களும் இருக்கக்கூடும். கல்லூரி யில் படிப்பவர்கள், உத்தியோகம் பார்ப்பவர்கள். சுமித்ராவின் இரவுத் தூக்கம் அவ்வளவு பெரிய வீட்டில். வரட்டும் அவள். கண்டவர்களுடன் கண்ட இடங்களுக்குப் போய் எதற்காக அவள் தங்க வேண்டும்? நினைக்க நினைக்க மனவருத்தம் அதிகரித்துக்கொண்டிருந்தது.

முன்வாசல் மாடியிலிருந்தால் ஜன்னலினூடே கீழே வருகிற போகிறவர்களிடம் அம்மாவும் சித்தியும் பேசுவதைக் கேட்கலாம். ஆந்தூரே உம்மட்டுவம்மா, செறுமி காளித்தள்ளை, வலைக்காரன் முகம்மதின் மனைவி பீபாத்தும்மா என்று ஊர் அபாண்டங்கள் முழுவதும் முற்றத்தில் வந்து சேரும். அம்மாவும் சித்தியும் சேர்ந்திருந்தால் அவர்களுக்கும் அதில் பங்குண்டு. தனியாக இருந்தால், அம்மாவின் தயவு தாட்சணியமற்ற குணங்களைப் பற்றி சித்தியும், கையில் தொடக்கொள்ளாத சித்தியின் சுபாவங்களைப் பற்றி அம்மாவும் பேச்சினூடே மற்றவர்களுக்கு எடுத்துச் சொல்வார்கள்.

ஊர் விவகாரம் முடிந்து, ஒரு புதிய மண் கலயத்துடன் வெளியே வந்த உம்மட்டுவம்மா கேட்டாள்:

"என்னாச்சி, மாதவன் நாயரோட சம்மந்தம்?"

சித்தி சொன்னாள்: "அவனுக்கு என்னாச்சுன்னு எவ்வளவு யோசிச்சும் எங்களுக்குப் பிடி கிடைக்கல உம்மட்டு. கல்யாண

விஷயத்தைத் தொடங்குனா எழும்பிப் [illegible] துடைச்சிட்டுப் போற ஆளு. அவ யாரோ ஒண்ணுமில்லை. அதுகளுக்கு ஆண் துணையில்லை. ஒரு குடும்பக் காரணவரோட மவள்னு அக்காதான் சொன்னாள். அவ பேரைக் கேட்கும்போதே கலி மூக்குது. கோழிக்கறியும் சாயாவும் கொடுத்து அவனை வளைச்சுப் போட்டுட்டா.”

அப்போது கோபத்தில் கரகரக்கும் அம்மாவின் குரல் கேட்டது.

“அதை நினைக்கும்போதே என் கால்ல இருந்து விறுவிறுன்னு ஏறுது. நான் இதமாச் சொல்லி வற்புறுத்துன காலத்தில எல்லாம் வேண்டாம்னுட்டான். இப்ப அந்தக் கூறு கெட்டவன் அங்க உள்ள ஆளு. வடக்கூட்டுக்காரி இழுத்து வலிச்சு கொசுக்கணக்கா நடக்கான்னுப் பாக்காதே. என்ன சாதனம் அது?”

“இப்ப நேந்திர வாழை வெட்டுனா முதல் குலை வடக்கூட்டுக்கு.” சித்தி எடுத்துக் கொடுத்தாள்.

“மாதவன் நாயரைப்போல ஒரு ஆளு கிடைச்சா வேண்டாம்பாளுவளா? இல்லத்துக் காரியஸ்தன். நாலு பேர் வேலையை ஒத்த ஆளா நின்னு செய்றவரு. உங்களுக்கு சேதி தெரியுமா..?” உம்மட்டுவம்மா மற்றொரு செய்திக்குத் தாவினாள்.

அது, குன்றின்புறம் சாத்து நாயர் மகள் ஜானகியின் கள்ளப் புருஷனைப் பற்றிய செய்தி.

மாதவன் மாமா இரவில் ரொம்பத் தாமதமாகவே வருவார். அகன்ற காதுகளும், எலும்புத் துருத்திய முகமும், முழங்கையில் அடர்ந்த ரோமமும், கூட்டுப் புருவமும்கொண்ட தேவுவை மாதவன் மாமா விரும்புகிறார் என்று முதலில் அறிந்தபோது நம்பவே முடியவில்லை.

இரவில் அமைதியாக உட்கார்ந்து சாப்பிட்டு விட்டு பீடி புகைத்தபடி வெளித்திண்ணையில் ரொம்ப நேரம் உட்கார்ந்திருப்பார். திண்ணை இருட்டில் உளுத்துக் குழி விழுந்த உருளைத் தூணில் சாய்ந்து உட்கார்ந்திருக்கும் மாமாவை முற்றத்தில் நடக்கும் சேது ஆச்சரியமாகப் பார்ப்பான்.

மாதவன் மாமா கறுப்பாக இருப்பார். தடித்த, சவுரிபோன்ற தலை முடி உதிர்ந்து ஆங்காங்கே வெளுத்த மண்டையோடு தெரியும். அபூர்வமாகவே சிரிப்பார். பேசும்போது பெரிய பலகைப் பற்களினூடே காற்று வெளிவருவதுபோல் தோன்றும்.

தேவு இப்போது இல்லத்தில் வேலைக்கு வருவதில்லை. மாதவன் மாமா சொல்லித்தான் அவள் வருவதில்லை என்று அம்மாவும் சித்தியும் நம்புகிறார்கள்.

"நீ எங்க படுக்கப்போறே?"

இருட்டில் திடீரென்று மாதவன் மாமாவின் குரல் கேட்டதும் அவன் திடுக்கிட்டான்.

"மாடியிலயா, கீழயா?"

"மாடியில."

சாய்வுப்படியில் மடித்து வைத்தப் போர்வையை விரித்துப்போட்ட மாதவன் மாமா, பற்ற வைத்த மற்றொரு பீடியுடன் திண்ணையில் வந்து உட்கார்ந்தபோது சேது உள்ளே சென்றான். மாதவன் மாமாவுக்கு இப்படியான ஒரு மாற்றம் எப்படி நிகழ்ந்தது?

மூன்று

1

பீடித்துண்டை மதிலை நோக்கிச் சுண்டியெறிந்த மாதவன் எழுந்தான்.

களத்துமேட்டின் மெல்லிய நிலவு வெளிச்சத்தில், இலேசாக வீசிய காற்றில் வாழையிலைத் தண்டுகளின் நிழல்கள் உயிர்ப்பெற்று அசைந்தாடுவதைப் பார்த்தபடி சாய்வுப்படியில் உட்கார்ந்திருந்தான். தூக்கம் தொலைவில் இருப்பதுபோல் தோன்றியது. சேது நடக்கும்போது பழைய மாடிப்பலகைகள் அதிர்கின்றன.

ஒரு பாத்திரத்தில் குடிப்பதற்குத் தண்ணீர் கொண்டு வந்து வைக்கச் சொல்லியிருக்கலாம். அக்கா, போர்வையை சாய்வுப்படியில் வைத்துவிட்டுப் போகும்போது சொல்ல நினைத்தான். ஆனால், சொல்லவில்லை. அவர்களின் முன்னால் வரும்போது மாதவன் குறுகிப்போய் விடுகிறான். எல்லாருக்குள்ளும் அவனைப் பற்றி கேள்விகள் உள்ளன. ஆனால், யாருமே கேட்பதில்லை. சேதுவைக் காண்பதைத் தவிர்ப்பதற்காக வடக்குத் தோட்டத்தில் முள் முருங்கின்கீழ் விலகி நின்றது நினைவுக்கு வந்தது.

சென்ற ஓணத்தின்போது...

தோணிக்காரன் சாப்பிடுவதைப் பார்த்தபடி வராந்தாவில் இருக்கும்போது சுமித்ரா வருவதையும் போவதையும் பார்த்தான். தோணிக்காரன் போனதும் எதையும் யோசிக்காமல் தோட்டத்தை

நோக்கி நடந்தான். வடக்கே போக வேண்டுமென்று அப்போது நினைக்கவில்லை. புது மழையில் நட்டு வைத்த தென்னங்கன்றுகளைக் கவனித்தான். விலகிக்கிடந்த இரண்டு மண் கட்டைகளைக் காலால் தட்டிப் போட்டுப் அதில் பதிய வைத்தான். கடைசியில், வடக்கு வீட்டு முற்றத்துக்கு வரும்போது வாழ்க்கையில் முதல் முறையாகப் பயம் தோன்றியது. தொண்டை வறண்டுபோயிருந்தது. பாதங்களிலிருந்து நடுக்கம் தொற்றிக்கொள்வதுபோலிருந்தது. தொண்டையைச் செருமிய சத்தம் வெளியில் கேட்டதா? ஆட்டுக் கொட்டாயின் அருகில் நிற்கும் பெயர் தெரியாத மருந்து மரத்தின் கிளைகளைப் பார்த்துக் கொண்டு நிற்கும்போது சுமித்ராவின் குரல் கேட்டது. வாசல் கதவு திறந்தபோது பதற்றத்தை மறைத்துக்கொள்ள முயன்றான். வெயிலில் நடந்து, வேர்த்து வதங்கிய அவளது முகத்தை ஒரு நொடிதான் பார்த்தான்.

"என்ன மாதவண்ணா?"

திடீரென்று தண்ணி தோண்டி என்று வாயில் வந்தது. அவள் இல்லையென்று சொன்னதும் ஒரு நிமிடம் தயங்கி நின்றுவிட்டு எதுவும் பேசாமல் திரும்பினான்.

*கர்க்கிடகம் கழிந்தபோது தண்ணி இறைப்பதை நிறுத்தியாகி விட்டது. கயிறும் கைப்பிடியும் அவிழ்த்து மாற்றப்பட்டிருக்கிறது. எதற்கோ வந்தவன் முட்டாள்தனமாக தண்ணி தோண்டி என்கிறான் என்று சுமித்ராவும் நினைத்திருக்கலாம்.

சுமித்ரா, அழுக்குப் படிந்தப் பட்டுக்கோவணமும் உடலில் மாம்பழக் கறைகளுடனும் திரிந்ததை நேற்றுப் பார்த்ததுபோலிருக் கிறது. இப்போது அவளது எதிரில் வரும்போது பேச்சு வராமல் பதற்றத்துடன் நிற்பதை நினைத்துத் தன்னையே நொந்து கொண்டான்.

தோட்டத்தினூடே வடக்கு வீட்டுக்கு வந்ததையும் திரும்பிப் போனதையும் யாரும் கவனிக்கவில்லை. கடவுள் காப்பாற்றினான். குளத்துக்குப் போய்விட்டு வரும் சேது கூட பார்க்கவில்லை.

திண்ணையில் நிம்மதியாக வந்து உட்கார்ந்தான். இல்லத்தில் கொடுத்த சோற்றை செறுமன்களும் செறுமிகளும் அள்ளிக்கட்டிக் கொண்டுபோயிருக்கிறார்கள்.

சமையல் கட்டுக்குள் பெண்கள் பேசுவதைக் கேட்டுக் கொண்டும், தனது முட்டாள் தனத்தை யோசித்தபடியும் உட்கார்ந்திருந்தான். குன்றின்மீது முன்பு அப்பளச் செட்டிச்சிகள்

---

* ஆடி மாதம்

இருந்த குடிசையில் தங்கியிருக்கும் உண்ணிச்சிரியம்மையின் குரல் உரத்துக் கேட்டது.

வெளியில் இறங்கவே தோன்றவில்லை. ஓணக்காலத்தில், அங்காடியில் அப்புவின் கடை மாடியில் சீட்டு விளையாட்டு நடக்கும். போக வேண்டாமென்று முடிவு செய்தான். சாய்வுப்படியில் படுத்து தூங்குவதற்கு முயற்சி செய்தான்.

முற்றத்தில் நின்று யாரோ அழைப்பது கேட்டது. கண்களைத் திறந்தான். சங்குண்ணியின் ஆள் வந்திருக்கிறான். தொந்தரவுதான். ஆள் அனுப்பக் கிடைத்த நாளும் நேரமுமா இது? காய்ந்த மிளகு பற்றி இன்றுதான் சொன்னான்.

“அடியே, பத்மு.”

சமையல் கட்டு ஆரவாரத்தில் அவன் கூப்பிட்டது யார் காதிலும் விழவில்லை.

உரத்தக் குரலில் அழைத்தான்.

“என்ன வேணும்?”

“அந்த துலாக்கோல எடு கூடப்பிறந்தவளே. மிளகுக்கு ஆள் வந்திருக்கு.”

“அன்னைக்கு நீதானே அதை மனைக்குக் கொண்டு போனே? பிறகு அது இங்க வரவே இல்லை.”

மனைக்குப் போய் எடுத்துவரச் சொல்ல யாருமில்லை. சேதுவை அனுப்பினால் என்ன? முன்பு, தோட்டம் கிளைக்க உதவியாகவும் நாற்றுவிட்ட வயலிலிருந்து கன்றை வரப்புக் கடத்தவும் அவனை அழைத்ததுண்டு. பத்தாம் வகுப்பு பாசாகி நாகரிகமான பிறகு அவனை அழைக்கத் தோன்றவில்லை.

சங்குண்ணியிடம் நிற்கச் சொல்லிவிட்டு மனைக்குச் சென்றான்.

மனையின் வடக்குப் புறத்தில் பெண்கள் பட்டாளம். நேராக உள்ளே செல்லாமல் உரல் புரையின் பின்னால், காய்ந்த மந்தாரையின் கீழ் தயக்கத்துடன் நின்றான். யாரோ தன்னைப் பார்த்ததுபோல் இருந்தது. உரல் புரையின் சுவர் பக்கத்தில் இறங்கி நின்று குஞ்ஞாத்தோல் கேட்டாள்:

“என்ன மாதவா?”

மனை விவகாரங்களைக் கவனிக்கத் தொடங்கியதில் ஒரு விஷயம் மனதுக்குப் பிடித்திருந்தது. அங்கே தன்னை அன்னியன்போல் கருதிக்கொள்ளத் தோன்றவில்லை.

காரியஸ்தனுடன் பேசுகிறோம் என்ற எண்ணம் குஞ்ஞாத்தோலுக்கு இருப்பது போலவும் தெரியவில்லை. எதிரில் வரவும் முன்னால் நின்று பேசவும் அவளுக்கு எந்தத் தயக்கமுமில்லை. பாக்கு விற்றப் பணத்தை ஒப்படைக்கும்போதும் சிறு காய் வாங்கிய வியாபாரிகள் கணக்கு முடிக்கும்போதும் குஞ்ஞாத்தோல் கொஞ்சம் நோட்டையும் சில்லறையையும் நீக்கி வைத்துவிட்டுச் சொல்வாள்: “மாதவா, இதை எடுத்து மடியில வெச்சிக்க.” கூலியாக இல்லை. குஞ்ஞாத்தோலுக்குக் கணக்குத் தெரியாது. உண்ணி நம்பூதிரிக்கு இதில் எல்லாம் எந்த ஆர்வமுமில்லை. ஆனாலும் அவர்களுக்குத் தெரியாமல் அரை ரூபாய் எடுக்கலாம் என்று மாதவனுக்குத் தோன்றியதே இல்லை.

“குஞ்ஞாத்தோல் அந்த துலாக்கோலைக் கொஞ்சம் எடு.”

“தலைவாசல் சின்ன அறையிலோ ஏணிப்படிக் கீழயோ கிடக்கும். உண்ணிட்ட எடுத்துக் கேளு.”

சேறு தேங்கிக்கிடந்த சேம்புப் பாத்தியை சுற்றிக் கிழக்கு முற்றத்துக்கு வந்தான். பெண்கள் விளையாடிக்கொண்டிருந்த முற்றத்தைப் பார்த்து விடாமலிருக்க முயன்றான். சுமித்ராவின் சத்தமா கேட்கிறது?

பெண்ணயன் இந்நேரம், ஓண விருந்துண்ட களைப்பில் தலைவாசல் சாய்வுப்படியில் மல்லாந்துக் கிடந்துத் தூங்குவான். மூதியைப் பார்த்தாலே எரிச்சலா வரும். வயதான காலத்தில் குஞ்ஞாத்தோலுக்கு உதவியாக இருக்க வேண்டியவன். யானையில் ஏறுவதும் ஊர் முழுவதும் கையேந்தியும் திரிகிற நேரத்தில் நான்கு கமுகங்கன்று நடுவோமே என்று பார்க்க மாட்டான். கோவிந்தனுடன் மல்லுக்கட்டி நெல் வாங்கி, அளந்து *பத்தாயத்தில் போட்டுக் கொடுத்தால் தின்பதற்கு மட்டும் வந்துவிடுவான்.

தலைவாசல் ஓரப்படியில் ஆட்டுக் குட்டிகள் படுத்து அசை போடுகின்றன. உண்ணி நம்பூதிரியைக் காணோம். சின்ன அறை வாசல் பூட்டவில்லை. திறந்துப் பார்த்தான். துலாக்கோல் இல்லை. உள்ளே போய்ப் பார்த்தான். தெற்கு மனைத் திண்ணையில் படுத்திருப்பானோ? இல்லை, யாருமில்லை. வடக்கு முற்றத்தின் கோலாகலங்களிடையே யாரையென்று கூப்பிடுவது?

ஏணிப்படியின் கீழிருந்த துலாக்கோலைத் தடவிப் பிடித்தான். இருள் படிந்துக் கிடக்கும் இடைவழியில் வரும்போது தெற்கு அறை வாசலுக்குள் யாரோ முணுமுணுப்பது கேட்டது. சந்தேகத்துடன் நின்று, மீண்டும் காது கூர்ந்தான். மூடிய வாசல்

---

* நெல்லறை

கதவு மெல்லத் திறந்தது. பாதி திறந்தக் கதவில், அகன்ற காதுகளும் எலும்பு உந்தி நிற்கும் கன்னங்களுமுள்ள ஒரு முகம்.

தேவு.

அவனுக்குக் கடந்துபோய் விட வாய்ப்புக் கிடைக்கவில்லை. தேவுவின் தொண்டையில் உயர்ந்த அலறல், திடீரென்று உரத்துக் கேட்பதுபோல் தோன்றியது. அவன் கடந்து போய்விடுவதற்காக முன்பக்கம் நகர்ந்தபோது வாசல் முழுவதுமாகத் திறந்தது. வெற்றிலைக் கறைப்படிந்த பற்கள் இருட்டில் பளபளத்தன. உண்ணி நம்பூதிரியின் குரல் எங்கிருந்தோ கேட்பதுபோலிருந்தது.

"என்ன மாதவா?"

அவன் எதுவும் சொல்லாமல் வெளியே வந்தான். சுருண்டு முறுகிய கை முஷ்டிகளில் நடுக்கம் தொற்றியிருந்தது. வடக்கு முற்றத்தின் ஆரவாரத்திலிருந்து விலகி, தோட்டத்தினூடே வேகமாக வீட்டை நோக்கி நடக்கத் தொடங்கினான். குஞ்ஞாத்தோல் கூப்பிட்டு எதுவோ கேட்கிறாள். அவன் காது கொடுக்காமல் நடையின் வேகத்தை அதிகரித்தான்.

2

மனதுக்குள் விழுந்த கனல், வெயில் தாழ்வதுவரைக்கும் நீறிக்கொண்டிருந்தது. கமுகந்தடங்களில் பச்சைப் பாக்குப் பொறுக்கித் திரியும் செறுமிக் கிழவியைத் திட்டி விரட்டினான். இனி, கல்படிக்கு இந்தப் பக்கம் கால் வைத்தால் அடித்து ஒடித்து விடுவேன் என்றான். சடைப் பிடித்தத் தலையைத் தடவியபடி அவளும் திட்டினாள்.

சங்குண்ணியின் ஆள் காத்து நிற்பதைக் கண்டதும் கோபம் வந்தது.

"ஆளைப் பாத்தாச்சா?"

"போயி அந்த தொளசூரன்கிட்ட இன்னைக்கு வசதிப்படாதுன்னு சொல்லு. ஆளனுப்பி வைக்க நாளு பாத்தான். சங்குண்ணி வாங்கலைன்னா, நாட்டுல வேறயும் யாவாரிங்க இருக்காங்க."

இதைக் கேட்டபடியே வந்த பெரியக்கா சொன்னாள்:

"நூறு கூட்டம் செலவிருக்கு மாதவா. இருக்குறத எடை போட்டுக் கொடுத்துக் காசை வாங்கிரு."

"எனக்கு யாரும் கத்துத் தரவேண்டியதில்லை. வேலை தெரிஞ்ச வேற யாராவது இருந்தா, கொடுக்கவோ வாங்கவோ என்ன வேணாலும் செய்துக்க வேண்டியதுதான்."

அவள் எதையோ முனகியபடி உள்ளே சென்றாள். அவளுக்கு ஆச்சரியமாக இருந்திருக்கும். இன்றுவரை தன்னிடம் இவன் கோபப்பட்டதே கிடையாதே? வெளியே இறங்கும்போது சின்னக்கா பக்கத்தில் வந்தாள்.

"நீ வெளிய போறியா மாதவா?"

"இல்லை, உள்ள போறேன்."

"உனக்கென்னடா ஆச்சு? கடைக்குப் போனா ரெண்டு முக்காலுக்குப் போயிலைப் பொடி வாங்கியாரச் சொல்லலாம்னு கேட்டேன்."

கடைக்குப் போகும் பாதையில் யோசித்தபடியே நடந்து கொண்டிருந்தான். சொல்லவா? வடக்கு வீட்டு அத்தையிடம் சொல்லி விடவா?

தேவுவின் உருவத்தை வெறுப்புடன் நினைத்துப் பார்த்தான். எலும்புத் துருத்திய உடம்பு. முழங்கையில் வளர்ந்துக் கிடக்கும் கறுத்த ரோமம். அவனுடைய ஆவலாதி தேவுவைப் பற்றியல்ல. அவளுக்கு என்ன ஆனால் அவனுக்கென்ன? ஆனால், அவளால் கெட்டப் பெயர் உருவாவது வடக்கு வீட்டுக்கு.

"விஷயம் தெரியுமா? நம்ம வடக்கு வீட்டுல..."

"எந்த வடக்கு வீடு? மாதவன் நாயரோட..?"

பயத்துடன் இன்னொன்றையும் சேர்த்துக்கொண்டான்.

"சம்மந்தம் எங்கே இருந்து?"

"வடக்கு வீட்டுலேருந்து."

"யாரு... நம்ம அந்த..?"

அதற்கு மேல் யோசிக்க முடியவில்லை.

வீரான்குட்டியின் சாயாக்கடைத் திண்ணையில் உட்கார்ந்து பாதையில் ஆட்களின் நடமாட்டத்தைக் கவனித்தான்.

"சாயா போடவா மாநாயரே?"

"வேண்டாம்."

கண்டன்குளங்கரை காரியஸ்தன் நாணு நாயர் விசாரித்தார்:

"மாதவன் நாயரைச் சீட்டு விளையாட்டுக்குப் பாக்க முடியலை?"

"நான் படுத்துத் தூங்கிட்டேன்."

"நாலு ரூபா போனதோட நானும் வந்துட்டேன்."

தொலைவில் பாப்புவின் கடைக்கு முன்னால் மீன் கொண்டு வந்து இறக்கிய கூடைக்காரர்கள் உரத்தக் குரலில் கூச்சலிட்டும், அழைத்தும் ஆட்களைத் திரட்டத் தொடங்கினார்கள். அங்காடி உயிர் பெற்றது.

மாதவன் நாயருக்கு மீன் என்றால் மிகவும் பிடிக்குமென்பதை அறிந்த வீரான்குட்டி கேட்டான்:

"நல்ல பச்ச மீன் வந்திருக்கே நாயரே, பாக்கலையா?"

"என்ன மீனு?"

"வேளூரி."

"ஆங்."

பாதையோரத்தில் கடலாமணக்கின் தளிர்விட்ட கிளைகள் கட்டிய வேலியில் கட்டிப்பிணைந்திருந்த ஓணான்கள் பிரிந்தன. கட்டைப் பிடித்துக் கிடக்கும் பின்புற வயலினூடே தொலைவில் வரும் ஆளைப் பார்த்தபோதே புரிந்துவிட்டது. உண்ணி நம்பூதிரி.

தன்னைப் பார்த்ததும் நடையின் வேகத்தை அதிகரித்துச் சென்றுவிடுவான் என்றுதான் மாதவன் நினைத்தான். ஆனால், கடையின் முன்னால் வந்து நின்ற அவன் வெற்றிலைக் கறைப்படிந்த பற்கள் முழுவதையும் வெளியே காட்டிச் சிரித்தான். பழத் தோலை எதிர்பார்த்து நிற்கும் கோயில் கடாபோல். மூட்டுகள் புடைத்து நிற்கும் உடம்பை அடர் நிறமுள்ள டவலால் மூடியிருந்தான். கையில் பெரிய டார்ச். சாயாக் கடைத் திண்ணையில் இருக்கும் எல்லோரையும் பார்த்துச் சிரிக்கிறான். மனதுக்குள் மீண்டும் மீண்டும் சொல்லிக் கொண்டான். சவத்து மூதி.

சாயாக் குடித்துக்கொண்டிருந்த அப்புக்குட்டன் கேட்டான்:

"உண்ணிம்பூரி எங்க?"

"ஏய், எங்கேயுமில்லை."

"கடைச்சாயா குடிக்கணும்னா மாப்பிளைக்கடையில குடிக்கணும் உண்ணிம்பூரி."

இடது கண்ணால் தன்னைப் பார்ப்பதைக் கவனிக்காததுபோல் இருந்தான் மாதவன்.

"ஏய், வேண்டாம்."

வீரான்குட்டியும் உற்சாகமூட்டினான்:

"நம்பூரிப்பன் உள்ள வரணும். மாநாயரு, மனையில போய்ச் சொல்லிடுவாரோன்னு பயப்பட வேண்டாம், என்ன மாநாயரே?"

இளித்தபடி டார்ச் மூடியைத் திருகிக்கொண்டிருந்த உண்ணி நம்பூதிரி வாரியின் கீழ் நின்றிருந்தான்.

மாதவன் திண்ணையிலிருந்து எழுந்து அடுப்பில் பீடியைப் பற்ற வைத்துவிட்டு வெளியில் வந்தான்.

அச்சுவின் கடையின் கீழ்ப்பக்கமாக நடந்துகொண்டிருக்கும் போது மேலே சத்தம் கேட்டது. நாணு நாயரும் குழுவினரும் போனபிறகும் சீட்டு விளையாட்டு தொடர்ந்துகொண்டிருக்கிறது. கடைகள் இல்லாத பொதுவழியில் யாரோ வைக்கோலை விரித்து உலரப்போட்டிருந்தார்கள். களத்து மேடாகப் பயன்பட்டது நடைவழிப்பாதை. தோணித்துறை அருகே ஆடிக்காற்றில் சாய்ந்த ஆலமரத்தின் மிச்சமிருந்த கரட்டுப் பகுதியில் கோடாலிகள் விழும் சத்தம் கேட்டது.

அங்காடியில் சுற்றித் திரிந்தால் ஆட்கள் எதையாவது கேட்டுக்கொண்டிருப்பார்கள். ஆட்களிடமிருந்து அகன்று நிற்க விரும்பியது முதல் முதலாக அப்போதுதான்.

வயலில் இறங்கினான். பெரிய வரப்பு. சவாரி வண்டி செல்லுமளவுக்கு அகலமான அந்த வழித்தடம் கண்டங்குளங்கரைக் காரர்களின் களம்வரைக்கும் போகிறது. பெரிய வயலில் இறங்கி இரண்டு வரப்புகளைக் கடந்தால் முதலில் வருவது வடக்கு வீட்டுக்குப் போகும் ஓரப்படி. தோட்டத்திலுள்ள கொஞ்சம் இடத்தை மட்டும் கவனித்து நடந்து போகும்போது யாரோ அழைப்பதுபோலிருந்தது. இல்லை, என்னை அழைக்க வாய்ப்பில்லை. இப்போது தெளிவாகவே கேட்டது:

"மாதவண்ணா, கொஞ்சம் இங்க வாங்க."

புதிதாக சாணி மெழுகிய ஓரப்படியில் இறங்கி தோட்டத்துக்கு வருகிறாள் சுமித்ரா. போகாமலிருந்தால் அவளே வந்துவிடுவாள் போலிருந்தது. ஆகவே, வரப்பில் திரும்பி ஓரப்படியை நோக்கி நடந்தான்.

தலைமுடியை அவிழ்த்துப்போட்டிருந்த சுமித்ரா, அப்போதுதான் உடலைச் சுத்தம் செய்து, ஈரத்தைத் துடைத்து விட்டு வருகிறாள் போலிருந்தது. வாடிய கூந்தப்பனைத் தண்டுபோன்ற அவளது முழங்கையிலும் தாயத்துக் கட்டிய கழுத்திலும் ஈரம் மிச்சமிருப்பது தெரிந்தது.

"நாளைக்குக் சாமிக்கு வைக்கணுமாம். மாதவண்ணனை அம்மா வரச் சொன்னா."

உடனடியாகப் பதில் சொல்லத் தோன்றவில்லை.

"ஆடுகளுக்கு தீனம் வந்தப்ப நேந்தது. எல்லாம் தயாராயிட்டுது."

வடக்கு வீட்டில் காரிக்கு வைக்கவும் நான் வேண்டுமா என்று கேட்கத் தோன்றியது. வழிப்பாதையின் கீழ், கதிரறுத்த அரிதாளில் ஊறிக் கிடக்கும் சேற்று நீரைப் பார்த்தபடியே நின்றான். சொல்ல இயலாது. சுமித்ராவிடம் முகம் கறுத்துப் பேச முடியாது.

"கூப்புடுறதுக்காக கார்த்துவ அனுப்ப இருக்கும்போதான் அண்ணன் வர்றதப் பாத்தேன்."

தலைமுடியை அவிழ்த்துப்போட்டு முற்றத்தில் நிற்கும்போது பெரிய வயலிலிருந்து இறங்கி வாழைத்தோப்புக்கு வருவதைப் பார்த்திருக்கிறாள். ரொம்ப தூரத்திலிருந்தே தன்னை அடையாளம் கண்டிருக்கிறாள்.

அவளை மீண்டும் பார்த்தபோது ரோமம் மூடிய தனது உடலும் மடித்துக் கட்டிய ஒற்றை வேட்டியும் நினைவு வந்தன. பாக்கு விற்கப் போகும்போது குமரநெல்லூர் அங்காடியிலிருந்து நான்கு கை பனியன்கள் வாங்க வேண்டும். மனதுக்குள் குறித்து வைத்துக்கொண்டான்.

"அம்மாவைக் கூப்புடவா?"

"வர்றேன். வர்றேன்னுச் சொல்லிரு."

சுமித்ரா ஏதாவது பேசுவாள் என்று சிறிது நேரம் எதிர்பார்த்து நின்றிருந்தான். திரும்பி நடக்கும்போது பின்னாலிருந்து கேட்டாள்:

"இன்னைக்கு மீன் ஒண்ணும் வாங்கலையா?"

"திருவோணமில்லையா?"

"போன வருஷ அவிட்டம் அன்னைக்கு நரிமீன் கிடைச்சுச்சு."

அபூபக்கர் இரண்டு பெரிய நரிமீன்கள் கொண்டு வந்தான். இல்லத்தின் மேல் புறத்தில் கொஞ்சம் குத்தகை நிலத்தை மரச்சீனி வைக்க வாங்கிக் கொடுத்ததற்கானக் கைமாறு. அறுத்தபோது ஒரு சட்டி நிறைய இருந்தது. நான்கு துண்டுகளை ஒரு பீங்கானில் வைத்து பத்முவிடம் வடக்கு வீட்டுக்குக் கொடுத்து அனுப்பினாள் பெரியக்கா, திரும்பி நடக்கும்போது மாதவன் தனக்குள் சொல்லிக் கொண்டான்: "இப்ப நான் அபூபக்கரைப் பாக்கப் போகலை. வாழத்தோப்புவரைக்கும் போகணும்."

நேந்திரம் வாழைத்தோப்பில் சரியாக விளையாத ஐந்து சள்ளுக் குலைகளை வெட்டாமல் விட்டிருந்தான். அதைச் சுற்றிவிட்டுத் திரும்பி அபூபக்கரின் குடிசையின் முன்னால் வரும்போது வெறுமனே கேட்டுப் பார்த்தான். அபூபக்கர் இல்லை. காலையிலேயே குற்றிப்புறத்துக்குப் போய்விட்டானாம். முற்றத்தில் வலை தைத்துக்கொண்டிருந்த மகனிடம் கேட்டான்:

"இப்பல்லாம் நரிமீன் எதுவும் படுறதில்லையாடே?"

"வடக்கு ஆத்துல கிடைக்கும்னு சொல்றாங்க."

"உம்..."

போன வருடம் நரிமீன் கிடைத்ததை சுமித்ரா இன்னும் நினைவில் வைத்திருக்கிறாள். இல்லத்துக்குப் போகும்போது ஆரியம்பாடத்துக்குக் கூத்துக் கேட்கச் சென்றது நினைவுக்கு வந்தது.

ஏழாம் நாள் கூத்து. இந்திரஜித் வதம். சாயங்காலம் நாணு நாயரும் அச்சுவும் போவதாக சொன்னார்கள்.

"நீயும் வர்றியா?"

"பாக்கலாம்."

சாப்பாடு முடிந்தபோது போகலாம்போல் தோன்றியது. சட்டையை அணிந்துவிட்டு டார்ச் கேட்டபோது தெற்கு மனையில் ஊர் வம்பு பேசிக்கொண்டிருந்த வடக்கு வீட்டு அத்தை கேட்டாள்:

"எங்க போற மாதவா?"

வீட்டை அடைத்துவிட்டு எல்லோரும் படுப்பதற்காக வந்திருந்தார்கள்.

ஆரியம்பாடத்துக்குப் போவதாகச் சொன்னதும் கூத்துக் கேட்க நானும் வருகிறேன் என்றாள் அத்தை. சொன்னது தவறாகப் போய்விட்டதே என்று மனதுக்குள் நொந்து கொண்டான். அச்சுவும் ஆட்களும் போயிருப்பார்கள். பெண்களும் குழந்தை களும் தயாராவதற்காக அவன் காத்து நிற்க வேண்டியதாயிற்று. பெண்களின் முன்னால் டார்ச் அடித்துக்கொண்டு நடக்க அவனுக்கு வெட்கமாக இருந்தது.

கையில் கொண்டு வந்திருந்த பாயை விரித்து, கூத்தம்பலத்தின் எதிரில் மரச் சுற்றுக்கட்டில் விரித்துப்போட்டார்கள். மாதவன் உட்காரவில்லை. பெண்கள் உட்கார்ந்துப் பேசிக்கொண் டிருக்கட்டும் என்று நினைத்து நண்பர்களைத் தேடி அலைந்தான். யாரையும் காணோம். எங்காவதொரு இடத்தில் உட்கார வேண்டும் போலிருந்தது. பாய்விரித்திருந்த இடத்துக்கு வந்தபோது அதில் சிலர் படுத்துத் தூங்குகிறார்கள். வடக்கு வீட்டு அத்தை உட்கார்ந்து தூங்கி விழுகிறாள். தனக்கு இடம் தருவதற்காக அவள் விலகி உட்கார்ந்தாள். இதற்குத்தானா எல்லோரையும் கட்டி இழுத்து வந்தோம்? எருமை மாடுகள். மல்லாந்துப் படுத்துத் தூங்குவதைப் பாரேன். எரிச்சல் வந்தது.

ஆலமரத்தில் சாய்ந்தமர்ந்து கால்களை நீட்டி வைத்து பீடியிழுத்தபடி கூத்துக்கவியின் வாய் ஜாலத்தைக் கேட்டான்.

கலங்கித் தெரிந்த வானம் தெளிந்த ஒரு நிமிடம் கீழே பார்த்தான். தனது நீட்டிய காலை உரசியபடி மல்லாந்துப் படுத்துத் தூங்கும் சுமித்ராவை ஆச்சரியத்துடன் பார்த்தான்.

முன்பு ஒருபோதும் கண்டிராத பேரதிசயம் இதோ இப்போது காலடியில். இலை கிளைகளுள்ள ஜாக்கெட்டின்மீது இந்திர நீலம்போன்ற மெல்லிய ஒளிக்கீற்றுகள் சுவாச கதிக்கேற்ப நகர்ந்தலைகின்றன.

கூத்துக்கவியின் வாய் ஜாலம் காதில் விழவில்லை. இருட்டில், வெளிச்சத்தின் மெல்லிய கீற்றில் ஒரு ராஜகுமாரிபோல் தூங்குகிறாள் சுமித்ரா. புஜபலம் மிக்க காவலனின் அருகாமையில்.

சுமித்ராவுக்குத் தெரியாமல் அவளைப் பார்த்துக்கொண் டிருக்கும் ஆர்வம் உருவான நிமிடம் அதுதான்.

மனையின் படிக்கட்டைக் கடக்கும்போது குளக்கரையில் வேட்டி துவைக்கும் சத்தம் கேட்டது. ஏதோ ஒரு குழந்தையின் நிறுத்தாத அழுகைச் சத்தமும்.

குஞ்ஞாத்தோல் சமையல் கட்டில் இருக்க வேண்டும். நல்லது. வடக்குப்புறம் யாருமில்லை. பகலில் பெண்கள் விளையாடி மகிழ்ந்த முற்றம் காலியாகக் கிடந்தது. அவன் முற்றத்தில் நின்று தொண்டையைச் செருமினான்.

“யாரு?”

“அடியேன் மாதவன்.”

சமையல் கட்டுத் தளத்திலிருந்து வராந்தாவுக்கு வரும் வாசலைத் திறந்து வந்த குஞ்ஞாத்தோல் பாதி மறைந்து நின்றாள்.

“மிச்ச நெல்லைப் பத்தி கோவிந்தன் எதுவும் சொல்லலையா மாதவா?”

“அவனை நான் பாக்கலை. அடியேன் இன்னொரு தடவைகூட கேக்குறேன்.”

“*சிங்ங மாசத்துல இரு நூறு தந்த எடத்துல இந்தத் தடவை அம்பதுதான் கொண்டு வந்தான். இப்படியே போனா கொஞ்சம் கஷ்டம்தான்.”

பேசாமல் நின்றான். எப்படித் தொடங்குவது?

“நாளை மாதவனுக்கு இங்கதான் சாப்பாடு. ஞாபகமிருக்கா?”

---

* ஆவணி மாதம்

நினைவிருக்கிறது. அவிட்டம் அன்று மனையில் சாப்பிடுவது தான் வழக்கம். சாப்பிட்டு விட்டு வரும்போது குஞ்ஞாத்தோல் ஐந்து ரூபாய் நோட்டை கையில் போடுவாள். "ஒரு ஓணப் புடவை வாங்குறதுக்கு. உண்ணி வாங்கினா சரியா வராது. மாதவனே நல்லதாப் பாத்து வாங்கிரு."

அவன் மீண்டும் சந்தேகத்துடன் நின்றிருந்தான்.

கரி படிந்த நிலைப்பலகையினூடே உள்ளே அடுப்புகளிலிருந்து சிவப்பு வெளிச்சம் படர்வதையும் தேய்வதையும் கவனித்தான்.

"அடியேனுக்கு ஒரு விஷயம் சொல்லணும்."

சொல்லி முடித்த பிறகுதான் குரலில் எதிர்பாராத அளவுக்குக் கடுமை தொனித்து விட்டதை உணர்ந்தான்.

மங்கிய வெளிச்சத்தில், குஞ்ஞாத்தோலின் வறண்டுலர்ந்த முகத்தில், கண்களின் கறுத்தத் தடங்கள் திடீரென்று மேலும் ஆழமாக தெரிவதுபோலிருந்தன.

"என்ன?"

எப்படிச் சொல்வதென்று தெரியாத மனதுக்குள் அரைகுறை யாக வடிவம்கொண்ட வார்த்தைகள் வெடித்துப் புறப்பட்டன.

"உண்ணிம்பூரிக்கு ஒரு *வேளி பண்ணி வைக்கணும்."

குஞ்ஞாத்தோலின் முகம் திடீரென்று பிரகாசமானது.

"கிழக்கு மனைக்குப் ஒரு தடவைப் போகணும். நம்பூதிரிட்ட சொல்லணும் சொல்லணும்னு ரொம்ப நாளாவே நினைக்கிறேன்."

"யாருட்ட வேணா சொல்லிக்குங்க. ஆனா சீக்கிரமாப் பண்ணி வைக்கணும். அல்லது ..."

அவன் தொனியைக் கட்டுப்படுத்திக்கொண்டான்.

"என்ன மாதவா?"

குஞ்ஞாத்தோலின் குரலில் எதிர்பார்ப்பை விடவும் வருத்தம் அதிகமாக இருந்தது.

"என்ன மாதவா, ஏதாவது இருந்தா சொல்லப்புடாதா?"

"ஒண்ணுமில்லை."

நுரைத்துப் புறப்பட்டதை எல்லாம் அடக்கிக்கொண்டு சொன்னான்:

"வேளி பண்ணி வெச்சாலாவது மனையிலுள்ள விஷயங்களைக் கவனிக்க மாட்டானான்னுதான்."

---

* நம்பூதிரி திருமணம்

பிறகு நிற்கவில்லை. தோட்டத்தினூடே வழித்தடத்தில் நடந்துபோய் திரும்பிப் பார்த்தபோது இருள் வளைக்குள் ஓடியொளிந்த நிழல் தலை நீட்டி நிற்பதுபோல் வாசல் தாழ்ப்பாளைப் பிடித்தபடி நின்றிருந்தாள் குஞ்ஞாத்தோல்.

எல்லாமே அழிந்துபோய் விடும். கடைசியில் ஆளாதரவற்ற மனைத்தோட்டம் மாப்பிளைகளின் கையில் போகும். பாவம், அதற்குள் அந்த அம்மாவின் உயிர் போய்விட வேண்டும் என்பதுதான் பிரார்த்தனை.

வராஹ மூர்த்தியின் சாபம். சிறு வயதில் கேட்ட கதை. முகத்தில், பழுக்க வைத்த பித்தளைக் கொப்பறையின் சூடும் ஆன்மாவில், தீட்டுப்படுக்கையின் அசுத்தமுமாக வராஹ மூர்த்தி பழி தீர்த்து நடக்கிறார். பற்களால் பிடுங்கியெடுத்து மனைகள் நின்ற இடத்தில் குழி தோண்டுகிறார்.

பழைய காலத்தில் மனையின் நிலபுலன்கள், ஆசாரி ராமன் தோட்டம் முடிந்து கண்டங்குளங்கரைக்காரர்களின் மேல்புறம் வரைக்கும் இருந்ததாம். இப்போது, அதில் நான்கில் ஒரு பங்குதான் இருக்கிறது. ஆற்றோரமிருந்த மனைத்தோட்டத்தில் இப்போது மாப்பிளைகளின் நெசவுக் கம்பெனி நடக்கிறது.

அன்று மிகப்பெரிய ஜமீன்களாக இருந்த குன்றின் சரிவு குடும்பம், தகப்பன்கள் – மருமக்கள் பாகப்பிரிவினை வழக்கில் தகர்ந்தது. புதிய பத்தாயத்தை உடைத்தார்கள். ஓடுகள், கற்கள், தாங்குகோல்கள் வரைக்கும் பங்கு போட்டார்கள். இங்கோ? வராஹ மூர்த்தியின் சாப வித்தாக ஒரு உண்ணி நம்பூதிரி. அவன் மனதுக்குள் சொல்லிக்கொண்டான்.

சிறுவயதில் அம்மா சொல்லியிருக்கிறாள். ஊர் முழுவதுமுள்ள தோட்டமும் வயலும் பன்னியூர் கிராமத்து இல்லக்காரர்களுடையது. எல்லோரையும் வராஹ மூர்த்தி அருள் பாலித்துக் காத்து நின்றார். சுகபுரத்துக்காரர்கள் பல்வேறு முயற்சிகள் செய்து பார்த்தும் வராஹ மூர்த்தியின் அருளைக் குறைக்க முடியவில்லை. கடைசியில் பாளையத்துக்குள் ஒற்றர்கள் உருவானார்கள். பித்தளைக் கொப்பறையைப் பழுக்க வைத்து கவிழ்த்தார்கள். அது, வெடித்துச் சிதறியது. சாந்திக்காரன் பிம்பத்தின்மீது தீட்டுப்படுக்கையை வைத்தான். 'நீச ஜனங்களே' என்றலறியபடி அன்று வெளியே குதித்தவர்தான் வராஹ மூர்த்தி.

– வெளியே காற்றுக் குறைந்திருந்தது. இருண்ட ஆகாயத்தில் கரும்பூனைகள் பல்லிளித்தன. சாய்வுப்படியில் திரும்பியும் புரண்டும் படுத்து மாதவன் தூங்க முயற்சி செய்தான். தூக்கம் தொலைவிலேயே நின்றிருந்தது.

எல்லோரும் ஏளனமாகப் பார்த்து மனதுக்குள் சொல்லிக் கொள்கிறார்கள்:

“அங்கிருந்து விலகவே மாட்டேங்குறானே, என்னாச்சு இவனுக்கு?”

அவ்வப்போது வடக்கு வீட்டுக்குப் போவதுதான் இதற்குக் காரணம்.

எலும்புத் துருத்திய, ஒடுங்கிய முகமும் கன்னத்திலும் மேலுதட்டிலும் முழங்கைகளிலும் அருவருப்பான கறுத்த ரோமங்களுள்ள தேவுமீது காதல் வசப்பட்டுதான் அவன் வடக்கு வீட்டுக்குப் போவதாக அக்காமார் நினைக்கிறார்களே!

அவனுக்குக் கோபம் கோபமாக வந்தது.

முதலில், எலும்புக்கூடுபோல் இழுத்து, லொக் லொக்கென்று இருமியபடி நடக்கும் வடக்கு வீட்டு அத்தையை சந்தேகப் பட்டார்கள்.

– மாதவன் ஒரு குலை நேந்திரம் காய் கொடுத்தனுப்பினான்.

– மாதவன் என்ன சொல்றான் தெரியுமா?

– மாதவன், மாதவன், மாதவன்!

திண்ணைக்கு வரும்போது அவள் கூப்பிட்டுச் சொல்கிறாள்:

“அடியே தேவு, அந்தத் தடுக்கை எடுத்துப் போடு.”

தேவு வரவில்லை. தேவு எதிரில் வரமாட்டாள்.

அவள் வெட்கப்பட்டு வராமலிருக்கிறாள் என்று சொல்வதைக் கேட்கும்போது மாதவனின் இரத்தம் கொதிக்கும்.

முற்றத்தில் ஓரமாக நின்று, விரித்துப் பிடித்த மடியில் வரிசையாக நின்றிருந்த மிளகுச்செடிகளிலிருந்து சிறு சிறு வெள்ளை மிளகுகளைக் கிள்ளிப் போட்டுக் கொண்டிருந்த சுமித்ராவும் சொல்கிறாள்:

“முன்னப் போலில்லையே இப்ப.”

அப்போது, எங்கிருந்தோ வந்து வாசலின் பின்னால் நின்று தேவு வெட்கம் நடிப்பதை அவள் கவனிக்கவில்லை. ஆடாதோடை நீரில் குளிகைக் கரைக்கும் எலும்புக் கூடு, தான் சொல்லப்போவதை எதிர்பார்த்துக் காத்திருக்கிறது ...

பொறுமையிழந்த ஒருநாள் அவன் உண்மையை வெளிப்படுத்துவான்.

"மாதவா, சொல்லணும், சொல்லணும்னு கொஞ்ச நாளாவே நினைக்கிறேன்."

"என்னது?"

"என்ன விஷயம்?"

"இல்லை, தேவுவோட விஷயம் –"

அப்போது –

திடீரென்று வீசும் அந்த ஐப்பசிக் காற்றில் எல்லாம் விழுந்துடைந்து நொறுங்கப் போகிறது. கவனம்.

அப்போது –

3

உண்ணி நம்பூதிரிக்கு வேளி நிச்சயித்த அன்று முதல், அக்கம்பக்கத்தாரின் பேச்சு முழுவதும் கிழக்கில் எங்கோ உள்ள காரைக்காட்டு மனையைப் பற்றியதாகவே இருந்தது. வாழ்க்கையில் சுவாரஸ்யமற்றிருந்த ஊர்க்காரர்களுக்கு புதையல் கிடைத்தது போலிருந்தது உண்ணி நம்பூதிரியின் வேளி. உண்ணி நம்பூதிரிக்கு மூளையில்லை என்றாலும் யோகமிருக்கிறது. இப்படியொரு வேளி அமைவதற்குக் காரணம், குஞ்ஞாத்தோலின் தங்கமான மனதுதான் என்று அம்மா உறுதியாக நம்பினாள். ஏராளமான குத்தகை வருமானங்களுள்ள ஒரு மனை.

அவர்களிடம் இப்போதுகூட யானை இருக்கிறது. காரைக்காட்டு யானையின் சிறப்புகளை மாதவன் மாமாவிடம் கதை கதையாகச் சொன்னான் குழலூதும் சங்குண்ணி. வேளி நிச்சயமானதும் உண்ணி நம்பூதிரி இல்லத்துக்கு வந்தான்.

"அப்புறம்... வேறென்ன விசேஷங்கள் உண்ணிம்பூரி?"

வெற்றிலையை அசைபோட்டபடி ஏறிட்டுப் பார்க்காமல் சிறு சிரிப்புடன் முற்றத்தைப் பார்த்துக்கொண்டு நின்றான்.

"கையில எவ்வளவு வெச்சிக் கொடுக்குறா?"

சித்தி கேட்டாள்.

"ரெண்டாயிரம்."

"*ஆத்தம்மாவை உண்ணிம்பூரி பாத்துருக்கா?"

"சே..!"

---

* நம்பூதிரிப்பெண்

உண்ணி நம்பூதிரிக்கு அதிலெல்லாம் அக்கறை கிடையாது. கடந்த வேனல் காலத்தில் திருமாந்தாம்குன்று திருவிழாவின்போது சாமி எழுந்தருளியது காரைக்காட்டு யானைமீதுதான் என்று உண்ணி நம்பூதிரி சொன்னான். உண்ணி நம்பூதிரி கொல்லங்கோட்டு அய்யப்பனின் முதுகிலும்.

"அசையவே அசையாது. எத்தனை *வெடிக்கட்டு தான் நடக்கட்டுமே, அசையாது. இதுவரை ஒரு மனுசனுக்குக்கூட துரோகம் பண்ணதில்லை. காரைக்காட்டு யானையை மாதவன் பாத்திருக்கியா? உண்மையிலே பாக்க வேண்டிய ஒண்ணுதான்."

அப்போதுதான் இல்லத்திலிருந்து இறங்கி வந்த மாதவன் மாமாவிடம் கேட்டான் உண்ணி நம்பூதிரி. மாமா ஆமாம் என்றோ இல்லை என்றோ சொல்லவில்லை.

"மதம் பிடிக்கிற காலம் வந்தா, நேரா போய் பந்தியில நின்னுருமாம்."

குன்றின்மீதுள்ள நாவல் காட்டில் கண்களைப் பதித்தபடி திண்ணையின் மேற்கோரமாக அமர்ந்திருந்த மாதவன் மாமா சொன்னார்:

"மிருகமா இருந்தாலும் அறிவிருக்கு. உண்ணிம்பூரிக்குத்தான் அதில்லாமப் போச்சி."

உண்ணி நம்பூதிரி சிரித்தான்.

தேவையே இல்லாமல் அடிக்கடி டார்ச் அடித்து ரசித்துக் கொண்டிருந்தான் உண்ணி நம்பூதிரி. பகலிலும் டார்ச்சுடன் நடப்பது அவனது வழக்கமாக மாறியிருந்தது. உண்ணி நம்பூதிரிக்கு அறிவுரை சொல்வதற்கான ஒரு முயற்சியை மேற்கொண்டாள் சித்தி. வேளிக்குப் பிறகு கண்ட கண்ட திருவிழாவுக்கெல்லாம் அலைந்துகொண்டிருக்க வேண்டாம். இல்லத்துக் காரியங்களைக் கவனிக்க வேண்டும். நல்ல குடும்பத்திலிருந்து வருகிற அகத்தம்மாவைக் கஷ்டப்படுத்தக் கூடாது. எதைச் சொன்னாலும் உண்ணி நம்பூதிரியின் பதில் சிரிப்புதான். கடைசியில், உண்ணி நம்பூதிரி அங்கிருந்துச் சென்றதும் சித்தி, மாதவன் மாமாவிடம் கேட்டாள்:

"சீதனத் தொகை ரெண்டாயிரம்தானா?"

மாதவன் மாமா, காதில் விழுந்ததாகவே காட்டிக்கொள்ள வில்லை.

சித்திக்கு லேசான கோபம் வந்தது.

* வாணவேடிக்கை

எம்.டி. வாசுதேவன் நாயர்

"மனையில முதல் காரியஸ்தனாச்சேன்னுக் கேட்டேன்."

"அப்படியா? நான் விசாரிக்கலை. அவசரமா அறியணும்னா நேர்ல போய் விசாரிச்சுட்டு வந்துடறது?"

இதைச் சொல்லிவிட்டு மாதவன் மாமா குன்றுக்குப் போகும் இடைவழியில் ஏறினார். கல்யாண விருந்துக்காக செறுமக்கள் அங்கே விறகு வெட்டிக்கொண்டிருக்கும் சத்தம் பகல் முழுவதும் கேட்டுக்கொண்டிருந்தது.

உண்ணி நம்பூதிரியுடன் செல்லும் நம்பூதிரிகளுடன் இரண்டு நாயர்களையாவது அனுப்பி வைக்க வேண்டும். குஞ்ஞாத்தோல், மாதவன் மாமாவைத் தனியாகக் கூப்பிட்டுச் சொன்னாளாம். நாராயணன் நாயரையும் சங்குண்ணியையும் அனுப்பி வைப்பதாகச் சொன்ன மாதவன் மாமா:

"இங்கே நூறு கூட்டம் வேலை இருக்கும்போது அடியேன் போனா சரியா இருக்காது," என்றார்.

குடிவைப்பின் முதல் நாளே மனை ஆட்களால் நிரம்பியது. இதனிடையில்தான் யாரோ சொன்னார்கள்: "ஆனையும் ஆஸ்தியும் இருந்தாலும் காரைக்காட்டுல விலை போகாத ஒரு ஆத்தம்மாவை உண்ணிம்பூரிக் கூட்டிக்கொண்டு வந்து குடி வைக்கப் போறான்."

"அப்படியா சங்கதி? நானுமே யோசிச்சேன். அதனாலதான் ரெண்டாயிரம் ரூபா கொடுத்து இந்தப் பெண்ணயனை வாங்குறாளா?"

குடி வைப்பு விருந்துக்குப் போக வேண்டுமென்று அம்மா வற்புறுத்தினாள்.

சேது மறுத்துவிட்டான்.

"ஆளுளும், கூட்டமும், சுத்த பத்தமும், சாத்திரமும் பாத்துட்டு நம்பூரிங்ககூட நம்மளால நின்னுட்டிருக்க முடியாது."

"டேய், அந்த வயசான பொம்பளை வேலியில வந்து நின்னு ரெண்டு மூணு தடவைக் கூப்புட்டுட்டா."

மாட்டவே மாட்டேன் என்று முடிவாகச் சொல்லி விட்டான் சேது. கடைசியில், அம்மா பிராமண சாபத்துக்கு ஆளாக வேண்டாம் என்பது வரைக்கும் போய்விட்டாள். விருப்பமில்லா மனதுடன் மனைக்குச் சென்றான் சேது.

*சர்வாணி விருந்துக்குக் காத்து நிற்கும் செறுமர்களும் செறுமிகளும் தோட்டத்தில் நிரம்பியிருந்தார்கள். வடக்கு

---

* தர்மம்

காலம் ❁ 105 ❁

முற்றத்தில் ஒத்தாசைக்கு வந்த நாயர் பெண்களின் ஆரவாரம். முற்றத்தில் நாயர்கள் பரிமாறுவதற்காக ஓடி நடக்கிறார்கள். அம்மாவை மனதுக்குள் திட்டியபடி முன்வாசலுக்கு வரும்போது கண்டடங் குளங்கரை சின்னன் மேனோனும் அவரது மகனும் நிற்பதைப் பார்த்து அருகில் சென்று நின்றுகொண்டான்.

மேனோனின் மகனுடன் கடப்பலா நிழலில் நின்று பேசிக்கொண்டிருந்தான் சேது. உண்ணி கிருஷ்ணன் பத்தாம் வகுப்பு பரீட்சை எழுதியிருக்கிறான். படியும் காலும் வைத்த முன்வாசலில் நம்பூதிரிகளின் ஆரவாரம். உலகம் முழுவதும் கேட்பதுபோல் உரக்கப் பேசிக்கொள்கிறார்கள். தெற்குப்புறம், ஓலைக்கீற்றுகளால் மறைக்கப்பட்ட சாய்வுக்குள் பித்தளைப் பாத்திரங்களின் சத்தம்.

எல்லாவற்றையும் கண்காணித்தபடி மாதவன் மாமா ஓடி நடந்துகொண்டிருந்தார்.

சின்னன் மேனோனின் அருகில் வந்த மாதவன் மாமா சொன்னார்:

"சீக்கிரமா ஆயிரும். எல்லா ஏற்பாடுகளும் முடிஞ்சிருச்சி."

காரைக்காட்டிலிருந்து அழைத்து வரப்பட்டு மனையில் குடியமரவிருக்கும் *அகத்தம்மா நினைவுக்கு வந்தாள். குள்ளத்தாராபோல் நடக்கும் அவளுக்கு அங்குள்ளவர்கள் 'ஓவு தாங்கி' என்று பெயர் வைத்திருக்கிறார்களாம். இதை நேற்று வீட்டில் வந்து சொன்னது யார்?

சிவன்கோயில் தீர்த்தவோடையின் கீழிருக்கும் கோரமான உருவத்துக்கு முதலில் இந்தப் பெயரைச் சூட்டியவர் யாராக இருக்கும்?

சொல்வதற்கு ஆள் ஏற்பாடு செய்யப்பட்டிருந்தது. குரல் கொடுப்பதற்கான நாயர்களையும் மாதவன் மாமா தனியாக ஏற்பாடு செய்திருந்தார். எல்லா இடங்களிலும் மாதவன் மாமாவே நிரம்பி நின்றார்.

சின்னன் மேனோன் மகனிடம் சொன்னார்:

"உண்ணி, மெதுவா நாம உள்ள போயிருவோம். நம்பூதிரிங்க விருந்து முடியட்டும்னு நின்னா சாயங்காலம்வரை பட்டினி கிடக்க வேண்டியதுதான்."

"எப்பவும் இல்லையே? என்னைக்காவது ஒருநாள் இதெல்லாம் தேவைதான்." மேல் துண்டை இடுப்பில் கட்டிய பந்தி விளம்புபவன் சொன்னான். இவர் கண்டங்குளங்கரை

* நம்பூதிரி பெண்

மேனோன் என்ற விஷயம் அவனுக்குத் தெரியாது. சேது நினைத்துக்கொண்டான். முதல் பந்தியில் அகத்தம்மாக்களும் பிள்ளைகளும். பிறகு நம்பூதிரிகள். மூன்றாவது பந்திதான் நாயர்களுக்கு. சின்னன் மேனோனும் உண்ணி கிருஷ்ணனும் பந்தியில் உட்கார்ந்து தனக்குமொரு இடம் விடுவார்களா என்று மனதுக்குள் நினைத்துக் கொண்டிருக்கும்போது மாதவன் மாமா வந்து அழைத்தார்.

"ஆங் . . . மேனனும் மவனும் வாங்க. சேது, நீயும் வா. ஆரவாரம் வர்றதுக்கு முன்னால தெக்கினித்தரையில நாலஞ்சு இலை போடுறதுக்கு ஏற்பாடு ஆயிட்டுது. அப்புறம் வேற யாரு இருக்கா?"

தெக்கினித்தரை என்பது நம்பூதிரிகள் மட்டும் சாப்பிடுவதற் கானது. ஊரிலுள்ள நாயர் பிரமுகர்களுக்காக முதன் முதலாக வழக்கத்தை மாற்றி இலை போடப்பட்டுள்ளது. சாப்பிட்டு விட்டு வெளியே வரும்போது குரவைச் சத்தம் கேட்டது. உண்ணி நம்பூதிரியும் ஆட்களும் தோணியேறி விட்டார்கள்.

வெளியே வந்து உண்ணி கிருஷ்ணனின் பின்னால் வரப்பில் நடக்கும்போது மேனோன் கேட்டார்:

"நீ இப்ப எத்தனாம் வகுப்புடா?"

"இண்டர்ல."

வீட்டுக்கு வந்தபோது அம்மா சாப்பாடு எப்படியென்று கேட்டாள். கடந்த ஒன்பது நாட்களாக இல்லத்தில் நடக்கவிருக்கும் வேளிதான் பேசு பொருள். இன்றோடு அதுவும் முடிந்து, பிறகு விருந்து வர்ணனையும் முடிந்தால் எதைப் பற்றி பேசுவார்கள்? தலைவாசல் மாடிக்குச்சென்று தோட்டத்தைப் பார்த்தபடி நிலைப்பலகையின் அருகில் உட்கார்ந்திருந்தான் சேது. ஆரவாரங்கள் அடங்கியிருந்தன. பந்தி தொடங்கியிருக்கும்.

கிருஷ்ணன்குட்டிக்கு ஒரு நீண்ட கடிதமெழுதினான்.

சலிப்பு என்றால் என்னவென்பதைச் சரியாகப் புரிந்து கொண்டது அப்போதுதான். ஒவ்வொரு நாளும் முதல் நாளின் தொடர்ச்சியாக ஆரம்பித்து அப்படியே முடியவும் செய்கிறது. மறுநாளும் இதுதான் தொடரும் என்ற நிச்சயத்துடன்.

அக்கம் பக்கங்களில் சுமித்ராக்களுமில்லை என்று எழுதினால் என்ன? ஒரு நிமிடம் மனதுக்குள் ஒரு வார்த்தை நகைச்சுவை யாக ஓடியது. வேண்டாமென்று வைத்தான்.

தபால் பெட்டியில் கடிதத்தைப் போட்டு விட்டு, ரேஷன் கடைக்கு வந்து பழைய பத்திரிகைகளைப் புரட்டினான்.

கடிதங்கள் எதுவும் வரவில்லை என்று தெரிந்த பிறகும் அஞ்சல்காரன் வந்து, வேலாயுதன் மாஸ்டர் முகவரிகளை வாசித்து முடிப்பது வரைக்கும் வெறுமனே நின்றுகொண்டிருந்தான்.

மெதுவாக நடந்து, வயலோரம் இடிந்துத் தகர்ந்துக் கிடக்கும் ஆளரவமற்ற கோயிலின் அருகில் வந்தான்.

சாமி தூங்குகிறது.

பூஜையும் நைவேத்யங்களுமாக வாழ்ந்த பொற்காலம் பற்றிய கனவுடன் வாழும் தேவனைக் குறித்து ஒரு கவிதை எழுதவேண்டும் போலிருந்தது. தேய்த்து வெளுத்த பித்தளைச் செம்புகளில் பச்சரிசியும் விறகுக் கட்டுகளுமாக, குளித்து, கூந்தல் நுனி முடிந்து, செந்தூரத் திலகம் வைத்த யுவதிகள் வருகிறார்கள். வாசனைப்புற்கள் காடு தட்டிக் கிடக்கும் பிரகார முற்றத்தில் எருமைகள் திருப்தியின் கனைப்புடனும் சீற்றத்துடனும் மேய்வதைப் பார்த்தபடி பாதியளவு மண்ணில் புதைந்தக் கருங்கல் தூணில் உட்கார்ந்தான்.

சொற்கள் அங்காடிக் குருவிகள்போல் பிடிகொடுக்காமல் மனதுக்குள் சிலம்பிப் பறந்தன.

விதானமும் தூண்களும் தகர்ந்த பழைய அங்கப் பிரதட்சிணத் தரையில் தாயம் விளையாடிக்கொண்டிருந்த செறுமப் பிள்ளைகள் விளையாட்டை நிறுத்திவிட்டு தன்னையே பார்த்துக்கொண்டிருக்கிறார்கள் என்று தெரிந்ததும் கூச்சத்துடன் எழுந்தான்.

"சின்னத் தம்புரான் போறியளா?"

அவன் காதில் விழாததுபோல் காட்டினான்.

"ஒரு பீடியிருந்தால் தாங்க சின்னத் தம்புரான்."

"ஆயிரம் அகல்விளக்குகள் ஒளிர –"

பொற்காலத்தை அசைபோடும் தேவனின் எண்ணவோட்டங்கள் சொற்களுக்குள் அடங்க மறுத்தன.

–கூடாது. தேவ சிந்தனைகளில் ஆயிரம் அகல்விளக்குகள் ஒளிரும் இளமாதர் விழிகள் இடம் பெறாது.

கருக்கலில்தான் வீடு வந்து சேர்ந்தான். பத்மு, தீபம் காட்டினாள். ஓரப்படியாக மாறிய கருங்கல் பாளத்தின் மேற்கோரமாக மூன்று திரிகளை ஏற்றி வைத்தாள்.

முற்றத்தில் நின்று தீபத்தைக் கும்பிட்டு விட்டு மீண்டும் கோரைத் தடுக்கில் உட்கார்ந்த நாணு நாயர், சேதுவைப் பார்த்ததும் சிரிப்பதாகக் காட்டிக்கொண்டார்.

அம்மா கூடத்திண்ணையில் வெற்றிலைச் செல்லத்தைப் பார்த்தபடி உட்கார்ந்திருந்தாள்.

“ஒரு விஷயம் சொல்றதுக்காக ரெண்டு மூணு நாளா வரணும், வரணும்னு நினைக்கிறேன். இன்னைக்கு வேளிக்கு வந்த கையோட இங்கயும் வந்துட்டேன்.”

வெற்றிலைச் செல்லத்தை மூடிவிட்டு கீழே பார்த்தபடி அம்மா அமைதியாக உட்கார்ந்திருந்தாள். பிறகு, எழுந்து திண்ணையின் கடைசி வரைக்கும் இரண்டு முறை நடந்தாள். சேது, தகர்ந்துக் கிடக்கும் மதிலின் அருகில் சென்று நின்றுகொண்டான்.

“நீங்க யாரும் என்னை முட்டாள்னு நினைக்க வேண்டாம் நாணு நாயரே!”

திடீரென்று அம்மாவின் குரல் உயர்ந்தது.

நடப்பதைப் பார்க்கும் ஆர்வத்துடன், துணி மாற்றும் இடத்திலிருந்து ரவிக்கையை முடிந்தபடி சித்தியும் முன்னறைக்கு வந்தாள். அம்மாவின் முன்னாலிருந்த வெற்றிலைச் செல்லத்தைத் தன் பக்கம் நகர்த்தி வைத்து வெற்றிலையில் சுண்ணாம்பைத் தடவியபடி கீழ்த் திண்ணையில் உட்கார்ந்தாள்.

“எல்லாம் நானும் கேள்விப்பட்டேன். எனக்குக் கண்ணும் காதும் ஒண்ணும் துலங்காமப் போயிடலை.”

அம்மா யாரிடம் கோபப்படுகிறாள்?

“வேண்டியதை அதாது காலங்கள்ல முடிச்சு வைக்க வேண்டாமா? நீங்கதானே மூத்த அக்கா? அப்ப, நீங்கதான் அதையெல்லாம் யோசிச்சு முடிவு பண்ணணும்.”

புரிந்துவிட்டது. மீண்டும் மாதவன் மாமாவின் பிரச்சினை.

அம்மா பலமுறை சொன்ன அதே ஆவலாதியை மீண்டும் தொடங்கும்போது சேதுவுக்கு வெட்கமாக இருந்தது. மாதவன் வடக்கு வீட்டுக்குப் போகிறான். பேசிக்கொண்டிருக்கிறான். சாயா குடிக்கிறான்.

“அந்தச் சின்னப் புள்ளை கார்த்துவோட பிறந்த நாளைக்கு அவன் எதுக்கு அங்க போய் சாப்பிட்டான்?”

சித்தியும் அப்போது வாதப் பிரதிவாதத்தில் கலந்து கொண்டாள்:

“இங்கயும் ஒரு சின்னப் பொண்ணு இருக்காதானே? அவளை அழைச்சாளா, ம்..? அவனை மட்டும் அழைச்சிருக்கா.”

சந்தையில் நல்ல மீன் வந்தால் வடக்கு வீட்டுக்குப் போகிறது.

அம்மா, சித்தியைத் தாக்கீது செய்தாள்:

"நீ பேசாம இரு. பேச வேண்டியவாகிட்ட நான் பேசிக்கிறேன்."

சித்தி அப்போது அம்மாவைத் தூண்டி விடுவதுபோல் பேச்சைத் திசை திருப்பினாள்:

"வேணும்னா அவனை அங்கயே வெச்சிக்கட்டும். அவனுக்கும் பத்து நாப்பது வயசாகுது. நாணு நாயருக்குத் தெரியுமா? இந்த என் அக்காதான் கல்யாணம் பண்ணிக்கச் சொல்லி அவன் பின்னாலேயே நடந்தா."

"இல்லைன்னு சொல்லச் சொல்லுங்க பாப்போம்? பாவப்பட்டதுங்க, ஆணும் தூணும் அத்தவங்கன்னு சொல்லி ஒரு காலத்துல நான்தான் சொன்னேன். வடக்கு வீட்டுக்காரங்க வைபவத்தைப் பாத்துல்ல, அய்யோ பாவம் கருதி."

"இப்ப அதுல என்ன மாற்றம்? இப்பவும் யாருமில்லைதான், பாவமும்தான் ..."

"ஆங்... அதான் உங்களுக்குத் தெரியலை. அவனை அங்க புடிச்சு வெச்சிருக்காளே அதுக்கு என்ன அர்த்தம்? ஊர்வசியோட எடுப்பையும் நடப்பையும் பாக்குறப்பவே தலைக்கேறும். இதில, மாதவன் நாயரு சம்பந்தக்காரனா கிடச்சா தரையில நிப்பாளா? தீக்கொள்ளியை அரிச்ச எறும்பு கருங்கொள்ளியை விட்டா வைக்கும்? சொல்லுங்க நாணு நாயரே?"

"ஆங் ... அப்புறம் ..." காறித்துப்பி விட்டு எழுந்த நாணு நாயர், கோரைத் தடுக்கை அம்மாவின் அருகில் இன்னும் கொஞ்சம் நகர்த்திப் போட்டுக் குரல் தாழ்த்திச் சொன்னார்:

"நீங்க நினைக்கிறதுபோல இல்லை இப்ப மாதவனோட போக்கு ..."

அம்மா பதற்றத்தை வெளிக்காட்டிக்கொள்ளவில்லை.

அப்படியென்றால் மாதவன் மாமா தனது தூதுவனாகவே நாணு நாயரை அனுப்பி வைத்திருக்கிறார். அக்காக்களின் சம்மதத்தைப் பெற்றால் தீர்ந்தது பிரச்சினை. ஊர் வழமைக்காக அப்பாவுக்கு ஒரு கடிதம் எழுதினால் போதும். வடக்கு வீட்டுக்காரர்களிடம் நாள் நிச்சயிக்கச் சொல்லி விடலாம்.

"மாதவனுக்கு அப்படியொரு விருப்பம் இருக்கலாம். ஆம்பிளையா இருந்தா அப்படியெல்லாம்தான். அதை எப்படிக் குத்தம்னு சொல்றது?"

சித்தி கேட்ட நியாயம் சேது கேட்க நினைத்ததுதான்.

“எதைப் பாத்து இவன் அவளை விரும்புறான்? பொம்பளைக் கான எந்தக் கூறும் அவளை எட்டியும் பாக்கலையே? மூதேவி”

“அவன் விரும்புறது மூத்தவளை இல்ல.”

“பிறகு?”

அம்மாவின் குரலுடன் சித்தியின் குரலும் தனது குரலும் சேர்ந்துவிட்டதா? சேது தன்னைக் கட்டுப்படுத்திக்கொண்டான்.

“ரெண்டாவது ஒருத்தி இருக்கால்லையா?”

“யாரு, சுமித்ராவா?”

“சுமித்ராவா கைகேயியான்னு எல்லாம் எனக்குத் தெரியாது.”

தெற்குச்சரிவினூடே கமுகந்தோப்புக்கும் அங்கிருந்து முற்றத்துக்கு ஓடி விளையாடிய இளங்காற்று திடீரென்று நிச்சலனமானது.

யாரும் எதுவும் பேசவில்லை. இதயத் துடிப்புக் காதில் விழ நின்றிருந்தான் சேது. இரவு பகல்கள் கடந்துபோன நிலையில் மீண்டும் அம்மாவின் குரல் கேட்டது. சேதுவுக்கு தன்னுணர்வு திரும்பியது.

“தெய்வமே, இவனுக்கு என்னாச்சி?”

“இதைத்தான் நானும் கேட்டேன். மூத்தவ இருக்க இளையவளை எப்படிக் கொடுப்பான்னு? அதுக்கு அவன், “தேவுவுக்கு ஒருத்தனைக் கண்டு பிடிக்க நான் நெனச்சா முடியும்கிறான்.”

அவர்கள் பேசுவது எதுவும் கேட்காததுபோல் எதிரில் நடந்துபோய் தலைவாசல் திண்ணையிலிருந்து சத்தம் கேட்காமல் மாடிப்படியேறினான். மாடியில் வெளிச்சமில்லை.

பத்முவைக் கூப்பிட்டுச் சொல்லவும் தோன்றவில்லை.

சாய்வுப்படியில் படுத்து, யார்மீதென்றில்லாமல் கோபமும் குரோதமும் பொங்க நினைத்துப் பார்த்தான். ஒரு எதிரி உருவாகி யிருக்கிறார். மாதவன் மாமா.

மஞ்சள் படிந்தப் பற்களும், பீடிப்புகையின் நாற்றமும் கறுத்த உடலில் அடர்ந்த ரோமமுள்ள மாதவன் மாமா.

முன்பு அனுதாபத்துடன் பார்த்த மாதவன் மாமா இப்போது ராட்சஷன்போல் காட்சியளித்தார். சிறுவயதில் கேட்ட கதைகளில் வருகிற, யாரும் அடைய முடியாத கற்கோட்டையை முட்கள் நிரம்பிய தண்டாயுதம் ஏந்திக் காவல் காக்கும் ராட்சஷன்.

படுத்தபோது இயலாமையின் கோபம். தான் இன்னும் கற்கோட்டை வாசலில் மந்திர சக்தியுள்ள ஏழு கற்களுடன் சுமித்ராவைக் காப்பாற்ற வந்து சேரும் ராஜகுமாரனாக ஆகவில்லை.

– அப்படியாக, அது ஒருபோதும் இயலாத விஷயமாக ஆனது.

காவித்தரையில் ஈர உதடுகள் சற்று விரிய, கண் மூடிக்கிடக்கும் செந்தூரச் சிமிழின் நிறமுள்ள சுமித்ராவின் உருவம் மனதுக்குள் நிரம்பி நின்றது. கண்டன்குளங்கரை அப்புண்ணி மேனோனின் மனைவி வீட்டில், திரூரில் இருக்கும் சுமித்ராவுக்கு வரவிருக்கும் இந்த ஆபத்தைப் பற்றி தெரியாது என்று நினைக்கும்போது வருத்தமாக இருந்தது.

வாழ்க்கையில் பொறாமையும், கோபமும், வேதனையும் உருவான முதல் நிமிடங்கள்.

பதினெட்டு வயது இளைஞனால் மட்டுமே புரிந்துகொள்ள முடிந்த நிமிடங்கள்.

பொத்தான் அறுந்த நிக்கரை அரைஞாண் சரடில் திருகி மாந்தோப்பிலும் நாவல் காட்டிலும் சுற்றி வரும்போது எதிரியின் நிழல்போல் அவனைப் பின் தொடர்ந்தவள். நகக்குழியில் அழுக்குப் படிந்த விரல்களால் ஒடியெடுத்த, சிதைந்த மாங்காயை அன்புருக அவள் நீட்டும்போது அருவருப்பாக உணர்ந்தவன். அருகிலுள்ள குளப்புரையில் நரைத்தப் பட்டுக் கோவணம் தரித்துக் குளித்தவள். அவள் ஏதேனும் சொல்வதற்காக அருகில் வரும்போது விலகிக்கொள்பவன். தானறியாமல் உதிர்ந்தக் காலங்கள் கரைந்துப் பின்னர் கை கூடின. தன்னைப் பின் தொடர்ந்தது எதிரியின் நிழல் அல்ல, சாபக்கூட்டை உடைத்து முகிழ்த்தப் பேரழகு.

அப்போது அவள் விலகியும் உயர்ந்தும் நின்றாள்.

மகரக்கட்டு உடைந்த கோரக்குரலில் அவளது பெயரைச் சத்தமாக உச்சரிக்கவும் பயந்தான்.

வாழ்க்கையே கனவாக மாறிய, உலகமே அவள்தான் என்றான பதினெட்டு வயது இளைஞனாக வேலிக்குப் பின்னால் அவளை எதிர்பார்த்து நின்றான். நேற்று, குளத்தில் பார்த்த எதிரி இன்று, பெண்ணாக மாறி நாளை அகன்றுபோக இருப்பதைக் கோபத்துடன் எதிர்கொள்ள நேர்கிறது.

யாரிடமும் சொல்வதற்கில்லை. பதினெட்டு வயதின் இளமைக்கனவுகள்மீது யாரும் கருணை காட்டப்போவதில்லை.

கரும்பனைபோன்ற கைகளிலிருந்து இரும்புத்தண்டுகள் உயர்வதைப் பார்த்த சேது திடுக்கிட்டான்.

4

அடிபட்ட நீர்ப்பாம்புபோல் ஊர்ந்து நகர்ந்தது இரவு. வெளியில் எங்கோ ஆடுகளின் சத்தம். அவன் இரவை உதறிவிட்டு எழுந்தான்.

ஆமாம், சுமித்ராவின் குரல்தான்.

நிலைப்பலகையைப் பிடித்தபடி அவன் காதுகூர்ந்து நிற்கும் போது அம்மாவின் கோபத்தை மறைத்த குரல் அமைதியாகக் கேட்டது:

"நீ எப்படீ வந்தே?"

சுமித்ரா என்ன பதில் சொன்னாள் என்பது காதில் விழவில்லை. தூக்கத்தின் மெல்லிய புகைச்சுருளைக் கண்களி லிருந்து கசக்கி எறிந்துவிட்டு அவன் வேகமாகப் படியிறங்கி வராந்தாவுக்கு வந்தான். சுமித்ரா, ஆடுகளுடன் குன்றின்மீது ஏறியிருந்தாள்.

வழக்கத்துக்கு மாறாக அன்று சீக்கிரமாக எழுந்தது அம்மாவுக்கு வியப்பாக இருந்திருக்கலாம். கல்லூரியிலிருந்து வந்தது முதல் காலையில் வெயில் சூடேறுவதுவரை தூங்குவதுதான் வழக்கம். அதிகாலையில் சித்தியுடன் விழித்துக்கொள்ளும் பத்மு அன்று சிறு முறமும் துடைப்பமுமாக வந்து செறுமித் தள்ளையைப் பார்த்து, கூட்டவும் பெருக்கவும் செய்தபடி தாழ்வாரத்தில் விளையாடிக்கொண்டிருந்தாள். அவன் காரணமில்லாமல் அவளைக் கண்டித்து வைத்தான்:

"போடி, உள்ள. திண்ணையை அசிங்கப்படுத்தாம."

அவள் அழுக்குப் புரண்ட முகத்தின் அகன்ற கண்களால் பயத்துடன் பார்த்துவிட்டு மெதுவாக உள்ளே போனாள்.

முகம் அலம்பவும் முடி சீவவும் அவன் நிற்கவில்லை. உடுத்தியிருந்த வேட்டித் தலைப்பால் முகத்தைத் துடைத்து, கைவிரல்களால் முடியைக் கோதிவிட்டு குன்றின் சரிவை நோக்கி நடந்தான்.

நாவல் கூட்டங்களிடையே சுமித்ராவின் ஆடுகள் புல்லாணிச் செடிகளின் காய்ந்த இலைகளைக் கடித்துப் பார்த்து ஒதுக்கிக் கொண்டிருப்பதைக் கண்டான். பெரிய மடிகள் தொங்கிய தாய் ஆடு சிறு அலட்சியத்துடன் பார்த்து, கொம்பை அசைத்துவிட்டு சற்று விலகிப்போய் நின்று காய்ந்த இலைகளை முகர்ந்தும் நீக்கியும் மேய ஆரம்பித்தது. சுமித்ரா எங்குமே இல்லை. அவளை

அவன் தேடவில்லை. வெயிலேறும் வேளையில் குன்றின் சரிவினூடே சுற்றி வரும்போது எதிர்பாராமல் அவளை சந்திக்க விரும்பினான். நாவல் காட்டைத் தாண்டி இடைவழியில் இறங்கியேறி வடக்கு மேற்பகுதியிலுள்ள குடைப்பனைக் கூட்டம் வரைக்கும் நடந்து பார்த்தான். திரும்பி, இல்லத் தோட்டத்தின் மேற்பக்கம், மாப்பிளை, கிழங்குப் பயிருக்கு வேலிகட்டிப் பிரித்த இடம்வரைக்கும் சுற்றிவிட்டு வந்தான். பிறகு, கற்களைப் பொறுக்கி ஆட்டு மந்தையினிடையே எறிந்துவிட்டு திரும்பி நடந்தான்.

வடக்குப் பக்கம் வேலி இருந்தது. இனி, படியிறங்கி வயல் வரப்பில்தான் நடக்க வேண்டும்.

வேண்டாம். யாரையும் எனக்கு பார்க்க வேண்டாம். சேது தனக்குள் சொல்லிக்கொண்டான்.

— சுமித்ராவை நான் ஏன் பார்க்க வேண்டும். அவள் யாரோ, நான் யாரோ!

மதியம் சாப்பிட அழைப்பதுவரைக்கும் தலைவாசல் மாடியில் வாசித்துக்கொண்டிருந்தான். கவனம் முழுவதும் வெளியில்தான். சத்தம் வருகிறதா? சத்தம் வருகிறதா?

முன்பு, பத்மு வந்து சாப்பிடக் கூப்பிடும்போதெல்லாம் வருத்தம் தோன்றும். பரமேஸ்வரண்ணன் சாப்பிடுவதைப் பார்த்தும் தனக்குப் பரிமாற இருப்பது கஞ்சிதான் என்பதை அறிந்தும் கோபத்தையும் வருத்தத்தையும் வெளிக்காட்ட இயலாமல் முகம் கறுத்த காலம் அவ்வளவு தொலைவில் அல்ல. இப்போது நான் வளர்ந்திருக்கிறேன். ஆகவே, மதியம் உழக்கு அரிசி வைத்து சோறாக வடித்துப் பரிமாறுகிறார்கள். அந்த வழியாக பத்மு நடந்துபோகும்போது பசியடங்கிவிடும். கூழாங்கற்களை அள்ளித் தின்பதுபோல் தோன்றும். தான் எழுந்து சென்ற பிறகு, நடைவழியில் பலா மடல் துவரன் வைத்த பீங்கானின் அருகில் கஞ்சிக் கிண்ணங்களை வரிசையாக வைப்பார்கள்.

கிருஷ்ணன் குட்டி சொன்னது அவனது நினைவை விட்டு அகலவில்லை. 'ஏழ்மை என்பது அவமானம் ஒன்றுமில்லை.' ஆனால், அம்மாவும் சித்தியும் அதைக் காட்டிக் கொள்ளாமலிருக்க முயற்சி செய்கிறார்கள்.

— நண்பா, காரணமே இல்லாமல் என் வீட்டில் நான் அன்னியமாகிறேன். குளிர்ந்தத் தரையைத் துடைத்து விட்டு கிடைத்த இடங்களில் எல்லோரும் படுத்துக்கொண்டனர். மீண்டும் அவன் மாடியிலிருந்து இறங்கினான்.

மதிய வெயிலில் குன்றின் சரிவில் மீண்டும் சுற்றி வந்தான்.

குன்றின் சரிவில் வடக்கு வீட்டின் மேற்புறம் *பிரம்மரக்ஷசின் அருகில் குடைப் பனை நிழலில் நின்றான். அங்கே நின்றுப் பார்த்தால் வடக்கு வீட்டின் முற்றத்தில் ஒரு சிறு திட்டும் பூசணிக் கொடி படர்ந்த, தகர்ந்துக் கிடக்கும் பழைய தொழுவமும் தெரியும்.

மனோவலிமையால் சுமித்ராவை இங்கே வரவழைக்க வேண்டும்.

வகுப்பறையில் கேட்டது நினைவுக்கு வந்தது. கற்களாலும் மரத்தாலும் புனையப் பட்ட ஜடப்பொருட்களின் முன் மனிதர்கள் நூற்றாண்டுகளாக நம்பிக்கையுடன் நின்று மேற்கொள்ளும் பிரார்த்தனைகளால் அவை தெய்வீக சக்தி பெறுகின்றன. இது பிரார்த்தனை வலிமையா? மனதின் காந்த அலைகளின் தூண்டுதலில் உருவான உயிர்ப்பு நிலையா?

சுட்டுப் பழுத்த சரல் கற்களின் சூட்டில் வேர்த்துக் குளித்த சுமித்ரா ஏறி வருகிறாள். ஒரு கணம் வெற்றி மமதையால் அவனுக்குப் புன்னகைக்கத் தோன்றியது.

"என்ன சேது இங்க?"

"ஒண்ணுமில்லை."

"**தெக்கினியை உடைச்சிப்போட்டிருக்கு. நெல்லரைக்கிற கல்லை பாரு எடுத்துட்டுப் போயிருக்கா. அதை வாங்கிட்டு வந்துர்றேன்."

சுமித்ரா கொஞ்சம் தடித்திருக்கிறாளா? கழுத்தில் வடியும் வேர்வைத் தாரைகளால் மஞ்சள் நிற சாட்டின் பிளவ்சிலுள்ள சிவப்புப் பளபளப்புகள் நனைத்திருக்கின்றன. அவள் கடந்து சென்றபோது கூப்பிட்டான்.

திருரிலுள்ள பெரிய வீட்டைப் பற்றி கேட்க வேண்டும். அங்கே யாரெல்லாம் இருக்கிறார்கள்? கழுத்தில் அவல்போல் பரந்த மெல்லிய கண்ணிகள் கோர்த்த புதிய தங்க மாலை கண்டன்குளங்கரை மேனோனின் மனைவி அன்பளிப்பாகக் கொடுத்ததா?

அவன் பேசுவதற்கான வார்த்தைகளைத் தேடும்போது அவள் கேட்டாள்:

"எப்பக் கிளம்புற சேது?"

பேசுவதற்கான வாய்ப்பு உருவானது:

"சீக்கிரமாப் போயிருங்கிறியா?"

---

* சிறுதெய்வம்

** தெற்கு வீடு

அதில் தொனித்த பரிதாபத்தை உணராமல் அவள் உரக்கச் சிரித்தாள்.

"எதுக்கு இப்ப சிரிக்கிறே?"

சிரித்தபடியே அவள் ஒன்றுமில்லை என்று தலையசைத்தாள். அவன், அவளைப் பார்க்காமல் குடைப்பனைகளினூடே கீழே தெரியும் முற்றைத்தைப் பார்த்தபடி நின்றிருந்தான்.

"காலேஜிக்குப் போன பிறகும் சேது இப்பவும் குழந்தைதான்."

மனதுக்குள் கோபம் கொப்பளித்தது.

"மாதவன் மாமா கல்யாண விஷயம் கேள்விப்பட்டிருப்பியே?"

இதைக் கேட்கும்போது அவன் எதிர்பார்த்ததுபோல் அவள் கூனிக்குறுகி விடவில்லை.

"ஆமா, கேள்விப்பட்டேன்."

"மாதவன் மாமா எதுக்கு எப்பவும் உங்க வீட்டுக்கு வர்றாரு?"

"யாருக்குத் தெரியும்?"

"உன்னைப் பாக்குறதுக்காகத்தான் இருக்கும்."

சுமித்ரா அப்போதும் உரக்கச் சிரித்தாள். சிரித்தபடியே நான்கைந்து அடி தூரம் நடந்துவிட்டுத் திரும்பி நின்று சிரிப்பைத் துப்பித் துடைத்து விட்டு வந்த அவளது கண்களில் ஈரம் படர்ந்திருப்பதுபோல் தோன்றியது.

"சேது பேசுறதக் கேட்டுட்டிருந்தா, சிரிச்சே செத்துருவேன்."

அவன் ஆண்மையுடன் நிமிர்ந்து நின்று அவளைப் பார்த்தான். கண்கள் பேச முயன்றன. பார், என் முகத்தைப் பார். சேதுவின் முகத்தைப் பார்த்துச் சிரி, பார்க்கலாம்.

"திரூர்லேருந்து நான் வர்றதுக்குள்ள சேது போயிருவன்னு நினைச்சேன். கார்த்து சொன்ன பிறகுதான் போவலைன்னு தெரியும்."

"கல்யாணம் எப்ப?"

சுமித்ராவின் முகத்தில் ஒருகணம் பதற்றம் தோன்றி மறைந்தது. தன்னைக் கட்டுப்படுத்திக்கொண்ட அவள் சிரிப்பு மாறாமலேயே சொன்னாள்:

"சீக்கிரமா இருக்கும். சேது வருவேல்லே?"

அவளது தோளைப் பிடித்து உலுக்கிக் கேட்கவேண்டும் போலிருந்தது. மஞ்சள் பற்களும், பீடிப்புகை நாற்றமும், கறுத்த உடலுமுள்ள அந்த மனிதனிடம் நீ எதைப் பார்த்தாய்?

மேற்கொண்டு எதுவும் கேட்காமல் வழியில் சந்தித்து நலன் விசாரித்து விலகும் அலட்சிய பாவத்துடன் சேது தலை குனிந்து நடந்தான். சுமித்ரா பின்னால் வருகிறாள் என்பது அவனுக்குத் தெரியும். இடைவழியில் வைத்துப் திரும்பும்போது சுமித்ரா அழைத்தாள்:

"அப்புறம் சேது ..."

நின்றான். திரும்பிப் பார்க்கவில்லை.

சங்கம்புழ கவிதைகளில் பெண்களை பேராபத்தின் சல்லிவேர் களாக வர்ணித்த வரிகளை மனதுக்குள் உருப்போட்டபடி மதிய வெயிலில் நடந்தான்.

பகல்பொழுது செல்வதையும் இரவுப்பொழுது வருவதையும் எதிர்பார்த்து மாடியில் உட்கார்ந்திருந்தான். கல்லூரி நூலகத்தி லிருந்து எடுத்து வந்த இரண்டு புத்தகங்களில் ஒன்றை வாசித்து முடித்திருந்தான். ஹார்டியின் நாவலில் மனைவியை விற்கும் பகுதியை மிகுந்த ஆர்வத்துடன் வாசிக்கும்போதுதான் கீழே அம்மாவும் சித்தியும் உற்சாகக் குரலில் பேசும் சத்தம் கேட்டது:

நேத்து என்ன கிழமை? ஒரு பக்கத்தில உக்காரு. அதெல்லாம் பாக்க வேண்டாம். சாயாவுக்குக் கொஞ்சம் தண்ணி வை. பத்மு அந்தப் பஞ்சாங்கத்தை எடுத்து சேது அண்ணனுட்ட கொடுடீ.

கீழேயிறங்கி வந்தபோது பங்குட்டி வந்திருந்தான். அப்பா வீட்டு வெளித் தோட்டத்து ஓலைக்குடிலில் வசிக்கும் வேட்டுவனின் மகன் பங்குட்டி.

"ஆங்... சேது, சரோஜினிக்குக் குழந்தைப் பிறந்துருக்காம். பெண் குழந்தை. இன்னைக்கு சாயங்காலம் ஆறரைன்னா பூராடமில்லை. உத்தராடம் தொடங்கியிருக்கும்."

பஞ்சாங்கம் பார்த்துச் சொன்னபோது அம்மாவுக்கு நிம்மதி. "உத்தராடம் நல்லது தான். பூராடமா இருந்தாலும் கூறுண்டு."

சாயாவும் உப்புமாவும் தயாரிக்க சித்தியிடம் சொன்ன அம்மா, சேதுவை உள்ளே அழைத்துக் கேட்டாள்:

"உங்கையில காசு ஏதாவது இருக்கா?"

கோபம்தான் வந்தது: "எங்கையில எங்கிருந்து காசு?"

அம்மா பொதுவாகச் சொன்னாள்: "பேறு சொல்லி வர்றவனுக்கு அஞ்சு ரூபா காசு கொடுக்க வேண்டாமா? பத்முவை மனைக்கு அனுப்பிப் பாப்போம். பெட்டியில துவைச்ச வேட்டி இருந்தா ஒண்ணு தா. பங்குட்டிக்குக் கொடுக்கணும்."

வாக்குவாதம் செய்ய ஆரம்பிக்கும்போது அம்மா தாக்கீது செய்தாள்:

"ஸ்... மெதுவாப் பேசு. வெளிய கேக்க வேண்டாம். ரொம்ப பழைய வேட்டியா இருந்துராம. புதுசும் வேண்டாம்."

பங்குட்டியை அழைத்துத் துவைத்த வேட்டியும் ஐந்து ரூபாயும் கொடுத்து அனுப்பி வைப்பதுவரை வீட்டிலும் வெளியிலு மாக அம்மா பதற்றத்துடன் நடந்துகொண்டிருந்தாள். இரவில் சாப்பிட உட்கார்ந்திருக்கும்போது சொன்னாள்:

"நீ நாளைக்குப் போயிட்டு வா."

"எங்க?"

"அப்பா வீட்டுக்கு. பிறந்தக் குழந்தையை யாரும் பாக்கப் போகலன்னா குத்தம் என் பேர்ல வந்துடும்."

"அம்மா போனா போதும்."

அம்மா பதில் சொல்லவில்லை.

"அம்மாவுக்கு இனி விருந்துக்குப்போற குறை மட்டும்தான். வீட்டுல சும்மாதானே இருக்கே சேது. கொஞ்சம் போயிட்டுதான் வந்துரேன்."

பரமேஸ்வரண்ணனுக்குத் திருமணம் முடிந்த பிறகு ஒரே ஒரு தடவைதான் சேது அப்பா வீட்டுக்குப் போயிருக்கிறான். ஐந்து வருடங்களுக்கு முன்.

நளினியண்ணியும், பெரிய அத்தையும், சின்ன அத்தையும் எல்லாம் நினைவுக்கு வந்ததும் போக வேண்டும்போலிருந்தது. அம்மா எழுந்ததும் அவனும் வெளியே சென்றான். எங்கிருந்தோ வாங்கிய பத்து ரூபாயுடன் வந்தாள் அம்மா. தனது விருப்பத்தை அவன் வெளிக்காட்டிக்கொள்ளவில்லை. குழந்தையைப் பார்க்கும்போது பேறு பார்ப்பவளுக்கு ஒரு ரூபாய் கொடு என்றபோது அவன் சொன்னான்:

"இது பெரிய தொந்தரவாப் போச்சே."

தலையணைத் துணிபோல் நீளக்கோடிட்ட சட்டையும் நிக்கரும் அணிந்து எண்ணெய் வடியும் முகத்துடன் ஐந்து வருடங்களுக்கு முன்பு அம்மாவுடன் சென்ற சேது இப்போது வளர்ந்திருக்கிறான். அதை அறிவிக்கும் ஆர்வமுமிருந்தது.

கையில், காகிதத்தில் பொதிந்த சட்டையும் வேட்டியுமாக அவன் நடக்கும்போது வடக்குக் கல்படியில் நின்ற தேவு சத்தமாகக் கேட்டாள்:

"எங்க போற சேது?"

“திருச்சூருக்கு.”

வடக்குக் கல்படியைப் பார்க்கவில்லை. தான் சொன்னது சுமித்ராவின் காதில் விழட்டும் அல்லது விழாமலிருக்கட்டும்.

மீன் வியாபாரிகளின், சுமட்டுக்காரர்களிடையே வேர்த்து விறுவிறுக்க, பஸ்சினுள் இரும்புக் கம்பியில் தொங்கி நிற்கும்போது நளினியண்ணியை நினைத்துப் பார்த்தான்.

ஐந்து வருடங்களுக்கு முன் சென்றபோது நளினியண்ணி பத்தாம் வகுப்பில் படித்துக்கொண்டிருந்தாள். பயிற்சிக்குக் சென்றது கண்ணூரில். பயிற்சி முடியவில்லை. கூடப் படித்த ஏதோ கிறிஸ்தவ இளைஞனுடன் காதல் வயப்பட்டாளாம். இதை முதலில் அறிந்தவள் பெரிய அண்ணிதான். பரமேஸ்வரண்ணன் போய் அழைத்தும் அவள் மறுத்துவிட்டாள். நளினி ஒரு கிறிஸ்தவனுடன் ஓடிப்போய் விட்டதாக வீட்டில் அன்று கிசு கிசுத்தார்கள். விடுமுறையில் வரும்போது திருமணம் செய்து வைத்துவிட வேண்டுமென்று சொல்லி அப்பாவுக்குத் தந்தியடித்து வரவழைத்தார்கள். நளினியண்ணி விடுமுறைக்கும் வரவில்லை. அப்பாவும் பரமேஸ்வரண்ணனும் போய் பிடித்துக்கொண்டு வந்தார்கள். அறைக்குள் போட்டு பூட்டுங்கள் என்று அப்பா சொன்னாராம். திருமணம் நடக்கவில்லை. மருமகள் ஓடிப்போய்விடுவாள் என்று பயந்த அப்பா காவலுக்கு ஆள் வைத்தாராம். பிறகு, நளினியண்ணியைப் பற்றி யாரும் பேசி அவன் கேட்கவில்லை. பெரிய அண்ணியைப் பார்த்தபோது இதைக் கேட்கத் தோன்றியது. ஆனால், தனக்கு அப்படியொரு தங்கை இருக்கிறாள் என்ற எண்ணமே பெரிய அண்ணியிடம் இருப்பது போல் தெரியவில்லை.

பெரிய செந்தூரப் பொட்டும் கை நிறைய கண்ணாடி வளையல்களுமாக சதாகாலம் ஓசையுடன் நடக்கும் நளினியண்ணி வாலிபப் பையன்கள்போல் விசிலடிப்பாள். தையல் பெட்டியைத் திறந்து வைத்து உட்கார்ந்து கோரைத்துணியில் அவள் பூக்கள் வரைவதை சேது வியப்புடன் பார்த்தபடி உட்கார்ந்திருப்பான்.

பாறைகளும், இடிந்துத் தகர்ந்தக் கோயிலும், ஓட்டுக்கம்பெனி போர்டும் கடந்த பஸ், மேட்டில் ஏற ஆரம்பிக்கும்போது அவன் கண்டக்டரைப் பார்த்துக் குரல் கொடுத்தான். செக்கச் சிவந்த வெற்றிலை வாயுடன், காக்கிக் கால்சட்டையை உயர்த்தி வறவறவென்று சொறிந்தபடி பெண்கள் இருக்கையின் பக்கத்தில் நின்று பின்பக்கத்தில் இருக்கும் வழக்கமான பயணிகளுடன் கேலி பேசிக்கொண்டிருந்த கண்டக்டரின் காதுகளில் சேதுவின் குரல் விழவில்லை.

தலை குனிந்திருக்கும் பெண்களைச் சிரிக்க வைக்கும் முயற்சியில் ஈடுபட்டிருந்தான் கண்டக்டர்.

சரிவில் இறங்கிய பிறகு டிரைவர் கருணை காட்டி பஸ்சை நிறுத்தினான். நரகக் குகையிலிருந்து சேது வெளியே வந்தான்.

5

புழுதி மண் குழைந்துக் கிடக்கும் இடைவழியும் பெரிய ஆலமரமும். மரத்தடியில் குருத்தோலைகளும் குரும்பைத்தண்டுகளும் சிரட்டைகளும் கிடந்தன. முன்பு, சாயங்கால நேரங்களில் அம்பலச்சிறையிலிருந்து தனியாக வரும்போது ஆலமரம் நிற்கும் வழியைத் தவிர்ப்பதற்காக கோல்காரன் வீட்டு முற்றம் வழியாக ஓடுவான். மந்திரவாதம் முடிந்து கழிப்பு நீக்க வருவதும் இதே ஆலமரத்தடியில்தான்.

பெரிய வீடு.

தென்னந்தோப்பின் நடுவில் பரந்துக்கிடக்கும் அப்பாவின் பெரிய வீட்டைப் பற்றி அவனுக்குப் பெருமையிருந்தது. மேலே கறுப்பு வர்ணம் பூசி, அழிகளிட்ட வராந்தாவில் முற்றத்தில் நிற்கும் ஒட்டு மாவின் கிளைகள் படர்ந்துக்கிடக்கும்.

ஆனால், தான் இங்கே விருந்தினன் மட்டும்தான்.

முற்றத்தினூடே நடந்து, முன்வாசலில் ஏறும்போது யாரோ கேட்பது காதில் விழுந்தது.

“யாரு வர்றா?”

உலர்ந்த வேட்டிகளைக் கொடியிலிருந்து வாரிச்சுருட்டிக் கொண்டு தலைவாசலில் ஏறவிருந்த அவள் விலகி நின்றாள்:

“சேதுவா? ஈஸ்வரா. எனக்கு ஆளே அடையாளம் தெரியலை.”

நளினியண்ணி?

நரைத்தக் கரையுள்ள வேட்டியும் மேல் முண்டுமாக நின்ற நளினியண்ணி ரொம்பவே மெலிந்துபோயிருந்தாள்.

சின்ன அத்தை திண்ணைக்கு வந்தாள். அப்பாவின் சகோதரிகளைக் கண்டபோது மகிழ்ச்சியாக இருந்தது. காலையில் கோவிலகம் குளத்தில் போய் குளித்து, சந்தனம் தொட்டு, மேல் முண்டும் அணிந்து நடக்கும் அவர்களைப் பார்த்தால் மரியாதை தோன்றும். சிறு துண்டைச் சுற்றிக்கொண்டு, அழுக்கடைந்த ஒன்றரை நுனி வெளியே தெரிய நடக்கும் அம்மாவையும் சித்தியையும் பார்க்கும்போது அவமானமாக இருக்கும்.

"சேது, காலேஜிக்கெல்லாம் போயி பெரிய ஆளாயிட்ட? நேரம் கிடைக்கும்போது இங்கெல்லாம் கொஞ்சம் வரலாமில்லையா?"

"பெரியத்தை எங்கே?"

"அம்மா குளிக்கப்போயிருக்கா. அதை இங்க தா." சேதுவின் கையிலிருந்த காகிதப் பொதியை வாங்கிய நளினியண்ணி, கால் கழுவுவதற்குக் கெண்டியில் தண்ணீர் கொண்டு வந்து வைத்தாள்.

வீட்டு விசேஷங்களைப் பேசிக்கொண்டு இருக்கும்போது பெரியத்தை வந்தாள்: "குழந்தையைப் பாத்தியா சேது?"

இருள் படர்ந்த சிறு அறைக்குள் ஈரத்துணிகளின், டெட்டாலின் நெடி.

பெரியண்ணி படுக்கையில் கிடந்தபடியே தலை தூக்கிப் பார்த்துக் கேட்டாள்:

"ஏன் சேது அம்மா வரல?"

"அப்புறமா வருவா. அண்ணன் வரும்போது கூட வர்றேன்னா."

குழந்தைக்குக் காவலாக இருந்த பேறுகாரி கசங்கிய துணியில் பொதிந்து குழந்தையை வெளியே வெளிச்சத்தில் கொண்டு வந்தாள். குட்டிக்கண்கள் வெளிச்சத்தைப் பார்த்துப் பயப்படுவதுபோல் தோன்றியது.

"யாரு வந்திருக்கா பாரு... சேது சித்தப்பாதானா?"

"உண்ணியும் சியாமளாவும் எங்க?"

"அண்ணன்கூட போயிருக்கா. இங்க நின்னா என்னைப் படுக்க விடமாட்டா."

அண்ணி கேட்டாள்: "மாடிக்கதவு திறந்தாம்மா கிடக்கு? செயரை மடிச்சு வச்சிருக்கு. கம்பு, கட்டிலுக்குக்கீழ கிடக்கும்."

மாடியறை அண்ணியுடையது. மூடி வைத்திருந்த ஜன்னல் கதவுகளை நளினியண்ணி தள்ளித் திறந்தாள்.

"சேது உக்காரு. பஸ்சுல வந்ததில்லையா?"

ஜன்னலின் சதுரச் சட்டத்தைப் பிடித்துக்கொண்டு நிற்கும் போது சேதுவின் உருவம் பெரிய கண்ணாடியில் பிரதிபலித்தது. எதிர் ஜன்னலின் மேல் பக்கம் அண்ணனும் அண்ணியுமிருக்கும் சட்டமிடப்பட்ட ஒரு பெரிய புகைப்படம் இருந்தது.

வெள்ளிப் பீங்கானில் மாம்பழமும் பித்தளைத் தம்ளரில் சாயாவுமாக பெரியத்தை வந்தாள். படுக்கையில் விரித்துப்

போட்டிருந்த கம்பளியை நளினியண்ணி எடுத்து, விரித்து உதறி மீண்டும் விரித்தாள்.

"ரவியைக் காணோம்?"

"வெளிய போயிருப்பான். இப்ப வந்துருவான்."

சின்னத்தையின் மகன் ரவியும் சேதுவும் சமவயதினர். சிறுவயதில் அவர்கள் நண்பர்கள். சேது மூன்று மாதம் மூத்தவன் என்பதால் ரவி, அத்தான் என்றுதான் அழைப்பான்.

ஐந்தே வருடத்தில் நளினியண்ணிக்கு எவ்வளவு மாற்றங்கள்? இடையிடையே, வெளுத்த மண்டையோடு தெரியுமளவுக்குத் தலைமுடி குறைந்திருக்கிறது. பல நிறங்களில் மூட்டுவரை அடுக்கிய கண்ணாடி வளையல்கள் அணிந்த கைகள் மூளியாகக் கிடந்தன. மழை நீரில் ஊறிய, மண் புரண்ட நேற்றைய பூக்களம்போல் நளினியண்ணி வாடிப்போயிருந்தாள்.

"சேது காலேஜில சேந்ததைக் கேள்விப்பட்டதுல இருந்து ஒரு லெட்டர் எழுதணும்னு நினைச்சுட்டிருந்தேன். ஆனா, எழுதலை."

"நளினி அண்ணி பிறகு பரீட்சை எழுதலையா?"

வாசல் பலகையைப் பிடித்தபடி தலைகுனிந்து நின்ற நளினியண்ணி சிரிக்க முயன்றாள்:

"பரீட்சையா..? வெளுக்கப்போட்ட துணிக்கணக்கை எழுதுறதுக்குக்கூட பென்சிலைத் தொடச் சோம்பலா இருக்கு... அதெல்லாம் முடிஞ்சுபோன கதையில்லையா?"

சேது எதுவும் பேசாமல் நின்றிருந்தான்.

"பரீட்சையில பாஸாகி சேது உத்தியோகத்துக்குப் போறப்ப..."

நளினியண்ணி சிரிக்க முயற்சித்தபடி திரும்பி நின்றாள்:

"எழுதணும்னு நினைச்சது வேறொண்ணுமில்லை. திடீர்னு ஒருநாள் தோணிச்சு. வேலை பாக்குற இடத்துக்கு மைனியை அழைச்சுட்டுப்போறது கேவலம்தான். இப்ப வேண்டாம். சேது பெரிய ஆளாகிக் குழந்தைகளைப் பாத்துக்க ஆள் வேணும்னு தோணும்போது கூப்பிட்டா போதும்."

சேது பதறிப்போய் நிற்கும்போது, தலையணையிலிருந்து உருவிய உறைகளுடன் வெளியே சென்றாள். புதிய தலையணை உறைகளுடன் அவள் திரும்பி வரும்போது சேது ஜன்னல் வழியாக வெளியே பார்த்துக்கொண்டிருந்தான்.

“நளினி மைனிக்குக் கிறுக்கு ஒண்ணுமில்லை சேது, பயப்படாதே. காலேஜிக்குப் போகும்போது நீ பேன்ட் போடுவியா?”

“எங்கிட்ட பேன்டே கிடையாது.”

“காலண்டரைப் பாக்கும்போதுதான் தெரிஞ்சுது. இன்னைக்கு ஈஸ்டர். கண்ணூர்ல இருக்கும்போது ...”

அவள் சட்டென்று நிறுத்தினாள். தலைக்குள்ளிருந்த எதையோ உதறித்தள்ள முயற்சிப்பதுபோல் ஒரு நிமிடம் நின்று விட்டு, மீண்டும் தரையைப் பார்த்து சிரிக்க முயற்சி செய்தாள்.

“நான் என்னென்னமோ சொல்றேன் இல்லையா? சேது உக்காரு.”

அப்போது ஊர் உலகம் முழுவதும் கேட்பதுபோல் கீழே இருந்து கூப்பிடும் சத்தம் கேட்டது:

“சேது அத்தான் ...”

ரவி வந்திருக்கான்.

நளினியண்ணி குனிந்தத் தலையுடன் வெளியே சென்றதும் ஏணிப்படியும் மாடியும் குலுங்குவதுபோல் ரவியின் காலடியோசை கேட்டது.

ரவியைப் பார்த்த சேது ஆச்சரியத்தில் உறைந்துபோனான். தன்னை விடவும் வளர்ந்திருக்கிறான். உள்ளூரில் தைத்த கோடுபோட்ட சட்டையின் காலர் அளவுக்கதிகம் பெரிதாக இருந்தது. வேர்க்க விறுவிறுக்க வந்திருந்தான். அழுக்கு பனியன் வெளியே தெரிவதுபோல் சட்டைப் பித்தான்களைத் திறந்து விட்டிருந்தான். முரட்டுத் தோற்றத்துடன் தெரிந்தான். காதில் சிவப்புக்கல் பதித்தக் கடுக்கனை மட்டும் விடவில்லை.

அவனது திடமானக் கைகள் தோளில் பதிந்தபோது சேது உள்ளூரக் குறுகினான்.

“நான் சேது அத்தானை விடவும் வளந்திருக்கேன். இல்லையா?”

ரவி பக்கத்தில் நின்று அளந்துப் பார்த்தான். பையைத் திறந்து பரிசோதிப்பதுதான் அவனது அடுத்த வேலை. துவைத்து வைத்திருந்த சட்டைகளை எடுத்து ஜன்னல் வெளிச்சத்தில் கொண்டு போய்ப் பார்த்துவிட்டு விலை கேட்டான்.

“இந்தத் தடவையாவது பாஸாயிருவியா?”

“படிக்கவே தோணலை சேது அத்தான். இந்தத் தடவை பாஸாக்கலேன்னா, ஹெட் மாஸ்டரோட குடலை உருவிருவேன். இங்க இப்ப சினிமா கொட்டகை வந்திருக்கு சேது அத்தான்.

குளத்துக்குப் பக்கத்தில. சேது அத்தான் பாலக்காட்டுல நிறைய படம்லாம் பாப்பதானே?”

“அப்பப்ப.”

“இன்னைக்கு நாம படம் பாக்கப் போகணும்.”

“என்ன படம்?”

“குலேபகாவலி. நல்ல படமாம். நிறைய ஃபைட் உண்டு.”

“யோசிப்போம்.”

“இதுல யோசிக்கிறதுக்கு என்ன இருக்கு?”

ரவி கட்டிலில் உட்கார்ந்தான். படிப்பு விஷயம் பற்றி பேசினான். எப்படியாவது பத்தாம் கிளாஸ் பாஸாகி விட வேண்டுமென்பது அவனது ஆசை. வீட்டு நிர்வாகத்தைக் கவனிப்பதற்கு ஆணாக அவன் மட்டும்தான் இருக்கிறான். தோப்பில் தேங்காய் பறிக்க வேண்டும். காயலோரம் புஞ்சை சாகுபடி இருக்கிறது.

சேதுவும் ரவியும் ஒன்றாக உட்கார்ந்துச் சாப்பிட்டார்கள். சாப்பிட்டு முடித்ததும் ரவி வெளியே புறப்பட்டான். பல்சக்கரம் வைத்து நீரிறைக்கும் இடத்துக்குப் போய்ப் பார்க்கவேண்டும். வெளித்தோப்பில் வெட்டிப்போட்ட ஓலையை வாங்க ஆள் வரும். அதை எண்ணிக் கொடுக்கவேண்டும். திரும்பி வருவதற்கு இரவாகி விடுமென்று சொல்லி விட்டுதான் சென்றான்.

பெரிய அத்தையும் சின்ன அத்தையும் தனித்தனியாக வந்து பேசினார்கள். சாயங்காலம் நளினியண்ணி சாயாவுடன் வந்தாள். காலியான சாயா தம்ளர்களை இடைவழியில் வைத்து விட்டு வாசலில் தரையில் உட்கார்ந்துகொண்டாள். குனிந்த தலையுடன் இடது கை விரல்களால் தலையைக் கோதியபடி அமைதியாக உட்கார்ந்திருக்கும் அண்ணியைப் பார்க்கும்போது வருத்தமாக இருந்தது. நகரத்தின் எல்லையிலிருக்கும் திப்பு சுல்தான் கோட்டையைப் பற்றி சேது சொல்ல ஆரம்பிக்கும்போது ஆர்வமான நளினியண்ணி தலை உயர்த்தினாள். அந்தக் கோட்டையிலிருந்து வெளியே செல்வதற்கு ஒரு இரகசிய குகை இருந்தது. சேது அதை விவரிக்கும்போது நளினியண்ணியின் கண்களில் இழந்து போயிருந்த ஒளி மீண்டும் பிரகாசிப்பதை உணர்ந்தான்.

பழைய காலத்தில் கோட்டை அதிபனாக இருந்த படைத்தலைவன் சர்தார் கானுக்கு கால் ஊனமுற்ற, அழகான ஒரு மகளிருந்தாள். பணிப்பெண்களின் உதவியுடன்தான்

அவளால் நடமாட இயலும், அவளது இரவு பகல்கள் தனிமையில் கழிந்து கொண்டிருந்தன. தம்பூராவை இசைத்தபடி அமர்ந்திருக்கும் மகளைப் பார்க்கும் போதெல்லாம் சர்தார் கான் பெருமூச்சு விடுவான். ஒருமுறை கைதி ஒருவன் கோட்டைக்கு வந்தான். அவ்விளைஞனைப் பற்றி கேள்விப்பட்ட அவள் பணிப்பெண்களின் உதவியுடன் சென்று அவனைப் பார்த்தாள். ஒருநாளிரவு யாருக்கும் தெரியாமல் குகைச் சாவியைக் கைவசப்படுத்திக்கொண்ட அவள் மெல்ல நொண்டியபடியே சென்று அவன் தப்பித்துச் செல்ல உதவினாள். இதைக் கண்ட காவலாளி வீசிய வெடிகுண்டில் சிக்கிய இருவரும் மரணமடைந்தார்கள். அன்றுதான் அந்தக் குகை வழிப்பாதை மூடப்பட்டது.

கதையைச் சொல்லி முடித்ததும் நளினியண்ணி கேட்டாள்:

"இது உண்மையாகவே நடந்த கதையா? இல்லை, சேதுவோட கட்டுக்கதையா?"

"வரலாறு படிச்ச எல்லாருமே இது உண்மைச் சம்பவம்னுதான் சொல்றாங்க."

நளினியண்ணி மீண்டும் அமைதியானாள். சுவர் சாய்ந்து, மூடிய இமைகளை விரல்களால் நிமிண்டியபடி உட்கார்ந்திருந்த அவள் உறக்கத்திலிருந்து விழித்தவள்போல் கண்களைத் திறந்து கேட்டாள்:

"அந்தக் கதையில வர்ற கைதியோட பேரென்ன?"

"எனக்குத் தெரியாது."

"இந்துவா இருப்பானோ?"

"இருக்கலாம்."

"உம்..."

"நளினியண்ணி சினிமால்லாம் பாக்கப் போவீங்களா?"

"சினிமாவா? சரியாப்போச்சு போ. கண்ணூர்ல இருக்கும் போது..." சொல்ல வந்ததை ஆழ்ந்த யோசனையுடன் கட்டுப்படுத்திய அவள் தொடராமல் விட்டாள்.

நகரில், சாயங்கால வேளைகளில், கோட்டைச்சரிவில் வழக்கமாக உட்காரும் மைதானத்தைப் பற்றி பேசினாள். வகுப்புத்தோழிகளைப் பற்றி பேசினாள். முன்போல் நளினியண்ணி உரக்கச் சிரிப்பதைப் பார்க்க அவனுக்கு ஆசையாக இருந்தது.

காலம்

வெளியே இடைவழியிலிருந்து கண்ணாடி வளையல்கள் கிலுங்கும் ஓசையுடன் யாரோ படியேறிவரும் மெதுவான காலடிச் சத்தமும் கேட்டது.

“நளினியக்கா, மேல் கழுவ வரலையா?”

“இந்தத் தம்ளரையும் பாத்திரத்தையும் கீழே எடுத்துட்டுப் போ தங்கமணி.”

வாசலைத் தயக்கத்துடன் கடந்து அறைக்குள் வந்து நின்றாள் தங்கமணி. வெள்ளை ஜாக்கெட்டும் இளம் பச்சை நிறப் பாவாடையும் அணிந்திருந்த அவள் மெலிந்த தோற்றத்துடனிருந்தாள்.

“சேதுவை உனக்குத் தெரியுமா தங்கம்?”

கழுத்தில் கிடந்த பளிங்கு மாலையைக் கடித்தபடியே அவள் தலையாட்டினாள். தெரியும் என்கிறாளா? தெரியாது என்கிறாளா?

சேது, தொலைவில் தெரிந்த தெளிவற்ற ஒரு உருவத்தைப் புரிந்துகொள்ள முயற்சி செய்துகொண்டிருந்தான்.

“சேது, தங்கமணியை இதுக்கு முன்னாடி நீ பாத்திருக்கியா? புஷ்போத்து சித்தி வீட்டுல? சிவன் கோயில் வழிபாட்டுக்காக காலையில வந்தா.”

“எத்தனாம் வகுப்பு?”

“ஒன்பது.”

அவள் வெளியே சென்றதும் நளினியண்ணியிடம் கேட்டான்:

“புஷ்போத்து கோவிந்தன் மாமா இப்பவும் திருப்பூர்லதானே?”

சிறு வயதில் ஒருமுறை, அம்மா அப்பா உட்பட எல்லோருடனும் சேர்ந்து புஷ்போத்துக்குப் போயிருக்கிறான். குடும்பம் பாகம் பிரிந்த காலத்தில் பாட்டியின் தங்கை ரொம்பவே கஷ்டப்பட்டாளாம். வேலை பார்க்கிற பிள்ளைகள் யாருமில்லை. மாப்பிளைப் பாடசாலையில் பத்து ரூபாய் சம்பளத்தில் வேலை பார்க்கும் ஆசிரியர் ஒருவர் மூத்த மகளைத் திருமணம் செய்திருந்தார். ஒழுங்காகச் சம்பளம் தரவில்லையென்று முதலாளியுடன் தகராறு செய்த அவர் ஊர் விட்டுப்போய் திருப்பூரில் ஒரு செட்டியாரின் கடையில் கணக்குப்பிள்ளையாகச் சேர்ந்தார். பிறகு மில்லில் நல்ல வேலை கிடைத்தது. பணம் சேர்ந்தது.

அம்மாவுக்கு பாட்டியை விடவும் புஷ்போத்து பாட்டியின்மீதுதான் அதிக பாசம்.

கோபக்கார கோவிந்தன் மாமாவை எல்லோருக்குமே பயம். இன்றும் அவருக்கு அதே கோபம்தான். விடுமுறையில் ஊருக்கு வந்தால் காலையிலேயே குடிக்க ஆரம்பித்துவிடுவார். அவரது அருகில் போகப் பிள்ளைகள்கூட பயப்படுவார்களாம். ஆனால், ஒவ்வொரு தடவையும் நிறைய பணத்துடன் வருவார். திருமனையூரிலுள்ள தனது வீட்டுக்கும் மனைவி வீட்டுக்கும் தாராளமாகச் செலவு செய்வார்.

முன்பு, விடுமுறையில் வரும்போதெல்லாம் சேதுவின் வீட்டுக்கும் வருவார். அம்மா கோழிக்கறியுடன் விருந்து வைப்பாள். பங்கோடையின் வீட்டுக்கு இரகசியமாக ஆளனுப்பி மாமா சாராயம் வாங்கி வரச் செய்வார்.

கோவிந்தன் மாமா போன பிறகு அம்மா பார்ப்பவர்களிடம் எல்லாம் சொல்வாள்:

“மத்தவங்க என்னவேணா சொல்லட்டும்; என் முன்னாடி வரும்போது அவன் குழந்தைப் புள்ளைதான்.”

புறப்படும்போது ஒருமுறை, சென்ட் வாசமுள்ள ஒரு நோட்டைக் கையில் தந்தது சேதுவுக்கு இன்னமும் நினைவிருக்கிறது.

கோவிந்தன் மாமா கடந்த சில வருடங்களாக வீட்டுக்கு வருவதில்லை.

ஆனைமலைத் தோட்டத்தில் வேலை பறிபோன அப்பா, பிறகு திருப்பூருக்குச் சென்று ஒரு மாதம் கோவிந்தன் மாமாவுடன் தங்கியிருந்தார். பிறகு, அவர்களுக்குள் சச்சரவு உருவாகிப் பிரிந்தார்கள். அப்பா, கோவிந்தன் மாமாவைப் பற்றிய சில இரகசியங்களைச் சொன்னார். வயதுப்பெண்கள் இரண்டுபேரை மாமா வேலைக்கு வைத்திருக்கிறாராம். மனைவியையும் பிள்ளைகளையும் திருப்பூருக்கு அழைத்துச் செல்லாததற்குக் காரணம் இதுதானாம்.

கல்லூரியில் சேர்ந்த காலம் முதல் தோன்றியதுதான். கோவிந்தன் மாமாவுக்குக் கடிதம் எழுதினால் பணம் அனுப்புவார். கோபக்கார கோவிந்தன் மாமாவுக்கும் அப்பாவுக்குமிடையே சச்சரவு இருப்பதால் எழுதுவதற்கான தைரியமில்லை.

உண்ணிக்குச் சோறூட்டும் சடங்குக்கு புஷ்போத்திலிருந்து அத்தை மட்டுமே வந்திருந்தாள். சாயங்காலம் திரும்பிப் போகும்போது அத்தை கூப்பிட்டாள்:

“புஷ்போத்துக்கு வாயேன் சேது. அங்க நிறைய பிள்ளைகள்ளாம் இருக்காங்க.”

அவன் வெட்கத்துடன் நின்றான். அத்தை கேட்டாள்:

"பரமேஸ்வரா, சேதுவை நான் அழைச்சிட்டுப் போகட்டுமா?"

"அவனுக்கு ஸ்கூலுக்குப் போகணும்தே. கையோட அவனைக் கூட்டிட்டுப் போகணும்" என்றான் பரமேஸ்வரன் அண்ணன்.

ஆகவே, போகவில்லை.

ஐந்தோ ஆறோ வயதில் ஒருமுறை அங்கே போயிருக்கிறான். சரடில் கோர்த்த ஒரு சவரனைக் கழுத்தில் அணிந்து, கால் நீட்டி உட்கார்ந்திருக்கும் புஷ்போத்து சின்னப் பாட்டியை இலேசாக நினைவிருக்கிறது. அக்கா பாட்டியை விடவும் இரண்டு மடங்குப் பருமனாக இருப்பாள் தங்கைப் பாட்டி. சிரமப்பட்டுதான் நடக்க முடியும். குழந்தைகளுடன் அவன் வெளித்தோட்டத்திலுள்ள ஓலைக் கொட்டாயைச் சுற்றிக் கண்ணாமூச்சு விளையாடினான். அந்த வீட்டைப் பிறகு இடித்துக் கட்டி விட்டார்களாம்.

கீழே இறங்கிச் சென்றபோது நளினியண்ணியும் தங்கமணியும் இன்னமும் மேல் கழுவப் போகவில்லை.

"சேது குளிக்கலையா?" பெரிய அத்தை கூடத்தில் வந்து கேட்டாள்.

"கொஞ்சம் இருட்டட்டும்தே."

"கோவிலகம் ஊத்துல போயிக் குளி. நல்ல தண்ணி."

"வேண்டாம்தே. நான் குளத்தில போயிக் குளிக்கிறேன்."

விடுதிக் குளியலறையில் குளித்துப் பழகிய பிறகு திறந்த வெளியில் குளிப்பதற்கு வெட்கமாக இருந்தது.

சின்ன அத்தை கேட்டாள்:

"ஒரு கிளாஸ் காப்பித் தண்ணிப் போட்டுத் தரவா?"

"வேண்டாம்தே. இப்பதானே குடிச்சேன்? ரவியை இன்னும் காணோம்?"

"வர்ற நேரம்தான். ஈந்து வெட்டியாரச் சொன்னேன். உனக்கு ஈந்துப் பணியாரம் பிடிக்குமா?"

எல்லாமே பிடிக்கும். இங்கே வந்தபிறகு உலகமே பிடித்திருக்கிறது.

தரை துடைத்துக்கொண்டிருந்த சின்ன அத்தை சொன்னாள்:

"கோயில்ல இன்னைக்கு நிறமாலை இருக்கு. சாப்பிட்ட பிறகு நாம போகலாம், என்ன?"

"சரித்தே."

சாயங்கால வெயிலில் தென்னந்தோப்பின் வெள்ளை மணல் பளபளத்தது. வடக்கு எல்லையில் விழுந்துக்கிடக்கும் அயினிப் பலாக்களைக் காகங்கள் கொத்தித் தின்றன. தென்னை மடல்களினூடே அவ்வப்போது இளங்காற்று வீசிச் சென்றது. தொலைவில் கேட்கும் மெல்லிய அலையோசைக் காதுகளை வருடியது. மனதுக்குள் இனிய அமைதியொன்று நுரைத்துப் பிரவாகித்தது.

மேல் வராந்தாவில் கடிகாரம் அடிக்கத் தொடங்கியபோதுதான் கவனித்தான். மணி ஆறு.

நளினியண்ணியும் தங்கமணியும் பேசிக்கொண்டிருப்பது தொலைவிலிருந்துக் கேட்டது. எவ்வளவு மெதுவாகப் பேசுகிறாள் தங்கமணி?

"தீபம்."

கூடத்தின் ஓரக்கல்லில் நிற்கும் தங்கமணியின் குரல் கேட்டுத் திரும்பினான். சேதுவுக்குக் கும்பிடக் காட்டுவதுபோல் குத்து விளக்குடன் அவள் தயங்கி நின்றிருந்தாள். அவன் கும்பிடவில்லை. 'கல்லூரியில் படிக்கிற பெரிய ஆளான தான் சாமி கும்பிடுவது சரியல்லவே?'

தீபத்தின் மின்னும் மஞ்சள் ஒளியில் அவளது சிறு முகத்திலுள்ள பெரிய செந்தூரப் பொட்டு தெரிந்தது.

குத்து விளக்கிலிருந்து எடுத்தத் திரிகளை தெற்குத் தோட்டத்தில் குங்கும மரத்தின் கீழ் தரையில் வைத்துவிட்டு முற்றத்தின் ஓரமாக நடந்து உள்ளே சென்ற அவள் எதையோ யோசித்தபடி நின்றுவிட்டுக் கேட்டாள்.

"சேது அத்தான் குளிக்க நேரமாகலையா?"

"ரவி வரட்டும்."

வடக்கு முற்றத்தினூடே வந்த நளினியண்ணி ஓரக்கல்லில் உட்கார்ந்தாள்.

"பயங்கரத் தலைவேதனை. சாயங்காலமானா ஆரம்பிச்சிரும். ராத்திரி முழுசும் தூக்கம் கிடையாது. நிறமாலைப் பாக்க சேதுவும் வர்றதா சித்தி சொன்னாளே? சேது குளிச்சிடேன்..."

"ஆமா, சின்னத்தை சொன்னாங்க."

"தங்கமணி, தெக்கூட்டுல சோப்பும் டவலும் இருக்கு. எடுத்துட்டு வந்து கொடு."

காலம் 129

வீட்டுக்குள் சென்று சட்டையைக் கழற்றிவிட்டு வெளியே வந்த சேது, டவலால் உடலை மூடியிருந்தான். அவன் முற்றத்தில் இறங்கவும் ரவியின் கனத்தக் குரல் கேட்டது.

"சேது அத்தான், குளிக்க நானும் வர்றேன்," என்ற ரவி, வேட்டுவப் பையனின் தலையிலிருந்து சாமான்களை இறக்கி வைத்துவிட்டு அவனுக்குக் காசு கொடுத்து அனுப்பினான். காலையில் செய்ய வேண்டிய வேலைகளையும் அவனுக்கு நினைவுபடுத்தினான். அம்மாவிடமும் பெரியம்மாவிடமும் தேங்காய் வியாபாரி மாப்பிளை கொண்டு வந்த கணக்கைக் கேட்டான். எல்லாவற்றையும் சேது ஆச்சரியத்துடன் பார்த்துக் கொண்டு நின்றான். ஒன்பதாம் வகுப்புப் படிக்கும் ரவி, மிகச்சரி யாக குடும்பக் காரணவராகவே மாறியிருந்தான்.

சட்டையையும் பனியனையும் வேட்டியையும் சுருட்டி, நளினியண்ணியின் முன்னால் எறிந்துக் கொடுத்துவிட்டு, டவலை மட்டும் சுற்றிக்கொண்டு நின்று காற்றில் கைவீசி கஸரத் எடுத்த ரவி சொன்னான்:

"அடியே, எனக்கும் கொஞ்சம் எண்ணெ தா."

தொங்கிக் கிடந்த மூங்கில் தட்டியின் பின்னால் பாதி மறைந்து நின்றிருந்த தங்கமணியின் முகத்தை சேது பார்க்கவில்லை.

மனதுக்குள் நினைத்துக்கொண்டான்: 'கிறுக்குப்பய, கூப்பிடுறதைப் பாரேன். அடியேவாம்.'

குளத்துக்கு நடக்கும்போது ரவி கேட்டான்:

"சேது அத்தான், காலேஜ் படிப்பு இன்னும் எத்தனை வருஷம்?"

"இன்னும் கொஞ்சம் வருஷமாகும். தோக்காம இருந்தா."

"சேது அத்தான் தோக்கவா? நல்லாருக்கு. நான் ஒரு யாவாரம் ஆரம்பிக்கலாம்னு பிளான் போட்டிருக்கேன். பஞ்சாயத்து ஆப்பீஸ் பக்கத்தில உள்ள ரெண்டு அறையை வாடகைக்குப் பாத்து வச்சிருக்கேன். நமக்கு உத்தியோகம் சரிப்படாது."

"எதுக்கு உத்தியோகம்? தேங்கா இருக்கு. நெல்லிருக்கு. இதெல்லாம் இல்லாதவங்கதானே வேலைக்குக் கையேந்தணும்?"

"சேது அத்தான் உத்தியோகம் பண்றப்ப நாங்கள்ளாம் பாக்க வருவோம்."

அந்தக் காலம் இன்னும் எவ்வளவு தொலைவில் இருக்கிறது என்பதை சேது பீதியுடன் நினைத்துப் பார்த்தான்.

குளத்தில் யானைத்துறையில் மட்டும் ஆளில்லை. அதில் இறங்கினார்கள். இளஞ்சூடான நீர். நடுக்குளத்திலேயே கழுத்தளவுதான் நீரிருந்தது. எதிர்ப்புறம், ஓடிட்ட படித்துறையில் ராந்தல் வெளிச்சத்தில் குளித்துக்கொண்டிருந்த தம்புரான்கள் உரத்தக் குரலில் பேசுவது கேட்டது.

“உங்கிளாஸ்ல எத்தனைப் பிள்ளைங்க?”

“பத்து நாப்பத்தஞ்சு பேரிருக்காங்க. எனக்கு வெக்கமா இருக்கும் சேது அத்தான். எல்லாருமே சின்னப் பையங்க. தங்கமணி அடுத்த டிவிஷங்குறதால நல்லதாப் போச்சு.”

“கேர்ள்ஸ் யாருமில்லையா?”

“எட்டுப் பத்துப் பேரிருக்காங்க. சவங்க.”

விஷயத்தை வேண்டுமென்றே பெண்களை நோக்கித் திருப்பினான். ரவிக்கு அதில் பெரிய ஆர்வமெதுவும் இருப்பதுபோல் தெரியவில்லை. அவன் மேற்கு கோயில் குளத்தில் கிடக்கும் பெரிய வரால்களைப் பற்றியும் *கோவிலகம் கல்படி ஆலமரத்தில் சுட்டுப் பிடிக்க வசதியாக தொங்கிக்கிடக்கும் வவ்வால்களைப் பற்றியும் பேசினான். இடையிடையே நினைவுபடுத்திக்கொண்டான்:

“நமக்கு சினிமா பாக்கப் போகணும்.”

குளித்து முடிந்து வீட்டுக்கு வரும்போது கூடத்தில் ராந்தல் விளக்கு வைத்து இலை போடப்பட்டிருந்தது.

சாப்பிட்டு முடிந்து முற்றத்தில் நடந்துகொண்டிருக்கும்போது ரவி மெதுவாகக் கேட்டான்:

“சேது அத்தான் சிகரெட் பிடிப்பியா?”

“ஏன்?”

“இல்லை, கேட்டேன்.”

“அப்பப்ப. ஹாஸ்டல்ல ஏதாவது விருந்துகள் நடக்குறப்ப சிகரெட் தருவாங்க. ஹேபிட்டாக்கலை.”

“நாளைக்கு நான் கொண்டு வந்து தர்றேன்.”

சரி என்றோ வேண்டாம் என்றோ சொல்லவில்லை.

சின்ன அத்தை வந்து சொன்னாள்:

“சேது புறப்படலையா?”

---

* இராஜப் பிரதானிகள், கோவில் அதிகாரிகளின் இல்லம்

"அம்மாக்குக் கிறுக்குப் புடிச்சிருக்கு. நிறமாலைக்கு சேது அத்தான் எதுக்கு? நமக்கு சினிமாக்குப் போகலாம். பிடிச்சப்பிடியா நின்னு யாராவது கோயிலுக்குக் கூட்டிட்டுப் போவாங்களா?"

"டேய், நீ எனக்குப் பாடம் எடுக்க வேண்டாம். நாங்க என்ன கோயிலுக்குள்ள போய்க் கும்பிட்டேவா நிக்கப் போறோம். அப்படின்னா, நானும் தங்கமணியும் மட்டும் போவோமே?"

சேதுவை அழைத்தாள்:

"வா சேது நமக்குப் போகலாம்."

"எங்களை எதிர்பாத்து நிக்க வேண்டாம்," என்ற ரவி, சேதுவின் காதில் முணுமுணுத்தான்: "கோயிலுக்கு அம்மா போகட்டும். நமக்கு செகண்ட் ஷோ போகலாம்."

ரவியை நிராசைப்படுத்த வேண்டியதாயிற்று. சேது இஸ்திரி போட்டுப் பளபளக்கும் பாப்ளின் சட்டை அணிந்துகொண்டான். பகலில் உடுத்தியிருந்த வேட்டி கசங்கவில்லை. இருந்தாலும் மாற்றினான். கண்ணாடிப் பெட்டியிலிருந்து அண்ணியின் பவுடரை எடுத்துப் பூசிக்கொண்டான். அறை வாசலில் சென்று அண்ணியிடம் சொன்னபோது கேட்டாள்:

"சில்லறை ஏதாவது வேணுமா சேது?"

"வேண்டாம்."

"டார்ச்சை வேணும்னா கையில எடுத்துக்க."

இடைவழி தாண்டினால் துகள்மண் படர்ந்த வெட்டு வழி. அங்காடியும் ஆலமரங்களும் கடந்த தென்னந்தோப்பினிடையே நீண்ட வழிப்பாதை ஆளரவமற்றுக் கிடந்தது. முன்னால் நடந்துகொண்டிருந்த சின்ன அத்தை அம்மாவைப் பற்றி பேசிக் கொண்டிருந்தாள். அவ்வப்போது அம்மாவுக்காவது கொஞ்சம் வந்துவிட்டுப் போனால் என்ன? யாருக்காவது? நாங்கள் யாரும் அம்மாவுக்கு எந்தக் கெடுதலும் செய்ததில்லையே?

கை நீட்டினால் தொடுகிற தூரத்தில் முன்னால் நடந்துகொண் டிருந்த தங்கமணியின் காலடிகளைக் கவனித்தபடி டார்ச் வெளிச்சத்தைப் பின் தொடர்ந்தான். பூப்போட்ட தாவணியும், வகிடெடுத்த கூந்தலுமாக தங்கமணி இன்னும் கொஞ்சம் பெரிய மனுஷி போல் தோற்றமளித்தாள். ஒரு புறத் தலைமுடியில் கோர்த்திருந்த முல்லைச் சரத்தின் மெல்லிய வாசம்.

ஓலைத் தீவட்டிகளின் வெளிச்சத்தில் இடைவழியாக நடந்து வந்து வெட்டுவழியில் சந்தித்த பெண்கள் குழு ஒன்று சின்ன அத்தையுடன் சேர்ந்துகொண்டது.

"இது யாரு?"

"சேது? அண்ணனோட இளைய மகன். இப்ப பாலக்காடு காலேஜில படிக்கிறான். இன்னைக்குத்தான் வந்தான்."

அவன் நடையின் வேகத்தை வேண்டுமென்றே குறைத்து, சற்றுப் பின் வாங்கினான். தங்கமணி பெண்களுடன் சேர்வதில் ஆர்வம் காட்டவில்லை.

"பாத்து நட. கல்லுக்கிடக்கும்."

நிழலினூடே நடக்கும்போது முகம் உயர்த்திப் பார்த்த அவளது கண்களில் பளபளப்பு.

ஏதாவது பேச விரும்பினான்.

இவள் சுகந்தம் முழுவதையும் தனக்குள் தேக்கி வைத்திருக்கும் ஒரு மலர் மொட்டு என்று நினைத்துக்கொண்டான்.

—இதுதான் கவிதை.

மேகக்கீற்றுகள் அகன்றன. வானம் திடீரென்று தெளிந்தது. ஒளி வீசும் நிலவில் தென்னந்தோப்பின் நிழல்களிடையே நீண்ட இடைவெளிகளும் வெட்டு வழியும் புன்னகை புரிந்தன. நம்ப முடியாத வியப்பூட்டியது நிலவு.

சுமித்ராவைப் பற்றிய நினைவு இப்போது ஏன் வர வேண்டும்? தன்னை வைது கொண்டான். சுமித்ரா எனக்கு யாருமில்லை. வாசித்தக் கவிதைகளினூடே கனவில் உருக் கொண்ட அழகான ஒரு பெண் இதோ என்னருகில்

தென்னந்தடியிலான ஓடைப் பாலத்தைக் கடக்கும்போது சொன்னான்: "கவனமா வா. கையைப் பிடிச்சுக்க." மிருதுவான விரல்கள். வாசனைப் பவுடரின், முல்லைப்பூவின் நறுமணம்.

ஓடையைத் தாண்டிய பிறகும் கையை விடவில்லை.

மேலே தெளிந்த வானம். கீழே நிலவின் நெடுநீரோடும் வழித்தடம். தொலைவில், கோயிலிலிருந்து கேட்கும் மேளதாளம், மாமனதின் துடிப்புகள்போல் முன்நகரும் காலடிகளுக்கேற்ப அதிகரித்துக்கொண்டிருந்தது.

மாலையில் மலர்ந்த முல்லைப்பூக்களின் சுகந்தத்தை அனுபவித்தபடி அவளது கையைப் பிடித்துக்கொண்டு நடக்கும்போது தோன்றியது:

"வாழ்க்கையின் அபூர்வ கணங்கள் இவைதான்."

—இக் கணங்களுக்காகவே காத்திருந்தேன்.

–நிலவும் வாசனையும் மேளதாளங்களுடன் என்னையா எதிர்பார்த்திருந்தது இவ்வுலகம்?

உனக்காகவா...

6

நாளைக்குப் போக வேண்டும் என்று எண்ணம் வந்தபோது வருத்தமாக இருந்தது.

மீண்டும் சந்திக்கும்வரை நாம் பிரியவேண்டியதிருக்கிறது. வயல்களும் தென்னந்தோப்புகளும் கடந்து, புழுதிமண் குழைந்துக் கிடக்கும் தரையில், தார் ரோட்டில் வந்து சேர்ந்தான். காகிதப்பொட்டலத்தை அக்குளில் இடுக்கியபடி பஸ்சை எதிர்பார்த்து நிற்கும்போது எதையெதையோ இழந்துவிட்டதுபோன்ற உணர்வு மனதுக்குள் வலுவாக உருக் கொண்டது. ஒடுங்கிய பஸ்சில் அருவருப்பைத் தோற்றுவிக்கும் மனித வாசனையின் நடுவில் இயன்ற வரைக்கும் சுருங்கிய இடத்துக்குள் ஒதுங்கி நிற்கும்போது, சுற்றிலுமுள்ள சத்தங்கள் அகன்றுகொண்டிருந்தன. மெல்லிய வளையோசைகளுடன், முல்லைப் பூவின், வாசனைப் பவுடரின் மணம் ஆற்றங்கரை நிலவுபோல் மனம் முழுவதும் படர்ந்தேறியது. தொடுவுணர்வின் நினைவுகளுடன் கை விரல்களும் இடது தோளும். உடலில் அப்போது வெள்ளைக்கோடுபோட்ட சட்டை. வெப்பமும், வாகனத்தின் அசைவுகளுமாக மயக்கத்தின் தாழ்வாரத்தில் நழுவி நகரும்போது கடந்துபோன நாட்களின் ஒவ்வொரு நிமிடமும் அந்தி மேகங்களின் கலைந்த வண்ணம்போல் கண்முன் குமிழ்களாகப் பறந்துத் திரிந்தன.

–இம்முறை நாம் பிரிய வேண்டியதிருக்கிறது.

மீண்டும் சந்திக்கும்வரை.

விருந்துக்கு வந்தவன் புதுமையை இழப்பதற்குள் இடத்தைக் காலி செய்ய வேண்டியதிருக்கிறது.

பெரிய அத்தையும் சின்ன அத்தையும் வற்புறுத்தினார்கள். அண்ணி மீண்டும் சொன்னாள்:

“காலேஜ் திறக்க நாளாகலையே? கொஞ்சநாள் கழிச்சு போனாப்போதும்.”

நளினியண்ணி வருத்தத்தை வெளிக்காட்டிக்கொள்ளவில்லை. அவள் பொதுவாகச் சொன்னாள்:

“சேது வந்த பிறகுதான் யாருட்டயாவது கொஞ்சம் பேசக் கிடைச்சுது.”

“இனியும் வருவீனா?”

“அப்பப்ப லெட்டர் போடு... சில நேரங்கள்ல எனக்கு நானே ஒரு லெட்டர் எழுதி போஸ்ட் பண்ணினா என்னன்னுகூட நினைச்சுக்குவேன்.”

“எழுதறேன்.”

நிறமாலை முடிந்த மறுநாள் தங்கமணி புறப்பட்டாள்.

எல்லோரும் சேர்ந்து வற்புறுத்தவே, முடிவெடுக்க இயலாத அவள் வராந்தாவின் பூக்கள் வரைந்த சிமெண்ட் தூணில் நகத்தால் படம் வரைந்தபடி தலைகுனிந்து நின்றிருந்தாள்.

“புஷ்போத்துபோல எல்லாம் இங்க அவ்வளவு ஜாலியா இருக்காதுதான். இருந்தாலும் உன் சித்தியும் பெரியம்மாவும் அக்காமாரும் எல்லாம்தானே இங்க இருக்காங்க.” சின்ன அத்தை ஆவலாதி சொன்னாள். பயணத்தை அவள் ஒத்தி வைப்பதை எதிர்பார்த்து சேது ஜன்னல் அருகிலேயே நின்றிருந்தான்.

பொழுது ஒரு சாபம்போல் இங்கே தேங்கி நிற்கவில்லை. ஒவ்வொரு நிமிடமும் எதிர்பார்ப்புடன் கழிகிறது. சமையல் கட்டு வராந்தாவிலும் இடைவழியிலும் மெல்லிய காலடியோசைகள் கேட்கின்றனவா? சமையல் கட்டுத் தளத்தில் வெளிவேலைக்காரி யின் அறிவீனங்களைச் சொல்லிச் சிரிக்கும் பெண் குரல்களினூடே மெல்லியதொரு சிரிப்போசை வேறுபட்டுத் தொனிக்கிறது. மாடி வராந்தாவில் கொடியில் கிடந்த சன்லைட் சோப் மணம் வீசும் பாவாடைச் சுருக்கினூடே விரல் நகர்த்தும்போது உடல் சிலிர்த்தது.

இதுதான் காதலாக இருக்கும்.

பிரபஞ்சத்திடம் முணுமுணுத்துக்கொள்ளலாம்: எனக்குள் ஒரு இரகசியமிருக்கிறது. பதினைந்து வயதான, கவிதைபோன்ற ஒரு பெண்ணை நான் காதலிக்கிறேன்.

ஐ லவ் யூ... ஐ லவ் யூ... ஐ லவ் யூ...

இரவில், சமையல் கட்டுத்தளத்தில் நீண்ட நேரம் பேசிக்கொண்டிருப்பார்கள். பெரிய அத்தை எதையுமே அபிநயத்துடன்தான் சொல்வாள். கம்மாளச்சி பாரு வந்தாள் என்று சொல்லும்போது அவள் கம்பூன்றி நடுக்கத்துடன் வருவதுபோல் அபிநயம் செய்வாள். பதில் பேசாமல் எல்லாவற்றை யும் அமைதியாகக் கேட்டுக்கொண்டிருக்கும் நளினியண்ணி சொல்வாள்:

“இந்த அம்மாவோட ஒரு கொணஷ்டை.”

வெளித்தோட்டத்தில் சின்ன வீட்டிலிருந்த தோட்டக்காரனின் மனைவி புருஷனுடன் சண்டை போட்டுக் கிணற்றில் குதித்தக் கதையைச் சொல்லும்போது சேதுவும் சிரித்துவிட்டான்.

கிணற்றில் தண்ணீர் குறைவாக இருந்தது. மனைவியின் அலறம் சத்தம் கேட்ட ராமன் ஓடிப்போய் கேட்டான்:

“கிணத்துல நிறைய தண்ணிக் கிடக்கா?”

“இல்லை,” என்றாள்.

“கை கால்ல அடி கிடி ஏதாவது பட்டுருச்சா?” என்று கேட்டான்.

“இல்லை,” என்றாள்.

ராமன் அப்படியே பாயையும் தலையணையையும் சுருட்டி எடுத்துட்டு இங்க வந்து சொல்றான்:

“யம்மோவ், அடியேன் உரல்புரை திண்ணையில படுத்துக்குறேன். சத்தமும் கூச்சலும் இல்லாம ஒருநாளாவது கொஞ்சம் நிம்மதியாத் தூங்கணும்.”

சமையல் கட்டு வாசல் மறைவில் மங்கிய இருளில் நிற்கும் தங்கமணியின் மெல்லிய சிரிப்புச் சத்தம் சேதுவின் காதுகளிலும் விழுந்தது.

படுப்பதற்காக மாடிக்குச் சென்றபோது நளினியண்ணி கை விளக்குடன் வந்தாள்.

“சேதுவுக்குத் தூக்கம் வந்துருச்சோ?”

“இல்லை. எப்பவும் நான் லேட்டாத்தான் தூங்குவேன்.”

வெளிவராந்தாவில் தங்கமணியின் காலடிச் சத்தம்.

“தங்கமணி இன்னும் தூங்கலையா? வா, இங்க வந்து உக்காரு.”

கட்டிலின்கீழ் உட்கார்ந்திருந்த நளினியண்ணியின் பின்புறமாக அவள் ஒதுங்கி நின்றுகொண்டாள்.

“ரவி தூங்கிட்டானா?”

“கூடத்தரையைத் துடைச்சிக் கொடுத்தேன். எதுவுமே விரிக்காம அப்படியே படுத்தாதான் அவனுக்குத் தூக்கம் வரும்.”

ஒரு தடவை தோப்பின் ஓரத்திலுள்ள நான்கு தென்னைகளில் தேங்காய் திருட்டுப் போய்விட்டது. பிறகு, ஐந்து பேட்டரியுள்ள

டார்ச்சையும் கைத்தடியையும் பக்கத்தில் வைத்துக்கொண்டு கூடத்தில்தான் தூங்குவான்.

நளினியண்ணி சொன்னாள்:

"சேது பாத்த ஏதாவதொரு சினிமா கதை சொல்லேன்."

"அய்யோ, எனக்கு அதெல்லாம் ஞாபகமில்லை."

"சொல்லணும்."

அது தங்கமணியின் மெதுவான குரல்.

கட்டிலின் பின்னாலிருந்து விலகி நளினியண்ணியின் தோளில் கை வைத்தபடி மெத்தையில் சாய்ந்து நிற்கிறாள்.

வெளிவராந்தாவில் திரி தாழ்த்திய சிறு மேஜை விளக்கு மங்கி மங்கி ஒளி வீசியது. சுவரில் சாய்ந்து மெத்தையில் கால் நீட்டி மெதுவாக சிகரெட் பிடித்தபடி அவன் கதை சொல்ல ஆரம்பித்தான். பிரபு குமாரன் ஒருவன் தெருவில் நடனமாடும் ஜிப்ஸி பெண்மீது காதல்கொண்ட கதை.

நளினியண்ணியின் 'உம்' கொட்டல் மெதுவாகக் கேட்டு, பிறகு ஓய்ந்துபோனது.

"நளினி மைனி தூங்கிட்டாங்களே?"

"உம்... சொல்லுங்க." தங்கமணி வற்புறுத்தினாள்.

நளினியண்ணியின் தூக்கத்தைக் கலைத்துவிடாமல் கையை மெல்ல விலக்கிக்கொண்ட தங்கமணி முன் பக்கம் வந்து மெத்தையில் சாய்ந்து நின்றாள்.

"ஸுஹானி ராத்து – தங்கமணி இந்தப் பாட்டைக் கேட்டிருக்கியா?"

"இல்லை."

நிலவொளியில் காதலியை எதிர்பார்த்து நிற்கும் பிரபு குமாரன் பாடுவது.

தன்னுடைய இறுகிய குரலால் பாட மட்டுமல்ல, ஒரு வரியைக்கூட அழகாகவும் இராகமாகவும் சொல்லவும்கூட தெரியாது. இருந்தாலும் சொன்னான்:

"எவ்வளவு அழகான பாட்டு."

ஸுஹானி ராத்து தில் சுகி
ஹா ஜானெ தும் கபௌகி

முடிவில், நழுவி விழுந்த கத்தியின்மீது வில்லன் விழுந்து கதாநாயகன் தப்பித்துக் கொள்ளும்போது, தங்கமணியின் மெல்லிய விரல்கள் சேதுவின் கைக்குள்ளிருந்தன.

கதை முடியும் நேரத்தில் நளினியண்ணி திடுக்கிட்டு விழித்தாள்.

"தூங்கிட்டேன். நேரம் ரொம்ப ஆயிட்டுது. சேது படுத்துக்க."

நளினியண்ணி முதலில் வெளியே சென்றாள். தங்கமணி சிறு தயக்கத்துடன் நின்றாள். நளினியண்ணி கையிலெடுத்த விளக்கு அணைந்தது. கூரிருள்.

"தங்கமணி மெதுவாப் பாத்துப் படியிறங்கு."

தைரியமூட்டிய இருளின் ஒரு கணம்.

சேதுவின் கை வளையத்தினுள் தங்கமணி ஒரு நிமிடம் ஒதுங்கி நின்றாள். வராந்தாவினூடே ஏணிப்படி வரைக்கும் அவளை அரவணைத்து அழைத்துச்சென்றான். ஏணிப்படியில் வைத்து தோளில் கை வைத்து இயலாமையுடன் சொன்னான்:

"போய்ப் படுத்துக்க."

அவள் ஏணிப்படியில் இறங்கும்போது சேது இருட்டில் நின்றுகொண்டிருந்தான். மரச்சட்டமிட்ட வராந்தாவினூடே தென்பட்ட வெளிமுற்றத்தில் *மூவாண்டன் மாமரங்களின் நிழல் களைச் சுற்றிலுமுள்ள புழுதி மண்ணுடன் நிலவு கண்ணாமூச்சு விளையாடுவது போலிருந்தது. கற்பூரச் சாம்பலின், களபத்தின், சந்தன சோப்பின் மெல்லிய கலவை வாசத்துடன் எதிரிலிருந்த இருள்கீற்றை சுவாசித்தபடி அவன் கண் மூடி நின்றிருந்தான்.

பிரசவ அறை வாசலில் நின்று அண்ணியிடம் விடைபெற்றான். கூடத்தில் நின்று அனைவரிடமும் சொல்லி விட்டுப் புறப்படும்போது தங்கமணியும் போவதற்குத் தயாராக நின்றிருந்தாள். அப்பாவின் சகோதரிகள் 'அடிக்கடி வா, சேது,' என்றார்கள். படிக்கட்டு வரை ரவியும் கூடவே வந்தான்.

பின்னால் தங்கமணியும் புறப்பட்டாள். அவள் ஏற்கனவே சொல்லியிருக்கக் கூடும். அவனுடைய காதில் விழுந்திருக்காது.

மகிழம்பூக்கள் உதிர்ந்துக்கிடக்கும் இடைவழியை அடைந்த அவன் நடையின் வேகத்தைக் குறைத்தான். வழிப்பாதை முடியுமிடத்தில் தென்னந்தோப்புக்கு ஏறும் முதல் ஓரப்படியில் நின்றான்.

* மூன்றாண்டில் காய்க்கும் மாமரம்

“வரட்டுமா?”

“சேது அத்தான் இனி எப்ப வருவீங்க?”

“சீக்கிரமா.”

“இனி வரும்போது வீட்டுக்கும் வரணும்.”

“கண்டிப்பா.”

“நீங்க வர்றதாச் சொன்னீங்கன்னு நான் அம்மாகிட்ட சொல்வேன்.”

அந்தி சாயும் நேரத்தில்தான் வீடு வந்து சேர்ந்தான். அம்மா விருப்பமில்லாத தொனியில் கேட்டாள்:

“ஏண்டா இவ்வளவு நாள்?”

கேள்வி காதுகளில் விழுந்ததும் தாங்க முடியாத கோபம் வந்தது. காலம் பூராவும் இங்கேயே காத்துக் கிடக்க வேண்டுமா? மூன்று நாட்கள். வெறும் மூன்றே மூன்று நாட்களாவது இங்கிருந்துத் தப்பித்துக்கொள்ள முடிந்தது.

இருளடர்ந்த திண்ணையில், உடைந்துத் தகர்ந்து உளுப்பேறிய தூணில் சாய்ந்து உட்கார்ந்திருக்கும்போது வெறுப்பாக இருந்தது. கரையான் அரித்து, உதிர்ந்து விழப் போகும் மரத்துணுக்குகளின் மெல்லிய ஓசையை எப்போதும் கேட்கலாம். ஈரம் காயாத துணிகளின், ஈர இருளின் விரும்பத்தகாத நெடி வீடு முழுவதும் தங்கி நிற்பதுபோல் தோன்றியது.

ஒரு விளக்கேற்றி வைக்கலாமே என்ற நல்லெண்ணம்கூட யாருக்குமில்லை. பத்மு எங்கே போனாள்?

புகை படரும் கை விளக்கைக் கொண்டு வந்த பத்மு கூடத்துப்படியில் வைத்தாள். அதன் கரிப்புகை நெளிந்து வளைந்து சுவரில் தடம் பதிப்பதைப் பார்த்தபடி அமைதியாக உட்கார்ந்திருந்தான் சேது.

என்றாவதொரு நாள் தங்கமணி இந்த வீட்டுக்கு வரும்போது? அவனால் அதைப் பயத்துடன்தான் நினைத்துப் பார்க்க முடிந்தது.

சேது அத்தான் வீடு ..!

“அடியே, துவாலைத் துண்டை எடுத்துட்டு வா.”

உள்ளே இருந்து உரத்தக் குரலில் பெரியம்மா பத்முவை அழைப்பது கேட்டது.

இல்லக் குளத்தில் துணி துவைக்கும் சத்தம்.

இருளினூடே முற்றத்தில் இறங்கி, சாயங்காலம் நனைத்துப் போட்ட வேட்டிகளை மதிலிலிருந்து எடுத்துப்போகும்போது சித்தி சொன்னாள்:

“இல்லக்குளத்துல பொம்பளைங்க அடியும் பிடியும். இப்ப ஒண்ணும் குளம் காலியாகாது.”

பத்மு, டவலும் சோப் டப்பாவும் கொண்டு வந்து வைத்தாள். டப்பாவைத் திறந்துப் பார்த்தான். தேய்ந்துபோய் நடுவில் ஓட்டை விழுந்த கோல்டார் சோப்பின் இரண்டு சிறு துண்டுகள் அதில் ஒட்டிப் பிடித்திருந்தன.

“எண்ணெ வேணுமா?”

பதில் சொல்லவில்லை. படியிறங்கித் தோட்டத்துக்கு வரும்போது இலேசான குளிர்ந்தக் காற்று. மண், கட்டைப் பிடித்துக்கிடக்கும் தோட்டத்தில் இன்னமும் இருள் படரவில்லை.

வரப்பில் கொஞ்ச தூரம் நடந்த பிறகு நின்றான். வடக்கு அங்காடியில் விளக்கு வைக்க ஆரம்பித்திருந்தார்கள். பாதையில் இரைச்சலுடன் குலுங்கிச் செல்கிற கட்டை வண்டியின் சத்தம்.

நேற்றிரவு இதே நேரம் மூவாண்டன் மாமரங்களினூடே மகிழ்ச்சியுடன் சுற்றித் திரிந்தோம். ராஜகுமாரன்போல் வீடு முழுவதும் தனது உத்தரவை எதிர்பார்த்திருந்தது. சிறு காலடியோசை கேட்டால்கூட மனத்துடிப்பின் வேகம் அதிகரித்துக்கொண்டிருந்தது.

மூன்று நாட்களுக்குப் பிறகு மீண்டும் ஜெயில் வாசம்.

சாரல் விழும்போலிருந்தது. தோட்டத்திலிறங்கி வடக்கு வீட்டுப் படிக்கட்டில் ஏறும்போது மழைத் துளிவிடத் தொடங்கியது. எங்கிருந்தோ ஓடி வந்த இருள், கமுகந்தோப்பின் இரு புறமும் ஒளிந்துகொண்டது. சோப் டப்பாவில் மெல்ல தாளம் தட்டியபடி ஏறினான். உட்கூடத்தில் இருள் மூடியிருந்தது. மேற்குப் பக்கம் நடக்கும்போது சமையல் கட்டுத்திண்ணையில் விளக்கு எரிவதைப் பார்த்தான். அருகில் கார்த்தியாயனி உட்கார்ந்து சதுர முறத்தில் பரப்பி வைத்த அரிசியில் கல் பொறுக்கிக்கொண்டிருந்தாள்.

“யாரு, சேதுவா?”

அவன் நின்றான்.

உள்ளே இருந்து சிம்னி விளக்குடன் வந்தாள் சுமித்ரா.

“எப்ப வந்தே சேது?”

“சாயங்காலம்.”

மழைச்சாரல் விழாமலிருக்க தாழ்வாரத்தில் விலகி நின்று டவலை எடுத்துத் தலை துவட்டினான்.

“சரோஜினி மைனியோட குழந்தை நல்லாருக்கா?”

“உம்...”

ஆர்வமில்லாமல் முனகி வைத்தான்.

சிம்னியின் சிவப்பு வெளிச்சத்தில் நிற்கும் சுமித்ரா இருட்டில் நிற்கும் தன்னைப் பார்க்க முயற்சிக்கிறாள்.

“பாரு அத்தை எங்கே?”

வடக்கு ஆற்றங்கரையில் பாரு அத்தையின் குடும்பத்தைச் சேர்ந்த சின்னம்முவின் வீட்டில் யாருக்கோ பிரசவ வலியாம். ஆள் வந்து சொன்னதும் போய்விட்டாள். துணைக்குத் தேவுவும் போயிருக்கிறாளாம்.

“நளினியக்காவுக்கு ஆலோசனைகள் ஏதாவது வருதா?”

“தெரியலை.”

மனம் எல்லாவற்றையும் மறந்து கணக்குப்போட ஆரம்பித்தது. சுமித்ரா தனியாக இருக்கிறாள்.

“குடை வேணுமா சேது?”

“வேண்டாம்.”

“விளக்குத் தர்றேன். கீழப் பாத்துப் போ. தாழம்புதர்கிட்ட நேத்துக்கூட ஊந்துபோற ஜாதியை யாரோ பாத்துருக்காங்க.”

விளக்கை வாங்கும்போது விரல்களைத் தீண்டினான்.

கை விளக்கின் சிறு வெளிச்சம் சுற்றிலுமுள்ள இருட்டுக்குச் செறிவூட்டுவதுபோல் தோன்றியது. தாழைப்புதர்களின் அருகில் வைத்து இலேசான பயம் உருவானது. இருளில் மூழ்கியக் குளம், குகைபோல் தோற்றமளித்தது. முன்பு, கிணறாக இருந்ததை அகலப்படுத்தி உருவாக்கிய குளம்.

மேல்படியில் இடையிடையே விழும் மழைத்துளிகள் தெறித்துக் கண்ணாடி உடைந்துவிடாமல் விளக்கை ஓரமாக வைத்துவிட்டு குளத்தில் இறங்கத் தயாரானான். துணி துவைக்கும் சதுரக்கல்லில் உட்கார்ந்து கால்களைத் தண்ணீரில் பதித்தான். பயங்கரமான குளிர். டவலை நனைத்து உடம்பைத் துடைத்துவிட்டு, குளித்துவிட்டதாகப் பாவித்துக் கரையேறினான்.

தன்னை யாராவது இருட்டில் நின்று பார்க்கிறார்களா என்ற சந்தேகத்துடன் விளக்கை ஊதியணைத்தான்.

"சுமித்ரா!"

குரல் வெளியே கேட்டு விடாமலிருக்க முயற்சி செய்தான்.

"சுமித்ரா விளக்கு அணைஞ்சிருச்சி. ஒரு திரி கொண்டு வா."

சுற்றிலும் நீர்த்துளிகள் விழுந்துகொண்டிருந்தன. சாரலா? ஏற்கனவே பெய்த மழையில் கமுகு ஓலைகளில் தங்கிய நீர்த்துளிகள் காற்றில் இற்று விழுகின்றனவா? தான் அழைத்தது சுமித்ராவின் காதுகளில் விழுந்திருக்காது. விழுந்தாலும் அவள் வரமாட்டாள். இப்போது அவள் பழைய சுமித்ரா அல்ல. இல்லத்துக்கு மாமியாராக வரவிருப்பவள். முகத்தில் அந்த அகம்பாவம். குடப்பனையின்கீழ் நின்று கல்யாணத்தைப் பற்றி பேசும்போதும் முகத்தில் அந்த அகம்பாவம் தெரிந்தது.

இருள் இறுகிக் கிடந்த கமுகந்தோப்பினூடே ஒரு எண்ணெய் திரியின் வெளிச்சம் நகர்ந்து வருவதைப் பார்த்தான். கார்த்தியாயனியா? யாராக இருந்தால் என்ன? விளக்கு, காற்றில் அணைந்துவிட்டது. வெளிச்சம் வேண்டும். தனக்குள் சொல்லிப்பார்த்துக் கொண்டான்.

சுமித்ராதான்.

அவளது கையிலிருந்துத் திரியை வாங்கினான். விளக்கைப் பற்ற வைப்பதாகப் பாவித்து, தீ கையில் பட்டுவிட்டதுபோல் கீழே போட்டான்.

இருள் அலைகள் திடீரென்று மணல்திட்டை வளைத்துக் கொண்டன.

ஆவேசத்துடன் அள்ளிப் புணர்ந்தபோது செவிகளில் சூறைக்காற்றின் பேரிரைச்சல்.

இருள் முனகியது.

"வேண்டாம் சேது, வேண்டாம்."

நீ இப்ப பெரிய ஆளாயிட்டியா? திரூர்ல பெரிய வீட்டுல இருக்கும்போது சேதுவை நீ நினைச்சாவது பாத்தியா? உனக்கு தங்கச் சங்கிலி தந்தது யார்?

உனக்கு பீடிப்புகை நாற்றமும் காரைப் படிந்த பற்களும்தான் பிடிக்குமா?

"வேண்டாம் சேது, வேண்டாம்."

பாசிப்படர்ந்த, நனைந்தக் கல்சுவரில் சாய்ந்து நின்ற சுமித்ரா பிடியிலிருந்து விடுபட முயற்சி செய்யாமல் முனகினாள். “வேண்டாம்.”

இல்லை, என்னை உன்னால் தடுக்க முடியாது.

சுற்றிலும் வீசிய காற்று, தளையறுத்து வெறிகொண்டு பாய்ந்தது. மந்திரக்களத்தில் அமர்ந்திருக்கும் பேய்ப்பெண்போல் கூந்தலைக் குலைத்துப் போட்டு ஆடியது கமுகந்தோப்பு. வேதனைக்குரல்போல் தொடங்கிய காற்றின் சீற்றம் பெருகிப் பேரிரைச்சலாக மாறியது. மூங்கில்குச்சிபோல் சரசரவென விழுந்த மழை சுற்றிச் சிதறியது. நனைந்த மண் வாசம்.

கடைசியில், எதிரில் அவளது கண்கள் கலங்கி நாறும் வெள்ளத்தில் ஏற்றுமீன் போல் பளபளப்பதைக் கண்டபோதுதான் சுய உணர்வு திரும்பியது.

சிரிப்பும் அழுகையும் கலந்த தொனியில் சுமித்ரா சொன்னாள்:

“என் கை மூட்டுல தோல் உரிஞ்சிடுச்சு.”

இருட்டில், பெரிய படியில் மழையில் நனைந்தபடியே அவளது தோளில் கை வைத்து உட்கார்ந்திருந்தான். சுமித்ரா பேசவில்லை. தலையைத் துவட்டி விட்டு சீக்கிரமாகப் போய் விடத் தோன்றியது. அப்போதுதான் தனது இடது கையை அவள் இரு கைகளாலும் பற்றிப் பிடித்திருப்பதை உணர்ந்தான். அவளது விரல்கள் தனது முழங்கையில் படியும் ஈரத்தில் கோடு கிழிக்கவும் அழிக்கவும் செய்துகொண்டிருந்தன. அவளது கையை விடுவித்துக்கொண்டு அவன் எழுந்தான். அப்போது திடீரென்று அவனது தோளைப் பற்றி தன்னுடன் சேர்த்தபடி சுமித்ரா கேட்டாள்:

“என் மனசைத் தேவையில்லாம வேதனைப்படுத்துறது தானே உன் உத்தேசம்?” கோழைபோல் அவன் வலுவிழந்து நின்றான். ஈர முதுகில் அவள் முகம் அமர்த்தியபோது கண்ணீரின் சூட்டை உணர்ந்தான்.

படியைக் கடந்து உள்வீட்டு முற்றத்துக்குச் செல்லும் தீவட்டியை அவன் கவனித்துக்கொண்டிருந்தான்.

“குளத்தில யாரு பிளைங்களே?”

முற்றத்திலிருந்து மாதவன் மாமாவின் கனத்தக் குரல் கேட்டது. அவன் பயத்துடன் கையை விடுவித்து விட்டு ஓட முயற்சித்தான். மாமாவின் குரல் சுமித்ராவின் காதில் விழ

வில்லையா? அவளது ஈர முடிக்கற்றையைப் பிடித்து முகத்தை உயர்த்தினான். சுமித்ரா அழுகிறாள்.

என்னை மன்னித்து விடு சுமித்ரா—இல்லை, குரல் வெளிவரவில்லை, சொற்கள் தொண்டையில் எங்கோ சிக்கிக்கொண்டன. சிரமத்துடன் சொன்னான்:

"வரட்டுமா, பாக்கலாம்."

அவளது கன்னத்தைத் தட்டிச் சொன்னபடியே சோப்டப்பாவைத் தடவி எடுத்துவிட்டு இருட்டில் தோட்டத்தினூடே வேக வேகமாக நடந்தான். இடைமதிலைத் தாண்டி, வயலில் குதித்தான். வீட்டுப் படியேறுவதுவரைக்கும் யாரோ பின்னால் வருவதுபோன்ற உணர்வுடன் நடந்தான்.

படியேறியதும் நின்றான். டவலைப் பிழிந்து முழுவதுமாக நனைந்த தலையையும் உடம்பையும் துடைத்து மூச்சு வாங்க நிற்கும்போது தன்மீதே வெறுப்பாக இருந்தது.

தங்கமணி, என்னை மன்னித்து விடு.

– சுமித்ரா எனக்கு யாருமில்லை.

உன் முன்னால் வரும்போது நான் தேவனாகி விடுகிறேன்.

ஆனால், முதன்முதலாக சுமித்ரா அழுவதை பார்த்த நிகழ்வு அவனது மனதில் கசப்பாக உறைந்தது.

இல்லை, இனி நான் தவறே செய்யமாட்டேன்.

இது சத்தியம். எல்லாரும் என்னை மன்னித்துவிடுங்கள்.

முற்றத்தில் ஏறும்போது மனதும் உடலும் பழந்துணிபோல் நைந்துப்போயிருப்பதை உணர்ந்தான்.

அவனுக்கு அழ வேண்டும்போலிருந்தது.

நான்கு

1

காலை முதல் ஆட்கள் வந்துகொண்டிருந்தார்கள்.

ஊர் வழமைப்படி விசாரித்து விட்டு சாயாவும் குடித்துவிட்டு, வெற்றிலை போட்டு விட்டு போகிறவர்கள்தான் முதலில் வந்தார்கள். விலகி நிற்கக்கூட விடாமல் தானாக வந்து மாதவனிடம் ஏதாவது பேசினார்கள். நேற்றுப் பார்த்தபோது விலகிப்போனவர்கள்கூட!

மதியத்துக்குப் பிறகு குடும்பத்தினரின் வருகை தொடங்கியது.

யாருமறியாமல் ஒளிந்துகொள்ளவும் இயலாதென்ற நிலையில் உணர்ச்சியற்றவன் போல் கிழக்குத் திண்ணையில் உட்கார்ந்திருந்தபோது படிக்கட்டினூடே மற்றொரு குழுவினர் வருவதைப் பார்த்தான். பாட்டியின் காலத்தில் பாகம் பிரித்துச்சென்ற தாய் வழி உறவுகளான உண்ணிச்சிரி அக்காவும் பிள்ளைகளும். நீளப்பிடி யுள்ள ஓலைக்குடையை உயர்த்திப் பிடித்தபடி ஆண்கள்போல் நீண்டு நிமிர்ந்து நடக்கும் உண்ணிச்சிரி அக்காவுக்கு எழுபது வயதாகிறது. ஆற்றைக் கடந்து, மூன்று மைல் நடந்து திருமண விருந்துக்கு வந்திருக்கிறாள். கூடவே, பிள்ளைகளும் மூன்று பேரப்பிள்ளைகளும்.

ஒத்தாசைக்கு வந்திருந்த நாராயணன் நாயர் திண்ணையின் இன்னொரு ஓரத்தில் இலையை வெட்டி அடுக்குகிறார்.

உள்ளே ஆரவாரம்.

இதனிடையே பெரியக்கா உரத்தக் குரலில் எதையோ பேசியபடி உள்ளறைக்கு வந்தாள்.

"மாதவா – மாதவன் எங்கே?"

மாதவனின் காதுகளில் விழுந்தாலும் அவன் அசையவில்லை.

தலைவாசலில் சாய்வு நாற்காலி கரகரத்தது.

அத்தானின் குரல் கேட்டது: "கொஞ்ச முன்னால வரைக்கும் இங்க பாத்தனே?"

– இல்லை, யாரும் பயப்பட வேண்டாம். எங்காவது ஓடி விடுவதாக எல்லாம் முடிவு செய்யவில்லை. அவன் மனதுக்குள் கோபமாகச் சொல்லிக்கொண்டான்.

"நீ இங்கயா உக்காந்திருக்கே? ரொம்ப நல்லாருக்கு."

– பின்னே நான் என்ன பண்ணணும்? பாடணுமா, குட்டிக்கரணம் அடிக்கணுமா? –

"காவுங்கல் சாத்துவாரை இன்னும் காணமே, நீ அவரை வரச் சொன்னியா?"

"நான் அவரைப் பாக்கலை."

அவன் முகத்தை உயர்த்தாமல் சரல்கற்கள் உயர்ந்து நிற்கும் முற்றத்தைப் பார்த்தபடியே சொன்னான்:

"ரெண்டு பேருட்ட சொல்லியனுப்பினேன். குஞ்ஞுக்குட்டன் ஒருத்தன் மட்டும் எப்படி சமையல் வேலைகளைப் பாக்கமுடியும்?"

பொறுமையிழந்த நிலையில் மாதவன் சொன்னான்:

"கூடப்பிறந்தவளே, இப்ப நான் அதுக்கு என்ன பண்ணணும்?"

"ஒண்ணும் பண்ண வேண்டாம். உனக்கென்ன வந்தது இல்லையா? குடும்பக்காரங்களையும் சொந்தங்களையும் மட்டும்தான் கூப்பிட்டிருக்கோம். இருந்தாலும் வர்றவங்களுக்குக் கூட்டுக்கறி வெச்சு மரியாதையா ஒரு நேரச் சோறு கொடுக்க வேண்டாமா? பரமேஸ்வரனோட அப்பாவும் வந்திருக்கா."

இன்னும் அங்கிருந்தால் அக்கா தன்னுடைய வேலைக் கஷ்டங்கள், தனியொருத்தியாக தான் வகிக்கும் பொறுப்புகள் எல்லாவற்றையும் பட்டியலிட ஆரம்பித்துவிடுவாள். அவன் எழுந்து, முக்கியமான பல விஷயங்கள் செய்ய இருப்பதுபோல் முற்றத்தில் இறங்கி நடந்தான்.

“மாதவா –”

அத்தானின் குரல்.

“பெட்ரோமாக்சுக்குச் சொல்லியாச்சா?”

“இல்லை.”

“ம்ஹூம்...”

பெட்ரோமாக்ஸ் ஆறு ரூபாய் வாடகை. மண்ணெண்ணெய் செலவு வேறு. சாய்வு நாற்காலில் கிடந்து அவர் சுலபமாகச் சொல்லிவிடுவார். தான் இருக்கும்போது கொண்டாட்டத்தில் எந்தக் குறையும் நிகழ்ந்துவிடக் கூடாது என்று நினைக்கிறார்.

உள்ளேயும் வெளியேயும் நடக்கிற ஏற்பாடுகளை விட அதற்கான சத்தங்கள்தான் அதிகமாக இருந்தன. இது என்னுடைய விஷயமல்ல. இதில் எனக்கு எந்தப் பங்குமில்லை என்று தன்னை நம்ப வைக்க முயற்சித்தபடி முற்றத்தில் ஒதுக்குப்புறமாக போய் அவன் நின்றுகொண்டான்.

மண் சுவர் பலமாக இல்லை என்பதால் பின்பக்கம் கட்டியிருந்த படியருகில் தலைமுடியை வகிடெடுத்தபடி மூன்று பெண்கள் பேசிக்கொண்டிருந்தார்கள். குன்றின் மேல் காளிக்குட்டிப் பாட்டியுடன் வந்தவர்கள். தேவையே இல்லாமல் அவன் கமுகந் தடத்தில் ஏறி, வெற்றிலைக் கொடியின் கட்டை அவிழ்த்து மீண்டும் கட்டினான்.

“மாதவன் எங்கே?”

சின்னக்காவின் குரலைக் கேட்கும்போது மூக்குப்பொடியில் அடைந்த நாசியால் பேசுவது போலிருக்கும்.

“மாதவா, கொஞ்சம் இங்க வர்றியா?”

திரும்பிப் பார்க்காமல் கேட்டான்:

“என்ன வேணும்?”

“பத்தாயத்தைத் திறந்து கொஞ்சம் ஊறைப் பாக்கு எடுத்துத் தா.”

சொல்லிவிட்டுக் குரலைத் தாழ்த்தி, பொதுவாக முணுமுணுத்தாள்:

“சவத்து மூதிய. வெத்திலை அரைக்கிறதுக்கும் ஒரு கணக்கில்லையா? ஆடுபோல விடாம அரைக்குதுங்க. நாலு கெட்டு வெத்திலையும் பாக்கும் வெச்சிட்டுத் திரும்புனதுதான் தெரியும். தாம்பாளத்தில இப்ப காம்புகூட இல்லை.”

பத்தாயத்தைத் திறந்து பாக்கு ஊறப்போட்ட தாழியை எட்டிப் பிடித்துத் தூக்கி வெளியே வைத்தான்.

திரும்பி வரும்போது நினைத்துக்கொண்டான்: எதுவும் வேண்டாமென்று நினைத்து இப்போது பரமேஸ்வரன் கல்யாணத்தின்போதிருந்த எல்லா ஏற்பாடுகளும் கூட்டமும் வந்துவிட்டது.

அன்று எல்லாவற்றையும் முன்நின்று நடத்தியது மாதவன்தான். உள்ளுக்கும் வெளியிலுமாக ஓடியாடி வேலை செய்தான். கல்யாணக் கோஷ்டி வெளியே சென்றபிறகு, வந்தவர்களுக்கு இரண்டு பந்திகளாக சாப்பாடு போடப்பட்டது. எல்லாம் முடிந்தபிறகு சமையல்காரர்களுடன் உட்கார்ந்து ஒரு பிடி சாப்பிட்டான். அப்போது பசியடங்கியிருந்தது. பசியுடன் காத்திருந்து சாப்பிட உட்காரும்போது பசியடங்கிப்போன இன்னொரு அனுபவம் இது.

பரமேஸ்வரனின் திருமணமும் இப்படித்தான் நடந்தது என்பது நினைவுக்கு வந்தது. அக்கா தொடக்கத்திலேயே எதிர்த்தாள். நிச்சயதார்த்தத்தின்போதுகூட முகத்தைக் கறுவிய படிதான் இருந்தாள். கல்யாண தேதி நெருங்க நெருங்க ஆள் அடியோடு மாறிவிட்டாள். எல்லாவற்றையும் நடத்த வேண்டியவள் தான்தான். தன்னால் மட்டும்தான் எல்லாவற்றையும் பார்த்து செய்ய முடியும் என்ற பாவத்துடன் ஆரவாரத்துடன் ஓடி நடந்தாள்.

சடங்குகளும் கொண்டாட்டமும் வேண்டாமென்று சொன்னதை இம்முறை அக்கா ஏற்றுக்கொண்டாள். வடக்கு வீட்டுக்காரர்களும் இதைத்தான் விரும்பினார்கள். சாயங் காலத்துக்குப் பிறகு நான்கு பேர் வருவார்கள். விளக்கேற்றிய பிறகு *பாட்டு ராசி முடிந்து இறங்க வேண்டும். மோதிரம் மாற்ற வேண்டும். விசேஷமாக வேறெதுவும் வேண்டாம். வடக்கு வீட்டுக்காரர்கள் சிறு விருந்து ஏற்பாடு செய்திருப்பார்கள். அவ்வளவுதான். நான்கு நாட்களுக்கு முன் அத்தான் வந்த பிறகும் ஏற்பாடுகளில் எந்த மாற்றமும் நிகழவில்லை.

"விருந்தும் தடபுடலும் காட்டுறதுல ஒரு அர்த்தமுமில்லை. மூக்குமுட்ட தின்னுட்டு இறங்கிப்போய் உப்பில்லை, காரம் போதாதுன்னு நையாண்டி அடிப்பானுங்க. அதெல்லாம் தேவையில்லை."

அக்கா சொல்வது கேட்டது:

---
* ஒரு சடங்கு

"பரமேஸ்வரன் அப்பாட்ட நான்தான் சொல்லி சம்மதிக்க வெச்சேன். சின்ன அளவில நடத்தி முடிச்சா போதும்னு."

ஆனால், அன்று சாயங்காலத்துக்கு முன்பே, குடும்பக்காரர்களை அழைப்பதாக முடிவு செய்யப்பட்டது. மறுகரையிலும் குன்றுகளுக்குப் பின்னாலும் குடும்பங்களிருந்தன. உறவு முறைகளும் உண்டு. அவர்களையும் தவிர்த்து விட இயலாது. "ரெத்த உறவுகளை மறந்துடவா முடியும்?"

அக்கா நியாயங்களைக் கண்டுபிடித்தாள்.

மாப்பிளையுடன் செல்வதற்கு ஆட்களைக் கூப்பிட ஆரம்பித்ததும் அவள்தான். அதற்கும் ஒரு நியாயம் கண்டு பிடித்தாள்:

"பஸ்சோ, ரயிலோ பிடிச்சா போகப் போறோம்? இங்கிருந்து அங்க போறதுதானே? பரமேஸ்வரன் அப்பாவும் அப்படித்தான் சொன்னா. வர்றவங்களுக்கு ஒரு தம்ளர் சாயா குடுக்குற செலவு மட்டும்தானே நமக்கு?"

தலைவாசல் தாழ்வாரத்தைப் பிடித்தபடி அவன் மனக்குழப்பத்துடன் நின்றிருந்தான்.

சாய்வு நாற்காலியில் கிடக்கும் அத்தானின் சுருட்டு வாசம் சுற்றிலும் தங்கி நின்றது. கீழே குத்துக்காலிட்டு செல்லத்தைத் திறந்து வைத்த உண்ணிச்சிரியக்கா வெற்றிலை போட்டுக் கொண்டிருந்தாள்.

"பரமேஸ்வரன் வரலையா?"

"வருவான்."

"அவனுக்கு இளையவன்? அவன் பேரென்ன?"

"சேதுவா, அவன் காலேஜில படிக்கான். அதனால வரமாட்டான்போலிருக்கு."

"மாதவா, நீ ஏன் அங்கயே குத்த வெச்சி உக்காந்திருக்கே?"

வயது எழுபதைக் கடந்தாலும் கிழவியின் கண் பார்வைக்கு ஒரு குறையுமில்லை. மாதவனைப் பார்க்க வசதியாக அவள் நகர்ந்து கீழே விலகி உட்கார்ந்தாள்.

"நீ பண்ணது நல்லதுதான் மாதவா. அன்னியங்க யாருமில்லை. கூப்பிட்டாலும் பேசுனாலும் என்னான்னு கேக்க அக்கம்பக்கம்தான் உதவும். உனக்கு அதுவொரு புண்ணியம்தான்."

புண்ணியம்! புண்ணியம் தேடுவதற்காக நடத்தப்படும் திருமணம்!

அவனுக்கு எங்காவது மனிதர்களில்லாத இடத்தில் போய் உட்கார்ந்துகொள்ள வேண்டும்போல் தோன்றியது. வெளியே இறங்கவும் முடியாது. வழிப்போக்கர்கள் எல்லோரும் கேட்பார்கள். கல்யாண வேலைகள் நடந்துகொண்டிருக்கும்போது கடைத் திண்ணையிலோ சாயாக்கடை பெஞ்சிலோ போய் உட்கார்ந்திருக்க முடியாது அல்லவா? வீட்டுக்குள் விருந்துக்கு வந்த உறவினர்களும் குடும்பத்தினரும். வடக்கு முற்றத்தில் அடுப்புக் கூட்டி அண்டாவில் ரவை உப்புமா தயாரிக்கும் வேலை நடந்துகொண்டிருந்தது. அதைச் சுற்றிலும் சிறுவர் சிறுமியர் கூடி நின்றிருந்தனர்.

மாப்பிளையுடன் போக இருப்பவர்கள் வரும்போது சாயா மட்டும் கொடுத்தால் போதாது என்று அக்காக்களும் அத்தானும் முடிவு செய்தது இன்று காலையில்தான்.

முற்றத்திலும் சமையல் கட்டிலும், தளத்திலும், கூடத்திலும் அக்காவும் தங்கையும் ஓடி நடந்துப் போட்டிப் போட்டு நிர்வாகம் செய்துகொண்டிருந்தார்கள்.

அடைத்த வேலியைத் திறக்கவும் அவர்கள்தான் ஏற்பாடு செய்தார்கள். வருகிற, போகிறவர்களிடம் எல்லாம் தம்பியை வடக்கு வீட்டுக்காரி மயக்கிப்போட்ட கதையைக் கோபத்துடன் சொல்லிக் கொண்டிருந்தவர்கள். கடைசியில்...

"மாதவன் என்னதான் நினைச்சிட்டிருக்கான்?"

வார்த்தைகளில் மண்டிக்கிடந்த விரோதமும் குரோதமும்.

"நான் முடிவே பண்ணிட்டேன் கூடப்பிறந்தவளே."

முகத்தைப் பார்க்காமலேயே சொன்னான்.

சொல்லிவிட்டு, பிரளயம் வெடிக்கும் என்ற எதிர்பார்ப்புடன் காதுகூர்ந்து நின்றான். பேரமைதி. திரும்பிப் பார்க்கும்போது அக்கா எழுந்து உள்ளே போகிறாள். வாசலுக்குச் சென்றதும் நின்றாள்.

"அச்சுதன்குட்டிப் பணிக்கருட்ட நாளைக்கு இங்க வரச்சொல்லு. நாள் பாக்கணும். பரமேஸ்வரன் அப்பாவுக்கு இன்னைக்கே கடுதாசி போட்டுரு. நீயே எழுதுறதுதான் மரியாதையா இருக்கும்."

அப்போதிலிருந்தே கல்யாண விஷயத்தை அக்காக்கள் இரண்டுபேரும் ஏற்றுக்கொண்டார்கள்.

பத்மு கொண்டு வந்து வைத்த கசப்பான தேனீரைக் குடித்து வைத்தான். மேற்கு முற்றத்திலிருந்து யாரோ தொண்டையைச் செருமி கவனத்தை ஈர்க்கிறார்கள். அம்பட்டன் குஞ்ஞன்.

எம்.டி. வாசுதேவன் நாயர்

மாப்பிளை வீட்டாருடன் துணியும் சாமான்களும் வைத்த இரும்புப் பெட்டியை சுமந்து செல்ல வேண்டியது அவனது உரிமை.

வெயில் சாய்ந்தது. தாழ்வாரத்தின் நிழல் மதில் கட்டு வரைக்கும் நீண்டிருந்தது.

“ஆட்கள் இப்ப வர ஆரம்பிச்சிருவாங்க. நேரமாயிருச்சி. மாதவா, நீ போய் குளிச்சிட்டு வந்துடுறியா?”

தான் மீண்டும் அறிவு வராத குழந்தை வயதை அடைந்துவிட்டதுபோல் தோன்றியது. எல்லோரும் தனக்கு அறிவுரை சொல்கிறார்கள்; கடிந்துகொள்கிறார்கள்; உத்தர விடுகிறார்கள்.

அவன் எழுந்தான்.

“பத்மு துவாலை எடுத்துக்கொடு.”

உண்ணிச்சிரியக்கா நினைவுபடுத்தினாள்:

“எண்ணெ தேய்க்க வேண்டாம். கல்யாண அன்னைக்குத் தேய்ச்சுக் குளிக்கக் கூடாது. சாஸ்திரம்.”

எல்லா சாஸ்திரங்களும் முறைப்படி நடக்கட்டும்.

2

படியிறங்கும்போது, தெற்கோர வயலில் நேந்திரம் வாழைத்தோப்பின் அருகிலுள்ள வரப்பில் வெள்ளைச் சட்டையும் வேட்டியும் அணிந்த யாரோ இறங்குவதைப் பார்த்தான். ஆமாம், பரமேஸ்வரன்தான்.

வரப்பினூடே எதிரில் நடந்து வருகிறவர்களைப் பார்க்காமலிருக்க குனிந்தத் தலையுடன் நாற்றுகளைப் பார்த்தபடி வேகமாக நடந்துகொண்டிருந்தான்.

ஆள் சஞ்சாரமற்ற ஆற்றங்கரைக்கு வந்தபோது மனதுக்கு ஆறுதலாக இருந்தது. யாருமில்லை. ஏளனம் ஒளிந்திருக்கும் பார்வைகளிலிருந்து தப்பிக்க இயலும். மண் கட்டைகள் இடிந்து விழுந்துக்கிடக்கும் ஆற்றுக்கு இறங்கும் சரிவுப்பாதையின் தொடக்கத்தில் நின்றுகொண்டான். இப்போது வேண்டுமானால் ஆற்றைக் கடக்கலாம். வெற்று வயலும் காய்கறித் தோட்டமும் கடந்தால் பாலத்தை அடைந்துவிடலாம். அதன் இன்னொரு பக்கம் ரெயில் பாதை. அறியாத ஊர்களை நோக்கி முடிவில்லாமல் பயணிக்கும் ரெயில் பாதை.

இல்லை, இனி தப்பித்துக்கொள்ள முடியாது.

யாரையும் குற்றம் சொல்வதற்கில்லை. யாரையாவது சொல்ல வேண்டுமென்றால் தன்னை மட்டும்தான்.

சுமித்ராவின் முன், எதிர்ப்பின் சிறு ஓசைகூட எழுப்ப இயலாமல் முதுகொடிந்து நின்ற அந்த நிமிடத்தை நினைத்துப் பார்க்கும்போது வெட்கமாக இருந்தது.

தோணிக்கடவு அருகில் ஆற்று மீன் விற்பனைக்கு வந்திருப்பதை அறிந்து சாயாக் கடையிலிருந்துப் புறப்படும்போது தேவுவும் அம்மாவும் படியிறங்கிப் போவதைக் கண்டான். தேக்கிலையில் பொதிந்த மீனுடன் வீட்டுக்கு வரும்போது மனப்பதற்றம் ஆரம்பித்தது. வடக்கு வீட்டுக்குப் போய் சுமித்ராவைப் பார்த்தால் என்ன? முதலில் வேண்டாமென்றுதான் நினைத்தான். யாருமில்லாத நேரம் பார்த்து வந்திருப்பதாக அவள் நினைக்கக்கூடும். ஆனால், இருப்புக் கொள்ளவில்லை.

சந்தேகத்துடன்தான் முற்றத்துக்குச் சென்றான்.

குளத்தில் யாரும் இருக்கமாட்டார்களென்று தெரியும். இருந்தாலும் கூப்பிட்டுப் பார்த்துக்கொண்டான். பற்ற வைத்த சிம்னி விளக்குடன் வாசலைத் திறந்து வெளியே வந்த கார்த்தியாயனி அதைக் கீழே வைத்தாள்.

“என்னடீ, வாசக்கதவை எல்லாம் அடச்சு மூடிட்டு உக்காந்திருக்கீங்க?”

சும்மாவேனும் கேட்டு வைத்தான்.

“அக்காவும் அம்மாவும் வடக்குமுறிக்குப் போயிருக்கா.”

திண்ணை வெளிச்சத்தின் சிறு சிவந்த வட்டத்தின்மீது உட்கார்ந்தான்.

“புல் பாய் போட்டுத் தரட்டுமா?”

உள்ளே இருந்து காலடிச் சத்தம் வருகிறதா என்று காது கூர்ந்தபடி இருட்டைப் பார்த்து உட்கார்ந்திருந்தான்.

“ஒரு தம்ளர் தண்ணி கொண்டு வா.”

சுமித்ரா எங்கே என்று கேட்க தைரியம் வரவில்லை.

பித்தளைப் பாத்திரத்தில் அவள் கொண்டு வைத்த தண்ணீரை ஒரு வாய் குடித்தான். நான் கூப்பிட்டது சுமித்ராவின் காதில் விழுந்திருக்குமா? கார்த்தியாயனி திரும்பவும் உள்ளே போய்விட்டாள்.

இருட்டையே பார்த்தபடி முட்டாள்போல் உட்கார்ந்திருக்கும் போது சுமித்ராவின் குரல் கேட்டது.

"குளம் காலியாயிருக்கு"

சுமித்ரா நினைவூட்டினாள்.

அவன் எழுந்தான். எதையோ ஒன்றை மறந்ததுபோல் முற்றத்தில் நின்றான். சுமித்ரா வீட்டுக்குள் செல்வதைக் கண்டதும் பதற்றத்துடன் கூப்பிட்டான்:

"சுமித்ரா!"

அவள் வாசலருகில் திரும்பி நின்றாள்.

"நான்... ஒரு விஷயம் சொல்லணும்னு கொஞ்ச நாளா நினைச்சிட்டிருக்கேன்."

நிறுத்தி, நிதானமாக மூச்சுவிட்டபடி அவளை நேருக்கு நேராகப் பார்க்கும்போது நிழலுக்குள் அவளது கண்கள் பளபளப்பது தெரிந்தது.

"உன் அம்மாவுக்கும் தெரியும்... எங்க வீட்டிலுள்ளவங்களுக்கும் தெரியும்."

சுமித்ரா அமைதியாக நின்றிருந்தாள்.

"உனக்கும் தெரியும்னுதான் நான் நினைச்சிருந்தேன்."

"என்ன விஷயம்?"

அவன் உமிழ்நீரை முழுங்கினான்.

"எனக்குப் புரியலை."

மடியிலிருந்து பீடியை எடுத்து உதட்டில் பொருத்தினான். முதலில் உரசிய தீக்குச்சி அணைந்தது. நடுங்கும் விரல்களால் தீயை மறைத்தபடி ஒருவிதமாகப் பற்ற வைத்தான். நிழலுக்குள் பளபளக்கும் அவளது கண்களைப் பார்க்காமல் சிம்னி விளக்கின் புகைச் சுருளைப் பார்த்தபடி தைரியத்தை மீட்டெடுத்துச் சொன்னான்:

"புடவை முறி விஷயம்."

வார்த்தைகள் தப்பித்து வெளியே வந்தபோது சொல்ல நினைத்திருந்த ஒரு நெடுங்கதையைச் சொல்லி முடித்த ஆறுதல் கிடைத்தது.

"ஓ... அதுவா, எனக்குத் தெரியுமே."

தெய்வமே!... *மேட சூட்டில் ஒரு குளிர் காற்றும் கடந்து வந்தது.

---

* சித்திரை

சுமித்ரா அடுத்து என்ன சொல்லப் போகிறாளென்று எதிர்பார்த்து நிற்கும்போது படிக்கட்டில் ஓலைப்பந்தத்தின் வெளிச்சம் தெரிந்தது.

ஓலைப்பந்தத்தை அசைத்தபடி தேவு முன்னாள் வருகிறாள். பின்னால் அம்மா. அவர்கள் முற்றத்துக்கு வருவதற்குள் குளத்துக்குப் போய்விடலாமா? சுமித்ராவை அவன் எதிர்பார்ப்புடன் பார்த்தான். வாசலருகில் மண்சுவரில் தொங்க விடப்படிருந்த காலண்டரில் ஸ்ரீகிருஷ்ணரின் படத்தை பாதி மறைத்தபடி நின்றிருந்தாள் சுமித்ரா. சிரிக்கிறாளா? ஏன் பதில் சொல்லாமல் நிற்கிறாள்?

"ஓ... அக்காவும் அம்மாவும் வந்தாச்சு. நீங்க குளிக்கலையா?"

அவன் இருட்டினூடே நடந்தான்.

அதிருப்தியின் கசப்பை அவன் உணர்ந்தான். சொல்ல நினைத்திருந்ததைச் சொல்லவில்லையென்று தன்னைத்தானே குற்றப்படுத்திக்கொண்டான். சுமித்ரா தனக்கும் விருப்பம்தான் என்று சொல்வதற்குள் அங்கிருந்து வரவேண்டியதாயிற்று.

இரவில் தலைவாசல் திண்ணையில் தூக்கத்தை எதிர்பார்த்து உட்கார்ந்திருக்கும்போது மீண்டும் யோசித்தான். எவ்வளவு முட்டாள்தனமாக நடந்துகொண்டோம். சுமித்ராவுக்கும் தெரியும், அவளுடைய அம்மாவுக்கும் தெரியும். இனி யாருடைய ஒப்புதலை எதிர்பார்த்திருக்க வேண்டும். மறுநாள், குன்றின்மீது நாவல் கூட்டத்தினிடையே நின்று தோட்டத்துக்குத் தேவையான தழை வெட்டிக்கொண்டிருந்தான். மரங்களை எல்லாம் வெட்டி விற்று ஊருக்குள் தழை உரம் என்பது கிடைக்காமல் போய்விட்டது. கூடவே நிற்கவில்லை என்றால் செறுமர்கள் இலைக்கட்டுகளை நைசாக தங்கள் காய்கறித் தோட்டங்களுக்கு கொண்டு போய்விடுவார்கள். மதியம் அவர்கள் கஞ்சிக் குடிக்கப் போன பிறகுதான் வீட்டுக்குப் புறப்பட்டான். இல்லத்துத் தோட்டத்தினருகில் வடக்குப் பக்கம் ஆடுகள் மேய்ந்துகொண்டிருப்பதைப் பார்த்தான். இடைவழியில் இறங்கியபோது எதிரில் சுமித்ரா வருகிறாள்.

அவள் அருகில் வந்ததும் கஞ்சிப்பசையிட்ட வேட்டியை கணுக்காலில் தட்டி சத்தம் கொடுத்தான்.

கடந்த ஐப்பசி மழை வெள்ளத்தில் உருண்டு வந்த பாறைக்கல்லில் ஒரு காலை வைத்தபடி வேலி முட்களில் மெல்ல விரல்களை ஓட்டியபடி அவள் நின்றாள்.

"நான் உங்களைப் பாக்கத்தான் வர்றேன்."

ஏற்றுமீன்கள் ஏரியை உடைத்துத் துள்ளிப்பாய்வதுபோன்ற உணர்வு மனதுக்குள் உருவானது.

“ஒரு விஷயம் சொல்லணும்...” வேலிப்படர்ப்பில் நின்ற நீரோலிக் கொடியிலிருந்து ஒரு காயைக் கிள்ளிக் கையில் வைத்து நசுக்கியபடியே மெல்லிய புன்சிரிப்புடன் சொன்னாள்:

“எங்களுக்கு ஆண் துணைன்னு யாருமில்லை. அதனாலதான் உங்ககிட்ட சொல்லலாம்னு நினைச்சேன்.”

மனம் மந்திரித்தது: “சொல்லு. எங்கிட்ட நீ என்ன வேணாலும் சொல்லலாம்.”

“எனக்கு உங்களைப் பிடிக்கும்.”

மறைத்துக்கொள்ள இயலாத மகிழ்ச்சியில் அவன் சிரித்தபடி நின்றிருந்தான்.

“நான் சொன்னா, நீங்க கேப்பீங்கன்னு நினைச்சுச் சொல்றேன். தப்பா எடுத்துக்க மாட்டீங்களே?”

“தப்பாவா?”

அப்போது சிறிது சத்தமாகவே சிரித்துவிட்டான்.

“நீ என்ன வேணாலும் சொல்லலாம் சுமித்ரா.”

“நீங்க எங்க வீட்டுக்கு வரணும்னு எங்க எல்லாருக்கும் ஆசை.”

உடல் தனது பாரத்தை இழந்துவிட்டது. இலேசாக எம்பினால் ஒருவேளை பஞ்சுத் துணுக்குபோல் காற்றில் பறந்து வி முடியும்.

“எனக்கொரு ஆசை. நீங்க என் அக்காவைக் கல்யாணம் பண்ணிக்கணும்.”

கொடுவாள் பிடித்திருந்த வலது கையில் நடுக்கம் தொற்றியது. கடலாமணக்கின் அருகில், சுழலத் தொடங்கிய தரையில் பதிய மறுத்த காலை உறுதியுடன் அழுத்தி நின்றான். மூங்கில் கூட்டத்தினூடே வந்த காற்று, திடீரென்று இரைச்சலாக மாறி காதுக்குள் நுழைந்துகொண்டிருந்தது.

எதிரில், ஈர உதடுகள் விரிய சிரித்தபடி நிற்கும் சுமித்ராவின் முகம் மட்டும் மறைந்து விடாமலிருந்தது.

3

கூச்சல்கள்! நாலாபுறமிருந்தும் கூச்சலும் கும்மாளமும். மாதவன் திடுக்கிட்டான். யாராவது கேலி செய்கிறார்களோ

என்று பார்க்கும்போது குழந்தைகள். எண்ணெய் புரட்டிக் கொடுத்த மறு நிமிடம் அவர்களின் எதிரிலேயே ஓடிப்போய் மண்மேட்டில் குதித்து விளையாடுகிறார்கள். வலைக்காரன் மாப்பிளையின் குடிசையின் பின்பக்கமிருந்து பெண்கள் இறங்கி வந்துகொண்டிருந்தார்கள். எங்காவது தெற்குக் கரையில் உள்ளவர்களாக இருக்கும். சோப்பு டப்பாவும் சவுரியும் வெண்கலக் கெண்டியின் எண்ணெயுமாக ஆற்றில் ஆழம் குறைவான இடத்தைப் பார்த்து நடக்கும் அவர்கள் பிள்ளைகளை வைது கொள்கிறார்கள். விருந்தினர்கள் வந்துகொண்டிருக்கும் வேளையில் கல்யாண மாப்பிளை ஆற்றங்கரையில் ஒளிந்திருப்பது தவறென்ற எண்ணம் உருவானதும் அவன் வேகமாக குளித்து முடித்தான். பெண்கள் குளிக்கும் பகுதியைத் தவிர்ப்பதற்காக சதுப்புப் பகுதியினூடே நடந்து முதலில் தெரிந்த அருகம்புற் களில் உரசி, கால்களில் படிந்த சேற்றைக் களைந்து விட்டுக் கரையேறினான்.

வயலோரம், வெட்டுப்பாதை இறங்குமிடத்தில் நின்றால் வடக்கு வீட்டின் இரண்டு படிகளும் தெரியும். பூசாரி படியிறங்கி வருகிறார். பிரம்மரக்ஷஸின் பீடத்தைச் சுத்தம் செய்து பாலும் நீரும் தெளிக்க அழைத்திருப்பார்கள். காலையில் கோவிலுக்குப் போகும்போது சுமித்ரா செய்த ஏற்பாடாக இருக்கும்.

சுமித்ராவே எல்லாவற்றையும் முன்நின்று செய்கிறாள். வரப்பினூடே வரும்போது நடந்ததை மீண்டும் நினைவுப்படுத்திப் பார்த்தான். ஒரு விஷயம் பிடிபட்டது. இரகசியமாக, ஆச்சரியமாக, இல்லையென்றால் அபத்தம் ஏற்பட்ட அக்கணத்தில் ஒப்புக் கொண்டதல்ல. எனக்கு சம்மதம்தான் என்று அவள் சொல்லவே இல்லை. ஆனால், அவளேதான் ஆலோசனையை முன் வைத்தாள்; ஒப்புதல் கேட்டாள்; அவளேதான் முடிவும் செய்தாள்.

சுமித்ராவின் எதிரிலிருந்து அகன்றுவிடும் எண்ணத்துடன் எதுவும் பேச இயலாமல் இடைவழியே நடந்து மேல் படிக்கட்டில் வந்து மூச்சு வாங்க நின்றான். சொல்ல நினைத்த விஷயங்கள் எல்லாம் நாவின் நுனியில் வரிசையாக நின்றிருந்தன.

–தேவு அக்கா.

தேவு அக்காவைப் பற்றி சுமித்ராவுக்கு என்ன தெரியும்?

இல்லத்தின் தெற்குக் கூடத்திலுள்ள சின்ன அறை வாசலின் மங்கிய வெளிச்சத்தில் கேடுகெட்ட கனவுபோல் நின்றிருந்த தேவுவின் உருவம் அப்போதும் மனதிலிருந்தது.

–சுமித்ராவுக்குத் தெரியுமா? நான் நேரடியாகப் பார்த்தேன். என் இரு கண்களாலும் பார்த்தேன். –தூக்கம் தொலைந்த

இன்னொரு இரவு—வாழைத்தோப்பில் காய்ந்த இலைச் சருகுகள் காற்றில் அசைவதுகூட தெளிவாகக் கேட்கின்றன. சுற்றிலும் கவிந்த இருள். காற்றின் வீரியம் அதிகரித்த அதிகாலைப் பொழுது. பொந்திலிருந்து புறப்பட்ட இழை ஐந்துகள்போல் குளிர் ஊடுருவியது. தலைக்குள் குடியேறிய தூக்க மயக்கம். கமுகந் தடங்களை நனைக்க, குட்டையிலியிலிருந்து தண்ணீர் இறைப்பதாகக் கனவு கண்டான். ஆழம் தெரியாத குட்டை. பதினாறு விரி கயிறின் தலைப்பு பிடி மட்டத்துக்கு வந்த பிறகும் தோண்டி, தண்ணீரைத் தொடவில்லை. ஏமாற்றத்துடன் மேலே இழுக்க ஆரம்பிக்கும்போது தோண்டி எதிலோ சிக்கிக் கிடந்தது. இல்லை, யாரோ பிடித்து வைத்திருப்பது போல். குட்டையில் நின்ற கோர உருவமொன்று தோண்டியை எட்டிப் பிடித்திருக்கிறது. நனைந்த உடலின் ரோமக்காடுகளிலிருந்து நீர் வடிகிற உருவம். கால் தவறி, ஆழத்தில் விழும்போது கீழே காத்திருக்கும் கைகளின் நீளமும் அதிகரிக்கிறது. சிக்கிக் கொள்வோமென்ற பயம் உருவானது. ஒருபோதும் தீராதென்று தோன்றிய வீழ்ச்சியின் முடிவில் துளித்துளியாக முழுவதும் நனைந்த ரோமக்காடுகளிடையில் இருந்து அதன் கோரப்பற்கள் வளர்ந்த முகம் தெரிந்தது. திடுக்கிட்டுவிட்டான். தேவு!

வெளியே இருள் மாய்ந்திருந்தது. தொடர்ந்து ஓரிரு நாட்கள் சுமித்ராவைப் பார்ப்பதைத் தவிர்த்தவாறு நடந்தான். திடீரென்று ஒருநாள் அவளைச் சந்திக்க நேர்ந்தது. வாய்ப்பை உருவாக்கிய அவள் அருகில் வந்து மெதுவாகச் சொன்னாள்:

"நான் அம்மாட்ட சொல்லிட்டேன்."

"எதை?"

"உங்களுக்கும் சம்மதம்னு."

"நான் —அப்புறம்."

கறுத்துப்போன முகத்துடன் அவன் அசைவற்று நின்றிருக்கும் போது சுமித்ரா இன்னும் கொஞ்சம் நெருங்கி நின்றாள். கை நீட்டினால் தொட்டு விடும் தூரத்தில்.

"என்ன யோசிக்கிறீங்க?"

"நான் — "

"நான்லே சொல்றேன்? நீங்க எதுவுமே யோசிக்க வேண்டாம்?"

சுமித்ராவின் செவ்வரி படர்ந்த கண் தடத்தில் ஒரு பொலிவு மின்னி மறைவதைக் கண்டான். நீட்ட முயன்ற கைகளுக்குத்

திடீரென பாரம் அதிகரித்ததுபோல் தோன்றியது. சிரித்தபடியே அவள் தொட்டும் தொடாமலும் கடந்து போகும்போது அவன் எதையும் யோசிக்க இயலாமல், காரணமில்லாத புன்னகையுடன் தளர்ந்து நின்றான்.

"மாதவன் நாயரே, குளியல் இன்னைக்குக் கொஞ்சம் விஸ்தாரமாயிட்டுதுபோல தெரியுது?"

சிரிக்க முயன்றான். தலைவாசலிலும் திண்ணையிலும் புல் பாய்களிலும் ஓலைத் தடுக்குகளிலும் உட்கார்ந்து ஆட்கள் சாயா குடித்துக்கொண்டிருக்கிறார்கள்.

ஈரத்தை மாற்றுவதற்காக சென்றபோது அக்கா வாசலில் வந்து கரையிட்ட புது ஈரிழை வேட்டியும் மேல்முண்டும் நீட்டியபடி சொன்னாள்:

"இந்தா, மாப்பிளைப் புறப்படும்போது உடுத்திக்க, பரமேஸ்வரனோட அப்பா வாங்கிட்டு வந்தா."

மணமகன் வேஷத்துடன் வெளியே வரும்போது சின்னக்கா நினைவுபடுத்தினாள்:

"மாடிக்கு முன்னால விளக்கு வெச்சுக் கும்பிட்டுக்கோ."

வெளியே ஊர்க்காரர்களின் தெரிந்தவர்களின் இடையே கடந்து செல்லும்போது பலரும் நகர்ந்து உட்கார்ந்து புல் பாயில் இடம் தந்து உட்கார வைக்க முயற்சி செய்தார்கள்.

கடைத்தெருவின் தொடக்கத்தில் சாயாக்கடை வைத்திருக்கும் கிருஷ்ணன் நாயர் கேலி செய்வதுபோல் சொன்னார்:

"அப்படியே தோப்பு வழியா ஏறிரலாமே? எதுக்காக இப்படி வயலைச் சுத்தணும்?"

யாரோ சிரித்தார்கள். சங்குண்ணி சொன்னான்:

"இந்த சிரமம் இன்னைக்கு ஒரு நாள்தானே?"

"இது யாரு வர்றா?" அத்தான் சாய்வு நாற்காலியிலிருந்து எழுந்து வரவேற்றார்.

"இருக்கணும். நான் இங்க உக்காந்துக்குறேன்."

உண்ணி நம்பூதிரி. முற்றத்தில் உலாவிக்கொண்டிருந்த பரமேஸ்வரன், உண்ணி நம்பூதிரியை வரவேற்றான்.

சொறிந்த வடுக்கள் பரந்துக் கிடந்த நெஞ்சைச் சொறிந்த படியே உண்ணி நம்பூதிரி நின்றிருந்தான். அத்தான் தள்ளி வைத்த செயரில் உட்காரத் தயங்கினான். தரையில் விலகி

உட்கார்ந்த சங்குண்ணி புல் தடுக்கை உண்ணி நம்பூதிரியின் பக்கம் நீக்கி வைத்தான்.

அத்தான் சாய்வு நாற்காலியிலிருந்தபடியே மாதவனை அழைத்தார்:

"மாதவா, உண்ணிம்பூரிக்கு என்ன கொடுக்கப்போறே? இளநீரும் பழமும் கொடேன்?"

"அந்தக் காலமெல்லாம் மலையேறிடுச்சு. இல்லையா உண்ணிம்பூரி? பரமேஸ்வரன் சொன்னான்.

"சாயா போதும்."

உள்ளே போய் சாயாவும் நுனியிலைத்துண்டில் உப்புமாவும் வாங்கி வந்த மாதவன், உண்ணி நம்பூதிரியின் முன் வைத்துவிட்டு முகத்தைப் பார்க்காமல் சொன்னான்:

"சாப்பிடணும்."

பீடி இழுத்தும் வெற்றிலை போட்டும் பொழுது சாய்வதை அனைவரும் எதிர்பார்த்திருந்தனர். சிரிப்பும் கோலாகலமும் அடங்கியிருந்தன. தான் மட்டும் தனித்திருப்பது போல் தோன்றியது. மனம் சாந்தமாகி இருந்தது. கைகூடிய தைரியம் அமைதியாக அதில் தளம் கட்டி நின்றது. தடுக்கில் சப்பணமிட்டபடி உட்கார்ந்து சாயா குடிக்கும் உண்ணி நம்பூதிரியைப் பார்த்துக்கொண்டிருக்கும்போது உறைக்குள் கிடக்கும் கத்தியின் குளிர்ந்த கூர்ப்பகுதிபோல் மனதுக்குள் பகையுணர்வு மண்டியிருந்தது.

இதில் வெட்கப்பட என்ன இருக்கிறது? வடக்கு வீட்டு தேவுவைத் திருமணம் செய்யப்போகிறேன். அவள் பார்க்க அழகாக இருக்க மாட்டாள்தான். ஆனால், இந்த ஏற்பாட்டுக்குள் யாருக்கும் தெரியாத ஒரு இரகசியம் ஒளிந்திருக்கிறது. அதற்குள் தேவு ஒரு பொருட்டே கிடையாது. சுமித்ரா உட்பட வடக்கு வீட்டிலுள்ள அனைத்துக்கும் நான்தான் இனி உரிமையாளன்.

மனதுக்குள் வாதப்பிரதிவாதம் செய்துகொண்டான். உரக்கச் சிரித்துப் பேசிக்கொண்டிருக்கும் இம்மனிதர்கள் முன் தலை குனிய வேண்டிய தேவையே இல்லை. சாயாக்கடை நாயரின் மனைவி, முன்பு அவனது அண்ணனின் மனைவியாக இருந்தவள். அண்ணன் விஷம் தீண்டி சாகும்போது சிறுவயதில் மூன்று குழந்தைகள். அவர்களுக்கு ஆதரவாகச் சென்ற நாயர், நான்காவது குழந்தை உருவானதும் அண்ணியை வெளிப்படையாக ஏற்றுக்கொண்டான். அவன் முன்னால்கூடவா தலைகுனிய வேண்டும்? மாதவன் தனக்குள் கேட்டுக்கொண்டான்.

காலம்

பெரிய அம்மைத் தளும்புகளும், நீண்ட வடுக்களுமுள்ள முகமும், காதில் வெள்ளைக்கல் பதித்த கடுக்கனும் அணிந்த குட்டப்பப்பணிக்கன் பார்ப்பதற்கு தான் அழகாக இருப்பதாக நினைத்திருக்கலாம். அவனைக் கண்டங்குளங்கரை கங்காணியாக நியமித்த காரணம் எல்லோருக்குமே தெரிந்த விஷயம். தனது வீட்டின் படிக்கட்டுவரை சென்ற அவன் உள்ளே சின்னன் மேனோன் இருப்பதை அறிந்து திரும்பியதைப் பார்த்தவர்கள் இருக்கிறார்கள். மனதுக்குள் கேலி செய்பவர்களின் சொந்தக் கதைகள் எல்லோருக்கும் தெரிந்ததுதான்.

பத்மனாபனின் மனைவி தளர்வாதம் பிடித்த எருமைபோல் ஒரு காலை உதறி இழுத்து நடப்பவள். யானையுள்ள இல்லத்தி லிருந்து ஓவு தாங்கிபோன்ற கோரமான ஒரு உருப்படியைக் கொண்டு வந்து குடியமர்த்திய உண்ணி நம்பூதிரி...

தான் இவ்வளவு நேரமும் உண்ணி நம்பூதிரியையே பார்த்துக் கொண்டிருக்கிறோம் என்பது திடீரென்றுதான் நினைவுக்கு வந்தது.

"தீ... பம்!"

உள்ளே இருந்து பத்முவின் குரல் கேட்டது.

"தீபம் தொட்ட பிறகு போகலாம். சீக்கிரமாத் தொடுங்க."

அந்தி விளக்கு தொழுதப் பிறகு திருமணக் கோஷ்டிப் புறப்படத் தயாரானது. மாதவனும் முற்றத்தில் இறங்கினான். அத்தான் நெறிமுறைகளைச் சொன்னார்.

பதற்றத்தை வெளிப்படுத்திக்கொள்ளாமல் ஆட்களினூடே படியிறங்கும்போது வெறுப்புடன் உள்ளுக்குள் முணுமுணுத்தான்: இதோ மாப்பிளை வருகிறான். அலங்கார மணமேடை நோக்கி, வான்முட்டச் சிரசுயர்த்தி இதோ மாப்பிளை வருகிறான். கால்படும் பூமியின் புடைத்த மார்பகம் சிலிர்க்க, வடக்கு வீட்டு தேவுவை மணமுடிக்க இதோ மாப்பிளை வருகிறான்.

4

மழை வரும்போல் தோன்றிய ஒரு நாள் காலைத் தூக்கக் கலக்கம் மாறாத வெளிச்சம் கண் மூடி மங்கிக் கிடந்தது.

நரைத்துப் புகை மண்டிக்கிடக்கும் முற்றத்தைப் பார்த்துக் கொண்டிருக்கும்போது கடந்துபோன இரவை நினைத்துப் பார்க்க முயன்றான். ஒரு இரவு கடந்தபோது அவன் கணவனாக மாறியிருக்கிறான். வடக்கு வீட்டு உறுப்பினராகி இருக்கிறான்.

குறுகிய அறையில் வேர்வையில் குளித்தபடி நின்றது எப்போது? திருமண கோஷ்டி படியிறங்கியது முதல் நேரத்தைப் பற்றிய உணர்வு இல்லாமல்போய் விட்டது. வெளி வராந்தாவிலும் கூடத்திலும் கூடிய விருந்தினர்கள் எப்போது பிரிந்து போனார்கள்? வீடும் சுற்றுப்புறமும் இப்போது அமைதியாக இருந்தன. அறையின் பின்புறம், வெளித் தளத்தினூடே காலடி ஓசைகளும் மேசை விளக்குகளின் வெளிச்சங்களும் அங்குமிங்கும் கடந்துபோயின.

“நான் விளக்குக் காட்டுறேன்.” சுமித்ராவின் குரல். “எச்சிலையையும், சோத்துப் பருக்கையையும் இப்பவே அள்ளிக்கொட்டலேன்னா நாயும் பூனையும் காலையில குதறிப் போட்டுரும்.”

சாய்வுப்படியின் முன், குப்பி விளக்கின் அருகில் நிலைப்பலகையினூடே வெளியில் இருட்டைப் பார்த்தபடி நின்றிருந்தான். காற்றில்லை. சட்டை வேர்வையில் நனைந்திருக் கிறது. கூடத்திலிருந்து இடம் மாற்றிய ஸ்ரீகிருஷ்ணர் காலண்டரின் ஆணியில் சட்டையைக் கழற்றித் தொங்க விட்டான். நெஞ்சில் வடிந்த வேர்வைத் தடங்களை வழித்தபடி நிற்கும்போது சுமித்ரா உள்ளே ஓடியாடி வேலைகள் செய்துகொண்டிருப்பதை நினைத்துப் பார்த்தான்.

சடங்குகள் முடிந்து பந்தியில் சாப்பிடுவதற்காக உட்கார்ந்ததும் கிருஷ்ணன் நாயரும் நாணு நாயரும் அழைத்து வர இந்த ஒடுங்கிய அறைக்குள் நுழைந்ததும் எல்லாம் தெளிவற்ற காட்சிகளாக இருந்தன.

மாப்பிளை கோஷ்டியினர் முற்றத்துக்கு வரும்போது இருட்டு அடர்த்தியாகவில்லை. பதினான்காம் நம்பர் விளக்குகள் வெளிறிப்போய் எரிந்துகொண்டிருந்தன. சடங்குகள் சீக்கிரமாக முடிந்துவிட்டன. இரண்டு பந்திக்கான ஆட்கள்தான் இருந்தார்கள்.

சமையல் கட்டிலிருந்து சுமித்ராவின் அம்மாவின் குரல் கேட்டது.

“நேரம் போயிட்டே இருக்குடீ. எங்காவது ஒரு இடத்துல படுக்கப் பாருங்க. கோழி கூவுற நேரத்தில எழும்பினது.”

சோர்வாக இருந்தது. சுவருடன் சேர்த்துப்போட்ட கட்டிலில் வெள்ளைப் போர்வை விரித்தப் படுக்கையைப் பார்த்தான். உட்கார வேண்டும்போலிருந்தது. விளிம்பில் பூச்சு உதிர்ந்தக் கோப்பையில் விபூதித் தட்டால் மூடி வைக்கப்பட்டதைத் திறந்துப் பார்த்தான். தண்ணீர். ஒரு மடக்குக் குடித்தான். பீடியையும் தீப்பெட்டியையும் கூடத்திலெங்கோ மறைத்து வைத்த

நினைவு வந்ததும் தன்மீதே கோபம் உருவானது. வெளியே வந்து கூடத்துக்குப் போனால் தப்பிப் பிடித்துவிடலாம். ஆனால், அந்தக் குறுகிய அறையை விட்டு வெளியே வருவதற்கு வெட்கமாக இருந்தது.

நடுக்கத்துடன் ஒரு கிழவியின் குரல்: "இப்பவுள்ள பொண்ணு களுக்கு ஒரு வெக்கம்."

வடக்கு ஆற்றங்கரையிலிருந்து கல்யாணத்துக்கு வந்திருந்த குடும்பத்திலுள்ள வயதான ஒருத்தி.

பின்னால், வாசலில் நின்று யாரோ முணுமுணுப்பதைக் கேட்டபோது இதயத் துடிப்பு அதிகரித்தது. திரும்பிப் பார்க்க வில்லை. கால்களிலிருந்து நடுக்கம் தொற்றுகிறதா?

காலடியோசைகள். மீண்டும் முணுமுணுப்புகள். கண்டிப்புடனான குரலில் கேலி செய்வதுபோல் வாசல் கொண்டி இரைந்தது. இரண்டு கைகளையும் சாய்வுப்படியில் ஊன்றி, பீடியையும் தீப்பெட்டியையும் மறைத்து வைத்த நிமிடங்களைச் சபித்தபடி, நிலைப்பலகையினூடே வெளியே தெரியும் இருட்டிலிருந்துக் கண்களை விலக்காமல் நின்றிருந்தான்.

கை வளைகள் கிணுங்க, பின்னாலிருந்து மூச்சு வாங்கும் வேகத்தில் சுவாசம் வருவதை உணர்ந்தபோது மெல்லத் திரும்பினான். சாய்த்து வைத்தக் கதவருகில் கட்டிலின் கால் பகுதியில் நிழலுடன் ஒட்டி நிற்கும் தேவுவின் உருவம் தெளிவற்றுத் தெரிந்தது. தாலிக் கட்டுவதற்காகக் குத்து விளக்கின் முன் நேருக்கு நேராக நின்றபோது சிவப்புப் புடவைத் தலைப்பும் குழி விழுந்த நகங்களும் காலும் மட்டுமே தெரிந்தன. புடவைக்குப் பதிலாக, ஒளி நிழலில் இப்போது வேட்டியின் வெள்ளை நிறம் தெரிகிறது. மங்கிய வெளிச்சத்தில், அவள் சுருண்டுகொள்ள முயற்சிப்பதுபோலிருந்தது.

நிழலிலிருந்து மெல்ல விலகிக் கட்டிலருகில் வந்து ஒரு கையை ஊன்றி முதுகைக் காட்டியபடி அவள் நின்றபோது எரிச்சலுடன் பார்த்தான்.

சாய்வுப்படியில் எறும்புகள் ஊர்ந்துகொண்டிருந்தன. அதில் தலையணை வைத்துப் படுத்தால் நிலைப்பலகையினூடே நள்ளிரவுக்குப் பிறகாவது காற்று வரும். ஆனால், எறும்பும் குப்பி விளக்கு வைத்து மண்ணெண்ணெய் படிந்த கறையும்.

சாய்த்த வாசல் கதவின் பின்னால் விளக்குகள் அணைவதைப் பார்த்தான். பாய் விரிக்கும் சத்தமும் கேட்டது. எங்கிருந்தோ ஒரு குறட்டைச் சத்தமும். வடக்கு ஆற்றங்கரையிலிருந்து வந்த

கிழவியாக இருக்கும், வளை கிலுக்கமும் கொட்டாவியும் சுமித்ரா விடமிருந்தா? வேர்வை காய்ந்துப் படிந்த கழுத்தைத் துடைத்தபடி கட்டிலருகில் நிற்கும் தேவுவைக் கவனிக்காததுபோல் கட்டிலில் படுத்துக்கொண்டான்.

களைப்பாக இருந்ததால் கண்ணை மூடியதும் தூக்கம் வந்து விடுமென்று நினைத்தான். இல்லை, தூக்கம் விலகியே நின்றிருந்தது. வெளிச்சம் படாமலிருக்க முழங்கையால் கண்களை மூடியபடி அமைதியாகப் படுத்திருந்தான். காலடிச்சத்தம் கேட்ட பிறகும் கண்களைத் திறக்கவில்லை. சாய்த்து மூடிய கதவைத் தாழிடும் சத்தம் கேட்டது. அறைக்குள் இருள் படர்ந்தபோது கண்களை ஒரு நொடி திறந்து மூடினான். பயத்துடன் கட்டிலின் ஒரு ஓரத்தில் அவள் மெதுவாகப் படுத்தது தெரியாததுபோல் சத்தமில்லாமல் சுவரோரமாக மேலும் கொஞ்சம் ஒட்டிப்படுத்துக்கொண்டான்.

– வாசல் கதவு மீண்டும் இரைவதைக் கேட்டு கண் திறந்தபோது ஆச்சரியம். பொழுது விடிந்திருந்தது.

எப்போது தூங்கினோம்?

நரைத்த வெளிச்சம் நிலைப்பலகையினூடே நுழைவதைப் பார்த்தபடி சிறிது நேரம் அப்படியே படுத்திருந்தான். பிறகு, எழுந்து வெளியே வந்தான். வெளிக்கூடத்தில், பாயில் கார்த்தியாயனியும் கிழவியும் தூங்கிக்கொண்டிருந்தார்கள். சத்தமில்லாமல் நடந்து வந்து திண்ணையில் உட்கார்ந்தான். முற்றத்தின் ஒரு ஓரத்தில் காகங்கள் படை சேர்ந்து எச்சில்களை கொத்திக் கிளறிக்கொண்டிருந்தன.

அப்போது, சுமித்ரா குளித்துவிட்டுத் திண்ணையில் வந்தேறினாள். ஓரக்கல்லில் கால் வைக்கும்போதுதான் பார்த்திருக்கிறாள். விலகிய ஈரத்துண்டை இன்னும் கொஞ்சம் இழுத்து மூடி, தட்டிலிருந்து ஒரு நுள்ளு விபூதியை எடுத்து நெற்றியில் பூசி விட்டு உள்ளே வரும்போது கேட்டாள்:

"என்ன காலம்பற எழுந்திருச்சிட்டீங்க?"

பதிலை அவள் எதிர்பார்க்கவில்லை. உள்ளே இருந்து ஈர வேட்டியுடன் மீண்டும் வந்து பீடியையும் தீப்பெட்டியையும் வைக்கும்போது ஈர வேட்டி மீண்டும் இடம் விலகியது. தரையில் பதிந்தக் கால்களின் ஈரத்தடங்கள் மெல்ல மாய்ந்து கொண்டிருந்தன.

திண்ணையில் குத்துக்காலிட்டு உட்கார்ந்து பீடி இழுத்தபடியே காகங்கள் விரவுவதைக் கவனித்துக்கொண்டிருந்தான். ஈர உடையை மாற்றிவிட்டு வெளியே வந்த சுமித்ரா, முற்றத்துத்

தென்னை மூட்டில் தேய்த்துக் கழுவியப் பித்தளைக் கெண்டியில் தண்ணீரும் காகிதத் துண்டில் உமிக்கரியும் கொண்டு வந்து வைத்தாள்.

"பல்லு விளக்குறதுக்கு முன்னால ஒரு தம்ளர் தேத்தண்ணி குடிக்கிறீங்களா?"

அவன் பதில் சொல்லவில்லை.

சாயாவுடன் வந்த சுமித்ரா கேட்டாள்:

"இல்லத்துல பாக்குப் பறிக்கிற வேலை நடக்குதா? குமாரனும் குண்டுண்ணியும் போறதைப் பாத்தேன்."

சாயா குடித்த சுவையுடன் இன்னொரு பீடியைப் பற்ற வைத்த அவன் முனகினான்:

"உம்..."

"சாலியச்சேரிக்குப் போறப்ப ஒரு வேலையிருக்கு. இப்ப வேண்டாம். அடுத்த மாசம் போதும். கம்மல் காது உடைஞ்சிக்கிடக்கு. அதை விலைக்குக் கொடுத்துட்டு வேறொண்ணு வாங்கணும்னு ரொம்ப நாளா நினைக்கிறேன். இன்னைக்கு வேண்டாம். பிறகு பாத்துக்கலாம்."

உள்ளே இருந்து செருமலுடன் வாசலைக் கடந்துவந்த அம்மா கேட்டாள்:

"என்ன இவ்வளவு சீக்கிரமா?"

"இல்லத்துல பாக்குப் பறிக்க ஆளு வரும்."

வாசலின் பின்பக்கம் தேவுவும் இடம் பிடித்திருக்கிறாள் என்பதைப் புரிந்துகொண்டான்.

"என் மேல்முண்டைக் கொஞ்சம் எடுத்துட்டு வா சுமித்ரா."

தேவு நினைவூட்டினாள்: "பலகாரம் இப்ப ரெடியாயிரும்னு சொல்லு சுமித்ரா. சாப்பிட்டுட்டுப் போவலாம்."

அதைக் காதில் விழாதவள்போல் உள்ளே சென்ற சுமித்ரா, நிறமுள்ள ஒரு துவாலையைக் கொண்டு வந்து நீட்டியபடி சொன்னாள்:

"இந்தா துண்டு. வேட்டியை நான் மடிச்சு வைக்கிறேன். சட்டை முழுசும் வேர்வை. துவைச்சிப் போட்டுர்றேன்."

அவன் முற்றத்திலிறங்கினான்.

“வெள்ளிக்கிழமை. பச்சை மீன் கிடைக்காது. இருந்தாலும் ராத்திரியில நேரத்துக்குச் சாப்பிட வந்துருங்க.”

சுமித்ரா நினைவுபடுத்தினாள்.

என்ன சொல்வதென்று ஒரு நிமிடம் தயங்கி நின்றான்.

“சாலிச்சேரிலிருந்து வர்றதுக்கு ரொம்ப நேரமாயிருமே!”

“அதுக்கென்ன? நீங்க வந்த பிறகுதான் கதவைச் சாத்துவோம்.”

வழியனுப்பி வைப்பதுபோல் சுமித்ரா முற்றத்தில் இறங்கினாள். படியிறங்கும்போது நினைவூட்டினாள்:

“பின்நிலா காலம். ரொம்ப இருட்டுறதுக்குள்ள திரும்பி வரப் பாருங்க.”

படியிறங்கும்போது அவன் ஒன்றை மட்டும் புரிந்து கொண்டான். சுமித்ராவின் முன் வடக்கு வீட்டு தேவு யாருமே இல்லை. சுற்றிலும் பரவத் தொடங்கும் இளவெயில்போல் மனதுக்குள் உற்சாகம் பீறிட்டது. படிக்கல்லில் நின்று அவன் உரக்க அதிகாரத் தோரணையுடன் அழைத்தான்:

“சுமித்ரா!”

மேலே, தென்னந்தடத்தின் அருகில் நின்றிருந்த சுமித்ரா வேகமாக இறங்கி வந்தாள்.

“சாமான் ஏதாவது வேணும்னா பாப்பச்சன் கடையிலேருந்து வாங்கிக்கலாம். எழுதிக்க சொன்னா போதும். நான் கொடுத்துக்குறேன்.”

“உம்...”

“அப்புறம் –”

இல்லை, வேறொன்றுமில்லை. அவன் தன்னம்பிக்கையுடன் நடக்கும்போது மூளியாகக் கிடக்கும் சுமித்ராவின் காதில் தங்கக் கம்மல்களின் பளபளப்பு அழகாக இருக்குமென்ற நினைவு வந்தது.

தேவுவின் காதுகளில் கம்மல் கிடக்கிறதா? ரோமம் அடர்ந்த முழங்கைகளும் எலும்புகள் உந்திய முகமும் மட்டுமே நினைவில் நின்றிருந்தன.

இல்லை. ஒருபோதுமே தன் எதிரில் அவளால் முகம் பார்த்து நிற்க முடியாது.

ஐந்து

1

இன்று வெள்ளிக்கிழமை. கடிதம் கிடைத்த மறுநாள் பதில் எழுதினால் இன்று கிடைக்க வேண்டும். ஐந்தாம் நாள் பதில் வரும்.

ஸ்ரீதேவியம்மாவின் கெமிஸ்ட்ரி கிளாஸ். வெறுமனே கேட்டுக்கொண்டிருந்தால் மட்டும் போதாது. சொல்வதைக் குறிப்பெடுக்கவும் வேண்டும். ஒரு தாயின் சுதந்திரத்துடன் கடிந்துகொள்ளவும் நடந்துகொள்ளவும் செய்கிற டீச்சர்மீது எல்லோருக்கும் மரியாதை இருந்தது. கிராமப்புறப் பெண்கள்போல் சேலையை அள்ளிக் கட்டியபடி, எண்ணெய் வடியும் முகத்துடன் அவர் வகுப்பறையில் நின்றால் வகுப்பு நிசப்தமாகி விடும்.

ஸ்ரீதேவியம்மாவின் காதல் கதையை அறியாத மாணவர்களே இருக்க முடியாது. அவர்மீதான மதிப்புக்கும் மரியாதைக்கும் காரணம் அவரது காதல் கதையின் பின்னணியிலுள்ள பச்சாதாப மாகவும் இருக்கலாம். ஸ்ரீதேவியம்மா பெரிய அதிகாரி ஒருவரின் மகள். வீட்டில் வேலை பார்த்த கார் டிரைவருடன் அவருக்குக் காதல் உருவானது. டிரைவருக்கு ஏற்கனவே கல்யாணமாகி மனைவியும் குழந்தைகளும் இருந்தார்கள். மனதுக்குப் பிடித்தவனுடன் வாழ்வதற்காக ஸ்ரீதேவியம்மா வீட்டை விட்டுப் புறப்பட்டார். டிரைவரின் மனைவி யும் குழந்தைகளும் சுண்ணாம்பு நீற்றும் காலனியில் சுத்தமில்லாத ஒரு வீட்டில் குடியிருந்தார்கள். ஆனால், அவனை அங்கே யாரும் பார்த்ததே

இல்லை. எங்கோ தொலைவில் இருக்கிறானாம். அவனது மனைவி, தனக்கும் பிள்ளைகளுக்கும் செலவுக்காக மாதத் தொடக்கத்தில் ஸ்ரீதேவியம்மாவிடம் வருவாள்.

டீச்சர் அருகில் வரும்போதெல்லாம் அந்தக் கண்களில் வெளிப்படாத ஒரு அழுகுரல் இருப்பதுபோல் சேதுவுக்குத் தோன்றும்.

டீச்சரின் சகோதரிகள் பெரிய இடங்களில் உயர்ந்த பதவி களில் இருக்கிறார்களாம்.

முதல் மனைவியும் மூன்று குழந்தைகளுமுள்ள அம்மனிதன்மீது வெறுப்பு தோன்றியது. காதலுக்காக சாம்ராஜ்யத்தைத் துறந்த இன்றைய ராஜகுமாரியை நினைத்து வேதனையும் உருவானது.

டீச்சர் அனுபவிக்கும் மனவேதனைகளை சேதுவால் யூகிக்க முடிந்தது.

ஒவ்வொரு வெள்ளிக்கிழமையும் எதிர்பார்ப்புடன் கண் விழித்தான். தங்கமணியிடமிருந்து கடிதம் வருகிற நாள் அது. பெரிய கையெழுத்துகள் கண்ணெதிரில் உயிர் பெற்று நிற்பதைப் பார்க்கும்போது வேடிக்கையாக இருக்கும்! மீண்டும் வாசித்துப் பெட்டிக்குள் விரித்தக் காகிதத்தின்கீழ் அதை வைக்கும்போது தனது சேமிப்பில் மேலுமொருப் புதையலைச் சேர்த்துக் கொண்டதுபோல் தோன்றும்.

ஆசைகள் அனைத்தையும் மனதுக்குள் அடக்கியபடி முதலில் இயல்பாகவே எழுதினான். 'அன்புள்ள தங்கமணி, நீ நலமென்று நம்புகிறேன் ...'

எதிர்பார்த்திருந்து பதில் வராதென்று உறுதியாகத் தெரிந்தபோது ஏமாற்றமாக இருந்தது. அது கோபமாக மாற ஆரம்பிக்கும்போது பதில் வந்தது. அது அவளுடைய அப்பாவோ, அண்ணனோ, மாமாவோ எழுதுகிற கடித உறை. கடிதத்தை எழுதி ஐந்து நாட்களாக வைத்திருந்ததாகவும் அனுப்புவதற்கு அஞ்சல் உறை கிடைக்கவில்லை என்றும் கடையில் ஒரு வரி சேர்த்திருந்தாள். இதற்கான பதிலுடன் சுய முகவரியிட்ட ஒரு அஞ்சல் உறையையும் இணைத்து அனுப்பினான்.

பதில் வருவதற்குத் தாமதமானதும் தங்கம் என்னை மறந்து விட்டாயோ என்று நினைத்தேன்.

—சேது அத்தானை என்றுமே மறக்க மாட்டேன். சேது அத்தான் இப்படியெல்லாம் எழுதும்போது வருத்தமாக இருக்கிறது.

இனம்புரியாத வேதனையுடனும் எழுதிய வரிகளா இவை? மீண்டும் மீண்டும் அதை ஆய்வுக்குட்படுத்தினான்.

'எனது மிகவும் பிரியமுள்ள என்னுடைய தங்கமணி' என்று தொடங்கும் அடுத்த கடிதத்தில் எழுதினான்: 'எனக்கு யாருமில்லை. என் மனவேதனைகளை நான் மட்டுமே அறிவேன். காலேஜிலும் ஹாஸ்டலிலும் நண்பர்கள் ஆரவாரத்திலிருந்து விலகி நிற்கவே நான் விரும்புகிறேன். தூக்கம் வராத இரவுகளில் எனது ஒரேயொரு மகிழ்ச்சி என்னுடைய தங்கத்தைப் பற்றிய நினைவுதான் ...'

அது ஒரு காதல் கடிதம். அனுப்பி வைத்த பிறகுதான் பயம் தோன்றியது. வேறு யாராவது இதைப் பிரித்து வாசித்தால் என்ன நினைப்பார்கள்? கடிதம் கோவிந்தன் மாமாவிடம் கிடைத்தால், அவர் அதில் இன்னொரு கடிதத்தையும் எழுதிச் சேர்த்து அப்பாவுக்கு அனுப்பி வைப்பார்.

அவளால் அதைப் புரிந்துகொள்ள முடியுமா? வாழ்க்கையில் நான் முதன்முதலாக எழுதும் காதலின் இன்னிசையை அவளால் உணர்ந்துகொள்ள முடியுமா?

சனிக்கிழமை ஸ்பெஷல் கிளாஸ் முடிந்து வராந்தாவில் வந்து தபால்காரன் ஃபிரான்சிஸின் வருகையை எதிர்பார்த்து நின்றிருந்தான். வெளியே, கொதிக்கும் தார் போல் நெருப்பு நாளங்கள் எழ மதிய வெயில் எரிந்துகொண்டிருந்தது. முகவரியிலிருந்த தனது கையெழுத்தை வைத்து எளிதாகவே அவன் கடிதத்தை அடையாளம் கண்டுகொண்டான். சொற்கள் கண்முன் நடனமாடின. எரியும் வெயிலில் நிலா நதிகள் தவழ்ந்துகொண்டிருந்தன:

'கடிதத்தை வாசிக்கும்போது அம்மா, அது யாரெழுதிய கடிதம் என்று கேட்டாள். சேது அத்தான் என்று சொன்னதும், நானும் வாசிக்க வேண்டும். அதைக் கண்ணாடியின் பின்னால் வைத்து விடு என்றாள். நான் வைக்கவில்லை. நல்ல வேளையாக அம்மா பிறகு அதைப் பற்றி கேட்கவே இல்லை.'

ஐந்து நிமிடங்களுக்கு முன், ஸ்ரீதேவியம்மாவின் வகுப்பு முடிந்து நேராக ஹாஸ்டலுக்குச் சென்று தபாலைப் பார்த்தான். முதல் குரூப்புடன் சேர்ந்து சாப்பிட்டிருக்கலாம். டீச்சர்தான் விடவில்லை. மணியடித்தப் பிறகும் மூன்று நான்கு நிமிடங்கள் நோட்ஸ் எடுத்துக்கொண்டு நிற்பார். ஆரவாரம் செய்வதற்கு யாருக்குமே தைரியம் வராது.

மெஸ்சில் பரிமாறத் தொடங்கிய வரிசையில் இரண்டு பேரை வற்புறுத்தி விலகி உட்காரச் சொல்லி உட்கார்ந்துகொண்டான்.

சாப்பிட்டு முடிந்ததும் முதலில் எழுந்து கை கழுவிவிட்டு விடுதிக்கு நடந்தான். வாசலைத் திறந்தபோது கடிதம் இல்லை. மேசையின் கீழ் ஒரு அஞ்சலட்டை கிடந்தது. அன்றைய தபாலில்தான் வந்திருக்கிறது. அப்பா எழுதியது. ஒன்பதாம் தேதி காலை வண்டியில் திரும்புகிறேன். ஊருக்கு வந்தபோது மாதவன் மாமாவின் திருமணம் தொடர்பாக எதிர்பாராத செலவுகள் வந்து விட்டன. இனி வேலைக்குப்போய்தான் பணம் அனுப்ப இயலும். நீ நலமாக இருப்பாய் என்று நம்புகிறேன் – நான் நலமாக இருக்கிறேன். பூரண நலம்!

அப்பா ஊருக்குப் போகும்போது கடிதம் எழுதவில்லை. ஒருவேளை பஸ்சில் போயிருப்பாராக இருக்கும். பொள்ளாச்சி யிலிருந்து திருச்சூருக்குப் பஸ் வசதியுண்டு. அப்பாவின் வீட்டிலிருந்து என்றால் வழக்கமாக பஸ்சில் போவார். பொள்ளாச்சியிலிருந்து ஆனைமலைக்கு பஸ் வசதியுண்டு.

மாதவன் மாமாவின் திருமண செய்தியை பரமேஸ்வரண்ண னின் கடிதம் மூலம்தான் அறிந்துகொண்டான். கல்விச் சுற்றுலாவுக்கு ஏற்கனவே அவன் பெயர் கொடுத்திருந்தான். நாற்பது ரூபாய் கட்ட வேண்டும். அதற்காக பரமேஸ்வரண்ணனுக்கு எழுதிய கடிதத்துக்குப் பதில் வந்தது. இந்த மாதம் அதற்கான எந்த வாய்ப்புமில்லை. வீட்டுக்குக் கொஞ்சம் பணம் அனுப்ப வேண்டியதிருக்கிறது. நம்முடைய வடக்கு வீட்டு தேவுவை மாதவன் மாமா திருமணம் செய்துகொள்ளவிருக்கும் செய்தியை நீயும் அறிந்திருப்பாய்தானே?

திருமணத்துக்குப் போகவேண்டுமென்று நினைத்தான். மாதவன் மாமாவும் தேவுவும் அருகருகில் நிற்பதாக அவன் கற்பனை செய்து பார்த்தான். எல்லாவற்றையும் கவனித்தபடி சுமித்ரா ஓடியாடி நடக்கிறாள். திருமணத்துக்குச் சென்றால் அவளது முகத்தில் ஏளனப் பார்வை தொனிக்குமா? 'சேது வரமாட்டியா? எங்க கூட இருக்குறப்ப பெரிய அளவுக்கு உற்சாகமெல்லாம் இருக்காதுதான்.'

அப்போது அவளது முகத்தில் தென்பட்ட ஏளனப் பார்வையின் பொருளை, தேவுவின் திருமணம் உறுதி செய்யப்பட்ட விவரத்தை அறிந்த பிறகுதான் சேதுவால் புரிந்து கொள்ள முடிந்தது.

குளக்கரையில் இருட்டில் அவளது கண்களில் தென்பட்ட கண்ணீரின் பளபளப்பு மறக்க முடியாத பதற்றமாக அவ்வப்போது மனதுக்குள் நுழைகிறது. தன் முன் அவள் பலவீனமாக நின்றது அப்போது மட்டும்தான்.

தவறு தன்மீதல்ல என்று அவன் ஆறுதலடைய முயற்சித்தான். தெய்வம் செய்த தவறு. தங்கமணியை முதலில் பார்த்திருந்தால் தனது எண்ணங்களில் சுமித்ரா இடம் பிடித்திருக்கவே மாட்டாள். பயணத்தின்போது பாதை தவறி நீண்ட தூரம் சென்றபிறகு தான் வழிகாட்டிப் பலகைக் கண்ணில்பட்டது. கண்ணீர் ததும்பிய முகங்களின் நினைவுகள் மிச்சமாயின. சொல், இது யார் செய்த தவறு?

இரவில் முடிவு செய்துகொண்டான். காலையில் ரெயில் நிலையத்துக்குச் சென்று அப்பாவைப் பார்க்கவேண்டும்.

படிப்பதில் உற்சாகம் தோன்றவில்லை. 'கார்டனர்' பாடல்களை வாசித்தபடி படுத்திருந்தான்.

ஓரிரண்டு வரிகளை மனதுக்குள் மொழியாக்கம் செய்ய முயற்சித்தான்.

அன்றொரு பொன்னுதயத்தில் என் பூவனத்தில்
வந்து சேர்ந்த விழிமூடிய தாமரை மலரவள்
பொத்தியதொரு பூவிதழ் தந்தாள்.

இல்லை, பார்வையற்ற அந்தப் பெண்கொடியை மலருடன் உவமிக்கும் அந்தக் கற்பனை ஒத்துவரவில்லை.

காலையில் வழக்கத்துக்கு மாறாக சீக்கிரம் எழுந்து தயாரானான். ரயில் வண்டி ஒன்பதரைக்கு வந்துசேரும். ஒன்பதரைக்கும் பதினொன்றரைக்கும் ஊரிலிருந்து இரண்டு பாஸஞ்சர்கள் வரும். அப்பா தனது கடிதத்தில் ஒன்பதாம் தேதி புறப்படுகிறேன் என்று மட்டும் எழுதியிருந்தார். பெரும்பாலும் ஒன்பதரை வண்டியில்தான் வரக்கூடும். தன்னை வந்துப் பார்க்கவோ எதிர்பார்த்து நிற்கவோ அதில் சொல்லவில்லை.

ரோட்டில் இறங்கியதும் மெஸ் டிஃபனை எதிர்பார்க்காமல் கிருஷ்ணய்யர் ஓட்டலிலிருந்து காபி குடித்துவிட்டு வரும் நண்பர்கள் சொன்னார்கள்:

"சீக்கிரம் போ. சாமியோட ஊத்தப்பம் இன்னைக்கு ரொம்ப நல்லாருக்கு."

"நான் ரெயில்வே ஸ்டேஷனுக்குப் போறேன்."

"உம்..?"

"ஃபாதர் மார்னிங் டிரெயின்ல போறார்."

பாலகிருஷ்ணன் சொன்னான்: "இங்கப் பாரு, சீரியஸா சொல்றேன். எனக்கு ஒரு பத்து ரூபா நீ கடனா தரணும். அப்பாவைப் பாக்கப் போனா, ஏதாவது சிக்கும்தானே?"

சரிதான் என்பதுபோல் சிரித்துத் தலையாட்டி விட்டு ரோட்டைக் கடந்தான்.

நாற்சந்தியில் டவுண் பஸ்சுக்காகக் காத்து நின்றான். அப்பாவோ மாமாவோ பாதுகாவலர்கள் யாராவதோ விடுதிக்கு வருவதாக அறிந்தால் எல்லோருக்குமே அதில் ஆர்வமிருக்கும். பாக்கெட் மணியில் அவர்களுக்கும் ஏதாவது கிடைக்கும். சிலர் ஷாப்பிங் அழைத்துச்செல்வார்கள். பாதுகாவலர்களுடன் செல்லும் நண்பனைத் தொந்தரவு செய்யாமல் மற்றவர்கள் விலகிக்கொள்வார்கள். பணம் கிடைத்தால் சாயங்காலம் மதறாஸ் கஃபேவுக்கு அழைத்துச் செல்வதிலிருந்து யாரும் தப்பித்து விட முடியாது. நல்ல நண்பர்களாக நடந்து அதுவரைக்கும் பொறுமை காத்ததின் பிரதிபலனாக.

விடுதியில் பதினொன்றில் தங்கியிருக்கும் டேனியல் ஜானுக்கு பேட்டரி போட்டால் பாடக்கூடிய சிறு ரேடியோ செட் அவனுடைய அப்பா வந்தபோது கிடைத்தது. விடுதியையும், கிளப் ரூமையும், ரீடிங் ரூமையும் எல்லாம் போய்ப் பார்த்த அவர் ஹாஸ்டலில் ரேடியோ இல்லையா என்று கேட்டாராம். டேனியல் பதில் சொல்லவில்லை. நண்பர்கள் மரியாதையுடன் எழுந்து நின்று, “வார்டனிடம் சொல்லியிருக்கிறோம்” என்றார்கள். உடனே அவர், தனக்கு யாரோ அன்பளிப்பாக தந்த சிறு ரேடியோ காரில் இருக்கிறது. அதை எடுத்துக்கொள்ளும்படி டேனியலிடம் சொன்னாராம்.

“தேங்க்யூ பப்பா.”

“இட்ஸ் ஆல் ரைட்.”

கிளப் ரூமிலிருந்து வந்த நம்பியார் இதைச் சற்று ஆச்சரியத்துடன் கேட்டு விட்டு, அவர்கள் சொன்னதை திரும்பச் சொல்லும்படி கேட்டான்.

அப்பாவும் மகனும் விடைபெறுகிற காட்சியை சேது பொறாமையுடன் பார்த்தபடி நின்றிருந்தான்.

டேனியலின் அப்பா, கோயம்புத்தூரில் வெள்ளைக்காரர்களின் ஏதோ கம்பெனியில் அதிகாரியாக இருக்கிறாரென்று அவன் கேள்விப்பட்டிருந்தான். டேனியலுடன் பெரிய அளவில் பழக்கமில்லை. ஞாயிற்றுக்கிழமை பெரிய போண்டியாக் கார், விடுதிக்கு வெளியே வந்து நின்றபோது யாரோ சொன்னார்கள்:

“டேனியலோட ஃபாதர்.”

வாயில் பைப்புடன் காரிலிருந்து இறங்கிய ஆறடி உயரமும் பெரிய ஆகிருதியுமுள்ள வெளுத்த வழுக்கைத் தலை மனிதர்.

வெள்ளைச் சிலாக்கும் வெள்ளை பான்டும். மெதுவாக அவர் வாசலை நோக்கி நடக்கும்போது பாலீஸ் போட்டுப் பளபளக்கும் கறுத்தப் பஞ்சாபி சப்பல்களின்மீது தெரிந்த சிவந்துத் துடுத்தப் பாதங்களின் சுத்தம்தான் முதலில் அவனது கண்களில்பட்டது. சிறுவர்களின் குதிகால்கள்போல் சுருக்கங்களில்லாத பாதங்கள். வாசலின் பின்னால் நிற்கும் மாணவர்களைப் பார்த்துச் சிரித்தபடி தலைகுனிந்து அவர் உள்ளே ஏறி வரும்போது யாரோ ஒருவன் டேனியலின் அறைக்கு ஓடினான். அப்பா வரும் தகவலைச் சொல்வதற்காக.

டேனியலின் முதுகைத் தட்டிக்கொடுத்து அவனை அரவணைத்தபடி அறைக்குள் நுழைந்த அவர் கேட்டாராம். இதை இங்கிலீஷ் ஆராதகனான நம்பியார் வந்து திரும்பச் சொன்னான்.

"யூ ஸ்மெல் சிகரெட்?"

"நோ."

"டோண்ட் ப்ளஃப்." சுவரில் புக் செல்ஃபில் அடுக்கி வைத்திருந்த் காலியான சிகரெட் பெட்டிகளைக் காட்டி சிரித்தபடி சொன்னார்:

"புரோபப்ளி யூ பய்தம் டூ டெக்கரேட் யுவர் செல்ஃப்."

சிரித்தபடி நின்றிருந்த டேனியலுக்கு அறிவுரை சொன்னார்:

"ஸ்டிக் டூ ஒண் பிராண்ட் அன்ட் இட் வெல்."

அன்று விடுதி முழுவதும் இதுதான் பேசுபொருளாக இருந்தது.

அவர் புறப்படும்போது, வெளியே போவது போன்ற பாவனை யில் திண்ணையில் நின்றார். காரை நோக்கிச் செல்லும்போது அப்பாவும் மகனும் நண்பர்களைப்போல் சிரித்துப் பேசியபடி நடந்தார்கள். டிரைவிங் சீட்டில் உட்கார்ந்த அவர், தனது பெரிய முழங்கையை வெளியே நீட்டி டேனியலிடம் என்ன சொன்னார் என்று தெரியவில்லை. ஆனால், டேனியல் உரத்தக் குரலில் சிரித்தான். எஞ்சின் உயர்ந்துக் குதிக்க ஆரம்பித்தபோது அவர் கையை நீட்டினார்.

"ஸோ லோங்."

அப்பாவும் மகனும் கை குலுக்கிக்கொண்டார்கள். ஒரு மகா அற்புதத்தைப் பார்த்துக்கொண்டு நிற்கும் அனுபவம் அது. திரும்பி நடக்க ஆரம்பிக்கும்போது வாசலருகில் கண்ணாடித் துண்டுகள் பதித்த அரை மதிலில் கையூன்றி, அகன்று கொண்டிருக்கும் காரைப் பார்த்தபடியே நின்றிருந்தான் கிருஷ்ணன் குட்டி.

அவன் சிரிக்க முயற்சி செய்தான். முகத்தின் இறுக்கம் முழுவதுமாக அகலாமல் மிச்சமிருந்தது. அவர்கள் ஒரு நிமிடம் பரஸ்பரம் பார்த்தபடி நின்றார்கள்.

அப்பாவைப் பார்க்கப் போவதாகச் சொன்னது தவறாகி விட்டதா? சாயங்காலம் கேள்வி வரும்: “என்ன கிடைச்சுச்சி? உண்மையைச் சொல்லு.”

பஸ் வரவேண்டிய நேரம் கடந்த பிறகும் வரவில்லை. அவன் பதற்றமடைந்தான். காத்து நின்றவர்களில் யாரோ சொன்னார்கள். திருநெல்லாவிலிருந்து வர்ற பஸ் பிரேக் டவுண். மணப்பிள்ளிக்காவு பஸ்தான் வரும். அரை மணி நேரத்துக்குள்ள வந்துடும்.

இப்ப, மணி எத்தனை? அருகில் நடந்து போகிறவர்களின் வாட்சில் மணி பார்க்க முயற்சி செய்தான். ஏழே முக்காலா, எட்டே முக்காலா? கிளப் ரூமில் கிளாக் அடிப்பதைக் கேட்டு தவறாகக் கணித்து விட்டோமோ? ஒரு வாட்ச் தேவைப்படுகிற விஷயத்தை முன்பொருமுறை பரமேஸ்வரண்ணனுக்கு எழுதியிருந்தான். அப்பாவுக்கும் எழுதினான். பதிலில் அதைப் பற்றிய எந்தக் குறிப்புமில்லை.

சிங்கப்பூரிலிருந்து கொண்டு வரும் வாட்சுகள் குறைந்த விலைக்குக் கிடைக்குமாம். எண்பத்தைந்து ரூபாய்.

கிருஷ்ணன் குட்டி, ஏழ்மையை அவமானமாக கருதுவதற்கில்லை என்றான். அருகில் நடந்துபோகிறவர்களின் இடது கை மணி பார்ப்பதற்கு வசதியாக தொங்க வேண்டுமே என்று மனதுக்குள் பிரார்த்தனை செய்தபடி நிற்கும்போது எண்பத்தைந்து ரூபாயின் மகத்துவம் புரிந்தது. இரவு உணவாக, முள்ளங்கியின் வெறுப்பூட்டும் வாசமுள்ள சாம்பாரில் தோய்த்த, காய்ந்த சப்பாத்தியைச் சாப்பிடப் பிடிக்காமல் மெஸ்சிலிருந்து இறங்கி கையலம்பி விட்டு, நேந்திரம் குலைகள் தொங்கும் ராவுத்தரின் கடைக்கு முன்னால் நடக்கும்போது ஒன்றரையணாவின் மகத்துவம் புரிந்ததுபோல்.

பஸ் ஸ்டாப்பில் கூட்டம் அதிகரித்தது. ஓட்டுக் கம்பெனியில் வேலை பார்க்கும் பெண்கள் தமிழ்ச்சுவையுள்ள மலையாளத்தில் சத்தமாகப் பேசியபடி நடந்துபோனார்கள்.

மேட்டுப் பகுதிக்கு பின்னால் இரைச்சல் சத்தம் கேட்கும் போதெல்லாம் ஆட்கள் இடித்தும் தள்ளியும் மிதித்தும் ஏறத் தயாரானார்கள். பீடியிலையின், புகையிலைக் கட்டுகளின் நெடியைப் பரப்பியபடி லாரிகள் கடந்துபோயின. கடைசியில் பஸ் வந்தது. வாசல் படியில் நான்கு பேர்களுடன் நின்று, விழுந்து விடுவோமோ என்ற மரண பயத்துடன் பயணம் செய்தான்.

பிளாட்ஃபார்ம் டிக்கெட் வாங்கி ஓவர் பிரிட்ஜைக் கடந்தபோதுதான் வண்டி வந்து நிற்பது தெரிந்தது. ப்ளாட்ஃபார்மினூடே வேகமாக நடந்தான். அப்பாவைக் காணோம். மீட்டர் கேஜில் நிற்கும் வண்டிதான் பொள்ளாச்சிக்குப் போகுமென்று போர்ட்டர் சொன்னதும் அதில்தான் இருப்பார் என்பதை உறுதி செய்துகொண்டான். வாசல்களின் அருகில் பழனிக்குச் செல்லும் காவியுடை தரித்தவர்களின், காவடி தூக்கியவர்களின் கூட்டம். எஞ்சினை அடுத்த பின்பக்க கம்பார்ட்மென்டின் ஜன்னலருகில் உட்கார்ந்து அப்பா பத்திரிகை வாசித்துக்கொண்டிருந்தார். அதில், கருஞ்சிவப்புச் சேலை உடுத்திய செட்டிச்சிகளும் பித்தளைக் குடங்களும் கறுத்த தமிழன்களும் நிரம்பியிருந்தார்கள்.

அப்பாவின் கவனம் பத்திரிகையில் பதிந்திருந்தது. அவன் ஜன்னலருகில் நின்றான்.

கூப்பிடவா என்று ஒரு நொடி தயங்கினான். அப்பா என்று அழைப்பதற்கும் தயக்கம். பல்வேறிடங்களில் மாறி மாறி வேலை பார்த்தவர். எப்போதாவது ஒரு முறை வீட்டுக்கு வருவார். அப்போது அகன்று நிற்கத் தொடங்கியதுதான். “அப்பாவைச் சாப்பிடக் கூப்பிடுறா” என்று உள்ளே நின்று சாதாரணமாக அழைக்க முடியாது. பக்கத்தில் சென்று சொல்லலாம்.

“அப்பாவைச் சாப்பிடக் கூப்பிடுறா.”

எதிரில் சிரிக்க முயற்சித்தபடி நிற்கும்போது அப்பா முகத்தை உயர்த்தினார்.

பத்திரிகையை மடித்து மடியில் வைத்துவிட்டு கேட்டார்: “ஆங் . . . ஒனக்கு இன்னைக்கு கிளாஸ் இல்லையா?” இன்று சனிக்கிழமைதான் என்றாலும் வகுப்பு உண்டு. இருந்தாலும் சொன்னான்: “இன்னைக்கு சாட்டர்டே. கிளாஸ் இல்லை.”

“உம் . . .”

அப்பா அதிகாலையில் எழுந்து ஷேவ் செய்யாமல் புறப்பட்டிருக்கிறார். நரை படர்ந்த தாடி ரோமங்களைத் தடவியபடிக் கண்களை மூடி, நெற்றியைச் சுழித்தபடி ஏதோ யோசனையுடன் உட்கார்ந்திருந்தார். குட்டையாக வெட்டிய தலையில் புழு அரித்து ரோமம் உதிர்ந்த அடையாளங்கள் பொருக்குப் பிடித்துக் கிடந்தன.

“எக்ஸாம் எப்ப?”

“டிசம்பர் ஃபிஃப்த்.”

“உம் . . .”

பிறகும் பேசாமல் நின்றிருந்தான்.

அப்பாவைப் பற்றிய தொடக்க கால நினைவுகளில் அப்பா நீலகிரியில் வேலை பார்த்தார். அப்பா வருவதாக கடிதம் வந்தால் மகிழ்ச்சியுடன் காத்திருப்பான். திண்ணையில் சாய்வு நாற்காலியில் சிவந்த மெல்லிய தையல் வேலைப்பாடுகளுள்ள சால்வையைப் போர்த்தியபடி அப்பா உட்கார்ந்திருக்கும்போது பெருமையுடன் பார்த்துக்கொண்டு நிற்பான். அப்பா அருகில் கடந்து போகும்போது நல்ல வாசமிருக்கும். அப்பாவின் கண்ணாடி, அப்பாவின் செருப்பு, அப்பாவின் ஷேவிங் சோப் – எல்லாமே எத்தனை முறை பார்த்தாலும் ஆச்சரியம் விலகாத அற்புதப் பொருட்களாக இருந்தன.

"டியூஸ் கட்ட வேண்டியது எப்ப?"

"நாளைக்கு."

"உம்…"

"ஃபைனோட சேத்து ட்வெண்டி ஃபிஃப்த்துக்குள்ள கட்டினா போரும்."

தட்டில் திறந்து வைத்த சாயா தம்ளர்களுடன் கூப்பிட்டுக் கொண்டே நடந்த பையன் ஜன்னலின் அருகில் நின்று மீண்டும் மீண்டும் கேட்டபோது அப்பா வேண்டாம் என்று கை சைகைக் காட்டினார்.

பிறகுதான் நினைவு வந்திருக்க வேண்டும்.

"உனக்கு சாயா வேணுமா?" என்று கேட்டார்.

"வேண்டாம். ஹாஸ்டல்ல குடிச்சிட்டுதான் வந்தேன்."

அப்பா யாரிடம் என்றில்லாமல் பொதுவாகச் சொன்னார்:

"நினைச்சிருக்காம நூறு கூட்டம் செலவுகள். மாதவன் கல்யாணத்துக்குத் தேவையில்லாம பத்து அறுவது ரூபா செலவாயிருச்சி. முன்னப்போல அதிகம் செலவு பண்றதுக்கான வருமானமும் இப்ப இல்லை. யாருக்கும் இது புரியமாட்டேங்குது."

சேது, இது தனக்குச் சொன்னதல்ல என்பதுபோல் தலைகுனிந்து நின்றிருந்தான்.

"ஒருத்தனைப் படிக்க வெச்சி கரை சேத்த பிறகு இப்ப நான் ரிட்டயர்ட் ஆகி ஒரு பக்கம் ஒதுங்கி உக்காந்திருக்கணும். எந்த உறுதியில உக்கார்றதுக்கு? பொஞ்சாதிப் புள்ளைங்களைக் கவனிக்கணும்; சொந்தக் குடும்பத்தையும் கவனிக்கணும். எல்லாமே செய்தேன். வெறும் தொண்ணூறு ரூபா சம்பளத்துலதான் இவ்வளவும் செய்தேன்."

அப்பாவின் ஆவலாதி யார்மீது? பரமேஸ்வரண்ணன்மீதா?

புதிதாக வந்து சேர்ந்த பழனி யாத்ரீகர்கள் இடம் பிடிப்பதற்காக அங்குமிங்கும் அலை பாய்கிறார்கள்.

டியூ கட்டி முடிந்த பிறகு எதற்குமே பணம் போதவில்லை என்று சொல்லத் தோன்றியது. பிறகு, இப்போதைய சம்பள விவரம், அம்மாவுக்கு அனுப்ப வேண்டிய பணம் போன்ற கணக்குகளைக் கேட்க வேண்டியது வரும். ஆகவே, சொல்லவில்லை.

மணியடிக்கும் சத்தம் கேட்டபோது ஆறுதலாக இருந்தது. வண்டி உடனே போய்விடும். எஞ்சின் கூவியது.

அப்பா தலையை வெளியே நீட்டிச் சொன்னார்:

“உம், சரி நீ போ.”

வேர்வையின்மீது காற்று பட்டபோது சுகமான இளங்குளிர் தோன்றியது.

வெயில் நல்ல சூடாக இருந்தது. ஸ்டேஷனுக்கு வெளியே வந்து கடைவீதியின் தொடக்கத்தில் டவுண் பஸ்சை எதிர்பார்த்து நிற்கும்போது தன்மீதே கோபம் வந்தது. வந்திருக்கவே வேண்டாம்.

கையில் ஒரு ரூபாய்தான் பாக்கி. பஸ்சை எதிர்பார்த்து நின்றால் இதையும் மாற்ற வேண்டியாகி விடும். இருபத்தைந்தாம் தேதி வாக்கில் பணம் கிடைப்பது வரைக்கும் சில்லறை செலவுகளுக்கு ஆக மொத்தமிருப்பது இந்த ஒரு ரூபாய்தான்.

இரண்டரை மைல் நடந்து விடுதிக்கு வந்து சேரும்போது வேர்வையில் மூழ்கியிருந்தான். எல்லோரும் வகுப்புக்குப் போய்விட்டார்கள். கல்லூரி வளாகத்தின் மணிக்கூண்டு மணி பதினொன்றைக் காட்டியது.

வகுப்புக்குப் போகத் தோன்றவில்லை. சட்டையையும், கசங்கிய வேட்டியையும் மாற்றிவிட்டு படுக்கையைப் பாதி விரித்துப் படுத்தபடி நூலகத்திலிருந்து எடுத்த ‘லீவ்ஸ் ஆஃப் கிராஸ்’ வாசிக்க முயன்றான்.

வராந்தாவினூடே பூட்ஸ் சத்தமும் பேச்சுச் சத்தமும் நெருங்கி வந்தன. ஃபர்ஸ்ட் ஹவர் கிளாஸ் முடிந்துவரும் டேனியல் ஜானும் பாலகிருஷ்ணனும். பாலகிருஷ்ணன் திறந்துக் கிடந்த வாசலின்முன் நின்றான்.

“கிளாஸை கட் பண்ணிட்டியா?”

“உடம்புக்கு சரியில்லை. ஹெடேக்.”

டேனியலின் அறைக்குள் சென்ற பாலகிருஷ்ணன் திரும்பி வந்து குரலைத் தாழ்த்திக் கேட்டான்:

“நான் கேலிக்காகச் சொல்லலை. ஒரு பத்து ரூபா தா, சேது.”

“காசுள்ளவங்கட்ட கேளு. டேனியலுட்ட இருக்கும்.”

“கேட்டா தருவான். ஆனா, நான் கேக்க மாட்டேன். கூட நடக்க ஆரம்பிச்சதே இப்ப சமீப காலமாகத்தான். நீ ஒரு பத்து ரூபா தா. மணியார்டர் வந்ததும் திருப்பித் தந்துடுறேன்.”

“எங்கிட்ட காசில்லை.”

“ஃபாதரைப் பாக்கப் போன? விளையாடாதே. ஒரு பத்து ரூபா தா. ஃபாதர் எவ்வளவு தந்தார்?”

பாலகிருஷ்ணனின் முகத்தைப் பார்க்காமல் விட்மானின் கவிதையில் கண்களைப் பதித்தபடி சொன்னான்:

“ஃபாதர் வரலை. புரோகிராமை சேஞ்ச் பண்ணியிருப்பார்.”

“நம்ம பேட் லக்.”

பாலகிருஷ்ணன் வெளியே சென்றபோது காலை நீட்டி திறந்துக்கிடந்த வாசலை மூடி, படுத்துக் கண் மூடினான். அப்போது தங்கமணியின் கடிதம் நினைவுக்கு வந்தது.

இன்று வராமலிருக்காது. தளர்ந்த மனதில் திடீரென்று புத்துணர்ச்சி ஏற்பட்டது. இன்று வந்துவிடும். கல்லூரி ரோட்டில் போஸ்ட் மேன் வருகிற நேரம் தாண்டி விட்டது. எதிர்பார்த்திருக்க ஏதாவதொன்று இருக்கும்போது மற்ற அனைத்தும் மறந்து விடுகின்றன.

2

தங்கமணியின் வீட்டைப் பற்றி நினைக்கும்போது கண்ணாடிச்சில்லுகள் பதித்த ஜன்னல்கள்தான் மனதுக்குள் தங்கி நிற்கின்றன.

வீட்டின் சுற்றுப்புறக் காட்சிச் சித்திரங்கள் நினைவில் தெளிவாக இல்லை. புதிய பாதைகள் உருவாகியுள்ளன. கடை வீதியில் புதிய கடைகள் கட்டப்பட்டுள்ளன. முன்பு, கடைவீதியின் தொடக்கத்தில், திரும்பிச் செல்லுமிடத்திலிருந்த தென்னை மரப்பாலத்தின் சித்திரம், நினைவில் மிச்சமிருந்தது. அதை இப்போது காணோம் என்றதும் மனதுக்குள் சிறு பதற்றம் உருவானது. கடைவீதியைத் தாண்டி புழுதி மண் குழைந்துக் கிடக்கும் பாதையினூடே மேலும் நான்கடி நடந்தபோது

வேகத்தைக் குறைத்துக்கொண்டு, மரத் தண்டை தோளில் தூக்கி வரும் ஒரு கூலிக்காரனிடம் கேட்டான்:

"புஷ்போத்துக்குப் போற வழியெது?"

"திரும்பி அந்த ஓடைப் பாலம்வரை நடந்து வயலைத் தாண்டினா நேரா கிழக்குப் பக்கம்."

வந்த வழியே திரும்பி, சிறு கடைவீதியில் நடக்கும்போது இரு புறமும் பார்ப்பதற்கான தைரியம் வரவில்லை. அறிமுகமில்லாத தன்னைச் சுற்றிலும் சந்தேகக் கண்கள், வண்டுகள் ரீங்காரமிட்டுப் பறப்பதுபோல் தோன்றியது. புஷ்போத்தில் உனக்கென்னடா வேலை? அவர்களது கண்களில் இந்தக் கேள்வியிருக்கிறதா?

தென்னந்தோப்பு வழியாக நடந்து வயல் கரையை அடைந்தபோது தொலைவில் மூங்கில் கூட்டங்கள் தென்பட்டன. அதுதான் அடையாளம்.

வீட்டை நெருங்க நெருங்க மனம் இன்னும் அதிகமாக பதற்றப்பட ஆரம்பித்தது. பல மாதங்களாக எதிர்பார்த்திருந்த நாள். ஆனால், தன்னை தங்கமணி மட்டும்தான் அழைத்திருந்தாள். அதைக் காரணமாக வைத்து வீட்டுக்குள் நுழைவது சரியாக இருக்குமா என்று தனக்குத்தானே அவன் கேட்டுக்கொண்டான்.

வீட்டுக்கு வெளியே யாராவது இருப்பார்கள்.

"யாரு வேணும்?"

"நான்..."

சுய அறிமுகம் செய்யும்போது ஏற்படும் சிரமங்களை அவனால் கற்பனை செய்ய முடிந்தது. வெளித்திண்ணையில் உட்கார்ந்து, உப்புச் சப்பில்லாத உபச்சார வார்த்தைகள் பேசி, சாயா குடித்துவிட்டு விடைபெற வேண்டிய சூழ்நிலை ஏற்படும்போது...

வருவதாகச் சொல்லி தங்கமணிக்குக் கடிதம் எழுதும்போதும், கடந்த சில நாட்களாக விடுதியிலிருந்து அதற்கான ஏற்பாடுகளைச் செய்யும்போதும் இதைப் பற்றி யோசிக்காததற்காக தன்னையே அவன் கடிந்துகொண்டான்.

மூன்று ஜோடி உடைகள், இரண்டு புத்தகங்கள், இரவல் வாங்கிய பாக்ஸ் கேமரா. இவ்வளவையும் தயாராக வைத்தான். பெரிய தோல் பையை அக்குளில் இடுக்கியபடி வருவது வரட்டுமென்ற இயலாமை கலந்த தைரியத்துடன் படியைக் கடக்கும்போது வேர்வையில் மூழ்கியிருந்தான்.

பதற்றத்தை மறைத்து, தன்னம்பிக்கைச் சிரிப்பை முகத்தில் வெளிப்படுத்த முயற்சித்தபடி திண்ணையருகில் நின்றான். யாரையும் காணோம். வேலைக்கார முதியவர் ஒருவர், முற்றத்தின் ஓரத்தில் வெள்ளரித்தடத்தின் அருகில் உட்கார்ந்து எதையோ குத்திக் கிளறிக்கொண்டிருந்தார். தோல் பையின் பாரம் மேலும் அதிகமானதுபோல் தோன்றியது. வேர்வை மார்பினூடே சால்களாக வடிந்தது.

“என்ன வந்த கால்ல நின்னுட்டே?”

ஆறுதலுடன் திரும்பியபோது தங்கமணியின் அம்மா சிரித்தபடியே உள்ளே இருந்து திண்ணைக்கு வருகிறாள்.

சில வருடங்களுக்கு முன் பார்த்த அத்தையின் தோற்றத்தில் பெரிய மாற்றங்கள் எதுவும் ஏற்படவில்லை. காதுகளின்மீதிருந்த சிறு நரை சற்று படர்ந்திருந்ததைத் தவிர!

திண்ணையிலேறி சாய்வு பெஞ்சில் பையை வைத்துவிட்டு சிரித்தபடியே என்ன சொல்வதென்று தெரியாமல் தயக்கத்துடன் நின்றான்.

“உக்காரு சேது. நீ வர்றதா தங்கமணி சொன்னப்ப சும்மா சொல்லியிருப்ப போலிருக்குன்னு நினைச்சேன்.”

“திருச்சூருக்கு ஒரு வேலையா வந்தேன். காலேஜ்ல உள்ள நிறைய பேருண்டு. ஸ்டூடண்ட்ஸ் மீட்டிங்.”

பொய் சொன்னான். இங்கே வருவதற்காகவே அலாரம் வைத்து, சீக்கிரமாக எழுந்து, ஐந்தரை மணி பஸ்சில் புறப்பட்டேன் என்று சொல்வதற்குக் கூச்சமாக இருந்தது.

மண் புரண்ட நிக்கரும், காலில் கட்டும், முகத்தில் முந்திரிப்பால் வடுக்களுமாக, பத்து வயது உண்ணி தோட்டத்தி லிருந்து ஏறி வந்தான். சேதுவைப் பார்த்து சற்றுத் தயங்கிய அவன் தூண் அருகில் நின்றான்.

“இங்க வா. கேக்கட்டும். என்னை யாருன்னு தெரியுமா?”

தங்கமணி எழுதும் கடிதங்களை தபாலில் சேர்ப்பது உண்ணிதான் என்பது அவனுக்குத் தெரியும். அவன் தயக்கமில் லாமல் அருகில் வந்தான். உடம்பில் முந்திரிப் பழத்தின் வாசம்.

“சேது அத்தான்தானா? பெரிம்மா வீட்டுல பாத்துருக்கியா?”

அவன் ஆமாம் என்று தலையசைத்தான். அப்படியே சாய்வு பெஞ்சில் உட்கார்ந்து தோல் பையின் பக்கிளைத் திருகத் தொடங்கினான். அதில் என்ன இருக்கிறது என்று யாருக்கும் தெரியாமல் அழுத்திப் பார்த்தான். கேமிராவின்

ஓரங்கள் தட்டுப்பட்டபோது அவன் எதையோ எதிர்பார்க்கிறான் போலிருந்தது.

புறப்படும்போது உண்ணியைப் பற்றிய ஞாபகமில்லை. தின்பதற்கு ஏதாவது வாங்கி வந்திருக்கலாம்.

"இப்ப வர்றேன்" என்று சொல்லிவிட்டு அத்தை வராந்தாவில் நடந்து மூன்றாவது வாசலில் ஏறி உள்ளே செல்லும்போது சேது, உண்ணியின் தோளில் கை வைத்துக் கேட்டான்:

"எத்தனாம் வகுப்புப் படிக்கிறே?"

"அஞ்சாம்பு."

அப்போது பக்கத்து வாசலையடுத்த இடைவழியில் யாரோ நிற்பதுபோலிருந்தது. உண்ணியின் தோளைப் பற்றிய கையை எடுக்காமல் எழுந்து நின்றான். வாசல் கதவின் கட்டளையைப் பிடித்தபடி நின்றுகொண்டிருந்தாள் தங்கமணி. இன்னும் கொஞ்சம் வளர்ந்திருப்பதுபோல் தெரிந்தது.

"இங்கதான் இருக்கியா?"

"உம்... வயலைத் தாண்டி வரும்போதே மாடியிலேருந்துப் பாத்தேன்."

தங்கமணியின் குரல் சற்று கனத்திருப்பதுபோல் தோன்றியது. நேருக்கு நேர் பார்க்கும்போது வெட்கத்தில் அவள் முகம் சிவப்பதையும் கண்கள் தடுமாறுவதையும் கவனித்தான்.

"லெட்டர் கிடைச்சா?"

"முந்தா நாள் கிடைச்சு. மத்தியானம் வருவீங்கன்னு நினைச்சேன். எத்தனை நாள் லீவு?"

"மண்டே காலேஜில இருக்கணும்."

ஆர்வத்தைக் கட்டுப்படுத்த இயலாத உண்ணி கேட்டான்:

"இது என்ன சேது அத்தான்?"

அவன் அதை வெளியே எடுத்தான்.

"கேமரா. உன்னை ஃபோட்டோ எடுக்க."

அவன் அதை கையில் வாங்கிப் பார்க்கும்போது சொன்னான்:

"அதில ஃபிலிம் இருக்கு. வேஸ்டாயிரும்."

"அதை நாசமாக்கிராதே உண்ணி."

"நான் தொட்ட உடனே நாசமாயிருமா தங்கக்கா?"

அத்தை, சாயாவும் வெள்ளைப் பீங்கான் தட்டில் பலாச்சுளை வறுவலுமாக வந்தபோது சேது கேமராவைத் திரும்ப வாங்கினான்.

சேது சாயா குடிக்கும்போது தூண் சாய்ந்து குத்துக்காலிட்டு உட்கார்ந்து சேதுவின் வீட்டைப் பற்றிப் பேசிக்கொண்டிருந்தாள் அத்தை. அம்மாவைக் கடைசியாக எப்போது பார்த்தோம் என்பதுகூட அத்தைக்கு நினைவில்லை.

"முன்னெல்லாம் மைனி அங்க வர்றப்பவாவது பாக்க முடிஞ்சுது. இப்ப அதுவும் இல்லை. நானும் பிள்ளைகளும்தானே இங்க இருக்கோம்? அங்க வந்துப் பாக்கணும்னு ஆசைதான். நேரம் கிடைக்க வேண்டாமா?"

முன்பு, பாட்டியும் அத்தைமாரும் குழந்தைகளும் ஒரே வீட்டில் சேர்ந்துதான் இருந்தார்களாம். பாகம் பிரியும்போது வீட்டையும் தோப்பையும் கோவிந்தன் மாமா விலைக்கு வாங்கினார். பாட்டி பெரிய அத்தையுடன். இடையிடையே இங்கே வந்து தங்குவாள்.

"அம்மாவோட காலத்துக்குப் பிறகு பாகம் வெச்சுக்கலாம்னு சொன்னேன். கேக்கணுமே?"

பாகம் வைக்கும் முடிவை முதலில் முன்வைத்தவர் பெரிய அத்தையின் புருஷன்தானாம். எல்லோரும் வற்புறுத்தவே, தற்போதைக்கு அவர் வேண்டாம் என்று வைத்தார். ஆனால், கோவிந்தன் மாமா பிடிவாதமாக நின்று விட்டாராம்.

இடைவழியில் தங்கமணி நிற்பது தெரியும். அப்பாவின் முன்கோபத்தையும் பிடிவாதத்தையும் பற்றி அம்மா சொல்லும்போது கவனமாகக் கேட்பதுபோல் பாவித்தாள். பின்வாசலின் அருகில் ஏற்படும் சிறு அசைவுகளில்தான் அவனது கவனம் முழுவதும் இருந்தது.

விவசாய நிலங்கள் குத்தகைக்கு விடப்பட்டிருக்கின்றன. வெளியே உள்ள இரண்டு தென்னந்தோப்புகளும் மேற்பார்வையில் உள்ளன.

"முன்னால எல்லாம், இந்தச் சண்டிப் பண்டாரங்களுக் கிடையில வந்து எப்படி பத்து நாள் தங்கியிருக்க முடியும்னு கேப்பாரு. இப்ப, நானும் பிள்ளைகளும்தானே இருக்கோம்? ஆனா, வருசத்தில ரெண்டு நாள் வந்து தங்கினாலே பெரிசு."

இப்போதும் மாதம்தோறும் பணம் அனுப்புகிறார். கருவானின் தோட்டம் விலைக்குப் போவதை எழுதியபோது வாங்கச் சொல்லி அட்வான்ஸ் அனுப்பியதுடன் வரும்போது ரிஜிஸ்டர் செய்து விடலாமென்று எழுதியிருந்தார்.

"காசும் பணமும் எவ்வளவு அனுப்பி எதுக்கு? மனுசப் பற்று வேண்டாமா? வந்து ரெண்டு நாள் தகராறு எதுவும் இல்லேன்னா மூணாவது நாள் ஆரம்பிச்சுருவாரு. இன்ன காரணம்தான் வேணும்னு இல்லை. இப்ப சாரதா புருஷன்கூட தகராறாம்."

தங்கமணியின் சாரதா அக்கா விசாகப்பட்டிணத்தில் இருக்கிறாள். அவளது கணவன் ஒரு கப்பல் கம்பெனியில் அதிகாரியாக இருக்கிறான்.

அப்பாவுக்கும் கோவிந்தன் மாமாவுக்குமிடையே தகராறு ஏற்பட்ட சம்பவத்தை அத்தை கோடிட்டுக் காட்டினாள்.

"முன்னால எல்லாம் ஊருக்கு வந்தா முதல்ல வர்றது அங்கதான். இப்ப பாத்தேல்லே? எப்ப சண்டை கூடுவாரு; எப்ப ராசியா இருப்பார்னு சொல்ல முடியாது."

பேசிக்கொண்டே இருக்கும்போது அத்தையின் குரல் தழுதழுக்க ஆரம்பித்தது.

"அம்மா மேல் கழுவ போகலையா?"

உள்ளே நின்று தங்கமணி கேட்டாள்.

அவள் அதைக் காதில் விழுந்ததாகவே பாவிக்கவில்லை. எண்ணெய்க்காரன் பவ்லோசின் மகன் ஊரை விட்டுப் போன பிறகு வேலை தேடி அலைந்து கடைசியில் கோவிந்தன் மாமாவிடம் சென்றான். அவர் மில்லில் ஏதோ வேலைக்கு ஏற்பாடு செய்தார். அவரது வீட்டில்தான் தங்கியிருந்தான். ஒரு மாதத்திற்குள் அவனை அங்கிருந்து அடித்து விரட்டினார். ஊருக்கு வந்த அவன் உடம்பில் இடுப்பு பெல்டால் அடி வாங்கிய தடயங்கள் இருந்தன. அவன் வந்து சொன்ன கதைகள் ஊர் முழுவதும் பேசுபொருளாயின.

"அடிக்கடி நான் நினச்சுக்குறதுதான். பள்ளிக்கூட லீவில இவங்க ரெண்டு பேரையும் அழைச்சிட்டுப் போகணும்னு."

சேது வெளியே தென்னந்தோப்பிலும் பின்னாலுள்ள வயல் வெளியிலும் வெயில் தாழ்ந்து அந்தி வெளிச்சம் பரவுவதைப் பார்த்துக்கொண்டிருந்தான்.

"சேது குளிக்கிறியா? உண்ணி, சேது அத்தானோட பைய மேல கொண்டுபோய் வை."

இரவில், ஜன்னலருகிலுள்ள சாய்வு நாற்காலியில் ஒரு பழைய மாதப் பத்திரிகைப் புரட்டியபடி உட்கார்ந்திருக்கும்போது

பெருமையாக இருந்தது. நான் இங்கே யாரோ ஒருவனல்ல. முக்கிய விருந்தினன். அடுத்த அறைக்குள் தங்கமணி வருவதையும் போவதையும் கவனித்துக்கொண்டிருந்தான். வெளியே, வராந்தாவிலும் ஏணிப்படிகளிலும் கேட்கும் அவளது காலடிச் சத்தத்தை அவனால் இனம் கண்டுகொள்ள முடிந்தது.

ஒருமுறை வாசலருகில் வந்து உண்ணியிடம் எதுவோ சொல்வதற்காக அவள் நின்றபோது அவன் ஆற்றாமையுடன் கேட்டான்:

“ஏகப்பட்ட வேலையோ?”

“பின்னே, என்ன நினைச்சீங்க?”

“சாப்பிட்டாச்சா?”

“உம்... உம்... ”

சாயங்காலம் உடலைக் கழுவிவிட்டு பாவாடையும் ஜாக்கெட்டும் மாற்றியிருந்தாள். வெள்ளை நிறத்தில் நீலப் பூக்களிட்ட தாவணி சாயங்காலம் பார்த்தது போல்தானிருந்தது. கண்ணாடித் தம்ளரில் பால் கொண்டு வந்து ஜன்னல் படியில் வைத்துவிட்டு அவள் நின்றபோது சேது நிமிர்ந்து உட்கார்ந்தான். சாய்வு நாற்காலியின் கைகளிடையில் கால் மூட்டை உரசியபடி அவள் நின்றபோது சேது உண்ணியைக் கவனித்தான். தரையில் கால் மூட்டை ஊன்றி உட்கார்ந்து வாய் மூடாமல் பேசிக் கொண்டிருக்கும் உண்ணிக்குப் பயந்து அவன் தன்னைக் கட்டுப்படுத்திக்கொண்டான். பாவாடை நுனி தரையில் உரச அவள் நகர்ந்துச் சென்றபோது மீண்டும் சாய்ந்து உட்கார்ந்துகொண்டான்.

கீழே, வாசல் கதவுகள் மூடுவதையும் வேலைக்காரிக்கு உத்தரவுகள் பிறப்பிப்பதையும் பாத்திரங்களின் ஓசையையும் கேட்டான். வெளி வேலைக்காரக் கிழவன் திண்ணை வராந்தாவில் இருமியபடியே உட்கார்ந்து பாயைத் தட்டிக் குடைந்து கொண்டிருந்தான்.

அம்மா அறைக்குள் வந்து தரையில் புரள்வதைச் சொல்லி உண்ணியைக் கடிந்துகொண்டு வாசலில் சாய்ந்து கால்களைத் தரையில் நீட்டி உட்கார்ந்துகொண்டாள். தங்கமணி, வெற்றிலைச் செல்லத்தை எடுத்துக்கொண்டு வந்து அம்மாவின் முன் வைத்து விட்டு பின்பக்கம் வராந்தாவில் எங்கோ ஒதுங்கி நின்றாள்.

“சேதுவுக்குத் தூங்க நேரமாயிருச்சா? அடியே, படுக்கை விரிச்சுப் போடலையா?”

"போட்டுருக்கு."

சுவரோரம் மடித்து வைத்திருந்த கம்பளிப் போர்வையை விரித்துப்போட்டு உண்ணி படுத்துக்கொண்டான். லேசாகப் புரண்டும் திரும்பியும் படுத்த அவன் உடனே தூங்க ஆரம்பித்து விட்டான்.

அவனையே பார்த்துக்கொண்டிருந்த அம்மா பெருமூச்சு விட்டாள்.

"ஆண்பிள்ளையா இவன் ஒருத்தன்தான் இருக்கான். சொல் பேச்சுக் கேட்க வேண்டாமா? அப்பாவோட அதே மூர்க்கமும் முன்கோவமும் அப்படியே வாய்ச்சிருக்கு. ஏதோ படிப்பு கொஞ்சம் ஏறுது. அதுவே பெரிய விஷயம்."

"இந்த வயசுல அப்படித்தான் இருக்கும். கொஞ்சம் வளரும்போது எல்லாம் தானா சரியாயிடும்."

உலக மகா அனுபவஸ்தன்போல் சேது ஆறுதல் படுத்தினான்.

அவர்கள் நீண்ட நேரம் பேசிக்கொண்டிருந்தார்கள். வீடும் தென்னந்தோப்புகளும் பணமும் எல்லாம் தந்தும் அன்பை மட்டும் தர மறுக்கும் கணவனைப் பற்றிய ஆவலாதிகள்தான் முழுவதும். போன முறை வந்திருக்கும்போது சாரதாவும் கணவனும் குழந்தையுமிருந்தார்கள். அவரிடம் ஒரு வார்த்தைகூட பேசவில்லை. அவர் என்ன தவறு செய்தார்?

"நேரம் நிறைய ஆயிருச்சுபோலிருக்கு. பேசவோ கொள்ளவோ ஆளில்லேன்னு இருக்குறப்ப நீயும் வந்தே. இதையெல்லாம் யாருட்டயாவது சொல்ல வேண்டாமா சேது?"

விளக்கை அணைத்துவிட்டுப் படுத்துக்கொண்டான். பயங்கரமான சூடு. பனியனைக் கழற்றினான். பக்கத்து அறையில் பாய் விரிக்கும் ஓசையும் தங்கமணி மெதுவான குரலில் யாரிடமோ எதுவோ சொல்வதும் கேட்டது.

கையை நீட்டி கண்ணாடி ஜன்னல்களை முழுவதுமாக திறந்து வைத்தான். வெளியே இருந்த மெல்லிய வெளிச்சத்தில் தென்னை மரங்களின் நெடு நிழல்கள் கோர உருவங்களை சிருஷ்டித்தன.

கண்களைத் திறந்தபடியே இருட்டில் படுத்திருந்தான். சுவருக்குப் பின்னால் தங்கமணி படுத்திருக்கிறாள். எட்டோ பத்தோ அடி இடைவெளியில். உண்ணியைப் போல் அவளும் படுத்ததும் தூங்கியிருப்பாளா? கடிதங்களில் வாயடிக்கிறவள் எதிரில் பார்க்கும்போது எவ்வளவு விலகி நிற்கிறாள்?

எம்.டி. வாசுதேவன் நாயர்

மனதை ஒரு புள்ளியில் மையப்படுத்தி, இருளினூடே அவன் மந்திரித்தான்: "வா ... வா ..."

சுவருக்குப் பின்னால் விரல்களில் சொடக்கு எடுக்கும் ஓசை கேட்கிறதா?

தொண்டையைச் செருமினான். நான் இன்னும் தூங்கவில்லை. என்னால் தூங்க முடியவில்லை என்று சொல்வதற்காக.

இரவின் அடர்த்தி அதிகரித்தபோது கீழே இடைவழியில் சுவர்க்கடிகார ஓசை அதிகரித்ததுபோலிருந்தது.

புஷ்போத்தில் வந்து தங்கியிருப்பது அம்மாவுக்குப் பிடிக்காது. அப்பா கண்டுகொள்ள மாட்டார். கோவிந்தன் மாமாவுக்குப் பிடிக்காமல் போவதற்குக் காரணம் எதுவும் தேவையில்லை. எல்லாவற்றையும் முடிவு செய்ய வேண்டியவன் நான். மற்றவர்களும் அதையே யோசித்து வைத்திருக்கிறார்கள் என்பதை அறிந்தால் மறுத்துவிடுவார். எதிர்ப்புகள் தேவைதான் என்று தோன்றியது. உலகம் முழுவதும் எதிர்த்து நின்றாலும் என்றாவதொரு நாள் தங்கமணியையும் அழைத்துக்கொண்டு இந்த வீட்டை விட்டுப் புறப்படுவேன்.

எப்போது தூங்கினோம் என்று நினைவில்லை. திடுக்கிட்டு விழிக்கும்போது அறைக்குள் யாரோ நிற்பதுபோல் தோன்றியது. கட்டிலருகில் கை வளைகள் கிலுங்கின. ஒரு நடுக்கத்துடன்தான் அதைப் புரிந்துகொண்டான். தங்கமணி!

மகிழ்ச்சியை விடவும் பயம் மிகுதியாக இருந்தது. இரவு நேரம் என்பதால் நெஞ்சுத் துடிப்பின் முழக்கம் கேட்டது. எழுந்து உட்கார்ந்தான். கீழே மெல்லிய வெளிச்சத்தில் குப்புறப் படுத்துத் தூங்கும் உண்ணியை ஒரு நிமிடம் பார்த்தான். அவளது கையைப் பிடித்து அருகில் ஒட்டி உட்கார வைக்கும்போது உடலில் நடுக்கமிருந்தது. வெளிச்சப் பிரளயம் குற்றவாளியைக் காட்டிக் கொடுத்து விடுமோ என்ற மெல்லிய பயம் மனதுக்குள்.

கிசுகிசுக்கும் ஓசையுடன் கேட்டான்:

"தூங்கலையா?"

இல்லை என்ற அர்த்தத்தில் அவளிடமும் அதே ஓசை எழுந்தது. வலது கை மூட்டைத் தலையணையில் ஊன்றி, அவளை அணைத்தபடியே சாய்ந்தமர்ந்தான். வார்த்தைகள் வரண்டுபோனதுபோல் தோன்றியது. மெலிந்த அவளது முழங்கை இப்போது திரட்சியுடனிருந்தது. அப்பா வீட்டு ஏணிப்படியின்கீழ் கைகளுக்குள் ஒடுங்கி நின்ற சிறு பெண்ணல்ல இவள் இப்போது. அவன் தன்னைக் கடிந்துகொண்டான். இது என்னுடைய

வழிபாட்டில்லம். இங்கே நானொரு ஆராதகன். சந்தன சோப் வாசமுள்ள அவளது கழுத்திலும் கன்னத்திலும் உதடுகளை மிருதுவாகப் பதித்தான்.

"பயமாயில்லையா?"

"எதுக்கு?"

"அத்தை எழுந்திருக்க மாட்டாங்களா?"

"உம்... உம்..."

அவளது புன்னகையை அந்த மெல்லிய இருட்டிலும் அவனால் பார்க்க முடிந்தது. அவன் சொல்ல நினைத்தான்: 'நீயும் நானும் தனித்திருக்கும் நிமிடங்களைப் பற்றி நான் பல நாளிரவுகள் கற்பனை செய்திருக்கிறேன். எனக்கு அது போதும். உனது அருகாமை மட்டுமே போதும். உரிமையுடன் என் அறைக்குள் நீ நுழைகிற அந்நாளுக்காக நான் காத்திருக்கத் தயார்.

"எப்ப போறீங்க?"

"நாளைக்கு."

மெதுவாகச் சொன்னாலும் அதில் கோபமும் இயலாமையும் புகைந்து நின்றன.

"பிறகு எதுக்காக வந்தீங்க? அவ்வளவு அவசரமாகப் போவணும்னா வராமலே இருந்துருக்கலாமே?"

"அப்படீன்னா நாளை மறுநாள். நீ சொன்னா மட்டும் போதாதே?"

"அம்மாவைச் சொல்லச் சொல்லணுமாக்கும்? அம்மாவுக்குத் தெரியாதா, கடிதம் வர்றதும் போறதுமெல்லாம்?"

அவளது முதுகை நீவியபடியே மீண்டும் பேசாமலிருந்தான்.

"நாளைக்கு நாம கடக்கரைக்குப் போவணும்."

"அம்மா சம்மதிப்பாகளா?"

"உண்ணியையும் அழைச்சுட்டுப் போவலாம். நான் அடம் பிடிக்கிறேன்."

"என்னா சூடு?" நெஞ்சில் ஊதியபடி சேது சொன்னான்.

அவள் தாவணித் தலைப்பால் அவனது நெற்றியையும் கழுத்தையும் துடைத்தாள்.

"உங்கப்பாவுக்கு என்னைப் பிடிக்காது." வாசித்த கவிதை களிலும் நாவல்களிலும் வரும் கதாநாயகன்களை மனதில்கொண்டு

சேது சொன்னான்: "எங்கிட்ட பணமுமில்லை. ஒண்ணுமில்லை. உன்னைப் பெண் கேட்டு பெரிய பெரிய இடங்கள்ல இருந்து ஆட்கள் வருவாங்க."

"எனக்கு இதுவே போதும்னா?"

"பின்னால வருத்தப்படுவே."

"உம்... பின்னே!"

கீழே கம்பளிப் போர்வையில் கிடந்த உண்ணி திரும்பிப்படுத்து சப்புக் கொட்டியபடி தூக்கத்தில் எதுவோ புலம்பினான்.

"தங்கம் போய்த் தூங்கு."

அவள் பதில் சொல்லவில்லை. முதுகைப் பிணைத்திருந்த கைகள் மேலும் இறுகின.

அவனுக்குப் பயமாக இருந்தது. இவள் சுமித்ரா அல்ல. தங்கமணி. கூடாது, மனக் கட்டுகள் தெறித்து விடக்கூடாது.

"உம்... தங்கம் போய்த் தூங்கு. அத்தை எழும்பிருவாங்க."

காரணத்தை அவளால் புரிந்துகொள்ள இயலவில்லை என்று தெரிந்ததும் ஆறுதல் போல் சொன்னான்:

"பி மஸ்ட் வெயிட்..! பி மஸ்ட் வெயிட்..!"

கட்டிலிலிருந்து இறங்கி வாசல் வரைக்கும் அவளது கையைப் பற்றிக்கொண்டு நடந்தான். விடமறுத்தக் கைகளை மனத்திடத்துடன் விடுவித்துத் திரும்பி வந்துப் படுத்தபோது பெருமிதம் உருவானது.

மறுநாள் சாயங்காலம் அவள் வெயில் மறைவதற்குள் கடற்கரைக்குப் புறப்படத் தயாரானாள். சேது இருப்பதில் நல்ல சட்டையைப் பார்த்து அணிந்துகொண்டான். பவுடர் பூசினான். கறுப்பாகாத மீசையை நாவால் ஈரமாக்கிக்கொண்டான். கேமிராவைக் கையில் எடுத்துக்கொண்டு திருப்தியுடன் வெளியே இறங்கினான். உண்ணி முற்றத்தில் இறங்கி நின்றிருந்தான். அம்மாவுக்கும் மகளுக்குமிடையே நடந்த நீண்ட வாக்குவாதத்திற்குப் பிறகுதான் அனுமதி கிடைத்திருக்கும்போல் தெரிந்தது. திண்ணைக்கு வந்த அத்தையின் முகத்தில் சிறு வாட்டம் தென்பட்டது. அத்தை சிரிக்க முயன்றபடியே சொன்னாள்:

"கருக்கலுக்குள்ள வந்து சேந்துரணும்."

உள்ளே இருந்து தங்கமணி வரும்போது அவன் திகைத்து நின்றுவிட்டான். சேலை உடுத்தியிருந்தாள். தலை முடியை

வகிடெடுத்துப் பின்னி ஜரிகைப் பளபளக்கும் காகித ரோஜா சூடியிருந்தாள்.

படியேறி வந்த வயதான மனிதரைப் பார்த்ததும் சேது விறைப்புடன் நின்றான்.

உண்ணி சொன்னான்:

"அம்மா, பெரிப்பா வர்றா."

பாகம் பிரிந்துசென்ற பெரியம்மாவின் கணவர் என்று உண்ணிதான் சொன்னான். முன்பு, சர்வே அதிகாரியாக இருந்தாரென்று கேள்விப்பட்டிருந்தான்.

"ஆள் யார்னு தெரியலையே?"

சேது பணிவுடன் சிரித்தபடி நின்றிருந்தான். உண்ணி சொல்லிப் புரிய வைக்க முயற்சிப்பதனிடையே அம்மா சொன்னாள்.

தங்கமணியின் கண்கள், 'வா, நாம போகலாம்' என்று அழைத்தன. உண்ணியின் பின்னால் அவள் நடக்க ஆரம்பிக்கும் போது அவன் அலட்சியமாக, "பாப்போம்" என்று சொல்லிவிட்டு இறங்கினான்.

பொதுப்பாதைக்கு வந்த பிறகுதான் மூச்சு சீரானது.

"பெரிப்பா இனி எல்லாருட்டயும் சொல்லுவார்."

உண்ணியின் காதுகளில் விழாமல் தங்கமணி சொன்னாள்:

"சொல்லட்டும்."

தென்னந்தோப்புகளும், வயல்வெளிகளும், திரும்பவும் தென்னந்தோப்புகளும் கடந்தபோது தொலைவில் கடற்கரை தெரிந்தது. சூடு சற்றுத் தணிந்திருந்தது. வெயில் பட்டு வேர்த்த தங்கமணியின் முகம் வாடிய நாலு மணிப்பூவின் நிறம்போலிருந்தது. கடந்துசென்ற தோணி வேலை செய்யும் முரட்டு இளைஞனின் கண்கள் தங்கமணியின்மீது ஆழப்பதிவதைப் பார்த்த சேதுவுக்குக் கோபம் வந்தது.

ஆள் நடமாற்றமில்லாத கடற்கரை. அலைகள் பாம்புக்குட்டிகள்போல் காலைச் சுற்றிப் பரந்து விலகிச் சென்றன.

அலைகள் தொடாத தூரத்தில் விலகி நின்ற தங்கமணியிடம் சொன்னான்:

"வா! நான் கையைப் பிடிச்சுருக்கேன்."

கடற்கரைத் தொடக்கத்தில் இடைவிட்டு இருக்கும் குடிசைகளின் முன் கறுத்த மனிதர்கள் பார்த்துக்கொண்டு நிற்பதைக்

கண்டான். அவர்களைக் கவனிக்காததுபோல் பாவித்து அவளது கையைப் பற்றியபடி அலைகளின் வருகையை எதிர்பார்த்து நின்றிருந்தான்.

காலடி மண்ணை அரித்துச் சென்ற பெரிய அலை பின்வாங்கியபோது தங்கமணி உற்சாகக் குரலெழுப்பினாள்:

"அய்யோ ..."

சூடு விலகாத மண்ணில் அருகருகே உட்கார்ந்திருந்தார்கள். நனைந்த சேலையின் அடிப்பாக ஜரிகைமீது பற்றியிருந்த மண் துகள்களைத் தட்டி விட்டபடி தங்கமணி சொன்னாள்:

"நான் கடக்கரைக்கு வர்றது அம்மாவுக்குப் பிடிக்கலை. அடம் பிடிச்சு நின்னதுனால ஒருவழியா யெஸ் வெச்சாங்க."

"உன்னை ஒரு ஃபோட்டோ எடுத்துக்கலாமா?"

"வேண்டாம். நான் அனுமதிக்க மாட்டேன்."

"ஓஹோ ... அனுமதிக்க மாட்டியா?"

"ஃபோட்டோவுல நான் அழகாயிருக்க மாட்டேன்."

"இருக்குற அழகு போதும். எனக்குப் பாக்குறதுக்குத்தானே?"

முதலில் உண்ணியை ஃபோட்டோ எடுத்தான். பிறகு, முழுவதும் தங்கமணியை மட்டும்தான். பழைய பாக்ஸ் கேமிராவை எப்படிக் கையாள்வது என்று இரண்டு நாட்களுக்கு முன் பாலகிருஷ்ணனிடம் கேட்டுத் தெரிந்துகொண்டது வீணாகிவிடக் கூடாதே என்றும் பிரார்த்தனை செய்தான்.

"நல்லா இல்லேன்னா கிழிச்சுப்போட்டுரணும் என்ன?"

'ஸ்ரீராமன் திருடன்' என்று எழுதியதை அலைகள் அழிப்பதை எதிர்பார்த்து நின்றிருந்த உண்ணி சொன்னான்:

"என் ஃபோட்டோவைப் பெரிசாக்கி அனுப்பித் தரணும் சேது அத்தான்."

முதலில் கடும் நீலத்தில் தெரிந்த கடல் பரப்பு, மெல்ல மெல்ல சிவப்பாக மாறியது. நரைத்த அடிவானச் சரிவில் சிவப்பும் அடர் மஞ்சளும் கலந்த மேகக்கீற்றுகள் தெளிவாகத் தெரிந்தன.

"போலாமா சேது அத்தான்?" உண்ணிக்கு அவசரம்.

அவளது கண்களின் மெல்லிய குறுநகையையும் மேலுதட்டில் துளிர்த்து நின்ற வேர்வை முத்துக்களையும் பார்த்துக்கொண்டே இருக்கத் தோன்றியது. கடைசியில் எழுந்தான்.

அந்திப்பொழுதின் மங்கிய வெளிச்சத்தில் நடந்துகொண் டிருந்தார்கள். வீட்டை நெருங்கும்போது மனதுக்குள் இனம் புரியாத வருத்தம் படர்ந்தேறியது. தங்கமணியின் பாதுகாவலனாக இருந்த மணித்துளிகள் முடிவடையப்போகின்றன.

காலடியோசையை எதிர்பார்த்திருந்த இன்னொரு இரவு. சந்தன சோப்பின் சுகந்தம் தங்கிய உடலை அரவணைத்தபடி மெல்லிய குரலில் எதிர்காலத்தைப் பற்றி பேசியபடி படுத்திருக்கும்போது அவன் மனதுக்குள் சொல்லிக்கொண்டான்: 'நான் தேவனாகி விட்டேன்.' மூன்றாம் நாள் அதிகாலையில் விடைபெறும்போது வாசலின் பின் நிற்கும் அவளது கலங்கிய கண்களைக் கவனித்தான். அப்போது சோகம் ஒரு கருமேகம்போல் மனதுக்குள் புகுந்தேறியது.

"சேது அம்மாட்ட தனியாச் சொல்லணும் என்ன? நேரம் கிடைக்கிற இங்க வந்துட்டுப் போ."

3

திரும்பிச் செல்லும்போது வீட்டுக்குப் போக வேண்டுமென்று நினைக்கவில்லை. நேராக கல்லூரிக்குப் போய்விட வேண்டும் என்று நினைத்திருந்தான். கையில் இரண்டரை ரூபாய் இருந்தது. இரண்டு ரூபாய் கொடுத்தால் நேரடி பஸ்சில் டவுணில் போய் இறங்கி விடலாம். பதினொரு மணிக்கு வரவேண்டிய பஸ், பன்னிரெண்டாகியும் வரவில்லை. வடக்கன் பாட்டுகளும் ஹரிநாம கீர்த்தனையும் மிதியடியும் விற்பவன் தட்டைக் கீழே இறக்கி சேதுவின் அருகில் ஓய்வெடுக்க உட்கார்ந்தான். அவனிடம் கேட்ட பிறகுதான் பதினொரு மணி பஸ் பிரேக் டவுண் என்ற விஷயம் தெரியவந்தது. இனி, மூன்று மணிக்கு தான் அடுத்த பஸ். என்ன செய்வதென்ற யோசனையுடன் நிற்கும்போது ஊருக்குப் போகும் பஸ் வந்தது. நின்றும் நடந்தும் கால்கள் களைக்கத் தொடங்கியிருந்தன. முதலில் எங்காவது உட்கார வேண்டும். அவன் பஸ்சில் ஏறினான்.

வீட்டுக்கு வந்தபோது அம்மா கேட்டாள்:

"இந்நேரத்துல எங்கிருந்து வர்றே?"

அம்மாவின் கேள்வியின் தொனியில் பொய் சொல்லத் தோன்றவில்லை.

"பரமேஸ்வரன் பாலக்காட்டுக்கு வந்தப்ப நீ அங்க இல்லையாமே?"

"அண்ணன் எப்ப பாலக்காட்டுக்கு வந்தான்?"

“முங்கா நாள்.”

பதில் சொல்வதற்கு ஒரு நிமிடம் யோசிக்க வேண்டியதாயிற்று.

“எனக்கு திருச்சூர்ல ஒரு மீட்டிங். அங்கிருந்து ஒரு பையன்கூட அவன் வீட்டுக்குப் போனேன்.”

பையனின் பெயர், வீட்டுப்பெயர், அப்பாவின் வேலை எல்லாம் சேர்த்துச் சொல்ல வேண்டுமா? வீட்டைப் பற்றி விளக்கமாகச் சொல்ல வேண்டுமா? வேண்டாம். அம்மா அதில் எல்லாம் பெரிய ஆர்வம் காட்ட மாட்டாள்.

மிகச் சாதாரணமான ஒன்றைச் சொல்வதுபோல் சத்தியவானாக ஒப்புக்கொண்டான்: “நம்ம புஸ்போத்து பக்கத்திலதான் அந்தப் பையனோட வீடு. வரும்போது அங்கேயும் போனேன்.”

அம்மாவின் முகத்தைப் பார்க்காமல் சொன்னான். அம்மாவின் முகத்தில் எப்போதுமுள்ள சலிப்பு மாறுமென்றும் புஸ்போத்து விசேஷங்களைக் கேட்பாள் என்றும் நினைத்தான். இல்லை, அம்மா திறந்து வைத்த வெற்றிலைச் செல்லத்தையே பார்த்தபடி உட்கார்ந்திருந்தாள்.

மதியம் சாப்பிடவில்லை. பசி வெப்ப அலைபோல் திடீரென்று படர்ந்தேறியது. தலைவாசல் மாடிக்குச் சென்று சட்டையையும் பனியனையும் கழற்றிப் போட்டு விட்டு சாய்வுப்படியில் படுத்தபோது ஏனோ கோபம்தான் வந்தது.

அம்மா எதைப் பற்றி யோசிக்கிறாள்?

பரமேஸ்வரண்ணன் டவுனுக்கு வருவதற்குக் கண்டுபிடித்த நேரமா இது? முதன் முதலாக தங்கும் விடுதிக்கு வந்து தம்பி எப்படியிருக்கிறான் என்று பார்க்கத் தோன்றிய முகூர்த்தம் வெகு சிறப்பு.

பையிலிருந்த பாக்ஸ் கேமிராவை வெளியே எடுத்து வெறுமனே திருகிக்கொண்டு நிற்கும்போது பத்மு தம்ளர் நிறைய காப்பி கொண்டு வந்து சாய்வுப்படியில் வைத்துவிட்டுப் போனாள். தம்ளரைக் கையில் எடுக்கும்போது விரலில் ஒட்டியது. சரியாக கழுவி இருக்கமாட்டார்கள். சேற்று நீரின் நிறத்தில் கறுத்த காப்பித் துணுக்குகள் மிதந்தன. ஒரு மிடறு குடித்தபோது கருப்பட்டியின் அருவருப்பான இனிப்பு.

கீழே, சித்தி அம்மாவிடம் கேட்கிறாள்:

“மாடில யாரு?”

“சேது.”

"உம்..? இப்ப அவனுக்கு லீவா?"

அம்மா பதில் சொல்லவில்லை.

வெளியே வந்து ஒவு அறையின் உடைந்த வாசலைத் திறந்து காப்பியை ஓவில் கவிழ்த்து விட்டு, தம்ளரை சாய்வுப்படியில் வைத்தான்.

வெளியே இறங்கப் பிடிக்கவில்லை. வெறுமனே படுத்துக் கொள்ளலாம். கடந்த இரண்டு நாளிரவுகளின் ஒளிமயமான சித்திரங்கள் மனதை விட்டு மாய்ந்துபோகாதபடி சாய்வுப்படியில் கண் மூடிப் படுத்தபோது ஏகாந்த இன்பம் உருவானது.

சாயங்காலம்தான் கீழே இறங்கினான். முற்றத்தில் வெறுமனே நடந்தான். தீபம் காட்டிய, ஓரக்கல்லில் வைத்த திரி, எண்ணெயில் படாமல் துடிதுடித்து வெளுறி உயிர் விடுவதைப் பார்த்துக் கொண்டு நின்றான். அப்போது மாதவன் மாமா படியேறி வந்தார். ஒரு தேக்கிலைப்பொதியைத் திண்ணையில் போட்டு விட்டு பத்முவை அழைத்தார்:

"அடியே, இதை அங்கே கொண்டுபோய்க்கொடு. புறவாசல் வழியாக்கொண்டு போ."

மீனை வீட்டின் முன்வாசல் வழியாகக் கொண்டுபோவதில்லை. முற்றத்தில் கால்களைத் தொங்கவிட்டபடி வராந்தாவில் பீடி புகைத்துக்கொண்டிருந்த மாதவன் மாமா கேட்டார்:

"நீ எப்ப வந்த?"

"மத்தியானத்துக்குப் பிறகு."

மாதவன் மாமா பீடித்துண்டை சுண்டியெறிந்துவிட்டு எழுந்தபோது அம்மா வெளியே வந்தாள்.

"நீ போவப்போறியா?"

மாதவன் மாமா நின்றார்.

"சாப்பாடு எடுத்து வைக்கணுமா?"

"வேண்டாம்."

"மனையில ரெண்டு மூணு தடவைக் கூப்பிட்டாங்க. நீ அங்க போனியா?"

மாதவன் மாமா பதில் சொல்லவில்லை.

"வட்டியும் வயறும் இழுத்துட்டு குஞ்ஞாத்தோல்தான் வேலி பக்கத்தில வந்து நின்னுக் கூப்பிட்டா."

"அதுக்கு நான் இப்ப என்ன பண்ணணும்? கோவிந்தனோட பத்தாயத்தில இருக்குற நெல்லை நான் நினைச்சு அள்ளிர முடியுமா? நான் ஒண்ணும் சம்பளம் வாங்கி வேலை பாக்குற காரியஸ்தன் இல்லை. ஒண்ணுக்கும் உதவாத ஒரு ஆணாப்பொறந்தவன் இருக்கானே, அவன்கிட்ட இதையெல்லாம் கவனிக்கச் சொல்றதுதானே?"

"உண்ணிம்பூரி இருக்குறதும் இல்லாம இருக்குறதும் ஒண்ணுதாங்குறது எல்லாருக்குமே தெரிஞ்ச விஷயம்தானே?"

மாதவன் மாமா பதில் சொல்லவில்லை.

"பாக்குப் பாட்டக்காரன்கிட்ட இருந்து ரெண்டு தடவை சில்லறை வாங்கிக் கொடுத்தாச்சு. இனியும் போய்க் கேக்குறதுக்கு என்னால முடியாது."

"டேய், எதையும் பாக்க வேண்டாம்னாலும் பத்தும் ஒத்து நிக்கிற ஒரு ஆத்தம்மா இல்லையா? அவ பட்டினிக் கிடந்தா அது ஒரு சாபக்கேடில்லையா?"

"அவ்வளவு வருத்தம் இருந்தா நீயே செலவுக்கு அளக்குறதுதானே?"

பதில் சொல்லாமல் தம்பியையே பார்த்துக்கொண்டு நின்றிருந்த அம்மா, உள்ளே போகத் திரும்பியதும் மாமா படியிறங்கினார்.

உள்ளே இருந்து அம்மா பொதுவாகச் சொல்வது கேட்டது:

"நீசன்."

அம்மாவும் சித்தியும் உள்ளே பேசிக்கொண்டிருப்பதைக் கேட்டபோது புரிந்துகொண்டான். வடக்கு வேலி மீண்டும் மூடப்பட்டிருக்கிறது.

சுமித்ராவைப் பார்க்க வேண்டும்போலிருந்தது. திருமணமான தேவு எப்படியிருக்கிறாள்? உறவு முறையின்படி, தேவுவை இனி அத்தையென்று அழைக்க வேண்டும்.

ஓலை வட்டிலும் ஒரு கட்டு முருங்கைக்கீரையுமாக ஏறி வந்த செறுமித் *தள்ளையிடம் சித்தி குரல் தாழ்த்திப் பேச ஆரம்பித்தாள். வடக்கு வீட்டு விஷேசங்கள்தான். தேவுவை அழைத்துக்கொண்டு வந்த நான்கு நாட்களில் அவர்களுக்குள் தகராறு வந்துவிட்டது என்பதை அவனால் யூகிக்க முடிந்தது.

---

* இகழ்ச்சியுடன் – தாய்

"நீயே சொல்லு தள்ளை, அவளோட மைனிமாருங்குறதுக்காக நானும் அக்காவும் அவளைக் கும்புடவா வேணும்? மனுசனா இருந்தாப் பழசை மறக்கக் கூடாது. பத்மு, பழைய யாபகத்துல அவளை மைனின்னுட்டுட்டாளாம். இது ஒரு தப்பு."

"வந்துட்டா ஒரு மாமியாக்காரி."

ஆற்றில் வெள்ளம் ஏறிய நாட்கள். கலங்கி ஓடியதாலும் இருக்கலாம். இல்லக் குளத்தில் துணி துவைக்கும் சத்தம் கேட்கவில்லை. ஒருவேளை குளம் காலியாகி இருக்கும். உள்ளே போய் ஒரு டவல் கேட்டு வாங்கினான். ஈர டவலை எங்கோ சுருட்டிப் போட்டிருக்கிறார்கள். மோசமான வீச்சம் அடித்தது.

இல்லக்குளத்தின் மேல்கரைக்கு வந்தபோது குளம் காலியாகவில்லை என்பது தெரிந்தது. கமுகந்தோப்பிலிருந்து கீழ்த் தோப்பிற்கு இறங்குமிடத்திலுள்ள கல்லில் உட்கார்ந்தான்.

குளத்தின் எதிர்க்கரையில் இரண்டு தோப்புகளுக்குப் பின்னாலுள்ள வரப்பினூடே சந்தை சாமான்கள் வாங்கிச் செல்பவர்களின் பேச்சுச் சத்தம் தெளிவில்லாமல் கேட்டது.

"யாரது?"

"நான்தான்."

எழுந்து நின்றான்.

"சேதுவா? எப்ப வந்தே?"

உண்ணி நம்பூதிரி.

"மத்தியானத்துக்குப் பிறகு. குளம் காலியாகுறதுக்காக நிக்கிறேன்."

சேதுவின் பக்கத்தில் குத்துக்காலிட்டு உண்ணி நம்பூதிரியும் உட்கார்ந்தான்.

"சேதுவோட படிப்பெல்லாம் முடிஞ்சுடுச்சா?"

"இல்லை, இந்த ஒரு வருஷமும் இருக்கு. இந்த வருஷம் பி.ஏ. எழுதறேன்."

உண்ணி நம்பூதிரி பதில் சொல்லவில்லை.

குளத்திலிருந்து யாரோ பிரார்த்தனையுடன் ஏறிச்செல்வது தெரிந்தது.

"குளம் காலியாயிருச்சு."

சேது நடந்தபோது உண்ணி நம்பூதிரியும் கூடவே சென்றான்.

நீரில் இறங்குவதற்குத் தயங்கி நின்றான். வீச்சமடிக்கும் டவலை நனைத்து கல்லில் வைத்து குத்தித் துவைக்க ஆரம்பித்தான். உண்ணி நம்பூதிரி மேலே குத்துக் காலிட்டு உட்கார்ந்திருந்தான்.

"அம்மா சாகிறப்ப சேது இங்க இல்லதானே?"

"குஞ்ஞாத்தோல் இறந்துட்டாகளா? எனக்குத் தெரியாதே?"

"*துலாம் மாசம். அப்ப நான் இங்க இல்லை. ஆமைக்காவி லிருந்த எனக்கு ஆள் வந்தது."

அப்போதுதான் ஒரு விஷயம் நினைவுக்கு வந்தது. உண்ணி நம்பூதிரி முன்போல் உரக்கச் சிரிக்கவில்லை. முள்போன்ற முடியைத் தடவியபடி மேலே இடைவழியில் கூனிக் குறுகி உட்கார்ந்திருக்கும் உண்ணி நம்பூதிரியின் முகம் தெளிவாகத் தெரியவில்லை. இருந்தாலும் உண்ணி நம்பூதிரி முழுவதுமாக மாறியிருப்பதுபோல் தோன்றியது.

"சேது, டாக்டருக்குப் படிக்கப்புடாதா?"

உண்ணி நம்பூதிரிக்குத் திடீரென்று இப்படித் தோன்றுவதற் கான காரணம்?

"அதுக்கெல்லாம் நிறைய பணம் செலவாகும் உண்ணிம்பூரி. நம்மால எல்லாம் அது முடியாது."

"இல்லை, டாக்டர்களுக்கு இப்ப சொன்ன காசுதான். **அகத்தா பிரசவத்துக்கு..."

உண்ணி நம்பூதிரியின் ***அந்தர்ஜனத்துக்கு பிரசவ வேதனை நான்கு நாட்களாக இருந்துகொண்டிருந்தது. ஆறு மைல் தொலைவிலுள்ள டாக்டரை மூன்று தடவை அழைத்து வந்தார்களாம்.

"அந்த டாக்டர் ஒரு ****வாரியார். நம்ம சுகுபுரம் வாரியத்தில. கடைசியில டாக்டர் எங்கிட்ட குட்டி வேணுமா, தாய் வேணுமான்னு கேட்டார். குட்டியை எடுக்குறப்ப உயிரில்லை. அதுக்குப் பிறகும் வாரியார்தான் சிகிச்சை."

பீடி பற்ற வைப்பதற்காக உரசிய தீக்குச்சி வெளிச்சத்தில் உண்ணி நம்பூதிரியின் முகத்தைப் பார்த்தான் சேது. அவன் படுகிழவனாகி இருந்தான்.

---

* ஐப்பசி

** ஆத்துக் காரி

*** நம்பூதிரிப்பெண்

**** சாதி

காலம்

ஒரு முறைதான் மூழ்கியெழுந்தான். வெயில் படாத குளத்து நீர் மிகவும் குளிர்ச்சியாக இருந்தது.

தலை துவட்டும்போது உண்ணி நம்பூதிரி சொன்னது காதுகளில் விழவில்லை.

"என்ன கேட்டே?"

"இல்லை, சும்மா கேக்குறேன். பி.ஏ. படிச்சா என்ன உத்யோகம் கிடைக்கும்?"

"ஏதாவது பாக்கணும்."

"உத்தேசமா எவ்வளவு சம்பளம் கிடைக்கும்?"

உண்ணி நம்பூதிரியின் அறியாமையை நினைத்து சேது மெல்லச் சிரித்தான்.

"அதெல்லாம் அதிர்ஷ்டம்போல இருக்கும்."

உண்ணி நம்பூதிரி வெறுமனே முனகி வைத்தான். பிறகு முன்போல் ஒரு முட்டாள் சிரிப்பை உதிர்த்துவிட்டுச் சொன்னான்:

"நீங்கள்லாம் யோகம் செய்தவா."

குளித்து முடித்து மேல்படிக்கு வந்த சேதுவிடம் உண்ணி நம்பூதிரி சொன்னான்:

"டார்ச்சுல பேட்டரி இல்லை. ரிப்பேராக் கிடக்கு."

கமுகந்தோப்பு இருளின் அடர்த்தி அதிகரித்திருந்தது. இல்லத்தின் வடக்குப்புற வழியாகத் திரும்பி நடந்தான். வடக்கு முற்றத்தில் உண்ணி நம்பூதிரியிடம் விடைபெறும்போது முன்பொரு போதும் தோன்றாத பரிவு மேலிட்டது. அவன், குலவழக்கப்படி சொன்னான்:

"அடியேன் போறேன். நான் நாளை காலையில போயிருவேன்."

"அப்புறம் . . ." உண்ணி நம்பூதிரி ஏதோ நினைவுக்கு வந்தவன்போல் தலையைச் சொறிந்தபடி நின்றான்.

"கிருஷி நிலங்கள்லாம் பாட்டக்காரங்களுக்கு சொந்தம்னு பேப்பர்ல வந்திருக்குறது சேதுவுக்கும் தெரியுமே?"

சேது பதுங்கினான். பிறகு சொன்னான்:

"சொந்தம்னு இல்லை. நிலவாரம் குறையும். நிறைய நிலம் வச்சிருக்குறவாதான் பயப்படணும்."

"குன்னம்பிள்ளிக்கிட்ட கேட்டேன். கோர்ட்டுக்குப் போயும் பிரயோஜனம் இல்லையாம். கோவிந்தனோட பங்கையும் கவர்மெண்ட் எடுத்துச்சுன்னா என்ன பண்றதுன்னு தெரியலை. சுதந்திரம் இந்த அளவுக்கு இருக்கும்னு எதிர்பாக்கலை."

கொஞ்ச நேரம் எதுவும் பேசாமல் நின்றிருந்த சேது சொன்னான்:

"அடியேன் போறேன்."

இருளினூடே நடக்கும்போது, இறந்துபோன குஞ்ஞாத்தோலை நினைத்துப் பார்த்தான். பெரிய காதுகள் அசைய, வாசலின் பின்னால், கிராம ஃபோனில் கதகளிப் பதம் கேட்க, கறுத்த நிழலாகத் தெரியும் அவளது உடலின் பளபளக்கும் நரைத்த கண்கள் இப்போதும் மனதுக்குள் நிற்கிறது. குஞ்ஞாத்தோலுக்கு என்ன நோய்? உண்ணி நம்பூதிரியிடமும் கேட்காமல் விட்டுவிட்டேனே?

இரவில், இல்லத்திலுள்ள கஷ்டங்களைப் பற்றி அம்மாவும் சித்தியும் பேசிக்கொண்டிருப்பதைக் கேட்டான். பேச்சு ஆரம்பித்தது மாதவன் மாமாவிலிருந்து. பாக்குப் பறிக்கும் நாட்களில் மட்டும்தான் மாதவன் மாமா இல்லத்துக்கு வருகிறார். கண்டன் குளங்கரைக்காரர்களின் களத்தை மாதவன் மாமா குத்தகைக்கு எடுத்திருக்கிறார். ஐநூறு ரூபாய்க்கான மரம் கிடைக்குமாம். வடக்கு வீட்டில் ஓடு வேய ஆலோசனை நடந்து வருவதாக யாரோ சொன்ன தகவலை சித்தி, அம்மாவிடம் சொன்னாள். அம்மா வெடித்துச் சீறினாள்.

"மாளிகைக் கட்டிக்கட்டும் மாளிகை. கண்ட எச்சிலை அள்ளிட்டுத் திரிஞ்சதுக. தூ ..."

சாப்பிட உட்கார்ந்திருக்கும்போது சித்தி ஆர்வமாகக் கேட்டாள்:

"நீ புஷ்போத்துக்குப் போயிருந்ததா அம்மா சொன்னா?"

"உம் ..."

"ஏதாவது வேலையாப் போயிருந்தியா என்ன?"

"இல்லை. விசேஷமா எந்த வேலையுமில்லை."

"கோவிந்தாரு காசோ பணமோ அனுப்புறாராமா?"

"அனுப்புறாரா இருக்கும். நான் விசாரிக்கலை."

"மூத்தவ அங்கதானா, இல்லை?"

“விசாகப்பட்டணத்துல.”

“கடைசியா ஒருத்தி இருக்காளே? அவ பேரென்ன? இப்ப அவ வளந்திருப்பாளே?”

(கடைசியாக ஒருத்தி. உங்களால் நினைவில் வைத்துக்கொள்ள முடியாத அந்தப் பெயரில்தான் இங்கே ஒரு பிரளயமே நடக்கப் போகிறது.)

“பத்தாம் வகுப்புப் படிக்கிறான்னு நினைக்கிறேன்.”

“எல்லாத்துக்கும் கடைசியா ஒரு பையன் இருக்கானே? என் பத்முவும் அவனும் ஒரே பிராயம்.”

விஷயத்தை மாற்றுவதற்காக சேது சொன்னான்:

“குஞ்ஞாத்தோல் இறந்தது உண்ணிம்பூரி சொல்லிதான் தெரியும்.”

“பாவம், பாயில கிடந்து கஷ்டப்படாம போய்ச் சேந்துட்டா. அந்த வகையில கொடுத்து வெச்சவதான்.”

இரவில் தலைவாசல் மாடி சாய்வுப்படியில் போர்வையை விரித்துப்படுத்தான். நேற்று கண்ணாடிச் சில்லுகள் பதித்த ஜன்னல்களுள்ள அறைக்குள், இரட்டைப் படுக்கை விரித்த கட்டிலில் படுத்திருந்தான். தென்னந்தோப்பினூடே தெரியும் ஆகாய அழகைக்கூட ரசிக்கத் தோன்றவில்லை. அங்கிருந்த சிறு சாளரம் வழியாகப் பார்த்த இரண்டு இரவுகள் – மெல்லிய குரலில் காதுகளில் கிசுகிசுத்துக் கிடந்த இரண்டு இரவுகள். இப்போது அதை நிஜமென்று நம்ப முடியவில்லை. வெறும் கனவுதானோ என்ற சந்தேகமிருந்தது. இல்லை, இதோ இந்தக் கைகளுக்குள், மார்பில் முகம் சேர்த்துப் படுத்திருந்தாள். இளஞ் சூடான மூச்சுக்காற்று இப்போதும் நெஞ்சை ஸ்பரிசிப்பது போலிருக்கிறது. இதோ இந்தக் கைகளுக்குள்.

காலை ஒன்பதரை வண்டியில் புறப்படத் தயாராகி சமையல் கட்டுத்தளத்தில் வாழைக்காய்களை நறுக்கி முற்றத்தில் காயப்போடும் அம்மாவின் முன் சென்று நின்றான்.

“நான் போறேன். ஒன்பதரை மணி வண்டியில.”

“உம்...”

“ரூபா இருந்தா ஒரு அஞ்சு ரூபா தா.”

அப்போதுதான் அம்மா சரியாக முகம் தூக்கிப் பார்த்தாள். பிறகு காய்கறிக் கத்தியை முறத்திலிட்டுவிட்டுக் கறைபடிந்த கையை இடுப்பு அழுக்கு வேட்டியில் அழுத்தித் துடைத்துவிட்டு

தெற்கு வீட்டுக்குள் சென்றவள் திரும்பி வந்து, அழுக்கடைந்த மூன்று ஒரு ரூபாய் நோட்டுகளை நீட்டிச் சொன்னாள்:

"இந்தா இவ்வளவுதான் இருக்கு."

அதைவாங்கிவிட்டு தலை தட்டாமலிருக்க கவனமாக தோளைத் தாழ்த்தி வாசலைக் கடக்கும்போது அம்மா சொன்னாள்:

"கையிருப்பையோ சேமிப்பையோ வெச்சி ஒண்ணும் உன்னைப் படிக்க வைக்கலை. உங்கப்பா, கண்காணா இடத்துல கிடந்து இப்படிக் கஷ்டப்படுறது உங்க ஒரு சிலருக்காக மட்டும்தான்."

அவனுக்குப் பயங்கரமான கோபம் வந்தது. திரும்பி நின்று நடுங்கும் குரலில் கோபத்துடன் கேட்டான்:

"அதுக்கு நான் இப்ப என்ன பண்ணணும்?"

"படிக்கிற வயசுல கண்ல கண்ட இடங்கள்ல சுத்திட்டிருக்காதே. பிறகு நீயும் உங்கொண்ணனைப் போலாயிருவே."

கோபத்தையும் வருத்தத்தையும் அடக்கியபடி படியிறங்கி, புகைவண்டி நிலையத்தை நோக்கி நடக்கும்போது அம்மாவின் கண்டிப்பு மனதுக்குள் கரடு தட்டிக் கிடந்தது.

உயர்நிலை வகுப்புகளில் எல்லா பரீட்சையிலும் மிக அதிகமான மதிப்பெண்கள் பெற்றான். நீ முதல் மாணவனாக வந்தாக வேண்டுமென்று யாரும் சொல்லி வாங்கியது அல்ல அது. பள்ளிக்கூட ஆண்டு விழாக்களின்போது ஒவ்வொரு வருடமும் மேடையேறி பரிசுகள் பெற்றான். இதைப் பற்றியெல்லாம் யாரும் எதுவும் கேட்டதில்லை. ஃபீஸ் கட்டினாயா, ஹாஸ்டல் ஃபீஸ் கட்டுகிறாயா, போக வரச் செலவுக்குப் பணம் இருக்கிறதா என்றெல்லாம் யாருமே கேட்டதில்லை.

கல்லூரிக்கு வந்த மறுநாள், கிருஷ்ணன் குட்டியைத் தனியாக சந்திக்க முடிந்தது. அவர்கள் சேர்ந்து நடக்க ஆரம்பித்தார்கள். நிறைய விஷயங்கள் பேச வேண்டுமென்று சொல்லி கிருஷ்ணன் குட்டியை அவன் அழைத்தான். தனக்கும் தனிப்பட்ட முறையில் வாழ்க்கை ரகசியங்கள் உள்ளன. கோட்டை நிழலில், மைதானத்தின் ஆள் நடமாட்டமற்ற மூலையில் உட்கார்ந்திருக்கும்போது கிருஷ்ணன்குட்டியின் துளைக்கும் கண்கள் முன் ஏனோ அவனுக்குப் பதற்றம் ஏற்பட்டுவிட்டது.

மனதுக்குள் மெல்லிய வேதனை பொதிந்த மகிழ்ச்சியிருந்தது. தனக்கொரு காதலிருக்கிறது. உலகம் அதற்கு எதிராக இருக்கிறது. தொடங்குவதுதான் சிரமமாக இருந்தது. பிறகு நிறைய பேசினான்.

"யார் எதுக்குறாங்க?"

கிருஷ்ணன்குட்டி கேட்டான்.

"மதருக்கும் பிடிக்கலை. ஃபாதருக்கும் பிடிக்கலை. அதனால ஃபாதரும் எதிர்ப்பார்."

"பிரதர்?"

"அவனும் விரும்ப மாட்டான்."

"வாட் அபௌட் ஹெர் பீப்பிள்?"

"அவளோட அப்பாவும் எதிர்ப்பார்."

சொல்லிக்கொண்டிருக்கும்போதே கற்பனைச் சித்திரிப்பின் அழகு அதிகரித்தது. குடும்பச் சூழலில் தன்னுடைய காதல் விவகாரம் ஒரு பேசுபொருளாக மாறியிருக்கிறது. எல்லாவற்றையும் எதிர்பார்த்துதான் இருக்கிறேன். ஒருவேளை சீக்கிரமாக அவளை யாருக்காவது கட்டாயத் திருமணம் செய்து வைக்கக் கண்டிப்பு மிகுந்த அப்பா முயற்சி செய்வார். கற்பனை எதிர்ப்புகள் பற்றி, நம்பிக்கையுடன் சொல்லி வரும்போது ஆவேசம் உருவானது. உள்ளூர மகிழ்ச்சியும்.

எல்லாவற்றையும் கேட்டு முடித்தபிறகு தொலைவில் எங்கோ ஒரு புள்ளியின்மீது கண்களைப் பதித்திருக்கும் தன்னை கிருஷ்ணன்குட்டி கவனிக்கிறான் என்பதையும் அவன் உணர்ந்து கொண்டான்.

"டெல் மி ஃப்ராங்க்லி. நீ சீரியஸா பேசுறியா? ஆர் இஸ் இட் எ பாஸிங் ஃபான்சி?"

கிருஷ்ணன்குட்டி நீயுமா . . . என்பதுபோல் அவனது கண்களை ஏறிட்டுப் பார்த்தான்.

"கோபப்படாதே. நான் நிறைய பேரைப் பாத்துருக்கேன். இந்த வயசுல அவங்க ரெண்டுங்கெட்டு கன்ஃப்யூஸ் ஆகுறதை."

"நான் சரியா தூங்கி பல நாளாயிடுச்சுங்குற விஷயம் கிருஷ்ணன்குட்டிக்குத் தெரியாது. படிக்கிறதுலகூட என்னால கான்சென்ட்ரேட் பண்ண முடியலை."

கிருஷ்ணன்குட்டி எழுந்தான்.

"உனக்கு அவமேல நம்பிக்கையிருக்கா?"

"ஹண்ட்ரட் பெர்சண்ட். ஆனா, மற்றவங்க வற்புறுத்தினா அவ . . ."

அதைத் தொடர்வதற்கு கிருஷ்ணன்குட்டி அனுமதிக்கவில்லை.

"நோ. எதுவும் சொல்ல வேண்டாம். நீ வொரி பண்ணிக்க வேண்டிய அவசியமில்லை."

திரும்பிச் செல்லும்போது மனதுக்குள் ஏமாற்றமிருந்தது. கிருஷ்ணன்குட்டியிடம் இவ்வளவு பேசியும் தன்மீது அவனிடம் பரிவை உருவாக்க இயலவில்லையே?

போகும்போது எதுவும் பேசவில்லை. தங்கும் விடுதியை நெருங்கும்போது கிருஷ்ணன் குட்டி சொன்னான்:

"சேதுவுக்கு ஒரு விஷயம் தெரியுமா? காதலிச்சாகணும்னு நான் ஏங்கினவன் ஒண்ணுமில்லை. என்னோட லைஃபை உன்னால இமாஜின் பண்ண மட்டும்தான் முடியும். யார்மீதாவது ஒரு பிடிமானம் வேணும்னு எனக்குத் தோணிச்சு. அதை நான் ஒரு பெண்ணுட்ட கண்டுபிடிச்சேன். எனக்கு அவளைப் பிடிச்சுப்போயிடுச்சு." அவன் நிறுத்தினான். தெரிந்தவர்கள் சிரித்தும் விசாரித்தும் கடந்துபோயினர். அவர்கள் மட்டும் தனித்தானபோது அவன் மீண்டும் தொடர்ந்தான்.

"நீயொரு கவிஞன். எல்லாத்தையுமே ஒரு இமாஜினேஷன் டின்டோடுதான் உன்னால பாக்க முடியும். அடுத்த வீட்டுல மூணு குழந்தை பெத்த வேலைக்காரி அம்மிக் கல்லுல உக்கார்ந்து தலை கோதுறதைப் பாத்து 'கருங்கல்லில் நீயொரு கனவுபோல்' னுலாம் வறுத்தெடுக்குறவங்க நீங்க."

அவன் பதில் சொல்லவில்லை. தன்னை ஒரு கவிஞன் என்றாவது முரடன் ஒப்புக்கொண்டானே? அதுவே அவனுக்கு ஆறுதலாக இருந்தது.

ஒருவாரம் கழிந்தது. ஒருநாள், அப்பாவின் கடிதமும் நளினியண்ணியின் கடிதமும் சேர்ந்துக் கிடைத்தது.

முதலில் நளினியண்ணியின் கடிதத்தைப் பிரித்தான்.

'சேது புஷ்போத்துக்கு வந்ததை ரவி சொல்லிதான் அறிந்தேன். அதுவரை வந்த நீ இங்கே வராமல் போனதில் எங்களுக்கெல்லாம் வருத்தமுண்டு. நீ புஷ்போத்துக்கு இனியும் வருவாய் என்று எனக்குத் தெரியும். அறிமுகம் செய்து வைத்த என்னை மறந்துவிடாதே!'

நளினியண்ணியின் ஆற்றாமையில் வருத்தம் தோன்றவில்லை. புஷ்போத்துக்கு வருவதன் காரணத்தை நளினியண்ணி சரியாகவே யூகித்திருக்கிறாள். அதுவும் மகிழ்ச்சியாகவே இருந்தது. யூகிக்கட்டும். இந்த உலகமே அதை சரியாக யூகித்துக்கொள்ள வேண்டும்.

காலம்

அப்பாவின் கடிதத்தில் பரீட்சைக்கு ஃபீஸ் கட்டுவதைப் பற்றி எழுதியிருந்தார். இடையே அம்மா சொன்னதையும் வலியுறுத்தி யிருந்தார். படிக்க வேண்டிய காலத்தில் தேவையில்லாமல் அங்குமிங்கும் சுற்றி நேரத்தை வீணாக்க வேண்டாம்.

கடிதத்தை மீண்டும் வாசித்தபோது எதிரியை அடையாளம் கண்டுவிட்டது போன்ற ஆறுதல் உருவானது. வந்திருக்கிறார் அறிவுரை சொல்வதற்கு.

அப்பா எப்போதுமே தனக்குப் பரிச்சயமற்ற நபராகவே இருந்திருக்கிறார். மாதா மாதம் அனுப்புகிற அறுபது ரூபாயுடனும் கூடவே வருகிற பொறுப்புகளை விவரிக்கும் கடிதத்துடனும் உறவுகளை ஒதுக்கிக்கொண்டவர்.

ஏழாம் வகுப்புப் படிக்கும்போதுதான் அப்பாவுக்குக் கடிதம் எழுத ஆரம்பித்தான். ஒருமுறை ஊருக்கு வந்த அப்பாவின் முன்னால் ஜெனரல் ப்ரொஃபிஷ்யன்சிக்கும் ஜெனரல் நாலெட்ஜிக்கும் கிடைத்த பரிசுகளை பெருமையுடன் கொண்டுபோய் வைத்தான். இரண்டு புத்தகங்களையும் புரட்டிப் பார்த்த அப்பா அவற்றைச் சாய்வு நாற்காலியின் கையில் வைத்துவிட்டுச் சொன்னார்:

"இப்ப உள்ள புஸ்தக பைண்டுகள்லாம் ரொம்ப மோசம்."

நல்ல வார்த்தைகள் சொல்ல எப்போதுமே மறந்துபோய் விடுபவர் இப்போது தவறு கண்டுபிடிக்க ஆரம்பித்திருக்கிறார்.

"யாரோட கடிதம் அது?"

கிருஷ்ணன்குட்டி கேட்டான்.

"ஃபாதரோடது."

"ஏதாவது விசேஷம்?"

பதில் சொல்லாமல் கிருஷ்ணன்குட்டியை ஊடுருவிப் பார்த்தான். நீ நம்பவில்லை. அப்படித்தானே? இதோ பார்த்துக்கொள். யுத்தம் ஆரம்பித்துவிட்டது.

4

உயர்நிலைப் பள்ளியில் படிக்கும்போது சேது வியப்புடன் பலமுறை பார்த்துக்கொண்டு நின்றிருந்த ஒரு வீடிருந்தது. அரளிக்கரைக் கோயிலருகில். அதில், சூம்பிய ஒரு காலை இழுத்திழுத்து நடக்கும் சந்திரசேகரன் சார் வசித்து வந்தார். அந்த வீடு சிறு குளக்கரையிலிருந்தது. பின்புறம் பாறைக்கூட்டங்கள். கோயிலுக்குச் சாமி கும்பிட வரும் பெண்களுடன் வருகிற

சிறு வயதினர் அந்தப் பாறை மீதேறி விளையாடுவார்கள். வேலியில் மஞ்சள் பூக்களுள்ள அரளிச்செடிகள் வரிசை வரிசையாக நட்டு வைக்கப்பட்டிருந்தன. அது ரொம்பப் பெரிய தோட்டம் ஒன்றுமில்லை. ஆனால், அன்றலர்ந்த பூவையர்போல் கமுகங்கன்றுகள் பார்க்க அழகாக இருக்கும். அதன் நடுவில்தான் ஓடு வேய்ந்த அந்த அழகிய சின்னஞ்சிறு வீடு.

தான் சிருஷ்டிக்க இருக்கும் குடும்பத்தைப் பற்றி நினைக்கும்போதெல்லாம் அந்த வீட்டின் சித்திரம்தான் அவனது மனதுக்குள் தெரியும்.

படிப்பு முடிந்து சொந்தக் காலில் நிற்கவிருக்கும் காலம் அதிகமொன்றும் தொலைவில் இல்லையென்றும் சேது ஆறுதலுடன் நினைத்துக்கொண்டான்.

அப்படியான ஒரு வீடே போதும். *இடவத்தில் கமுகந்தோப்பு தலைகுலைத்து ஆடியுலையும். **சிங்கத்தில் நிலாக்கீற்றுகளில் நிழல்கள் வெட்கத்துடன் தரை படியும். ***துலா வர்ஷத்தில் குளம், கரை கடந்தோடும்போது அருகம்புல் தடங்களில் குருந்துகள் வெடித்து விரிவதைப் பார்த்தபடி கோயில் மணியோசையும் குளக்கரை பேச்சரவங்களும் காதில் விழ, முன்வாசலில் உட்கார்ந்திருக்க வேண்டும்.

"தங்கமணி நம்ம வீட்டுக்கு ஒரு பேர் வைக்கணும்."

"சொல்லு."

"ம்ஹூம். நீ சொல்லு."

"சொல்லட்டுமா? கவிதை."

பரீட்சைக்குப் பணம் அனுப்பியதுடன் அப்பா எழுதி யிருந்தார்: எக்ஸ்டென்ஷன் விஷயம் இன்னும் பரிசீலனையில்தான் இருக்கிறது. பெரும்பாலும் மார்ச் 31ஆம் தேதி ரிட்டயர்டாக வேண்டியதிருக்கும்.

லைப்ரரியிலிருந்து எடுக்கும் கவிதை நூல்களையும் தங்கமணியின் கடிதங்களையும் தான் வாசித்தான். கடைசி பரீட்சை நெருங்கியதும் ஆடிப்போனான். நோட்ஸ் இல்லை. ரூரல் எகனாமிக்சும் பப்ளிக் ஃபைனான்சும் புத்தகத்தில் இல்லை. ஃபர்ஸ்ட் பார்ட்டிலோ செகண்ட் பார்ட்டிலோ கிளாஸ் கிடைத்தாலும் போதும். ஏதாவது கல்லூரியில் டியூட்டர் வேலையாவது கிடைக்கும்.

---

* வைகாசி
** ஆவணி
*** ஐப்பசி மழை

காலம்

மார்ச் 15இல் பரீட்சை தொடங்குகிறது என்று தங்கமணி எழுதியிருந்தாள். அவளுக்கும் அரசுத்தேர்வுதான். பதிலில் வெற்றி பெற வாழ்த்துச் சொல்லியிருந்தான். அடுத்த சில நாட்கள் மிகவும் முயற்சி செய்து படிக்கப்போவதாக எழுதியிருந்தான். ‘படிப்பில் கவனம் செலுத்த இயலாததற்குக் காரணம் தங்கம்தான். வாசிக்கும்போதும் தூங்கும்போதும் எல்லாம் தங்கம் என்னைத் தொந்தரவு செய்கிறாய். இந்தக் குற்றத்துக்கு அடுத்த முறை பார்க்கும்போது கடுமையான தண்டனை தருவேன்.’

இதை எழுதும்போது மகிழ்ச்சியாக இருந்தது. தங்கம் இதை வாசிக்கும்போது சிரிப்பை அடக்க முடியாமல் தவிப்பாள்.

கடைசியில் எழுதினான்: ‘என்னழகே எனக்காகப் பிரார்த்தனை செய்வாய்தானே?’

பரீட்சை முடிந்ததும் விடுதிச் சூழல் திடீரென மாற்றமடைவதைக் கவனித்தான். சீனியர்கள் கல்லூரிக்கு விடை கொடுக்கிறார்கள். விலகி நின்றவர்கள் ஒன்று சேர்கிறார்கள். பயணத்தின்போது சந்திப்பவர்களிடையே விடைபெறும்போது அதிக வருத்தமிருக்கும். இனி ஒருபோதும் கிடைக்காத, உறுதியான நட்புறவுகள் அகன்று போவதாகத் தோன்றும். ஆட்டோகிராஃப் வண்ணக் காகிதங்களில் வாழ்க்கையின் அறிவிப்புகளும் வேடிக்கைத் தத்துவங்களும் எழுதி வாங்குவதற்காக நெருங்கிப் பழகாத ஜுனியர் மாணவர்களும் வந்தனர். பலரிடமும் முகவரி வாங்கியதுடன் தன்னுடைய முகவரியையும் பலருக்குக் கொடுத்தான். கடைசிக் காகிதத்தில் எழுதிக்கொடுத்து விட்டு விடுதிக்குள் நுழையும்போது யாரோ சொன்னார்கள்:

“பாலகிஷ்ணன் உன்னைத் தேடி நடக்குறான் போலிருக்கு.”

முதலில் பாலகிருஷ்ணனின் அறைக்குள் நுழைந்தான்.

“இன்னும் அரை மணி நேரம்தான் இருப்பேன். இவனுங்க ஹால்ல இருந்துவிட மாட்டாங்க போலிருக்கு, நான் செப்டம்பர்ல பாத்துக்குறேன்.”

பாலகிருஷ்ணனிடம் எந்தப் பதற்றமுமில்லை.

“என்னை எதுக்காகத் தேடுனே?”

“ஒரு நிகழ்ச்சி ஏற்பாடு பண்ணியிருக்கேன். சாயங்காலம் எங்கயும் போயிடாதே.”

“என்ன நிகழ்ச்சி?”

“அதை பிறகு சொல்றேன். கிருஷ்ணன்குட்டிட்ட மூச்சு விட்டுடாதே. அவன் விடுவனா பார்னு பிரச்சினை பண்ணிடுவான்.”

"என்ன நிகழ்ச்சின்னு சொல்லு."

வராந்தாவினூடே பாட்டும் ஆர்ப்பாட்டமுமாக வந்த ஒரு கூட்டம் அறைக்குள் நுழைந்தபோது சேது வெளியே வந்தான்.

கிருஷ்ணன்குட்டி அறையிலிருந்தான். அலமாராவிலிருந்த புத்தகங்களை எல்லாம் எடுத்து பெட்டியில் அடுக்குகிறான்.

"பேக்கிங்?"

"எப்படி, கிளாஸ் கிடைக்குமா?"

"தெரியாது. பாஸாயிடலாம்."

"தேர்ட் கிளாஸ் கிடைச்சு பிரயோஜனமில்லை. பி.டிக்குப் போகலாம். அல்லது ரெகமெண்டேஷனுக்கு ஆள் பிடியிருக்கணும். உன் ஃபாதர் நினைச்சா எஸ்டேட்ல ஏதாவது வேலை கிடைக்குமே?"

"ஃபாதர் ரிட்டயர்டாகப் போறார்."

"இருந்தாலும் கான்டாக்டுகள் இருக்குமே? படிப்பை கன்ட்னியூ பண்ணலேன்னா ஏதாவது வெள்ளக்காரன் கம்பெனியில சேர்ந்துடறது பெஸ்ட்."

சேது பதில் சொல்லவில்லை.

வழக்கம்போல் சாயங்காலமானதும் கிருஷ்ணன்குட்டி நடப்பதற்காகப் புறப்பட்டான். சேது விலகிக்கொண்டான். எல்லோரும் பரீட்சை முடிந்த மகிழ்ச்சியைக் கொண்டாடுவதற்கு வெளியே சென்றிருந்தார்கள். பாலகிருஷ்ணனின் அறைக்குள் சென்றபோது அரவிந்தனும் டேனியல் ஜானுமிருந்தார்கள். ஜன்னலையும் வாசலையும் மூடித்தாளிட்டு விட்டு பாலகிருஷ்ணன் புகைவண்டியில் மருந்து சீசா விற்பவன்போல் அலமாராவி லிருந்து சிறு குப்பிகளை வெளியே எடுத்தான். அழகான லேபிள்களைக் கொண்ட ஐந்து சிறு குப்பிகள். சேது லேபிள் வாசகங்களைப் படித்தான்: பனானா எசன்ஸ், ஸ்ட்ராபெர்ரி எசன்ஸ், டொமாட்டோ எசன்ஸ்.

"பயப்படாதே, மதுதான்."

"புரொஹிபிஷனாச்சே?"

முதலில் இதுதான் தோன்றியது. சட்டவிரோதச் செயலுக்குத் துணை போகிறோம்.

"இது புரொஹிபிஷன்லாம் இல்லை. எல்லா ஷாப்லயும் விக்கிறாங்க. பெஸ்ட் அயிட்டம்."

டேனியல் பல்வேறு மதுவகைகளின் சிறப்புகள் பற்றி பேசினான். வீட்டில் பெரிய அளவில் பார்ட்டி நடக்குமாம்.

இரண்டு மூன்று ரவுண்ட்ஸ் முடியும்போது அப்பாவே கூப்பிடுவாராம்: "ஃபுல் அப் எ செயர் அண்ட் ஹேவ் எ ஸ்மால்."

பாலகிருஷ்ணன் சொன்னான்:

"கள்ளுதான் உடம்புக்கு நல்லது."

"என் வீட்டுக்கு வா. பெஸ்ட் கள்ளு தர்றேன்."

எசன்ஸ் குப்பிகளைத் திறந்து கிளாசில் கொஞ்சம் ஊற்றி மண் கூஜாவிலிருந்த தண்ணீரைக் கலந்து நிரப்பி முதலில் டேனியலிடம் நீட்டினான்.

ஒரு வாய் குடித்துவிட்டு அதன் சுவையை அனுபவித்தபடி டேனியல் சொன்னான்:

"ஃபைன் ஸ்மெல். பரவாயில்லை."

ஒரு தம்ளர்தானிருந்தது. அரவிந்தனுக்குப் பிறகு தம்ளரை நிரப்பி சேதுவிடம் நீட்டியபோது அவன் மறுத்தான்:

"வேண்டாம், பிளீஸ். நான் இதுவரை இதை டச் பண்ணதில்லை."

"அப்படின்னா இன்னைக்கு டச் பண்ணிடு."

அரவிந்தன் எப்படிக் குடிக்க வேண்டுமென்பதைச் சொன்னான்:

"ஒரு சிப் எடுத்து ரெண்டு பஃப் எடுத்தாப் போதும்."

சேது தயங்கினான்.

"வேண்டாம்..."

பாலகிருஷ்ணன் சொன்னான்:

"எனக்கும் இதுல கொஞ்சமும் இண்ட்ரஸ்ட் கிடையாது. ஊர்ல ஒரு ஃப்ரெண்ட் இருக்கான். அவன்தான் முதல் முதலா எனக்கு இதைக் கத்துத் தந்தான். புரொஹிபிஷன் பாஸான நாள். அவனுக்குப் பயங்கர பிடிவாதம், இன்னைக்கு அதைக் குடிச்சே ஆகணும். என்னைக் குடிக்காதேன்னு சொல்றதுக்கு சர்க்காருக்கு என்ன உரிமை இருக்குங்குறது அவனோட கேள்வி."

"இருந்தாலும் இதை ஹேபிட்டாக்குறது தப்புதான்."

சேது இளம் மஞ்சள் நிறத்தில் செங்கணப்புல்லின் மெல்லிய நெடி வீசும் திரவம் நிரப்பிய தம்ளரைப் பயத்துடன் பார்த்தபடியே சொன்னான்:

"இங்க தா."

எம்.டி. வாசுதேவன் நாயர்

பாலகிருஷ்ணன் தம்ளரை வாங்கி ஒரே இழுப்பில் குடித்து முடித்து, தம்ளரை மேஜைமீது வைத்துவிட்டு ஒரு சிகரெட்டைப் பற்ற வைத்தான். சேது கவனித்துக்கொண்டிருந்தான். யாரிடமும் எந்த மாற்றமும் தென்படவில்லை.

"நான் புரொஹிபிஷனுக்கு எதிரான ஆளு. சட்டம் போட்டு ஒண்ணும் நம்மை மகாத்மா காந்திகளாக்கிடலாம்னு யாரும் நினைக்க வேண்டாம்."

அரவிந்தனின் கண்கள் இலேசாக சிறுத்துவிட்டதைப் போலிருந்தது. தம்ளர்கள் மீண்டும் கை மாறின.

பாலகிருஷ்ணனுக்குத் திடீரென்று பேசுவதற்கான ஆவேசம் உருவானது போலிருந்தது. "என் ஃப்ரெண்ட் சொல்வான். பட்டினிக் கிடக்கும்போது சோறு தர்றதா ஏதாவது அரசாங்கம் சொல்லியிருக்கா? படிச்சு முடிச்சு அலைஞ்சுத் திரியும்போது வேலை தர்றதா எந்த அரசாங்கம் சொல்லியிருக்கு? இதில வேற அவனுங்க சட்டம் போடுறானுங்க."

தான் அவர்களிடமிருந்து அகன்று நிற்பதைப்போல் சேதுவுக்குத் தோன்றியது. கயிற்றுக் கட்டிலில் மடித்து வைத்த மெத்தையில் கை மூட்டை ஊன்றியபடி அவர்கள் பேசுவதைக் கேட்டுக்கொண்டிருந்தான். கடைசி எசன்ஸ் குப்பியைத் திறந்து தம்ளரில் ஒரு அவுன்ஸ் ஊற்றி தண்ணீர் விட்டு மீண்டும் பாலகிருஷ்ணன் நீட்டியபோது சேது அதைக் கையில் வாங்கினான். குடித்துப் பார்த்தபோது பெரிய அளவுக்கு மோசமான சுவை ஒன்றுமில்லை. அமைதியாக உட்கார்ந்து சிகரெட் புகைத்துக் கொண்டிருந்த டேனியலின் முகத்தில் மெல்லிய புன்னகைப் படர்ந்தது. பாதியைக் குடித்துவிட்டு பாலகிருஷ்ணனிடம் நீட்டினான்:

"போதும். மீதியை நீ குடி."

டேனியலின் பாக்கெட்டிலிருந்து ஒரு சிகரெட்டை எடுத்துப் பற்ற வைத்தபோது மனதுக்கு ஆறுதலாக இருந்தது. இல்லை, எதுவும் ஆகவில்லை.

"வரட்டுமா?"

அறைக்குள்ளிருந்து வெளியே வரும்போது கூடவே வந்த பாலகிருஷ்ணன், தோளில் கை வைத்து ரகசியமாகச் சொன்னான்:

"ராத்திரி கல்பாத்தியில ஒரு இடத்துக்குப் போறதுக்காக வாட்ச்மேன் ராம கிருஷ்ணன் மூலம் ஏற்பாடு செய்துருக்கோம். அஞ்சு ரூபாய். வர்றியா நீ?"

காலம்   207

"இல்லை."

"பிராமணத்திடா. சின்ன வயசு."

"நான் வரலை."

அறைக்குள் வந்து ஜன்னலைத் திறந்துவிட்டுப் படுக்கையை விரித்துப் படுத்துக்கொண்டான். ஒருவேளை தலைச் சுற்றினால்?

கிருஷ்ணன்குட்டி வந்து அவனுடன் பேச ஆரம்பித்தபோது ஆச்சரியமாக இருந்தது. இல்லை, தலைக்கு எந்தப் பிரச்சினையும் ஏற்படவில்லை.

தங்கமணி இதை அறிந்தால் என்ன நினைப்பாள்? அவள் பாஸாகி விடுவாளா? நல்ல மதிப்பெண்களுடன் பாஸானால் கல்லூரியில் சேருவேன் என்று அடம் பிடிப்பாள். அவள் வீட்டுப் பாதுகாப்பை விட்டு கல்லூரியில் சேருவதை அவன் விரும்பவில்லை. லேடீஸ் ஹாஸ்டலிருந்து அவளும் தோழிகளும் வெளியே வரும்போது வட்டமிடும் சைக்கிள்களையும் வழியோரங் களில் காத்து நிற்கும் கண்களையும் அவனால் கற்பனை செய்ய முடிந்தது.

"என்னடா யோசிக்கிறே?"

சேது சிரித்துவிட்டான்.

"உம் . . ?"

"உண்மையைச் சொல்றதா இருந்தா, நான் மனசுக்குள்ள பிரார்த்தனை செய்தேன்."

"பாஸாகணும்னா?"

"இல்லே, என் கேர்ள் ஃப்ரெண்ட் பாஸாயிடக்கூடாதுன்னு."

கிருஷ்ணன்குட்டி புரியாமல் கண்களை சுழித்துப் பார்த்தான். சேது விளக்கினான். பாஸானால் அவள் கல்லூரிக்குப் போவாள். நகரத்தில் நான்கு வருடங்கள் வாழ்ந்த பிறகு அவள் ஒருவேளை மனம் மாறிவிட்டால் என்ன செய்வது?

கிருஷ்ணன்குட்டி சிரிக்க முயற்சித்தபடி நாடக மொழியில் சொன்னான்:

"சுயநலமே . . . உன் பேர் சேதுவோ?"

மறுநாள் விடைபெறும் நாள். பாலகிருஷ்ணனின் முகவரியை வாங்குவதற்காக அறைக்குச் சென்றபோது அவன் ரகசியமாகச் சொன்னான்:

“நீயும் வந்திருக்கணும். வெரி சேஃப். அந்தக் கழுவேறி ராமகிருஷ்ணன் இதைக் கொஞ்ச நாட்களுக்கு முன்னால சொல்லியிருக்கலாம்?”

ஞாயிற்றுக்கிழமை காலையில் கிருஷ்ணன்குட்டியும் சேதுவும் சேர்ந்துப் புறப்பட்டார்கள். பொருட்களைக் குதிரை வண்டியில் ஏற்றுவதற்கு நண்பர்கள் உதவினார்கள். தியரி முடிந்து பிராக்டிக்கலை எதிர்பார்த்திருக்கும் மாணவர்கள் பலர் விடுதியில் மிச்சமிருந்தார்கள்.

கைகொடுத்து விடை பெறும்போது முகங்கள் உணர்ச்சிப் பிழம்புகளாக இருந்தன. கடுத்தக் குரலில் பேசி, மென்மை உணர்வற்றவர்களாக நடித்தவர்களின் முகங்கள்கூட.

பஸ் ஸ்டாண்டில் கிருஷ்ணன்குட்டியை இறக்கிவிட்டுப் புறப்படும்போது சேது கேட்டான்:

“இனி எப்ப சந்திக்கிறது?”

“எப்பவாவது. ஒருவேளை சீக்கிரமாகவும் சந்திக்கக்கூடும். ரொம்ப வருஷங்கள் கடந்த பிறகும் சந்திக்கக் கூடும். இதையெல்லாம் முன்கூட்டி முடிவு செய்ய இயலாதே?”

“ஹேய்… நாப்பது மைல் தூரம்தானே? எப்ப நினைச்சாலும் சந்திக்க முடியும். நான் எழுதுறேன்.”

கிருஷ்ணன்குட்டி சிரித்தான்.

“நான் நாலு பர்லாங் தூரத்திலுள்ள பலரைப் பாத்தே பல வருஷங்களாகுது.”

என்ன சொல்வதென்று தெரியாமல் சேது தயக்கத்துடன் நின்றான்.

“குட்லக்.”

“எனக்கு அதிர்ஷ்டத்தில நம்பிக்கைக் கிடையாது. அதனால நான் குட்லக் சொல்லப் போறதில்லை.”

பாக்கெட்டைத் தடவி சில்லறை எடுத்து ஜட்காவுக்குக் கொடுப்பதற்காக கிருஷ்ணன்குட்டி முயற்சி செய்யும்போது சேது தடுத்தான்:

“வேண்டாம், நான் கொடுத்துக்குறேன்.”

“நோ. வி வில் ஷேர். நீ எட்டணா கொடுத்தாப் போதும்.” அவன் சில்லறைக் கொடுப்பதை வேதனையுடன் பார்த்துக்கொண்டு நின்றான் சேது. மூன்று வருடங்கள் ஒன்றாகத் தங்கியிருந்தவர்கள்,

வாழ்க்கை ரகசியங்களைப் பகிர்ந்துகொண்டவர்கள் . . . எட்டணாவுக்குக் கணக்குப் பார்ப்பதா?

அவன் நினைப்பதைப் புரிந்துகொண்டவன்போல் கிருஷ்ணன்குட்டி சொன்னான்:

"எனக்கு அன்புல நம்பிக்கையிருக்கு. கடன் சுமைகள் வேண்டாம். எட்டணாவாக இருந்தாலும் அது கடன்தான். நமக்கிடையே இருந்தாலும்கூட."

என்ன சொல்வதென்று தெரியாமல் திகைத்து நின்ற சேதுவின் தோளில் கை வைத்து கிருஷ்ணன்குட்டி சொன்னான்:

"புறப்படு. வண்டி போயிடப்போகுது."

சோர்ந்திருந்த வண்டிக்குதிரை, வெயிலில் உருகும் தார் ரோட்டினூடே மெதுவாக நடந்துகொண்டிருந்தது. ரத்த நூல்கள்போல் தழும்புகள் புடைத்துத் தெரிந்த அதன் முதுகில் வண்டிக்காரனின் சாட்டை அச்சுறுத்தலாக இழைந்து கொண்டிருந்தது. காற்றில் உயர்ந்து அது சத்தமெழுப்பும்போது கறுத்தக் காயம்பட்ட அதன் தோல் சுழிவது தெரிந்தது. இயலாமையில் உருவான வீரமாக இருக்கலாம். வேகத்தை அதிகரிக்காமல் லாடம் அடித்த குளம்புகளை அது ஓசையுடன் இழுத்திழுத்து மெல்ல நடந்து கொண்டிருந்தது.

5

மூன்றரை மணிக்கு ஸ்டேஷனில் இறங்கினான். அம்மாவுக்கு ஏற்கனவே கடிதமெழுதி அறிவித்திருந்ததால் செறுமப்பையன் தாமி எதிர்பார்த்து நின்றிருந்தான். பெரிய பலகைப் பற்களும் குட்டைத் தலையுமுள்ள தாமி வளர்ந்திருக்கிறான்.

நான்கு வருடங்களுக்கு முன்பு ஒரு மழைக்கால இரவில் பெட்டியும் சுமந்து தன்னுடன் ஸ்டேஷனுக்கு வந்தவன் தாமியின் தகப்பன். அவன் இப்போது வேலைக்குச் செல்வதில்லை. தலை முடியை நீட்டி வளர்த்து செறுமர்களின் சாமியாடியாக மாறியிருக்கிறானாம்.

ஆறு, கண்ணுக்கெட்டாத தொலைவு வரைக்கும் மணற்காடாக வறண்டுக் கிடந்தது. நீரோட்டம் நின்று மிச்சமிருந்த சேற்று நீர் ஆங்காங்கே தேங்கிக் கிடந்தது. செருப்பு அணிந்திருந்தும் அனல் பறக்கும் மணலின் சூடு தெரிந்தது. உடுப்புகளும் புத்தகங்களும் நிரப்பிய கனத்த இரும்புப் பெட்டியும் அதன்மீது அழுக்கடைந்த ஜமுக்காளத்தில் பொதிந்த மெத்தையும்

சுமந்து சுட்டுப் பழுத்த மணலில் சிறு தயக்கமுமில்லாமல் முன்னால் நடந்துகொண்டிருந்தான் தாமி.

வீட்டுத் திண்ணையில் சாய்வு நாற்காலியில் அப்பா அமர்ந்திருந்தார்.

முன்பு ஒவ்வொரு முறையும் பயத்துடன்தான் இங்கே வந்திருக்கிறான். இப்போது மிகுந்த தன்னம்பிக்கை உருவாகி யிருந்தது. நான் முழு ஆணாகியிருக்கிறேன். நான் வாழத் தொடங்கிவிட்டேன்.

பெட்டியையும் படுக்கையையும் கீழே இறக்க தாமிக்கு உதவி செய்துவிட்டு தலை வாசலில் ஏறும்போது அப்பா எழுந்தார். கீழே விழுந்த மேல்துண்டை எடுத்து மார்பில் போட்டுக் கொண்டு வெளி வராந்தாவில் இறங்கி துப்பிவிட்டுக் கேட்டார்:

"எக்ஸாமினேஷன் முந்தாநாளே முடியுதுன்னு எழுதியிருந்தே?"

"முந்தாநாளே முடிஞ்சுடுச்சுதான்."

ஏன் ஒரு நாள் தாமதம் என்பதாக இருக்கும் கேள்வியின் நோக்கம்.

உள்ளே நுழைந்ததும் முதலில் சித்தியைதான் பார்த்தான்.

"அப்பா எப்ப வந்தா சித்தி?"

"நேத்தைக்கு. சாதனங்களோட வந்திருக்கா. இனி போக வேண்டாம்போல."

அப்பா ஓய்வு பெற்றதில் வீட்டிலுள்ளவர்களுக்கு மகிழ்ச்சிதான். கையில் பணமிருக்கும். வைக்கோல் கூரையை மாற்றி ஓடு வேய வேண்டும். அம்மா இதை அடிக்கடி சொல்வாள். ஆற்றங்கரையில் கொஞ்சம் நிலம்கூட வாங்கி, விதைத்தால் வருடம் முழுவதும் கொஞ்சம் சிரமப்பட்டாவது சோற்றுக்கு நெல் கிடைத்துவிடும்.

"வயசும் பிராயமும் ஆச்சுதே? தூரத்தொலைவில காட்டிலயும் மேட்டுலயும் கிடந்து எதுக்குக் கஷ்டப்படணும்?"

இதைச் சொல்லும்போதெல்லாம் அம்மாவின் மனதில், அப்பா ஓய்வு பெற்று வந்தபிறகு, ஓடு வேய்ந்த வீடும் ஆற்றங்கரையில் கொஞ்சம் நிலமும் கிடைக்குமென்ற எதிர் பார்ப்பு இருக்கும்.

அடுக்களைத் தளத்தின் ஜன்னல் படியில் உட்கார்ந்து அம்மாவிடம் சொன்னான்:

"தாமிப் பையனுக்கு ஒண்ணும் கொடுக்கலை."

"உம்... கொடுக்கலாம்."

அப்பாவுக்குப் போட்ட சாயாவை இரண்டு தம்ளர்களில் ஊற்றிய அம்மா ஒன்றை சேதுவின் பக்கம் நகர்த்தி வைத்தாள்.

"பத்மு. இதைக் கொண்டுபோய் திண்ணையில கொடு."

"அப்பா ரிட்டயராயிட்டாளா?"

அம்மா காதில் விழாததுபோலிருந்தாள்.

அலுமினியப் பாத்திரத்தை சுவரோரம் நீக்கி வைத்தாள். தேயிலைத் தூளும் சீனியுமிருந்த பழைய டப்பாக்களை மூலைப் பலகையில் வைத்துவிட்டு அடுக்களை வாசலருகில் கை மூட்டைச் சொறிந்தபடி வெளியே பார்த்துக்கொண்டு நின்றாள்.

"ஆமா, ஓய்வுல வரும்போது திரவியத்தோட வந்திருக்கா, திரவியத்தோட. வாயிலேருந்து எதுவும் உதுந்துரப்புடாதேன்னு கடவுளுட்ட நான் வேண்டிட்டிருக்கேன்."

கோபத்தை அடக்குவதற்கு அம்மா சிரமப்படுவதுபோல் தோன்றியது.

"கூடப்பொறந்தவளுவளோட ஊட்டும் உபசரிப்பும் முடிஞ்சுல்ல வர்றாரு? நான் நினைச்சேன்."

"பேங்குல இருக்கும். அம்மாவுக்கு ஒருவேளை தெரியாம இருக்கலாம்?"

அம்மாவின் கோபத்தைத் தூண்டத் தோன்றியது.

"எனக்கு எதுக்கு சம்பாத்தியம். இருக்குறது ரெண்டு ஆண்மக்கதானே?"

அப்பாவின் குரலும் பாவனையும் போல் அம்மா சொன்னாள்.

சித்தி உலகத் தத்துவம் பேசினாள்:

"அனுபவிக்க உரிமைப்பட்டவாளுக்கும் இருக்கணும் யோகம்."

இதற்கான இரு பொருள் விளக்கமும் இருந்தது. உத்தியோக மென்று எதுமில்லாத மாதவன் மாமா, நேந்திரம் வாழையும் மரவள்ளியும் பயிரிட்டு வடக்கு வீட்டுக்காரர்களின் கூரையை ஓடு வேய்ந்திருக்கிறார். அவர்களுடைய சிறு தோட்டத்தில் நிறைய தென்னங் கன்றுகள் நட்டிருக்கிறார்.

முன்வாசல் மாடியறையில் அப்பாவின் சட்டையும் வேட்டியும் தொங்கின. சாய்வுப் படியில் பழைய தோல் பெட்டியிருந்தது. திறந்துப் பார்க்க நினைத்தான். பூட்டியிருந்தது. அப்போதுதான் கட்டிலின்கீழ் சவுரி அடைப்பால் மூடப்பட்ட பாதி காலியான அந்தக் குப்பி கண்ணில் பட்டது. அருகிலிருந்த கவிழ்த்து வைக்கப்பட்ட கண்ணாடித் தம்ளரை எடுத்து முகர்ந்துப் பார்த்தான். மது வாடை.

இருமியபடி அப்பா மாடிக்கு வரும் சத்தம் கேட்டதும் அவன் கீழே இறங்கி, ஏணிப்படியில் விலகி நின்றான்.

அப்பா நின்றார். முகத்தைப் பார்க்காமல் கேட்டார்:

"ரிசல்ட் எப்ப வரும்?"

"ரெண்டு மாசமாகும்."

கீழே இறங்கும்போது நிம்மதியாக உட்கார்ந்திருக்கிற ஒரு இடத்தை இழந்திருக்கிறோம் என்ற எண்ணம் தோன்றியது.

வெயில் மங்கிய முற்றத்தில் சலிப்புடன் நடந்துகொண் டிருந்தான். அப்பா திரும்பவும் கீழே வந்திருக்கிறார். இடையிடையே டவலால் முகத்தைத் துடைத்துக்கொண்டு சாய்வு நாற்காலியில் படுத்தபடியே காறி முற்றத்தில் துப்பினார்.

"பி.ஏ. வரை ஒருத்தனை படிக்க வெக்கிறதுங்குறது இந்தக் காலத்தில லேசுப்பட்ட விஷயமா?

"கையில காசுள்ள எவ்வளவு பேர் சுற்று வட்டாரத்துல இருக்கா? அவங்கள்ல எத்தனை பேரு பிள்ளைங்களை படிக்க வெச்சிருக்கா? பிள்ளைகளால நாளைக்கு பலனிருக்கும்னு அல்ல இதையெல்லாம் செய்றது. அதை எதிர்பார்க்கவுமில்லை."

மீண்டும் அவர் காறித் துப்ப அது திண்ணையில் படிந்தது. கோபத்துடனும் அருவருப்புடனும் அதைப் பார்த்தான் சேது.

அப்பா இதையெல்லாம் யாரிடம் சொல்கிறார்? தன்னிடமா? அம்மாவிடமா? அல்லது இந்த உலகத்திடமா?

"ஒருத்தனை படிக்க வெச்ச அனுபவம் எனக்கு ஏற்கனவே இருக்கு. அந்தப் பணத்துல ஒரு தென்னந்தோப்பு வாங்கி யிருந்தேன்னா இப்ப மாசம் நூறு ரூபாய்க்குக் குறையாம கிடைக்கும்."

"அது அவளுவளுக்குக் கிடைக்குது. அதுக்காக எங்க மேல ஏறவேண்டாம்."

அம்மா திண்ணைக்கு வந்தாள்.

அப்பா வாயை மூடிக்கொண்டார். மூக்கைச் சீந்தியபடியும் தொண்டையைச் செருமியபடியும் கொஞ்ச நேரம் அமைதியாக இருந்தார். பிறகு மெல்ல எழுந்து உத்தரத்தில் வைத்திருந்த செருப்புகளை எடுத்து சத்தம் வரும்படியாகக் கீழே போட்டு அணிந்துகொண்டு வெளியே இறங்கினார்.

திண்ணையின் மேற்கோரம் உட்கார்ந்திக்கும்போது கிருஷ்ணன்குட்டி சொன்ன கடன்பொறுப்பு விஷயம் நினைவுக்கு வந்தது. அப்பா அனுப்பித் தந்த பணத்துக்கான கணக்குகளை அவன் எழுதி வைத்திருக்கிறான். அதை ஒரு தடவைக் கூட்டிப் பார்க்க வேண்டும். அப்பாவின் முதலீடு. சாயங்கால வேளை களில் கடைகள் தோறும் வட்டிக்காக ஏறியிறங்கும் சேட்டுவின் சித்திரம்தான் அப்போது மனதுக்குள் தெரிந்தது.

'ஃபாத'ரை பற்றி பலரிடம் அவன் பேசியிருக்கிறான்.

வீட்டு முகவரியைக் கேட்டு வாங்கியவர்களை அவன் பயத்துடன் நினைத்துப் பார்த்தான்.

டேனியல் இங்கே வந்தால் எப்படியிருக்கும்?

ஹலோ மீட் மை ஃபாதர்.

திஸிஸ் மை மதர்.

– அப்பாவை அறிமுகம் செய்து வைக்கிறேன்.

இவங்க எங்கம்மா.

தெற்கு வீட்டில் சாய்வுப் படிக்கு இடத்தை மாற்றிக் கொண்டான். ஒரு விளக்குக் கொண்டு வரச் சொல்வதற்காக பத்முவைக் கூப்பிட்டபோது அம்மா சொன்னாள்:

"பரீச்சை முடிஞ்சு இன்னைக்குத்தானே வந்தே? ஒருநாள் படிக்காம இருந்தா ஒண்ணும் ஆயிராது. ஒரு குப்பி மண்ணெண்ணை வாங்கி மூணு நாளாவலை. ஒரு சொட்டு மண்ணெண்ணை இப்ப மிச்சமில்லை."

அசையும்போது கடபுடா சத்தமெழுப்பும் சாய்வுப்படியில், இருட்டில் மல்லாந்துப் படுத்தபடியே சேது முணுமுணுத்தான்:

"ஹோ, மை ஸ்வீட் ஹோம்."

ஆறு

தோணி அக்கரையிலிருந்து நகர்ந்து வருவதை எதிர்பார்த்து நின்றிருந்தான்.

அப்போது திடீரென்று நினைவுக்கு வந்தது. தனது ஞாபகத்தில் நிற்கிற எல்லாப் பயணங்களின் தொடக்கத்திலும் தோணி அக்கரையில்தான் நிற்கிறது. புகைவண்டி நிலையத்தில் இறங்கி மதிய வெயிலில் நடந்து அக்கரைக்கு வந்தால்? தோணி, கடவின் முளைக்கோலில் ஓய்வில் நிற்கும்.

– இங்கே மட்டும்தான் இப்படியா?

– இது என்னுடைய அனுபவம் மட்டும்தானா?

கிழக்கே போகும் ரயிலை எதிர்பார்த்திருக்கும் போது போர்ட்டர் சொன்னான்: மேற்கே போகும் வண்டி இங்கேதான் கிராஸ் ஆகும். மணியடிக்கும் சத்தம் கேட்டது. அதிர்ஷ்டம்தான். கிழக்கே போகும் ரயில் வந்தது. பையைத் தூக்கிக் கொண்டு ஏறுவதற்குத் தயாராக நிற்கும்போது வண்டி இரண்டாவது தண்டவாளத்தில் வந்து நின்றது. மேற்கே போகும் வண்டி வந்து ஆட்களைத் துப்பி, ஏற்றிவிட்டுப் போகும் வரைக்கும் கோபத்துடன் காத்து நிற்க வேண்டியதாயிற்று.

– நான் போக வேண்டிய தோணி அக்கரையில். நான் ஏறவேண்டிய ரயில் மற்றொரு தண்டவாளத்தில். லெவல் கிராசின் முன், பஸ்ஸில் வேர்க்க விறுவிறுக்க, தாகத்துடன் பல வருடங்கள் உட்கார்ந்திருப்பதாகத் தோன்றும்போது கேட் எதிர்ப்பக்கம் திறக்கும். எதிர்ப்பக்கம் நிற்கும்

வண்டிகள் வரிசை வரிசையாகக் கடந்து போவது வரைக்கும் சோர்ந்து உட்கார்ந்தபடி தனக்குள் சொல்லிக்கொள்வான்:

நான் ஏறினாலே இப்படித்தான்.

1

ஒரு சாயங்கால வேளை. வடக்கு வீட்டில் தகராறு.

அம்மா சொன்னாள்: "ஆரம்பிச்சாச்சு. அயல்வாசிகளை நிம்மதியா இருக்க விடாதுக. சள்ளைப் பிடிச்சதுக."

வெறும் வாய்ச்சண்டைபோல் தெரியவில்லை. தேவுவின் சத்தம் உயர்ந்து உயர்ந்து அலறலாக மாறியபோது கூடவே மாமியின் குரலும் உயர்ந்தது. இதனிடையே சுமித்ராவின் தாழ்ந்தக் குரலும். கடைசியில் மாதவன் மாமாவின் குரல் எல்லாவற்றுக்கும் மேலாக ஓங்கி ஒலித்தது:

"மிதிச்சுக் கொன்னே போடுவேன். எல்லாத்தையும்."

அலறல் சத்தங்கள் விசும்பல்களாக மாறின. வடக்கு வாசல்களைத் திறந்து வைத்து காது கூர்ந்து நின்றிருந்த சித்தி அவ்வப்போது அம்மாவிடம் விவரித்துக்கொண்டிருந்தாள்.

கடைசியில் சூழ்நிலை சாந்தமானபோது அம்மா எள்ளலுடன் சொன்னாள்:

"அசல் செறும சேரிதான். அவனால மட்டும்தான் முடியும் இதுகளுக்குப் பண்டுவம் பார்க்க."

வெளியே இறங்கவே சேதுவுக்குப் பயமாக இருந்தது. பெரியவர்களுக்குக் கேட்க இருந்த ஒரே கேள்வி இதுதான்:

"உத்தியோகம் ஒண்ணும் கிடைக்கலையா?"

"பாத்துட்டிருக்கேன்."

"எந்த லைன்?"

ஏதாவது சொல்லியாக வேண்டும். தப்பிப்பதற்காகச் சொல்வான்:

ரெயில்வேயில், இல்லை என்றால் கஸ்டம்சில்.

அஞ்சல் அலுவலக அறை வாசலில் நின்று அஞ்சல்காரன் முத்திரை குத்தும்போது எட்டிப் பார்ப்பான். அலுவலக உறை இருக்கிறதா என்று. அடுத்துக் கூப்பிடுவது தன்னுடைய பெயராக இருக்குமென்ற ஆர்வத்தை வெளிக்காட்டாமல் அலட்சிய பாவத்துடன் வெளியே காத்து நிற்பான். கடைசியில், 'நடப்பதற்காக

இறங்கியபோது அப்படியே அஞ்சல் அலுவலகத்துக்கும் வந்தேன்' என்பதுபோல் திரும்பி ஏமாற்றத்துடன் நடக்கும்போது நெஞ்சிலும் நெற்றியிலும் வேர்வைத் துளிர்த்திருக்கும். ஆட்களின் கவனத்தில் படாமலிருக்க வேண்டும் என்ற பிரார்த்தனையுடன் பாதையோரமாக தாழைப் புதர்களின் நிழல் பற்றி நடக்கும்போது ஏதாவதொரு குரல் கேட்கும்:

"சேது மாதவனுக்கு இன்னும் வேலை கிடைக்கலையா?"

உத்தியோகத்தைப் பற்றி எல்லோருக்கும் தெளிவான பார்வைகளிருந்தன. ரெயில்வேயில் முயற்சி செய்வதாக அறிந்தால் பலருக்குத் திருப்தி. பணம் சம்பாதிக்கலாம். திரூரிலோ தானூரிலோ ஸ்டேஷன் மாஸ்டராக வேலை கிடைத்தால் யாருமறியாமல் தினமும் நூறு ரூபாய் கைக்கு வரும். பெரிய ஸ்டேஷன்களாக இருந்தால் நேரடியாக வாங்க வேண்டாம். குட்சிலோ பார்சலிலோ பொருட்கள் ஏற்ற வருகிறவர்கள் கொடுக்கும் மாமூலில் சாயங்காலம் எல்லோருக்கும் பங்குக் கிடைத்து விடும். ரெயில்வேயில் உத்தியோகம் பார்த்து பணம் சம்பாதித்த பல கதைகள் ஊரிலுள்ளவர்களுக்குத் தெரியும்.

ரிசல்ட் தெரிவதுவரைக்கும் சொல்வதற்குப் பதில் இருந்தது. பரீட்சை இப்போது தான் முடிந்திருக்கிறது. ரிசல்ட் வரவில்லை.

அஞ்சல் அலுவலகத்துக்குச் செல்லும் வழக்கத்தை நிறுத்தி னான். ஏதாவது இருந்தால் மறுநாள் காலையில் டெலிவரி ஏஜெண்ட் கொண்டு வந்து தருவான். பரீட்சை முடிந்து வந்த காலத்தில் நண்பர்களின் கடிதங்கள் நிறைய வந்துகொண்டிருந்தன. படிப்படியாக அதுவும் நின்றுபோனது. ரிசல்டைத் தொடர்ந்து வாழ்த்துக்கள் வந்தன. பாஸானவர்கள் எதிர்கால திட்டங்களைப் பற்றி எழுதியிருந்தார்கள்.

வாழ்த்துக்களை வாசிக்கும்போது எந்த உணர்வும் தோன்றவில்லை. ஃபர்ஸ்ட் பார்ட்டிலும் செகண்ட் பார்ட்டிலும் செகண்ட் கிளாஸ் கிடைத்திருந்தது. சப்ஜெக்டில் தேர்ட் கிளாஸ்.

கிருஷ்ணன்குட்டி பாஸாகி விட்டான். கிளாஸ் கிடைக்க வில்லை. அவனிடமிருந்து கடிதங்கள் எதுவும் வரவில்லை. அவனுக்குக் கடிதமெழுத வேண்டுமென்று பலமுறை நினைத்து ஒவ்வொரு முறையும் சரி, பிறகு பார்க்கலாமென்று ஒத்தி வைத்தான். உத்தியோகம் பார்க்கும் அலுவலகத்திலிருந்துதான் கிருஷ்ணன்குட்டிக்குக் கடிதமெழுத வேண்டும்.

தங்கமணியிடமிருந்து வாரம் தவறாமல் கடிதம் வந்துகொண் டிருந்தது. பதில் எழுத நான்கணா வேண்டும். தன் முகவரி எழுதிய கவர் இணைப்பதை வழக்கமாக்கிய நிலையில் இனி

தவிர்க்கக் கூடாது. அப்ளிகேஷன் அனுப்ப வேண்டும். ஒரு ரூபாய் தா, இரண்டு ரூபாய் தா என்று கேட்கும்போதெல்லாம் அம்மா தருவாள். சர்டிஃபிகேட் காப்பி அட்டஸ்ட் செய்வதற்கு ஆறு மைல் தூரம் போக வேண்டும். அங்கேதான் கெஸட்டட் அதிகாரி உள்ளார். அரசாங்க ஆஸ்பத்திரி டாக்டர். அம்மா மறுப்புச் சொல்லாமல் விண்ணப்பம் அனுப்புவதற்குப் பணம் தந்தாள். ஒரு சில நாட்களுக்குப் பிறகு அம்மா கேட்டாள்:

“ரெண்டு நாளைக்கு முன்னாலதானேடா சர்டிஃபிகேட் வாங்குறேன்னு போயிருந்தே?”

“அது வேற சர்டிஃபிகேட், இது வேற சர்டிஃபிகேட்.”

அம்மாவின் முகபாவனையில் மட்டும் எதிர்ப்பு தெரிந்தது. உத்தியோகக் காரியமென்பதால் எதிர்த்துப் பேசவில்லை.

ரிசல்ட் வந்த பிறகு ஒருமுறை தங்கமணியைப் பார்த்தான்.

வேலை விஷயமாக அப்பாவிடம் பேச வேண்டும். அம்மாவிடம் சொன்னபோது அம்மா கேட்டாள்:

“எஸ்டேட்ல ஏதாவது வேலையா?”

“ஆமா.”

வழிச்செலவுக்குத் தருவதற்கு அம்மாவிடம் காசில்லை. பத்முவை மனைக்கு அனுப்பினாள். மனையிலும் காசில்லையாம். சின்ன குஞ்ஞாத்தோல் குளப்புரைக்கு வரும் பெண்களிடம் வட்டிக்கு வாங்க ஆலோசனை கேட்டாள். சித்தியின் யோசனையின்படி ஆந்தூராள் மீனாட்சியம்மாவின் வீட்டுக்கு பத்முவை அனுப்பி வைத்தாள். சட்டி பானைக்கு இப்போது நல்ல விலை கிடைப்பதால் ஆந்தூரான் கைகளில் பண நடமாட்டமிருப்பதாக சித்தி சொன்னது சரியாகவே இருந்தது.

நாளைக்குப் போக வேண்டாம். இரண்டு நாட்கள் கழிந்த பிறகு போனால் போதுமென்று அம்மா சொல்லி விடுவாளோ என்ற பயமிருந்தது. ஏனென்றால் அப்பாவின் வீட்டுக்கு வருகிறேன் செய்தியை அவன் ஏற்கனவே தங்கமணிக்கு எழுதியிருந்தான். அவள் எதிர்பார்த்திருப்பாள். அங்கே சென்றபோது தங்கமணியும் உண்ணியும் வந்திருந்தார்கள்.

உண்ணியிடம் கேட்டான்:

“நீங்க எப்ப வந்தீங்க?”

“காலையில.”

நளினியண்ணியின் பார்வையும் அத்தைகளின் பார்வையும் தன்மீது பதிந்திருப்பதை அவன் உணர்ந்துகொண்டான். ஆகவே, தங்கமணியுடன் அதிகமாக நெருக்கம் காட்டவில்லை. சாயங்காலம் விளா மரத்தின்கீழ் வெறுமனே ரவியுடன் பேசிக்கொண்டிருந்தான். அப்போது மேற்கு முற்றத்து உரல் புரையின் முன் காய்ந்த தென்னை மடலையும் ஓலையையும் அடுக்கிக்கொண்டிருக்கும் கம்மாளச்சியுடன் தங்கமணி பேசிக் கொண்டு நிற்பதைப் பார்த்தான்.

திண்ணையிலும் முற்றத்திலும் நடக்கும்போது அவளது சலனங்களைக் கவனித்துக்கொண்டிருந்தான். திடீரென்று ஒரு அதிர்ஷ்ட நிமிடம் வாய்த்தது.

"மாடியில குப்பி விளக்குல எண்ணெயிருக்கோ என்னமோ? அதைத் துடைச்சே பல நாளாகுது. ஆரம்பிச்சாச்சா நளினி உன் தலை வேதனை? என்னை எதுவும் சொல்ல வெச்சுராதே? தங்கம் போயி அதைக் கொஞ்சம் எடுத்துட்டு வா."

ரவியிடம் சொன்னான்:

"ஆங்... மறந்துட்டேன். உனக்கொரு சாதனம் காமிக்கணும்."

கூடவே வருவதற்கு உண்ணியும் புறப்பட்டபோது அவனுக்கு ஒரு வேலை கொடுத்தான்:

"அப்பா அறைக்குள்ள இன்னைக்குள்ள பேப்பர் இருக்கும். அதை எடுத்துட்டு வா."

ரவிக்குக் காண்பிப்பதற்கான பொருளை எடுக்கப்போவது போல் இடைவழியில் நடந்தான். அதிர்ஷ்டவசமாக தளத்தில் யாருமில்லை. வெளித்திண்ணையிலிருந்து பெரிய அத்தை, நளினியண்ணியைத் திட்டுகிறாள்:

"உன் தலை வேதனையை யாருட்ட காட்டுறதுக்குடீ நீ மூஞ்சியையும் மொகரையையும் தூக்கி வெச்சிருக்கே?"

சத்தமில்லாமல் படியேறி அண்ணியின் அறை வாசலில் காத்து நிற்கும்போது ஏணிப்படி அசையும் சத்தம் கேட்டது.

தங்கமணி.

நீட்டிய கைகளுக்குள் அபயம் தேடிக்கொண்ட பறவை போல் அவள் பறந்து வந்து விழுந்து நெளிந்தாள்.

"லெட்டர் கிடைச்சுச்சா?"

"காலையில கிடைச்சுச்சு. அப்பவே வந்துட்டேன்."

"நான் நாளைக்குக் கிளம்புறேன்."

"வீட்டுக்கு வரலையா?"

"இந்தத் தடவை வரலை தங்கம்."

"எவ்வளவு நாளா நான் காத்திருக்கேன். இருந்தும் . . . என்னைப் பிடிக்காமதானே?"

சிறு குழந்தைபோல் பரிதாபமாகச் சொன்னாள்.

கண்கள் ஈரமாவதுபோல் தோன்றியது.

"வர்றதுக்கான வாய்ப்பில்லாமதானே? யோசிச்சுப் பாத்தா உனக்கே புரியும்."

முதுகெலும்பின்கீழ் மெல்ல தடவியபடியே மனவேதனையைக் குரலில் காட்ட முயற்சித்தபடி சொன்னான்:

"தேவையில்லாம யாரையாவது எதையாவது பேச வைக்க வேண்டாம். யார் எதைச் சொன்னாலும் தாங்குறதுக்கு நான் தயார். ஆனா, என் தங்கத்தைப் பற்றி ஆட்கள் அதையும் இதையும் சொல்றத என்னால..."

முகம் திருப்பாமல் கண்களை வலது புறம் வெற்றுப் புள்ளியை உற்றுப் பார்த்தபடி சில நொடிகள் நின்றிருந்தான். அவளது பார்வையில் கண்ணீர்த் துளிர்ப்பதை அவனது மனம் விரும்பியது.

வெளி வராந்தாவில் காலடிச் சத்தம் கேட்டது. அவர்கள் விலகிக்கொண்டனர். நளினியண்ணி உள்ளே வந்தாள். அவனுக்குப் பயங்கரமான கோபம் வந்தது. பூனைபோல் சத்தமில்லாமல் படியேறி வந்திருக்கிறாள்.

"தலை வேதனை. கொஞ்சம் படுக்கணும்."

பொதுவாகச் சொல்லிவிட்டு சேதுவின் எதிரில் அவள் அறைக்குள் நுழையும்போது தங்கமணியிடம் எதுவும் சொல்லாமல் அவன் படியிறங்கினான்.

"எச்சரிக்கையாக இருந்திருக்கணும்; எச்சரிக்கையாக இருந்திருக்கணும்." தன்னையே அவன் குறைபட்டுக்கொண்டான்.

நெற்றியைத் துடைத்துவிட்டு, முற்றத்து இளங்காற்றில் நிற்கும்போது ரவி கேட்டான்:

"எடுத்துட்டு வந்துட்டியா சேது அத்தான்?"

"என்னது?"

சொன்ன பொய் நினைவுக்கு வந்தது. திருத்திக்கொண்டான்:

"ஒரு ஃபோட்டோ காமிக்கலாம்னு போனேன். வரும்போது மறந்துட்டேன்."

சாயங்காலம் மாடி வராந்தாவிலிருந்து அப்பா கூப்பிட்டுக் கேட்டார்:

"சேது மாதவன் குளிச்சியா?"

"குளிச்சிட்டேன்."

"நீ அங்கயே படுத்துக்க."

அப்பாவின் அறையில். அவன் பதில் சொல்லவில்லை.

கீழே இறங்கி வந்த அப்பா முற்றத்தில் நடக்க ஆரம்பிக்கும் போது ஓரப்படியில் சிமெண்ட் தூணில் சாய்ந்து நின்றான். அப்பா ஏதாவது சொல்வார் என்ற எதிர்பார்ப்புடன்.

"மதறாஸ் விஷயம் என்னாச்சு?"

"ரிப்ளை வரல."

"உம்."

கொஞ்ச நேரத்தில் உத்தியோக விவகாரங்கள் முடிந்தன என்று நினைத்திருக்கும்போது அப்பா கேட்டார்:

"அது என்ன?"

"டி.பி.ஐ.எஸ். ஆஃபீசில எஜுகேஷன் டிப்பார்ட்மெண்ட்ல டியூட்டர் போஸ்டுக்கு. கிடைச்சா ரெண்டு வருஷம் ஒர்க் பண்ணிட்டு பிரைவேட்டா எம்.ஏ. எழுதலாம்.

"நல்ல நல்ல டிப்பார்ட்மெண்ட் எவ்வளவு இருக்கு? அதுல ஒண்ணும் செலக்ஷன் கிடைக்காதா?"

உள்ளுக்குள் கோபம் கொப்பளித்து வந்தது. வாண்டடட் பார்ப்பதற்கு ஒரு இங்கிலீஷ் பத்திரிகை வேண்டுமென்று சொன்னபோது ஒப்புக்கொள்ளவில்லை. பரமேஸ்வரன் பார்ப்பானாம், ஏதாவது இருந்தால் அவன் கடிதம் எழுதுவானாம். பிறகு, ஒவ்வொரு நாள் சாயங்காலமும் வயல் வரப்பில் காத்திருந்தான். மூன்று நாட்களுக்கு முந்தைய இங்கிலீஷ் பத்திரிகையுடன் போகும் ஹையர் எலமெண்ட்ரி ஸ்கூல் வாத்தியார் கிருஷ்ணன் மாஸ்டரைத் தடுத்து நிறுத்தி வைத்து வாண்டட் பார்த்தான்.

அப்படியே கொஞ்ச நேரம் நின்றிருந்துவிட்டு நினைவூட்டினான்:

"இந்தக் காலத்தில அப்ளை பண்ணதை மட்டும் வெச்சு பிரயோஜனமில்லை. இன்ஃப்ளுயன்சுக்கும் ஆள் வேணும்."

வெள்ளைக்காரனின் தேயிலைத் தோட்டத்தில் கிளார்க் வேலை கிடைத்தாலே போதும். தொடக்கச் சம்பளமே நூற்றைம்பது ரூபாய் கிடைக்குமாம். தெரிந்த யாருக்காவது அப்பா எழுதக்கூடாதா? அப்பா புரிந்துகொள்ளட்டும் என்றுதான் அதைச் சொன்னான்.

இரவு அப்பாவுடன் சாப்பிட உட்கார்ந்தான். நளினியண்ணி அந்த வழியாகச் செல்லும்போதெல்லாம் இலையிலிருந்து தலையை உயர்த்த இயலாமல் அப்படியே உட்கார்ந்திருந்தான்.

சாப்பாடு முடிந்து திண்ணையில் வந்து வராந்தாவின் முடிவில் வெளிச்சத்தை விட்டு அகன்று உட்கார்ந்தான். நளினியண்ணி தேடி வந்தாள்.

"ஏன் இருட்டுல உட்காந்துருக்கே?"

"சும்மாதான்."

"விளக்குக் கொண்டு வரவா?"

"வேண்டாம்."

அவள் திறந்துப்போட்டிருந்த ஜன்னலின்கீழ் தரையில் உட்கார்ந்து சுவரில் தலை சாய்த்துக்கொண்டாள். அவளுக்கு நிறைய பேச இருப்பதுபோல் தோன்றியது.

சேது மெல்ல எழுந்தான்.

"சீக்கிரமாப் படுக்கணும்."

"ஏன் உடம்பு சரியில்லையா?"

"தலை வேதனை."

நளினியண்ணி சிரித்தாள்.

"எனக்கு எப்பவுமே தலை வேதனைதான். சும்மா அப்படித் தோணுதுன்னு அம்மா சொல்றா. சித்தி, வீட்டு வேலை செய்றதுக்கு மாச்சப்பட்டு கள்ளத்தனம் பண்றதா நினைக்கிறா."

அண்ணியின் அறை காலியாகவே கிடந்தது. இருந்தும் மாடியின் வெளி அறையில் அப்பாவின் கட்டிலின்கீழ் ஜமுக்காளம் விரிக்க அப்பாதான் சொல்லியிருப்பாரா? உள்ளே தங்கமணி இருப்பதால் எல்லோரும் சேர்ந்து முடிவு செய்தார்களா?

உண்ணியும் ரவியும் உள் திண்ணையில் படுத்திருந்தார்கள். ரவி, சேதுவை தங்களுடன் படுப்பதற்கு அழைத்தான்.

வெளியே இருந்து நுழைகிற, அப்பாவின் படுக்கையறைக்குள் சென்றபோது ஶ்ரீ கிருஷ்ணரின் படத்தின் முன் கருக்கல் நேரத்தில் வைத்த விளக்கின் அணைந்துபோன திரி வாசம் அப்போதும் தங்கி நின்றது. கூடவே மதுவின் மெல்லிய வாசமும். தூக்கத்தின் ஆழ்வெளியில் விழுவதுபோல் இருக்கும்போது அப்பா படுத்திருக்கும் கட்டில் அசையும். அப்பா இடையிடையே இருமிக்கொண்டுமிருந்தார். தூங்கும்போதுதான் பிரார்த்தனை செய்வாரா?

"அம்மே... குருவாயூரப்பா!"

"ஹோ... பகவானே!"

அவன் திடுக்கிட்டு விழித்துக்கொள்வான்.

காலையில் முகத்தை அலம்பி விட்டு, சட்டையணிந்து முதல் நாள் போட்டிருந்த வேட்டியையும் சட்டையையும் பைக்குள் திணித்துவிட்டு அப்பாவிடம் வந்து சொன்னான்:

"நான் கிளம்புறேன்."

"நாளைக்குப் போகலாம். என்ன அவ்வளவு அவசரம்?"

போ, அல்லது போகாமலிரு என்று சொல்வதுபோலிருந்தது அப்பா சொன்ன தொனி.

"தபால்ல ஏதாவது தகவல் வரும்."

பிறகு வற்புறுத்தவில்லை. வழிச்செலவுக்கென்று ஐந்து ஒரு ரூபாய் நோட்டுகள் தந்தார். ஏணிப்படி இறங்கும்போது சொன்னார்:

"அடுத்த வாரம் நான் அங்க வருவேன்."

பலகாரம் தயாராகிக்கொண்டிருக்கிறது. சாப்பிட்டுவிட்டுப் போனால் போதுமென்று நளினியண்ணியும் அத்தைகளும் வற்புறுத்தினார்கள்.

ஒன்பதரை மணி பஸ்ஸைப் பிடிக்க வேண்டும். வழியில் ஒன்றிரண்டு சர்ட்டிஃபிகேட் வாங்கி சிலவற்றை இன்றைக்கே பதிவுத் தபாலில் அனுப்பி வைக்கவேண்டும். ஏதேதோ சாக்குப்போக்குகள் சொன்னான்.

வெறும் சாயா மட்டும் குடித்துவிட்டு யார்மீதோ எதிர்ப்புத் தெரிவிப்பதுபோல் படியிறங்கினான். இடைவழியினூடே நடக்கும்போது உரல் புரையின் பின்னால் பப்பாளி மரத்தடியில் தங்கமணி நிற்பதைப் பார்த்தான்.

2

ஒரு வாரம் கழிந்து வீட்டுக்கு வந்த அப்பா வழக்கம்போல் கேட்டார்:

"உன் அப்ளிகேஷன் என்னாச்சு?"

பல அப்ளிகேஷன்கள் பல்வேறிடங்களுக்குப் போயிருக்கின்றன. இதில் எந்த அப்ளிகேஷனைச் சொல்கிறார்?

"எதுவும் ஆகல."

குன்னத்துபரம்பு அப்ப நாயர் ஒரு செய்தியுடன் வந்தார். ஹைகோர்ட் ஜட்ஜ் நாராயணன் மேனோன் வீட்டுக்கு வந்திருக்கிறார். நல்ல மனிதர். அவர் பலருக்கும் சிபாரிசுக் கடிதங்கள் கொடுத்திருக்கிறார்.

அப்ப நாயரின் அண்ணன் ஜட்ஜ் வீட்டில் காரியஸ்தனாக இருக்கிறார். அவர் ஜட்ஜிடம் சிபாரிசு செய்தும் பலருக்கு வேலை கிடைத்திருக்கிறது.

"அவரை எனக்கு நல்லாவே தெரியும். என் மாணவன்தான்." அப்பா பலமுறை இதைச்சொல்லி அவன் கேட்டிருக்கிறான். பள்ளிக்கூட வாத்தியாராக இருந்த காலத்தைப் பற்றி அப்பா சொல்லும்போதெல்லாம் ஜட்ஜ் மேனோன் தனது மாணவனாக இருந்ததைப் பற்றியும் சொல்வார்.

அப்ப நாயர் அறிவுறுத்தினார்:

"அவரு காலம்பற சீக்கிரமா எழும்பிப் போயிருவாரு. அதுக்குள்ள போயி, அவர் கூட போனாப் போதும். பாக்கியுள்ள விஷயங்களை எல்லாம் முறையா செய்து தருவாரு."

அப்பாவும் அப்ப நாயரும் ஜட்ஜ் மேனோனின் அதிர்ஷ்டம், தர்மம், ஆகார முறைகள் போன்றவற்றைப் பற்றி பேச ஆரம்பித்ததும் சேது அங்கிருந்து நகர்ந்தான்.

இடைவழியாக நடந்து குன்றின்மீதேறினான். தொலைவில், பாலத்தைக் கடந்து சென்ற ரயிலில் சிவப்புத் தபால் பெட்டியைப் பார்த்தான். மெயில் தாமதமாக வருகிறது. தபாலில் இன்று ஏதாவது வரும்.

ஒவ்வொரு நாளும் நினைப்பதுதான்... காலையில் பாதை வழியே டெலிவரி ஏஜெண்ட் குட்டிநாராயணன் போவதை கமுகந்தோப்பில் இடைவழியாகப் பார்த்துக் கொண்டு நிற்பான்.

முகவரி தெரிந்த எல்லாக் கம்பெனிகளுக்கும் விண்ணப்பம் அனுப்பியிருந்தான். எழுதியெழுதி விண்ணப்பச் சொற்கள்

அனைத்தும் ஒரே மாதிரியாக மாறியிருக்கின்றன. இப்போது யோசிக்காமலேயே விண்ணப்பம் எழுதி விட இயலும்.

'ஹேவிங் கம் டு அண்டர்ஸ்டாண்ட் தாட் தேர் ஆர் எ ஃப்யூ வேகன்ஸிஸ் இன் யுவர் கம்பெனி. ஐ பெக்டு'

சில கம்பெனிகள் இயலாமைக்கு வருத்தம் தெரிவித்து அஞ்சலட்டையில் பதில் எழுதும். வெள்ளைக்காரக் கம்பெனிகள். எதிர்பார்ப்புக்கு முற்றுப்புள்ளி வைக்கும் கருணை அவர்களிடம் மட்டும்தானிருந்தது.

நாவல் கூட்டத்தைத் தாண்டி வேலியேறி கரும்பாறைக் கூட்டங்களின்மீது சென்று நின்றுகொண்டான். தொலைவில் புல் படர்ந்துக்கிடந்த மேய்ச்சல் நிலங்கள் வேலிகட்டிய சர்க்கரை வள்ளிக் கிழங்கு வயல்களாக மாறியிருந்தன. கன்று காலிகள் தனித்தனியாக மேய்கிற குன்றில் சரிவில், போக்கு வெயிலின் நாளங்களிடையே அந்திப் பொழுது தலைகாட்டத் தயங்கித் தடுமாறி நின்றது.

பாறையிலிருந்து இறங்கி வேட்டியை மடித்துக் கட்டி விட்டு திரும்பி நடந்தான். செறுமச் சேரியைச் சுற்றியிறங்கி நாவல் தோப்புக்கு வந்தபோது குரல் கேட்டது:

"அப்பா வீட்டுலேருந்து எப்ப வந்த?"

சுமித்ரா.

வெளிச்சம் மங்கித் தெரிவதாலோ என்னமோ சுமித்ரா கறுத்திருந்தாள். புள்ளி போட்ட ஜாக்கெட் பெரிதாக இருப்பதுபோல் தோன்றியது.

"வெள்ளிக்கிழமை வந்தேன். சுமித்ரா எங்க போற?"

"மாணிவீட்டுக்குப் போயிட்டு வர்றேன். இன்னைக்குச் சீட்டுக் குலுக்கல். எனக்கு அதில அரை சீட்டுண்டு."

சுமித்ராவின் கண் தடங்களில் கருநிழல்கள் பதிந்துக் கிடப்பதுபோலிருந்தன.

"சேதுவை இப்பல்லாம் பாக்கவே முடியலை?"

அவன் பதில் சொல்லாமல் சிரிக்க முயன்றான். பிறகு, பேச்சை மாற்றுவதற்காகக் கேட்டான்:

"என்ன அங்க சத்தம்?"

"சேது இப்பதான் கேட்டிருக்கே. அது எப்பவும் இங்க நடக்குறதுதான்."

"யாரெல்லாம்?"

"கொஞ்சமெல்லாம் நானும் பொறுத்துக்குவேன். பதில் பேசாம இருந்த பிறகும் வம்புக்கு நின்னா என்ன பண்ண முடியும்? கொஞ்ச நேரம் பொறுத்துட்டு, பிறகு நானும் எதையாவது சொல்லுவேன்."

"உங்கூட அவளுக்கென்ன பிரச்சினை?"

"எனக்கென்ன தெரியும்?"

சேது பதில் சொல்லவில்லை.

"இப்ப என்ன அஞ்சலாப்பீசுக்கெல்லாம் போறதில்லையா?"

"எதுக்கு?"

"இல்ல, கேக்குறேன். அஞ்சலாப்பீசுல இருந்து வர்றதப் பாத்திருக்கேன். நான் படிக்கட்டுல இறங்கி நின்னாக்கூட சேது கண்டுக்குறதில்லை."

அலட்சியமாகத்தான் அவள் அதைச் சொன்னாள். ஆனால், சொற்களில் பொதிந்திருந்த வேதனையை அவனால் யூகிக்க முடிந்தது.

"சுமித்ரா நிக்கிறதை நான் பாக்கலை."

மூங்கில் கூட்டத்திலும் நாவல் மரங்களின் இலைப்படர்ப்பு களிலும் இருள் குடிபுக ஆரம்பித்திருந்தது.

"சேதுவுக்கு எப்ப வேலை கிடைக்கும்?"

"முயற்சி பண்ணிட்டுருக்கேன்."

"ஆம்பிள்ளைங்கன்னா எங்க வேணாலும் போலாமே. அதுவே பெரிய விஷயம்தான்." நடந்து சேதுவின் எதிரில் வரும்போது திரும்பிப் பார்க்காமல் கேட்டாள்:

"வேலை கிடைச்சுப் போகும்போது உங்கூட நானும் வரட்டுமா?"

சுமித்ராவின் முகம் தெரியவில்லை. கேலி செய்கிறாளா?

"ஓ... பின்னே?"

"உண்மையாதான் கேட்குறேன். யாராவது கேட்கும்போது சொல்றதுக்குக் கேவலமா இருந்தா, வீட்டு வேலைக்குன்னு ஊர்ல இருந்துக் கூட்டிட்டு வந்திருக்கேன்னு சொன்னா போதும்."

கேலி செய்வதாக நினைத்து உரக்கச் சிரிக்க முடியவில்லை என்பதில் வருத்தம் தோன்றியது.

மங்கிய இருளில் பாஸ்பாம் தொடாமல் அருகருகே நடந்துகொண்டிருந்தார்கள். சேதுவுக்குத் திரும்ப வேண்டிய இடம் வந்தபோது நின்றான். அருகில் சுமித்ரா. மிக மிக நெருக்கமாக. பகலில் எப்போதோ ஈரத்துடன் கட்டி வைத்த தலைமுடியின், உறைந்த வேர்வையின் அருவருப்பூட்டும் நெடி.

அவன் வியப்புடன் நினைவுகூர்ந்தான். சுமித்ரா முன்பு ரத்தத்தில், நரம்புகளில், ரோமக்கால்களில், பார்த்ததும் பற்றிக்கொள்ளும் தீ ஜுவாலையாக இருந்தாள். இப்போது? இல்லை, மிக அருகில் நிற்கும்போதும் மனம் புல்லரிக்கவில்லை. இதயத் துடிப்பு அதிகரிக்கவில்லை.

அவளது முதுகைத் தட்டிக்கொடுத்தான் எதற்கெல்லாமோ ஆறுதல் சொல்வது போல்.

“வரட்டுமா?”

அவனது இடது கைவிரல்களைச் சேர்த்துப்பிடித்துக்கொண்ட சுமித்ரா கேட்டாள்:

“இனி எப்ப பாக்குறது?”

“பாக்கலாம்.”

“அதான் எப்ப?”

“அதுக்கான சந்தர்ப்பம் வாய்க்க வேண்டாமா புள்ளே?”

அவள் கையை விடவில்லை. சேது நடக்க ஆரம்பித்தான். வாடிய மனதுடன் அவளும் கூடவே நடந்தாள்.

தகர்ந்துக் கிடக்கும் வெளித்தோட்டத்தின் வேலியேறினாள். புல்லானிக்கூட்டங்களினூடே நடக்கும்போதும் கையை விடுவிக்க முயற்சி செய்யவில்லை. பழைய தேக்கு மரம் இலையுதிர்த்து அரக்கனின் அஸ்திக்கூடுபோல் நிற்பதைக் கண்டான். அதன்கீழ் வரும்போது கீழே எங்கோ இருந்து பொட்டக்காவளை பூக்களின் வாசம் காற்றில் மிதந்து வருவதுபோல் தோன்றியது. சுமித்ராவின் பிடியை விடுவித்து இன்னொரு கையால் அவளை வளைத்துப் பிடித்து கன்னத்தில் மெதுவாக தட்டி விட்டுச் சொன்னான்:

“நேரம் இருட்டிருச்சு. சுமித்ரா கிளம்பு.”

அவள் சிரித்தாள்.

“எனக்குத் தெரியும். எல்லாமே அவ்வளவுதான்னு.”

அவள் தன்னைப் புரிந்துகொள்ள ஆரம்பித்திருக்கிறாள் என்ற உணர்வு அவனைப் பலவீனப்படுத்தியது. குரூரம்

கலந்த பலத்துடன் அவளைப் பிடித்துத் தன்னுடன் சேர்த்துக் கொண்டான்.

"என்ன சொன்னே, என்ன சொன்னே?"

அர்த்தமற்ற எதையெதையோ சொன்னான். அவள் கேட்க வேண்டுமே?

காய்ந்த இலைகள் உதிர்ந்துக் கிடக்கும் மெல்லிய ஈர மண்ணில் அவளைப் பிடித்து உட்கார வைத்தபோது அவள் மறுக்கவில்லை.

அரக்கனின் எலும்புக்கூட்டில் தங்கி நின்ற காலையில் பெய்த மழைத்துளிகள் இற்று விழுந்தன. மனதுக்குள் ஆவேசத்துக்குப் பதிலாகக் குரூரம்தானிருந்தது.

"முள்ளுக் கிடக்கும் போலிருக்கு. நில்லு சேது."

அவன் அதைக் கேட்டதுபோல் தெரியவில்லை.

எங்கிருந்தோ தூக்கக் கலக்கத்தில் எழுந்து திடுக்கிட்டோடிய காற்றினூடே மூங்கில் படர்ப்புகள் விகார ஸ்வரங்களை வெளிப்படுத்தின.

பொத்தல் விழுந்த தேக்கு மரத்தில் சாய்ந்தபடி சுமித்ராவிடம் நிசப்தமாக விடை பெற்றான். அவள் எதுவும் பேசாமல் இருட்டில் இறங்கிச் சென்றுவிடுவாள் என்றுதான் நினைத்தான்.

கை மூட்டைத் தடவியபடியே வந்து இருளினூடே அவனது முகத்தை அருகில் பார்க்க விரும்புவதுபோல் தலை நீட்டிப் பார்த்த சுமித்ரா கேட்டாள்:

"அப்பா வீட்டுலேருந்து ஏன் சீக்கிரமா வந்துட்டே?"

"சும்மாதான்."

"புஷ்போத்துக்குப் போகலையா?"

"உம்... உம்..."

"அப்புறம்?"

"என்ன அப்புறம்..?"

"யாருக்குமே தெரியாதுன்னு நினைக்கிற."

"என்ன தெரியும்?"

மனதுக்கு மகிழ்ச்சியாக இருந்தது. சுமித்ராவுக்கும் தெரிந்து போய்விட்டது. இனி, நான் ஏமாற்றிவிட்டதாக அவளால்

சொல்ல முடியாது ஒரு குற்றச்சாட்டிலிருந்து விடுபட்ட உணர்வு உருவானது.

“தங்கமணிட்ட இப்படியெல்லாம் நடந்துக்குவியா?”

“எதையாவது பேசிட்டிருக்காதே, சொல்லிட்டேன்.”

அடிப்பதுபோல் கையுயர்த்தி மிரட்டினான்.

“நேரம் ரொம்ப ஆயிருச்சு சுமித்ரா, நீ கிளம்பேன்?”

அவள் புறப்படுவதை எதிர்பார்க்காமல் அவன் நடக்க ஆரம்பித்தான். வேலியின் தகர்ந்துக் கிடந்த பகுதியைக் கண்டு பிடிப்பது இருட்டில் சிரமமாக இருந்தது.

முற்றத்தில் அப்பா நடந்துகொண்டிருப்பதைக் கண்டபோது வேறு பாதையில் நடந்தான். இல்லக்குளத்தில் கால்களையும் முகத்தையும் அலம்பி விட்டு வருவதுபோல் தெற்குப் பகுதி வழியாக வீட்டுக்குள் ஏறும்போது அப்பா சொன்னார்:

“காலம்பற சீக்கிரமா எழும்பிரு. வெயில் ஏர்றதுக்குள்ள போயிட்டு வந்துரணும்.”

“எங்க?”

“அக்கரைக்கு. மேனோன்ட போய் சொல்லி வைப்போம். அதுல மட்டும் குறை எதுக்கு?”

வீட்டுக்குள், இருள் மூடிய தெற்கு அறை வாசலுக்கு வரும்போது அப்பா சொல்வது கேட்டது: “படிக்க வெச்சா மட்டும் போதாது. வேலையும் வாங்கிக்கொடுக்கணும். எல்லாத்துக்கும் நான் ஒருத்தன் வேணும். ஆம்பிள்ளைகளா இருந்தால் அவனவன் தேவைகளைக் கவனிக்கத் தெரியணும். சூடு, சொரணை கொஞ் சமாவது வேண்டாமா? உத்தியோகத்தை யாராவது கையிலா கொண்டு வந்து கொடுப்பா?”

திண்ணையிலிருந்து அம்மா வந்தபோது சொன்னான்:

“அப்பா மட்டும் போனாப் போதும். நான் போவலை.”

அம்மா போருக்குத் தயாரானாள்:

“அப்படின்னா இங்க தெக்கறைக்குள்ளே கண்ணுல கண்ட பொஸ்தவமும் வாசிச்சு சொறிஞ்சிட்டுக் குத்தியிருந்துக்க என்ன? நாய்க்குத் தெரியுமா நல்லது கெட்டது?”

சொல்லிவிட்டு அம்மா வெடுக்கென நடந்து போனாள்.

மூடிய வாசல் கதவைக் கோபத்துடன் தள்ளித் திறந்த அவன் உள்ளே நுழைந்தான்.

3

படியிறங்கும்போது அப்பா கேட்டார்:

"சர்ட்டிஃபிகேட் எதுவும் எடுக்கலையா?"

"இல்லை. எடுக்கவா?"

அப்பா எதுவோ சொன்னார். சரியாகக் காதில் விழவில்லை. அவன் சொன்னான்:

"எடுத்துட்டு வந்துடுறேன்."

திரும்பக் காலடி வைத்ததும் அப்பா, "வேண்டாம்... ஆங்..." என்று தடுத்துவிட்டு சிறு நிராசையுடனும் கோபத்துடனும் மீண்டும் சொன்னார்: "சரி, கிளம்பிட்டேல்லே, எடுத்துட்டு வா."

ஓரக்கறகளை வேகமாகத் தாண்டி வீட்டுக்குள் சென்று இரும்புப் பெட்டியிலிருந்த சர்ட்டிஃபிகேட் கவரை எடுத்துவிட்டுத் திரும்பினான். இதெல்லாம் ஒரு விஷயமே இல்லை. வெறும் மூடநம்பிக்கைகள் என்று மனதுக்குள் மேலும் ஒரு தடவை உறுதி செய்துகொண்டான் தைரியத்துக்காக! வெளியே புறப்படும்போது திரும்ப அழைக்கக் கூடாது. திரும்பி வரக்கூடாது. பழைய கால ஆட்களின் மூடத்தனங்கள். தன்னுடைய வேலை விஷயமென்ற உண்மையை நினைக்கும்போது மனதுக்குள் மீண்டும் அதைரியம் குடிகொண்டது. உலகத்திலுள்ள எல்லா மக்களும் இதுபோன்ற நம்பிக்கைகளுடன்தான் வாழ்கிறார்களா?

இப்படி யோசிக்கும்போது ஆறுதலாகவும் இருந்தது.

கஞ்சிப்பசை அதிகமான அப்பாவின் வெள்ளைச் சட்டையில் ஆங்காங்கே நீலம் படிந்தத் திட்டுகள் தெரிந்தன. நீளமாக விரித்துத் தோளிலிட்ட கறுப்புக்கரை வேட்டி நடக்கும்போது மெல்ல நழுவியிறங்கியது. பத்தடிக்கொரு தடவை அதை மேலே உயர்த்தி விட்டுக்கொண்டார். வேட்டியின் கீழ்ப்பகுதியின் இரு ஓரங்களையும் உயர்த்தி குடைக் கம்புடன் சேர்த்துப் பிடித்தபடி வேகமாக நடந்தார்.

இரவில் படுக்கப்போகும்போது ஜட்ஜ் மேனோன் அல்ல, கவர்னராக இருந்தாலும் பார்க்கப் போவதில்லையென்று முடிவு செய்தான். யோசித்துப் பார்க்கும்போது பயமாகவும் இருந்தது. அதிர்ஷ்டம் ஒருவேளை வாசலில் வந்து நிற்குமாக இருக்கலாம். அவரது சிபாரிசுக் கடிதம் புதியதொரு உலகத்தைத் தன் முன் திறந்து வைக்கக்கூடும். போகவே மாட்டேன் என்று பிடிவாதமாக இருப்பது முட்டாள்தனம். இதன் மூலம் எதையும் இழந்துவிடப் போவதில்லையே? எதிர்காலத்தில் ஒருவேளை இதை நினைத்து

வருத்தப்பட நேரிடலாம் அல்லவா? கடைசியில் ஜட்ஜைப் பார்க்கப் போவதாகவே முடிவு செய்தான்.

வயலின் குறுக்காக கடந்து பாதையில் ஏறும்போது எதிரில் மாதவன் மாமா வந்தார். அப்பாவுக்கு வழி விட்டு விலகி நின்ற மாமா பவ்யமாகக் கேட்டார்:

"எங்க பயணம்?"

"அக்கரைக்கு."

மாதவன் மாமா கொஞ்சம் நவீனமாகியிருப்பதுபோல் சேதுவுக்குத் தோன்றியது. டபுள் வேட்டி உடுத்தியிருந்தார். தையல்காரன் கொண்டு வரும் பனியனுக்குப் பதிலாக, பட்டணத்துக்குச் சென்ற யாரிடமோ சொல்லியனுப்பி வாங்கிய புதிய பனியன். கையிலும் கழுத்திலும் வெள்ளைப் பட்டு நூலால் தைத்தது.

ஆற்றில் ஐப்பசி மழையின் சீற்றம் அடங்கியிருந்தது. தோணி அக்கரையில் நின்றிருந்தது. அது வருவதை எதிர்பார்த்து நிற்கும்போது பலபேர் வந்து விசாரித்தார்கள்.

"அப்பாவும் மகனுமாக எங்க பயணம்?"

கேட்டவர்களிடம் எல்லாம் அப்பா விவரித்துச் சொல்வதைக் கேட்கும்போது வெட்கமாக இருந்தது. ஜட்ஜ் மேனோனைப் பார்க்க... இவனோட ஒரு வேலை விஷயமாப் பேசுறதுக்கு... பார்ப்பவர்களிடம் எல்லாம் இதை விவரிக்க வேண்டுமா? இத்துடன் விட மாட்டார். முன்பு, மேனோனுக்குத் தான் படித்துக்கொடுத்ததையும் விவரித்து விட்டுதான் முடிப்பார்.

அப்பா முப்பது வருடங்களாக பல்வேறிடங்களில் வேலை பார்த்தவர். ஆனாலும் இப்போதும் அவர் தனி கிராமப்புற ஆள்தான். பேச்சில், நடவடிக்கைகளில் எல்லாமே! கேட்கிற எல்லாரிடமும் அவர் தனது வரலாற்றை ஒப்புவிப்பதில் அவனுக்குப் பெருத்தக் கோபமிருந்தது.

போஸ்ட் மாஸ்டர், ஜட்ஜ் மேனோனின் வீட்டுக்குப் போயிருக்கிறார். அன்று அவர் ஹைகோர்ட் ஜட்ஜ் ஆகவில்லை. அந்தப் புரிதலை வைத்து அவர் சொன்னார்:

"அவரோட இப்போதைய நிலமை என்னன்னு நினைக்கிறீங்க? மதறாஸ்ல ஒரு வீடு வாங்கியிருக்காராம். அது பாக்க வேண்டிய ஒரு வீடுதாம்னு சொல்றாங்க. அவரு நினைச்சா இதெல்லாம் ஒரு விஷயமே இல்லை."

ஓடைப்பாலத்தின்மீது அழுக்குத் துண்டைப் போர்த்தியபடி கூனிக்குறுகி உட்கார்ந்திருந்த ஒருவர் அதை ஏற்றுச் சொன்னார்:

"ஊர்க்காரங்களுக்கு அவரால எந்தப் பிரயோஜனமுமில்லைன்னும் சொல்லிர முடியாது. நம்ம சங்குண்ணியோட பையன் சாத்துக்குட்டிக்கு வேலை வாங்கிக்கொடுத்தது அவருதானே? இப்ப அவன் ஒற்றப்பாலம் கோர்ட்டுல அமீனா இருக்கான்."

முகத்தைப் பார்க்காமல் காலடியில் கிடக்கும் கருங்கல் ஜல்லியைப் பார்த்துப் பேசும் இந்த வயதானவரை தபால் அலுவலகச் சுற்று வட்டாரத்தில் அவன் பல தடவைப் பார்த்திருக்கிறான். பெயர் தெரியாது. தெற்குத்தலையில் எங்காவது இருக்க வேண்டும்.

எதுவாயினும் மகனின் உத்தியோக விஷயத்தை அப்பா பொதுஜன விவாதத்துக்கு வைத்திருக்கிறார்.

அவன் சர்ட்டிஃபிகேட் கவரைப் பார்த்தான். யாராவது அது என்ன என்று கேட்கக் கூடும். உண்மையைச் சொன்னால் போதும். அதைப் பார்க்கவும் அவர்கள் ஆசைப்படலாம். ஆனால், அவர்களால் அதைப் புரிந்துகொள்ள முடியாது. ஒருவேளை, காகிதத்தைப் பற்றி, அதன் நிறத்தைப் பற்றி, அச்சடித்த எழுத்துக்களைப் பற்றி கருத்து சொல்லக்கூடும். சட்டைக் கழுத்தை உயர்த்தி கவரை பனியனுக்குள் வைத்தான்.

தோணி வந்தபோது அப்பா எல்லோரிடமும் விடைபெற்றார். அக்கரையை அடைந்தபோது தோணியை எதிர்பார்த்து நிற்பவர்களில் சிலர் விசாரித்தார்கள். அப்பாவும் மகனும் எங்கே புறப்பட்டு விட்டீர்கள்?

கழுதை மட்டும் இல்லை. அப்பாவும் மகனும் கழுதையும் இருந்திருக்க வேண்டும். வெயில் காலத்தில் ஆறு, காய்கறித் தோட்டமாக மாறுகிறது. ஐப்பசி வெள்ளம் வடிந்த நிலையில் தோணிகள் சேறு தட்டிக் கிடந்தன. பழைய வழிகள் சேற்றில் அமிழ்ந்துக் கிடந்தன. புரட்டாசி நடவுக்காக உழுதுபோட்ட வயல் வரப்பிலேறியபோது நடையின் வேகம் குறைந்தது. அப்பா சற்று முன்னால் நடந்துகொண்டிருந்தார்.

முன்பு, சித்தப்பா வைத்திருந்த மளிகைக்கடையைத் தாண்டிதான் போக வேண்டும். அந்தக் கட்டடம் அப்படியே இருந்தது. கடையை பாதி இடத்திலாக்கி இருக்கிறார். கல்லாப்பெட்டியின் முன் வட்டத்தாடி வைத்த ஒரு மாப்பிளை உட்கார்ந்திருந்தான். இன்னொரு பகுதியில் சாயாக்கடை. நெசவு

ராவுத்தர்களின் வீடுகளைக் கடந்து குண்டன் இடைவழியில் இறங்கி வேலியோ எல்லையோ இல்லாத வெட்டவெளியைக் குறுக்காகக் கடந்து மீண்டும் இடைவழியில் நடந்தால் கோயில் நடை. அப்பா செருப்பைக் கழற்றிவிட்டு முதல் கருங்கல் படியில் ஏறி நின்று மேல்முண்டை இடுப்பில் சுற்றி, கண் மூடிப் பிரார்த்தனை செய்தார்.

அங்கே நின்றால் கோயில் தெரியாது. இடிந்துத் தகர்ந்துக் கிடக்கும் கருங்கல் படிகள் முடியுமிடத்தில் ஒரு பெரிய அரச மரம் நின்றிருந்தது.

கும்பிடவா? கண்மூடி ஒரு நிமிடம் பிரார்த்தித்தான்: "தேவி பகவதீ, காப்பாத்தம்மா." போதும். மனதுக்குள் பிரார்த்தனை செய்தால் போதும். பக்தி மனதுக்குள்தான் இருக்க வேண்டும்.

கும்பிட்டு முடித்தவிட்டு அப்பா, பின்னால் சேது நிற்கிறானா என்று திரும்பிப் பார்த்துவிட்டு மீண்டும் நடந்தார்.

ஒரு மைல் தூரம் நடந்தபிறகு வயலோரம் பெரிய ஓடு வேய்ந்த ஒரு கட்டடம் இருப்பது தெரிந்தது. அப்பா நடையின் வேகத்தைக் குறைக்காமல் திரும்பிப் பார்த்து சொன்னார்:

"அதோ, அந்த வீடுதான்."

வெயில் சூடேற ஆரம்பித்திருந்தது. மதில்கூடத்தில் ஏறியபோது திண்ணை முற்றத்தில் யாரெல்லாமோ காத்திருப்பது தெரிந்தது. காதில் துளசிப்பூவும் நெற்றியில் பெரிய சந்தனத் திலகமுமாக ஈரத்துண்டைப் போர்த்திக்கொண்டு ஒரு இலைக் குடுவையுமாக எதிரில் படியிறங்கிய நம்பீசனிடம் அப்பா கேட்டார்"

"பெரியவரில்லையா?"

"ஆங் ... இருக்கார்."

நடைபாதையின் இருபுறமும் குதிரை வால் செடிகள் பெரிதாக வளரும் பூச்சட்டிகள். சிமெண்ட் போடப்பட்ட முற்றத்துக்கு வந்தபோது வராந்தாவிலும் வெளியிலும் காத்து நிற்பவர்களின் கண்கள் புதிதாக வருபவர்களைக் கேள்வி கேட்பதுபோல் தோன்றின. திண்ணையில் ஏறிய சேது திடீரென்று தன்னை கோழையாக உணர்ந்தான். வராந்தாவிலிருந்து செல்லும் பெரிய அறையில் சாய்வு நாற்காலியில் சாய்ந்திருக்கும் சிறு நரை படர்ந்த, கண்ணாடி அணிந்தவர்தான் ஜட்ஜ் மேனோனாக இருக்கும். அந்த அறைக்குள் யார் யாரெல்லாமோ பேசிக்கொண்டிருந்தார்கள். அப்பா பின்பக்கமாக ஒதுங்கி நின்றுகொண்டார்.

வராந்தாவின் திறந்துக்கிடக்கும் வாசலின் முன் நின்று அப்பா கை கூப்பிக் கும்பிடுவதைப் பார்த்தான்.

முன்பு நான்காம் வகுப்பில் படித்த வஞ்சிப்பாட்டு வரிகள் அப்போது நினைவுக்கு வந்தன: 'மார்பில் வேர்வை மணக்கும் தோழனை மார்போடணைத்து'–கிருஷ்ணன் மாஸ்டர் சொல்கிற வரிகள்.

தோழன் அல்ல, இங்கே குருநாதன்.

ஜட்ஜ் மேனோன் சாய்வு நாற்காலியிலிருந்து எழுந்து வந்து அப்பாவைக் கைப் பிடித்து உள்ளே அழைத்துச்செல்லும் காட்சியைக் காண்பதற்காக அவன் பொறுமையிழந்து காத்து நின்றான்.

ஜட்ஜ் மேனோன் யாரிடமெல்லாமோ பேசுவதனிடையில் அப்பாவை சரியாக கவனித்திருக்கமாட்டார். கவனிக்கவே இல்லையென்று சொல்லிவிட முடியாது. நேரெதிரில் வாசலின் முன்னால்தான் அப்பா நிற்கிறார். வந்தவர் யாரென்று ஒருவேளை புரிந்திருக்காது. வாசலின் எதிரிலிருந்து விலகி வராந்தாவின் கடைசி வரைக்கும் நடந்தார்.

மீண்டும் வந்து சில நிமிடங்கள் கைகூப்பியபடியே எதிர்பார்ப்புடன் நின்றுகொண்டிருந்தார். பிறகு, மெல்ல கிழக்கு வராந்தாவில் சேதுவின் பக்கம் நடந்து வந்தார். வராந்தா முடிவிலுள்ள சுற்று அழிப்பலகையைப் பிடித்தபடி சேது தோட்டத்தைப் பார்த்து நின்றுகொண்டிருந்தான். வெளியே தயக்கத்துடன் நின்றுகொண்டிருப்பவர்கள் இப்போது அப்பாவையும் தன்னையும் கவனித்துக்கொண்டிருப்பார்கள். திரும்பிப் பார்க்க தைரியம் வரவில்லை. வேலைக்கான சிபாரிசுக் கடிதம் வாங்குவதற்காக வந்த பையன்கள் யாராவது அதில் இருப்பார்களா?

கிழக்கு முற்றத்துக்கு இறங்கும் படிகளில் வராந்தா சென்று முடிவடைகிறது. சமையல் கட்டு அந்தப் பகுதியில்தான் இருக்க வேண்டும். வராந்தா வாசல் வழியாக ஒருவர் வெளியே இறங்கினார். கெண்டைக்கால் வரைக்கும் டவலை உடுத்தி, இலேசானக் கூனுடன் அவசரமாக நடக்கும் அவர்தான் காரியஸ்தன் கோவிந்தன் நாயர். அவர் மூன்று நான்கு முறை முற்றத்திலிறங்கினார். மீண்டும் வீட்டுக்குள் சென்றார். தாமதமாகவேனும் அவரைக் கண்டதுமே அப்பா மெல்ல அவரை நோக்கி நடந்தார்.

கோவிந்தன் நாயர் செம்புப் பாத்திரத்தை வாசலின் உள்ளே நீக்கி வைத்துவிட்டு அப்பாவின் அருகில் வந்தார். அவர்கள்

பேசுவதை அவன் பார்த்தபடியே நின்றிருந்தான். மனதுக்குள் கோபமிருந்தது. சிபாரிசு செய்யக் கிடைத்த ஆள் இந்தக் கூனன் வேலைக்காரனா?

அப்பாவுடன் அவர் சேதுவின் அருகில் வந்தார். சேது சிரிக்க முயற்சி செய்தான்.

வராந்தாவில் கிடந்த பெஞ்சில் அப்பாவை உட்காரச் சொன்னார். அப்பா தயங்கியபோது வற்புறுத்திச் சொன்னார். அப்பா உட்கார்ந்ததும் சேது அப்பாவின் அருகில் விலகி நின்றான்.

கோவிந்தன் நாயர் குரல் தாழ்த்திச் சொன்னார்: "காலையிலிருந்து ஆட்கள் வந்துட்டே இருக்காங்க. அப்படித்தான் இருக்கும். சொல்லிப் பிரயோஜனமில்லை. வராத ஆளில்லையா? நான் போய் அவருட்ட சொல்றேன்" என்று சொல்லிவிட்டு, சேதுவைப் பார்த்துச் செல்லமாகக் கடிந்துகொண்டார்: "நீ அங்க ஒரு பக்கம் உட்காரு"

சேது வேண்டாமென்றான்.

அப்பா உட்கார்ந்திருக்கும் பெஞ்சின் அருகில் நின்றால் முன்பக்க வராந்தாவில் நிற்பவர்களின் பார்வையில் படாமலிருக்கலாம். அவர்களில் சிலர் மெல்ல கிழக்கு மூலைக்கு வருவதும், இலேசாகப் பார்த்துவிட்டு மீண்டும் முன்பக்கமாகத் திரும்பிச் செல்வதுமாக இருந்தார்கள்.

வாழைத்தோப்பில் எச்சில் இலைக்குழியின் அருகில் மண்புரண்ட நாய்க்குட்டிகள் விளையாட்டுச் சண்டைபோட்டன. கண் திறந்து அதிக நாட்கள் ஆகியிருக்காது. எலும்பும் தோலுமாக தெரு நாய் ஒன்று கண்களை மூடிக்கொண்டு படுத்திருந்தது.

வேர்வையில் பனியன் நனைந்திருந்தது. பனியனுக்குள்ளிருந்த சர்ட்டிஃபிகேட் வைத்திருந்த கவரை வெளியே எடுத்தான். கவர் நினைந்திருந்தது. அதிலிருந்தக் காகிதங்களை மெதுவாக வெளியே எடுத்தான். யூனிவர்சிட்டி சர்ட்டிஃபிகேட் நனையவில்லை. பேராசிரியர் தந்த கான்டாக்ட் சர்ட்டிஃபிகேட் நனைந்து மை படர்ந்திருந்தது. இந்த சான்றிதழ் கிடைத்த நாளன்று ஏதோ புதையல் கிடைத்த மகிழ்ச்சி ஏற்பட்டது. விடைபெறுவதற்காக சாயங்கால நேரத்தில் அவரது வீட்டுக்குச் சென்றிருந்தான். காசநோயாளியான பேராசிரியர் மிக மெதுவான குரலில் பேசும்போது வேதனை இருப்பதுபோல் தோன்றும். மாஸ்டரின் இளைய மகள் ஓவல் டின் கொண்டு வந்து தந்தாள். ஒரு நன்னடத்தை சான்றிதழ் வேண்டுமென்று சொன்னான். கண்ணாடியை எடுத்து அணிந்துவிட்டு மகளை அழைத்தாள்.

அவள் கொண்டுவந்த லெட்டர் பேடை வாங்கி எழுத ஆரம்பித்தார். அரை மணி நேரமாயிற்று எழுதி முடிப்பதற்கு. திரும்ப அறைக்கு வந்து வாசித்தபோது மகிழ்ச்சியில் தளர்ந்துபோய் விட்டான். பிர்லியண்ட், இமாஜினேட்டிவ், மேன் ஆஃப் புஷ் அன்ட் இனிஷியேட்டிவ்... வார்த்தைகளைத் தாராளமாகப் பயன் படுத்தியிருந்தார். காலேஜ் மேகஸினில் வந்த கவிதைகளை முன்வைத்து தன்னுடைய ஸ்டைலையும் கற்பனையையும் பற்றி புகழவும் அவர் மறக்கவில்லை.

அவன் அதை தனிப்பட்ட முறையில் பலரிடமும் காட்டினான். விண்ணப்பங்களுடன் அதன் நகலை வைக்கும்போது பெருமையாக இருக்கும். இதில் சொல்லப்பட்டிருப்பவன் நான்தான். என்னுடைய விண்ணப்பம்தான் இது.

ஆனால், யாருமே அதை வாசித்திருக்க மாட்டார்கள். கம்பெனி, அலுவலக மேதாவிகளின் அறையைக் கூட்டுகிற வேலையாட்கள் அள்ளிக்கொண்டு போகும் காகிதங்களில் அதுவும் இடம் பிடித்திருக்கும்.

சமையல் கட்டுத்தளத்தின் வாசலைக் கடந்து வேகமாக வந்த கோவிந்தன் நாயரின் கைகளில் இரண்டு கண்ணாடித் தம்ளர்களில் சாயா இருந்தது. நிரம்பி தழும்பும் தம்ளர்களை அப்பாவின் பக்கத்தில் வைத்துவிட்டு அவர் அழைத்தார்:

"இந்தா சாயா குடி. ஒரு அஞ்சு நிமிசம். ஒற்றப்பாலத்திலிருந்து வக்கீல் மாதவன் மேனோன் வந்திருக்கார். இப்ப போயிருவார்."

சாயா தம்ளரை விருப்பமில்லாமல் உதடுகளில் வைத்தபோது சிந்தியது. கீழே வைத்த காலித் தம்ளரை வைத்தே பெஞ்சில் வடிந்திருந்த சாயாவைத் துடைத்தான்.

தோட்டத்தில் சண்டை போட்டுக்கொண்டிருந்த நாய்க்குட்டிகள் விளையாட்டை நிறுத்திவிட்டு, சாய்ந்தபடி கால்களை நீட்டி வாய் திறந்து சிரித்துக் கிடக்கும் தெரு நாயின் சப்பிய மாரை இழுத்துக் குடித்துக்கொண்டிருந்தன.

யாரெல்லாமோ படியிறங்கினார்கள்; ஏறினார்கள். ரவிக்கை அணிந்த வயதான ஒரு பெண் வராந்தாவின் கடைசி வாசலைக் கடந்து வெளியே வந்து கை விரலில் சுற்றிய முடிச்சுருளை உருவி முற்றத்தில் எறிந்துவிட்டுத் திரும்பி உள்ளே போனாள். கோவிந்தன் நாயர் எந்த நிமிடமும் வரலாம் என்ற எதிர்பார்ப்புடன் அவர்கள் காத்திருந்தார்கள்.

"மணி என்ன?"

அப்பா கேட்டார்.

படியிறங்கிய பிறகு அப்பா முதன் முதலாகத் தன்னிடம் நேரடியாகக் கேட்பது இதுதான் என்பது அவனது நினைவுக்கு வந்தது.

என் கையில் வாட்ச் இல்லை என்றுதான் சொல்லத் தோன்றியது. சொல்லவில்லை. வெளியே வெயிலைப் பார்த்தபடி சொன்னான்:

"பதினொண்ணு இருக்கும்."

படிக்கிற காலத்தில் எப்போதுமே பணமுடைதான். எல்லாக் கஷ்டங்களும் நமக்கு தான் என்று தோன்றியது. யார் மீதெல்லாமோ எதிர்ப்புணர்வு இருந்தது. இப்போதுதான் புரிகிறது, வழமானதொரு காலத்தை இழந்து நிற்கிறோம். படிக்கிறேன் என்று சொல்லும் போது தலையுயர்த்தி நிற்க முடிந்தது.

"என்ன பண்றே?"

"பிஏ படிக்கிறேன்."

காரியஸ்தனின் கறுத்து வளைந்த உருவம் வெளித்திண்ணையில் தியானத்தில் இருக்கும்போது பலவற்றையும் நினைவுகூரத் தோன்றியது.

ஹைஸ்கூல் டிபேட்டிங் சொசைட்டிக்காக பாராமல் படித்த சொற்பொழிவுகள்:

— இன்றைய மாணவர்கள் நாளைய குடிமக்கள். இதே இளம் தலைமுறையினர் தான் எதிர்காலத்தில் பொறியாளர்களாகவும் மருத்துவர்களாகவும் ஆசிரியர்களாகவும் அரசியல் தலைவர்களாகவும் வடிவம் பெறுகிறார்கள்.

இதையெல்லாம் யார் எழுதித் தந்தார்கள்?

— கரகோசங்கள்.

பள்ளிக்கூடத்தில் நடந்த ஆண்டு விழாவின்போது உடல் சிலிர்க்கக் கேட்டு நின்ற கரகோசங்கள்.

இரண்டு ஷெட்டுகளினிடையே மேடையாக மாற்றிய காலியிடம். முன் வரிசைச் செயர்களில் சிறப்பு விருந்தினர்கள். மெயின் ஹால் வராந்தாவுடன் சேர்த்துக் கட்டப்பட்ட மேடையில் நின்று தலைமையாசிரியர் பரிசு பெற்றவர்களின் பெயர்களை வாசிக்க ஆரம்பிக்கும்போது நெஞ்சுத் துடிப்புடன் காது கூர்ந்து நிற்பான்.

சிக்ஸ்த் ஃபாம். ஜெனரல் ப்ரொஃபிஷியன்சி ஃப்ர்ஸ்ட் பிரைஸ்: சேது மாதவன் – மாணவர்களும் மாணவிகளும் நெருக்கமாக அமர்ந்திருக்கும் கூட்டத்தினிடையில் நடை வழியினூடே மேடைக்குச் செல்லும்போது சிக்ஸ்த் ஏ பிரிவினர் கரகோசம் எழுப்ப ஆரம்பித்தனர். அது சுற்றிலும் தாளத்துடன் வியாபித்தது. அலைகள் போல்.

திரும்ப வந்து உட்கார்ந்துப் புத்தகங்களைப் புரட்டும்போதும் கவனம் பெயரை அழைப்பதில்தான் இருந்தது. ஜெனரல் நாலேட்ஜ் ஃபர்ஸ்ட்: சேது மாதவன் சிக்ஸ்த் ஏ.

அன்பளிப்பை வாங்கினான். தலைமை தாங்கிய டாக்டரையும் சபையோரையும் வணங்கிவிட்டு இறங்கும்போது ஹெட் மாஸ்டர் சொன்னார்:

“இரு போகலாம்.”

வெர்ஷிஃபிகேஷன் ஃபர்ஸ்ட் பிரைஸ்...

மீண்டும் மேடையேறும்போது நண்பர்களிடையே சிரிப்புப் படர்ந்தது. கரகோசங்கள், பெரும் சத்தத்துடன்.

கையெழுத்துப் பத்திரிகை நடத்துவதற்காக மாணவர்களைத் திரட்டிய பிஷாரடி சார் நினைவூட்டினார்: சேது மாதவனுக்கு நல்ல எதிர்காலம் காத்திருக்கிறது.

நல்ல எதிர்காலத்துக்காக சேது மாதவன் காத்திருந்தான்.

ஹரிதாசனும் சொல்லியிருக்கிறான். காலேஜிலும் பலர் சொல்லியிருக்கிறார்கள். பரீட்சை ஒருபோதும் அவனைப் பயமுறுத்தியதில்லை. பரீட்சைக்குப் படிக்க வேண்டிய நாட்களின் தொடக்கத்தில் நோட்டுகளும் புத்தகங்களும் தேடி நடக்கும்போது மற்றவர்கள் இரகசியமாகச் சொல்வார்கள்: ‘நாம என்னதான் முட்டிப்போட்டாலும் முப்பத்தைஞ்சை தாண்டாது. அவனுக்குப் புரட்டிப் பாத்தாலே போதும்.’

– யூ ஹேவ் பிரைட் ஃப்யூச்சர்.

– ஒய் டோண்ட் யூ ட்ரை ஃபார் ஐஏஎஸ்?

இதோ, காரியஸ்தன் கோவிந்தன் நாயர் மீண்டும் எதிரில் வந்திருக்கிறார்.

“வாங்க. அவங்க போகட்டும்னு நின்னா உங்க வேலையும் நடக்காது, என் வேலையும் நடக்காது.”

அப்பா அதுவரைக்கும் கையிலிருந்த குடையை பெஞ்சில் படுக்க வைத்து விட்டு எழுந்து மேல் முண்டை இழுத்து நேராக்கி விட்டு செருப்பைக் கழற்றிவிட்டு முன்னால் நடந்தார்.

கோவிந்தன் நாயர் அவரசப்பட்டார்: "வாங்க, கூட நடந்து வாங்க."

அவரது பின்னால் அப்பா நடந்தார். கூடவே சேதுவும். பதற்றத்தையும் கூச்சத்தையும் வெளிக்காட்டாமலிருக்க அவன் முயற்சி செய்தான். அப்பாவின் பின்னால் நடந்துபோய்ச் சேர்ந்த அந்தப் பெரிய அறைக்குள் ஐட்ஜுடன் மற்றும் மூன்று பேரிருந்தார்கள். ஐட்ஜை இப்போதுதான் அவன் அருகில் பார்க்கிறான். வெள்ளை அரைக்கை ஷர்ட்டும் தோளில் டர்க்கிஷ் டவலும். களையிழந்தக் கண்கள் தடித்த கண்ணாடியினூடே எட்டிப் பார்ப்பதுபோல் தோன்றியது.

"என்ன?" அவர் சிரிக்க முயற்சித்தபடி நிமிர்ந்து உட்கார்ந்தார். கோவிந்தன் நாயரையும் அப்பாவையும் மாறி மாறிப் பார்த்துவிட்டு மீண்டும் கேட்டார்: "என்ன?"

அப்பா கூப்பியக் கைகளுடன் நின்றுகொண்டிருந்தார்.

கோவிந்தன் நாயர் அறிமுகம் செய்து வைத்தார்:

"அக்கரையிலேருந்து, நாங்க அக்கம் பக்கமுள்ளவங்க."

சேது குனிந்தத் தலையுடன் நின்றிருந்தான்.

அறிமுகம் போதாது என்று கோவிந்தன் நாயர் நினைத்திருக்க வேண்டும். மீண்டும் சொன்னார்:

"அதிரற்றக்கோடு குன்று பள்ளிக்கூடத்தில கொஞ்ச வருஷம் ஆசிரியரா வேலை பாத்தார்."

அப்பா கையை தாழ்த்தி விட்டுச் சொல்ல முயற்சி செய்தார்:

"ஐயாவுக்கு நான் ..."

முழுவதும் சொல்வதற்குள் கண்ணாடியைக் கழற்றிவிட்டு, மூடிய கண்களைக் கசக்கி விட்டுக்கொண்டு கேட்டார்:

"என்ன விஷயம்?"

அப்பா சொன்னார்: "என் மகன். இப்ப பிஏ. பாஸாயிருக்கான். வேலை ஒண்ணும் இதுவரை சரியாகலை."

"டீச்சர் டிரெய்னிங் போயிருக்கலாமே?"

சேதுவிடம்தான். அவன் பதில் சொல்லவில்லை. முகத்தில் பணிவை வெளிப்படுத்தியபடி சிரிக்க முயன்றான்.

"ஊர்லேயே ஏதாவது வேலை கிடைக்கணும்னா அதுதானே சரியா இருக்கும்?"

அப்பா சொன்னார்: "எங்க கிடைச்சாலும் பரவால்லை. நான் ரிட்டயர்ட் ஆயிட்டேன்."

தனது பொறுப்புகளைச் சொல்லத் தொடங்குவார் போலிருந்தது.

"இப்பல்லாம் முன்ன மாதிரியில்லை. ரொம்பக் கஷ்டம்."

அவர் நினைவூட்டினார்.

"நல்ல மார்க் வாங்கியிருக்கான். சர்ட்டிஃபிகேட் கொண்டு வந்திருக்கான்."

அப்பா சர்ட்டிஃபிகேட்டுக்காக சேதுவின் பக்கம் கை நீட்டினார்.

துவாலையால் முகத்தைத் துடைத்துவிட்டு ஜட்ஜ் மீண்டும் சிரித்தார்:

"நான் பாத்து எதுவும் ஆகப்போறதில்லை. வேலை போட்டுக் கொடுக்குறதுக்கான அதிகாரமெல்லாம் எனக்குக் கிடையாது. இன்னொருத்தர்கிட்ட நான் சிபாரிசு பண்ணவும் கூடாது."

கோவிந்தன் நாயர் பணிவுடன் செயரை வலம் வந்து உள்ளே போய்விட்டார்.

"சரி, சரி, யோசிக்கிறேன்."

சொல்லிவிட்டு இடது பக்கமிருந்த, தடித்தக் கண்ணாடிக்கார னிடம் கேட்டார்:

"தென்? வாட் வாஸ் தி இம்மீடியட் ப்ரொவொக்கேஷன்?"

சேது பிரார்த்தனை செய்தான். அப்பா சீக்கிரமாக வெளியே வந்து விடமாட்டாரா? இல்லையென்றால் அடுத்ததாக அவர், 'நீங்க போகலாம்' என்று சொல்லக்கூடும். அதிர்ஷ்டவசமாக அப்பா கைகூப்பிச் சொன்னார்: "நாங்க கிளம்புறோம்."

வெளியே வந்தபோது வேர்த்துக் குளித்திருந்தான். வாழைத்தோப்பிலிருந்து வரும் ஈரக்காற்று உடம்பில் பட்டபோது வற்றிப்போனதாகத் தோன்றிய இரத்தம் மீண்டும் முகத்தில் ஓட ஆரம்பித்ததுபோலிருந்தது.

கிழக்கு வராந்தாவுக்குச் சென்ற அப்பா செருப்பை அணிந்துகொண்டு குடையை எடுத்தார். அப்பாவின் முகத்தைப் பார்க்கவில்லை. அப்போது சமையல் கட்டு வாசலைக் கடந்து கோவிந்தன் நாயர் வந்தார். மிகப்பெரிய ஒன்றை சாதித்துத் தந்த திருப்தியிருந்தது அவரது முகத்தில்.

"என்ன புறப்படுறீங்களா?"

"ஆமா, கிளம்புறோம்."

"அதெல்லாம் முடியாது. சாப்பாட்டுக்கு நேரமாயிருச்சு. இங்க பதினொண்ணு மணிக்கெல்லாம் சாப்பாடு தயாராயிரும். சாப்பிட்டுட்டுப் போகலாம். அதுக்கெல்லாம் இங்க எந்தக் குறையுமில்ல."

அப்பா அதைக் காதில் வாங்கிக்கொள்ளாமல் மேல்முண்டை உதறித் தோளிலிட்டபடி "நாங்க வர்றோம்" என்றார்.

"ஐயாகிட்ட எல்லாம் சொல்லிட்டீங்களா?"

"உம்..."

"என்ன சொன்னார்?"

அப்பா ஆர்வமில்லாமல் சொன்னார்:

"யோசிக்கிறேன்னாரு."

"போதும். அப்படித்தான் சொல்வார். ஆனா, சொன்னா சொன்னதுபோல இருக்கும். ஊர்க்காரங்கன்னா தனியாக் கவனிப்பார். நாளைக்குப் போறார். நேரம் கிடைக்கும்போது நானும் ஞாபகப்படுத்துறேன்."

கோவிந்தன் நாயரைப் பார்த்து சிரித்துத் தலையாட்டி விடைபெற்ற அப்பாவுடன் சேதுவும் புறப்பட்டான்.

வெயில் கொளுத்த ஆரம்பித்திருந்தது. அம்பலவட்டத்தை அடைந்தபோது அப்பா கருங்கல் படியின்கீழ் நின்றார். செருப்பைக் கழற்றிவிட்டு சாமி கும்பிடுவதற்காக ஏறியபோது சேது அப்பாவை எதிர்பார்த்து நிற்காமல் நடந்தான்.

4

அறுபது மைல் தொலைவிலுள்ள அந்த நகரைப் பற்றி அடிக்கடி அவன் கேள்விப்பட்டிருக்கிறான். முதன் முதலாக இப்போதுதான் அங்கு வருகிறான். கல்லூரிக் காலத்தில் அங்குள்ள பலர் அவனுடன் படித்துக்கொண்டிருந்தார்கள். அவர்களை நினைவுப்படுத்திப் பார்க்க முயன்றான். கடந்து

போகிறவர்களில் தெரிந்த முகம் தென்படுகிறதா என்ற எதிர் பார்ப்பில்லாமல் பார்த்தான்.

சிறு அளவில் சாரல் மழை பெய்துகொண்டிருந்தது. குண்டும் குழியும் நிரம்பிய வழிப்பாதையில் நேற்று பெய்த மழை, பெருவெள்ளமாகக் கெட்டிக் கிடந்தது. புகைவண்டி நிலையத்திலிருந்துப் பயணிகளை ஏற்றிக் கடந்துசெல்லும் வாகனங்களுக்காக ஒடுங்கிய பாதையோரம் விலகி நின்றான். ஒரு குதிரை வண்டிக் கடந்து போனபோது பள்ளத்தில் பதிந்த அதன் குளம்புப் பட்டு செம்மண் கலந்த தண்ணீர் நாலாபுறமும் தெறித்தது. நல்ல வேளை உடம்பில் படவில்லை. முன்னால் சென்றவர்கள் சேற்று நீரைத் துடைத்துவிட்டுத் திட்ட ஆரம்பிப்பதற்குள் குதிரைவண்டிக் கடந்து போயிருந்தது.

ஓடைப்பாலம் ஏறியிறங்கியபோது ஒரு ஓட்டல் பலகைக் கண்ணில்பட்டது. ஜூபிலி ஹோட்டல் – போர்டிங் அண்ட் லாட்ஜிங். நடுத்தர ஓட்டல் என்று புரிந்ததும் ஏறினான். ரூம் இருந்தது. இரண்டரை ரூபாய் வாடகை.

ஆஸ்பெஸ்டாஸ் ஷீட்டுகளால் பிரிக்கப்பட்ட அறைகள் ஒவ்வொன்றும் ஒரு பெரிய பெட்டியின் அளவுதானிருக்கும். எண்ணெயும் அழுக்கும் புரண்ட அசுத்தமான படுக்கையில் வேலைக்காரச் சிறுவன் ஈரம் காயாத ஒரு நீல நிறத் துணியைக் கொண்டு வந்து விரித்தான். ஆஸ்பெஸ்டாஸ் ஷீட்டில் வெளியே திறக்கும் ஒரு ஜன்னல்தானிருந்தது. அதைத் தள்ளித் திறந்தான். கண்ணுக்கெட்டும் தூரம் வரைக்கும் நரைத்த, தவிட்டு நிறமுள்ள நகரத்தின் மேற்கூரைகள் தெரிந்தன.

நாளைக்கு இண்டர்வியூ. காலை ஒன்பது மணிக்கு கலெக்டரேட்டுக்குப் போய்ச் சேர வேண்டுமென்று உத்தரவு.

இது எத்தனாவது உத்தரவு?

நூற்றுக்கும் அதிகமானோர் தேர்வு செய்யப்பட இருக்கிறார்கள். ஆகவே, கிடைக்குமென்ற நம்பிக்கை இருந்தது. எஸ்எஸ்எல்சி. குவாலிஃபிகேஷன் போதுமாம். பி.ஏ. படித்தவர்கள் குறைவாகத்தான் இருப்பார்கள். ஆறு மாத காலம் பயிற்சி. பயிற்சியின்போது ஐம்பது ரூபாய் ஸ்டைபண்ட் கிடைக்கும். பயிற்சி முடிந்தபிறகு நூற்றைந்து ரூபாய் சம்பளம். தேர்வானவர்கள் அப்படியே ஃபாமுக்குப் போக வேண்டுமென்றும் உத்தரவில் சொல்லப்பட்டிருந்தது. கையில் கொண்டு வரவேண்டிய சாதனங்களின் பட்டியலும் சைக்ளோஸ்டைல் செய்த காகிதத்தில் இணைக்கப்பட்டிருந்தது. பக்கெட் – 1, துடைப்பம் – 1, கதர்

ஷார்ட்ஸ் – 2 ஜதை, காதி ஷர்ட் – 2, பெட்டிங் – 1, பீங்கான் பெரியது – 1, சிறியது – 1.

விண்ணப்பம் அனுப்பும்போது இன்னொரு தபால் முத்திரை வாங்குவதற்கான காசு நஷ்டம் என்ற எண்ணம்தான் உருவானது.

இண்டர்வியூ உத்தரவு வந்தபோது மனதுக்குள் பதற்றம் ஏற்பட்டது. ஒருவேளை வேலை கிடைக்கலாம். போகவில்லை என்றால் வீட்டில் பிரச்சினை உருவாகும். அரசு வேலைக்கு அழைப்பு வந்த பிறகும் போகவில்லை என்றால்?

வேலை கிடைத்துவிட்டால் வீட்டுக்கு வருகிறவர்கள் அம்மாவிடமோ அப்பாவிடமோ விசாரிக்கும் காட்சியைக் கற்பனை செய்ய முடிந்தது.

“சேது இப்ப எங்க இருக்கான்?”

“எந்த இடம்? என்னவோ ஒரு பேர் சொன்னான்.”

“அவன் என்ன படிச்சிருக்கான்?”

“பி.ஏ.”

“என்ன வேலை?”

அப்பாவிடம் கேட்டால், நேஷனல் எக்ஸ்டென்ஷன் ஸ்கீமில் என்று சொல்லிவிடுவார். அம்மாவுக்குத் தெரியாது. அவளிடம் கேட்டால் சொல்வாள்:

“கிராம சேவக்னோ என்னவோ சொல்றது கேட்டுது.”

டியூட்டர் வேலைக்கு இண்டர்வியூவுக்குப் போகும்போது மனம் நிறைய பிரார்த்தனையாக இருந்தது. ஊருக்குள் அது ஒரு விசேஷ நிகழ்வாகவும் இருந்தது. சேது மதறாசுக்குப் போகிறான். ஸ்டேஷனிலும் ரெயிலுக்குள்ளும் கை நீட்டிய பிச்சைக்காரர்களுக்கு எல்லாம் தானம் செய்தான். உலகத்தின் எல்லாப் பிரார்த்தனைகளின் பலமும் எனக்குப் பின்துணையாக இருக்கட்டும்.

மதறாசிலுள்ள தெரிந்தவர்கள் எல்லாருக்கும் ஏற்கனவே கடிதம் எழுதியிருந்தான். கிறிஸ்டியன் கல்லூரியில் எம்எஸ்சி படிக்கும் டேனியலுக்கும் எழுதியிருந்தான். சென்ட்ரல் ஸ்டேஷனில் போய் இறங்குவது வரை மட்டும்தான் பதற்றமிருந்தது. டேனியல் வரவேற்கத் தயாராக நின்றிருப்பதைக் கண்டதும் மகிழ்ச்சியை விடவும் மனஆறுதல்தான் அதிகமாக இருந்தது. ஹாஸ்டலில் அவனுடன் கெஸ்டாகத் தங்கியிருக்க ஏற்கனவே ஏற்பாடு செய்திருந்தான். மறுநாள் லீவும் போட்டிருந்தான். நகரின்

மூலை முடுக்குகள் எல்லாவற்றையும் ஆறே மாதத்தில் அவன் அறிந்து வைத்திருந்தான். டிபிஜ. அலுவலகத்தின் முன்னால் டாக்சியில் அழைத்துக்கொண்டு வந்து இறக்கினான். இரண்டு மணி நேரத்தில் வந்துவிடுகிறேன் என்று சொல்லி 'பெஸ்ட் ஆஃப் லக்' சொல்லிவிட்டுச் சென்றான்.

தெலுங்கர்களும் தமிழர்களும்தான் அதிகம் வந்திருந்தார்கள். மலையாளிகள் குறைவாகவே இருப்பார்கள்போல் தோன்றியது. டைரக்டர் மலையாளி.

ஃபுல்ஷுட்டில் வந்தவர்கள், ஃபுல் ஷர்ட்டும், காபர்டீன் பான்டும், பளபளக்கும் டையும் அணிந்து வந்தவர்கள், அமெரிக்கன் ஆக்ஸென்டில் இங்கிலீஷ் பேசுகிறவர்கள். யாரிடமும் பேசுவதற்கான தைரியம் வரவில்லை. இவர்களில் எத்தனை பேர் ஃபர்ஸ்ட் கிளாசில் தேர்வு பெற்றவர்களாக இருப்பார்களோ?

செகண்ட் கிளாசாக இருந்தாலும் ஐம்பத்தேழு பெர்சண்ட் மார்க் இருக்கிறது. அவன் ஆறுதல்கொள்ள முயற்சி செய்தான்.

முதன் முதலாக பான்ட் அணிந்திருக்கிறான். மூர் மார்க்கெட் ரெடிமேட் ஷாப்பிலிருந்து முதல் நாள் வாங்கிய ஏழரை ரூபாய் காட்டன் பான்டும் ஆறரை ரூபாய் சப்பலும் அணிந்து நடக்கும்போது நிர்வாணமாக நடப்பதுபோல் தோன்றியது. பட்டன்கள் திறந்துக் கிடக்கின்றனவா? புதிய செருப்பின் வார் உயருமிடத்தில் தோல் உரிந்திருப்பதுபோல் தோன்றியது. நிழல் தரும் மரங்கள் அடர்ந்த பெரிய மதில் கட்டினுள் ஆங்காங்கே எதிர்பார்ப்புடன் நிற்கும் இளைஞர்களைப் பார்த்துத் தனக்குள் ஆறுதல் கொண்டான். இங்கே, ஷுட்டுக்கும் டைக்கும் மட்டுமல்ல இடம். அறிவுள்ள டைரக்டராக இருந்தால் இவர்களைப் பார்க்கும்போதே ஏளனமாக உணர்வார். ஆசிரியருக்குத் தேவை வேண்டியது எளிய குணம். அறிவும் எளிமையும். உள்ளே எதுவுமில்லாதவர்கள்தான் பகட்டு வேஷம் போடுவார்கள்.

பெயர்கள் அகர வரிசையில் அழைக்கப்பட்டன. இண்டர்வியூ பதினொரு மணிக்குத்தான் தொடங்கியது. தைரியம் முழுவதையும் இழந்த நிலையில் ஸ்பிரிங் டோரைத் திறந்து அறைக்குள் நுழைந்து குட்மார்னிங் சொன்னபோது குரலில் நடுக்கமிருந்தது.

உட்காரச் சொல்லி சைகைக் காட்டினார்.

இவர்தான் டைரக்டர் மேனோனா? சுழல் செயரில் நிறைந்திருக்கும் அந்தக் கறுத்துத் தடித்த மனிதனுக்கு சிறுவயதில்

வீட்டில் மந்திரவாதம் செய்ய வந்த கல்லடிக் கோட்டுக்காரன் குறுப்பின் சாயலிருந்தது.

மேஜையின்மீது கை வைப்பது நல்ல மேனேர்ஸ் கிடையாது என்று கேள்விப்பட்டிருந்தான். உட்கார்ந்திருந்த செயரில் கை வைக்க இடமில்லை என்பதால் இருபுறமும் தொய்ந்துக் கிடந்தக் கைகளின் பாரம் அதிகரித்துக்கொண்டிருந்தது. மேஜைமீது விரித்து வைக்கப்பட்டிருக்கும் பச்சைக் காகிதத்திலான விண்ணப்பம் தன்னுடையதுதான்.

"சர்ட்டிஃபிகேட்ஸ்?"

கவரை நீட்டினான்.

என்ன கேள்வி கேட்பார்? மார்லோ? மில்ட்டன் டோனே? நவீனக் கவிஞர்களாக இருக்கட்டும். முதல் கேள்வி வந்தது:

"ஹவ் டிட் யூ மிஸ் யுவர் ஃபர்ஸ்ட் கிளாஸ்?"

சற்றும் எதிர்பாராத கேள்வி. சொல்வதற்கு எதுவுமில்லை. குறிப்பாக எந்தக் காரணமுமில்லை. பதில் சொல்லாமலிருப்பது சரியல்ல என்ற எண்ணம் உருவானது.

"ஐ டோண்ட் நோ."

தனித் தகுதிகளோ ஆர்வங்களோ இருந்தால் குறிப்பிடும் பகுதியில் அவன் கவிதை என்று குறிப்பிட்டிருந்தான்.

"யூ ரைட் போயெட்ரி?"

"யெஸ் சார்."

"கவிதை எதைப் பற்றி?"

நடுங்கும் கைகள் வேர்வையால் ஈரமாகின்றன. சொல்ல இயலவில்லை.

"டெல் மி ப்ரீஃப்லி எபௌட் யுவர் லேட்டஸ்ட் போயெம்?"

ஒரு கவிதை – கடவுளே, ஒரு கவிதையின் சாரம்...

– நீலப்பாவாடையின் சுருள் நீக்கி மகிழ்வூட்ட
நீ வந்தபோது புல்லாங்குழலூதியதென் மனம்.
இசை கேட்ட சோக அரவங்கள் சுற்றிலும் கூடின –

இல்லை, ஆங்கிலத்தில் விவரிக்க இயலாது. அவன் தலை உயர்த்தாமல் சொன்னான்:

"கடைசியா எழுதினது தாகூர் கவிதைகளோட மொழிபெயர்ப்பு சார்."

சர்ட்டிஃபிகேட்களை முன்னால் நகர்த்தி வைத்துவிட்டு டைரக்டர் சொன்னார்:

"தாட் இஸ் ஆல். யூ கேன் கோ."

சர்ட்டிஃபிகேட்களை கவரில் வைத்துவிட்டு வெளியே வரும்போது தலை சுற்றுவதுபோலிருந்தது. பேராசிரியர் அக்கறையுடன் எழுதிய சர்ட்டிஃபிகேட்டை அவன் பார்க்கக்கூட இல்லை. வராந்தாவில் அழைப்பை எதிர்பார்த்து நிற்பவர்களைப் பார்க்காமல் வேகமாகப் படியிறங்கினான். வேர்த்த முகத்தை கீழே வந்து துடைத்துக் கொண்டான். படியில் காத்து நிற்கும் டேனியலின் அருகில் வந்தபோது அவன் ஒரு சிகரெட்டை நீட்டியபடி கேட்டான்:

"எப்படியிருந்துச்சு?"

"பரவால்லை.

சிகரெட்டைப் பற்ற வைத்துப் புகைவிட்டபோது முறுகிய நரம்புகள் தளர்வடைந்ததுபோலிருந்தது. மீண்டும் நகரில் சுற்றித் திரிந்தான். இரவில் ஒரு ஹிந்தி திரைப்படம் பார்க்கச் சென்றார்கள். படம் முடிந்தபிறகு ஒரு ரெஸ்டாரண்டில் நுழைந்து மெல்லிய இசை ஓடிக்கொண்டிருந்த மங்கிய வெளிச்சத்தில் உட்கார்ந்து உணவருந்தினார்கள். டேனியல் தனது புதிய கேர்ள் ஃப்ரெண்டைப் பற்றிச் சொன்னான். குயின் மேரீசில் படிக்கும் கசினுடன் ஒருமுறை ஹாஸ்டலில் டின்னருக்கு வந்தாள். பிறகு, சர்ச்சில் வைத்துப் பார்த்தான். நான்கைந்து ஃபோன் உரையாடல்கள், இப்போது ஒவ்வொரு ஞாயிற்றுக்கிழமையும் சந்திக்கிறோம். "அவளுக்கு எர்த் கொடுக்கப் பலர் முயற்சி செய்தார்கள். முடியவில்லை." எர்த் கொடுக்க! டேனியல் ஒரு புதிய வார்த்தையை அறிமுகம் செய்திருக்கிறான்.

டேனியலிடமும் அவன் புதிதாக அறிமுகம் செய்து வைத்த நண்பர்களிடமும் விடைபெற்று மலபார் மெயிலில் முண்டியடித்து ஏறியபோது மனதுக்கு ஆறுதலாக இருந்தது. மீண்டும் தபால்காரனை எதிர்பார்த்திருக்கும் நாட்களை நோக்கி ஊருக்குத் திரும்புகிறோமென்ற நினைப்பு வந்தும்கூட.

இப்போது மீண்டுமொரு இண்டர்வியூ நெருங்கியிருக்கிறது.

மதறாசில் டேனியலாவது இருந்தான். இங்கே யாருமில்லை. ஜன சந்தடி மிகுந்த குறுகிய தெருக்களின் ஓரமாக நடக்கும்போது பதற்றமாக இருந்தது. சிறிதும் இங்கே அறிமுகமில்லாதவன். காலையில் இண்டர்வியூவுக்குச் செல்லவேண்டிய கலெக்டரேட்

கட்டடத்தைப் பார்த்து வைத்துக்கொண்டான். ஜூபிலி ஹோட்டலிலிருந்து ஒரு ஃபர்லாங் தூரம்தானிருந்தது.

வெயில் மங்க ஆரம்பித்தபோது கடற்கரைக்கு வந்து சேர்ந்தான். காற்றாடி மரங்களின்கீழ் நடைபாதையை ஒட்டி கார்களின் நீண்ட சங்கிலி வரிசை இழைந்துக் கிடந்தது.

ஈர மணல் திட்டில் ஆளரவமில்லை. ஒரு இடத்தில் உட்கார்ந்துவிடலாமா? இரையும் கடல் அலைகளைத் தொட்டு வரும் காற்றில் நீர்த்துளிகள் பற்றியிருந்தன. வாஸ்கோட காமாவின் பாய்மரக் கப்பல்கள் கரை சேர்ந்த இடம் இதுதானா? நகரத்தைச் சுற்றிப் பார்ப்பதில் ஆர்வம் தோன்றவில்லை. திரும்பி ஹோட்டலுக்கு வந்து சேர இரண்டு இடங்களில் வழி கேட்க வேண்டியதாயிற்று.

இரவில் குறுகிய அறைக்குள் ஈரமும் துர்நாற்றமுமுள்ள இருள், பகலில் பார்த்த மாறுகண் சர்வரைப்போல் பதுங்கியிருந்தது. கனம் குறைந்த ஆஸ்பெஸ்டாஸ் சுவர்களுக்குப் பின்புறம் சோடாப்புட்டிகள் திறக்கும் சத்தம் கேட்டது. மெல்ல மெல்ல தொடங்கிய பேச்சுச் சத்தம் உயர்ந்தது.

“உடம்புக்கு நல்லது. கொஞ்சம் குடிச்சுப் பாரேன்.”

“உம் . . . உம் . . .”

அது ஒரு பெண் குரல்.

“ஒரே இழுப்பு.”

“எனக்கு மனம் புரட்டுது.”

“ரொம்பதான் . . .”

ஓடுகள்மீது மழைத் துளிவிழும் சத்தம் கேட்டது. திறந்துக் கிடந்த ஜன்னல் கதவு குளிர்க்காற்றில் ஓசையுடன் அடைந்து கொண்டது. மீண்டும் திறந்தான்.

மழையின் இரைச்சல் அதிகரித்துக் கனத்த இசையாக மாறியபோது பக்கத்து அறையில் கேட்ட சத்தங்கள் அகன்றகன்று போயின.

சுமித்ரா நினைவுக்கு வந்தாள். நனைந்த இருளில் சுமித்ராவின் அருகாமைக்காக மனம் கொதித்தது. சுமித்ராவைப் பார்ப்பது இப்போதெல்லாம் அபூர்வமாகப் போய்விட்டது. வடக்கு வீட்டில் இப்போது தகராறு அதிகரித்து வருகிறது. சுமித்ராவுக்கும் தேவுவுக்கும், சுமித்ராவுக்கும் அம்மாவுக்கும், மாதவன் மாமாவுக்கும் தேவுவுக்கும் என்று.

மாதவன் மாமா எப்போதாவது ஒருமுறைதான் இப்போது வீட்டுக்கு வருகிறார். சுமித்ராவுக்கு வரன்கள் வந்துகொண்டிருப்பதாக அறிந்தான். ஜாதகம் பொருந்தி, பெண் பார்க்க வந்தவர்களுக்குத் திருப்தி. மாதவன் மாமா முதுதலைக்குப் போய்ப் பார்த்துவிட்டு வந்தபிறகு சொன்னாராம்: "அது வேண்டாம்."

சகோதரிகளும் ஏதோ ஒரு பெரிய வீட்டில் வேலைக்குப் போகிறார்கள் என்பதுதான்.

இதைக்கேட்ட அம்மா தகவல் சொன்ன பெண்ணிடம் கேட்டாள்: "வடக்கு வீட்டுக்காரங்க மட்டும் இல்லத்துல விருந்துக்குப் போனாங்களாமா?"

"அது அப்ப. இப்ப அவங்க மாதவன் நாயரோட சம்பந்தக்காரங்க. கௌரவம் கூடியிருக்கே?"

சமையல் கட்டுத்தளத்தில் மெதுவான குரலில் பேச்சுத் தொடர்ந்தது: "புதுசா அங்க யாரும் வர்றது அவனுக்கு விருப்ப மில்லை." பிறகு குரல்கள் கிசுகிசுப்புகளாகத் தாழ்ந்து போயின.

தூங்குவதற்காகப் படுத்திருக்கும்போது அவன் ஆச்சரியத் துடன் நினைத்துப் பார்த்தான். எதிர்பாராத இந்த இரவில் ஏன் தங்கமணியின் நினைவு வரவில்லை?

தங்கமணியிடமிருந்துக் கடிதம் வந்து பல நாட்களாகின்றன. பதில் எழுதவில்லை. ஓரிரு முறை எழுதுவதற்காக உட்கார்ந்தான். பிறகு, வேண்டாமென்று வைத்தான். தங்கமணி தவித்துப் போயிருப்பாள்.

எதை எழுத? கடைசியில் நான் எதுவுமே ஆகவில்லை என்பதையா? நகரில், சுறு சுறுப்புடன் கல்லூரியில் வகுப்பெடுக்கச் செல்லும் டியூட்டர் ஆகவில்லை. பிரைவேட்டாக எம்.ஏ. எழுதவில்லை. லெக்சரராக முடியாது. தீஸிஸ் எழுதி எம்.லிட். வாங்கியதற்காக பத்திரிகைகளில் தன் பெயருடன் படம் அச்சாகி வெளிவரப் போவதில்லை.

5

கலெக்ட்ரேட் மாடி வராந்தாவில் அனைவரும் கூடி நின்றிருந்தார்கள். அதிகமும் கதர் சட்டை அணிந்தவர்கள். டைரக்டர் ஆஃபீசின் முன் இரவல் வாங்கிய கார்பர்டீன் சூட்களுமாக வந்து நின்றவர்கள் யாராவது இங்கே கதர் சட்டை வேட்டியுடன் வந்திருக்கிறார்களா?

வெளுத்த அழகிய ஒரு இளைஞன் பக்கத்தில் வந்து கேட்டான்:

"சேது மாதவன்தானே?"

சேதுவுக்கு ஆச்சரியம்.

"ஆமா."

"பாலக்காட்டுல வெச்சிப் பாத்துருக்கேன். அரவிந்தண்ணன் கூட ஹாஸ்டலுக்கு வந்திருக்கேன்."

"அரவிந்தன் இப்ப என்ன பண்றான்?"

"செப்டம்பரும் மார்ச்சும் எழுதினான். கிடைக்கலை."

எஸ்எஸ்எல்சி படித்த கோபி இரண்டு வருடமாகப் பல்வேறிடங்களில் வேலை பார்த்திருக்கிறான். கோப்பரேட்டிவ் ஸ்டோரில், பெட்ரோல் பங்கில், கைத்தறி சொசைட்டியில். எல்லாமே லீவ் வேகன்சி.

"கிராஜுவேட்ஸ் குறைவுதான். அந்த ஹெட் கிளார்க் சொன்னார். அதனால சேது மாதவனுக்கு சான்ஸ் இருக்கு."

சேது பதில் சொல்லவில்லை.

"பெரிய அளவுல பிரயோஜனம் ஒண்ணுமில்லை. எஸ்எஸ்எல்சி காரனை விடவும் கிராஜுவேட்டுக்கு ஸ்டார்ட்டிங்குல இருபது ரூபாய் அதிகம் கிடைக்குமில்லையா?"

சேது முனகி வைத்தான்.

கோபி இந்த வேலையைப் பற்றி எல்லாமே தெரிந்து வைத்திருக்கிறான். கிரேடு ஒண்ணாக இருந்தால் நூற்றிருபது ரூபாய், எச்டிசி ஸ்கேல், எஸ்இஓபி. டிஓ போன்ற வேலைகளில் பதவி உயர்வுக்கு வாய்ப்பிருக்கு. ஐம்பது சதவிகித ரிக்ரூட்மென்ட் டிப்பார்ட்மென்டில் இருந்துதான்.

கோபி மாடியிலும் கீழும் முற்றத்திலுமாக கூடி நிற்பவர்களின் இடையில் சுற்றி வந்தான். ஒவ்வொரு நிமிடமும் கூட்டம் அதிகரித்துக்கொண்டே இருந்தது. மொத்தம் எத்தனை பேர் வந்திருப்பார்கள்?

முன்னூறு? நானூறு?

கோபிக்குப் பதற்றமாக இருந்தது. இண்டர்வியூவில் எதைப் பற்றி கேட்கப் போகிறார்கள்?

வராந்தாவின் முடிவில் நின்றால் எதிரில் தெரியும் திறந்த வெளியில் வண்ணார்கள் துணி துவைப்பதைப் பார்க்க முடியும். அதன் பின்பக்கக் கட்டடத்தின் முன்னால் போலீஸ்காரர்கள் டிரில் எடுத்துக்கொண்டிருந்தார்கள்.

கூட்டத்தினூடே வந்த கோபி சேதுவின் கையைப் பிடித்து ஆளில்லாத மூலைக்கு கூட்டிச்சென்று ரகசியமாகச் சொன்னான்:

"ஃபைவ் இயர் பிளான் பற்றி கேட்பாங்க."

"யார் சொன்னா?"

"அதெல்லாம் எனக்குத் தெரியும். இந்த எழவு பத்திதான் ஒண்ணும் தெரியாது. ஃபைவ் இயர் பிளான்னா என்ன?"

"நான் எதுவும் வாசிக்கலை."

"முதல் இரண்டு ஐந்தாண்டுத் திட்டங்களிடையிலான வேறுபாடு?"

"எனக்குத் தெரியாது."

'மாட்டிக்கிட்டமா தெய்வமே!'

கோபி விவரமுள்ளவர்கள்போல் தோற்றமளித்த பலரைத் தனியாக அழைத்துச்சென்று கேட்டான். அவர்கள் கீழே இறங்கியதும் சேது, மைதானத்தில் காய்வதற்காகத் தொங்க விடப்பட்டிருந்த பல நிறங்களிலான துணிகள் திருவிழாக் கொடிபோல் வரிசையாகப் பறப்பதைப் பார்த்தபடி நின்றிருந்தான். வருவது வரட்டும். என்ன வேண்டுமென்றாலும் கேட்கட்டும்.

கோபி மகிழ்ச்சியுடன் திரும்பி வந்தான்.

"கிடைச்சுடுச்சு."

"உம்..?"

"ஃபர்ஸ்ட் ஃபைவ் இயர் பிளான்ல தொழில் துறைக்கு முக்கியத்துவம். அடுத்ததுல, விவசாயம், குடிசைத் தொழில், கிராமப்புறங்களுக்கு மின்சார வசதி."

"உம்..."

"நேஷனல் எக்ஸ்டென்ஷன் ஸ்கீம் பற்றி கேட்டா? அதுவும் கிராம அபிவிருத்திக்கானதுதானே?"

"இருக்கலாம்."

"சொல்லு. கேட்டா என்ன சொல்லுவே?"

சேதுவுக்கு முதலில் கோபம்தான் வந்தது. எல்லாவற்றையும் படித்துவிட்டு வந்து மற்றவர்களுக்குக் கிடைக்கட்டுமே என்று பேசாமல் நிற்பதைப்போல் தோன்றுகிறது கோபி பதற்றப்படு வதைப் பார்த்தால்.

“சொல்லு. நான் வேற யாருட்டயும் சொல்லமாட்டேன்.”

“நேஷனல் எக்ஸ்டென்ஷன் ஸ்கீம் அமுலுக்கு வந்தா கிராமப்புறங்களுக்கு மின்சாரம், குழந்தைகள் விளையாடுறதுக்கான பூங்காக்கள், எல்லா இடங்களிலும் நல்ல ரோடுகள், எல்லாருக்கும் வேலை – சுருக்கமாகச் சொன்னா நாடு சொர்க்க பூமியாயிரும். பாலும் தேனும் ஓடும். சும்மா தட்டி விடு.”

விளையாட்டுக்குச் சொல்கிறானா, நிஜமாகச் சொல்கிறானா? கோபி ஒரு நிமிடம் சந்தேகத்துடன் நின்றிருந்தான். சேதுவின் முகத்தில் கௌரவம் தென்படுவதை உறுதிப்படுத்திக்கொண்டான்.

“எங்க ஊர்ப் பக்கங்கள்ல என்இஎஸ் இருக்கு. பெரிய வீடுகள்ல உள்ள நாலஞ்சு பெண்கள் ஜீப்ல பறக்குறதப் பாத்திருக்கேன். கேட்டா, அவங்களும் இதையெல்லாம்தான் சொல்வாங்க. இப்படித்தான் சொல்லணும், இல்லையா?” அவன் சேது சொன்னதை மனப்பாடமாக்க தொடங்கினான்.

ஆட்களை கூப்பிடத் தொடங்கினார்கள். இண்டர்வியூ முடிந்து வெளியே வந்தவர்களைத் தடுத்து நிறுத்தி கேள்விகளைப் புரிந்துகொள்ள முயற்சி செய்தான் கோபி.

கோபிதான் முதலில் அழைக்கப்பட்டான். அவன் சிரித்தபடியே திரும்பி வந்தான்.

“தப்பிச்சேன்.”

“என்ன கேட்டாங்க?”

“மலையாளத்திலதான் கேட்டாங்க. இந்தியா பொருளாதார அபிவிருத்தியடைய என்ன பண்ணலாம்னு கேட்டாங்க. காந்தியோட ஒரு கொட்டேஷனைத் தட்டி விட்டேன். ஏழை நாடான இந்தியா வளர்ச்சிபெற விவசாயம்தான் ஒரே வழி. இயற்கை உரத்தைப் பயன்படுத்துற விவசாயம். ஆர்டிஓ தான் இண்டர்வியூ பண்றாருன்னு நினைக்கிறேன்.”

நீண்ட நேரம் காத்திருந்த பிறகு பெயரைக் கூப்பிட்டார்கள். இந்த அதிகார வாசலை எதிர்பார்க்கத் தொடங்கி எவ்வளவு காலமாகிறது? காலப்புழக்கத்தால் மஞ்சள் நிறத்துக்கு மாறிய காகிதக் குவியல்களின் நடுவே, மேஜையின் பின்னால் கிணற்றுக்குள்ளிருந்துப் பார்ப்பதுபோன்ற நரைத்தக் கண்கள்.

சோதனையாளர்கள் அனைவருடைய முகபாவங்களும் ஒரே மாதிரிதான் இருந்தன. கோபம் கலந்த சலிப்பு. டைரக்டரின் முன்னால் நின்றபோது தோன்றியது பதற்றமல்ல!

"கிராஜுவேட் இல்லையா?"

"ஆமா."

"இந்த வேலைக்கு நீங்க விண்ணப்பிக்க என்ன காரணம்?"

– தெரிஞ்சுக்கணுமா?

வேலை கிடைக்காமல்தான். பொறுமை இழந்துபோய். வேலை கிடைத்தால் தனக்கென்று ஒரு ஐம்பது ரூபாயாவது கிடைக்குமே என்ற ஏக்கத்துடன். வேலைக்கான முயற்சிகளைப் பற்றி கேட்பவர்களிடமிருந்தும் வீட்டுக்காரர்களிடமிருந்தும் தப்பித்துவிடலாமே என்ற நோக்கத்துடன் –

"கமான், ஆன்ஸர் மி."

"நான் –" மனதுக்குள் ஒரு நிமிட வாதப் பிரதிவாதம் நடந்தது.

"நான் கிராமப்புறங்கள்ல சேவை செய்ய விரும்புறேன். பின் தங்கிய கிராமப் புறங்கள்ல வேலை பாக்குறதை தேசத்துக்குச் செய்யுற மிகப்பெரிய சேவையாக் கருதுகிறேன். பட்டினி, வேலையின்மை, மூடநம்பிக்கைகள் ... இப்படி ..."

இந்தக் குரல் யாருடையது? நான் இப்போது எட்டாம் வகுப்பு டிபேட்டிங் சொசைட்டியில் நிற்கிறேன். இன்னும் சொல்லவா?

"இருளில் மூழ்கிக் கிடக்குற நம்ம கிராமப்புற சகோதரர்களைக் கைத்தூக்கி விட வேண்டியது படிச்ச ஒவ்வொருத்தரோட கடமைன்னு நம்புறேன்."

ஆழத்தில் கிடந்த நரைத்தக் கண்கள் மெல்லத் தன் முகத்தை நோக்கி உயர்ந்து வருகின்றன.

மீண்டும் தொடங்கவா என்ற யோசனையுடன் ஒரு நிமிடம் நிறுத்தியபோது அதிகாரி சொன்னார்:

"சரி, வீ வில் இன்ஃபார்ம் யூ."

வெளியே வந்து சிரமப்பட்டுப் படியிறங்கி நெரிசலான தெருவை அடைந்தபோது பின்னால் ஓடிவந்த கோபியின் மூச்சு வாங்கும் குரல் கேட்டது:

"நில்லு. நானும் வர்றேன். எப்படி? காச்சிட்டியா?"

“ஆமா, காச்சிட்டேன்.” சேது சிரிக்க முயற்சி செய்தான்.

ஜூபிலி ஓட்டலுக்கு கோபியும் கூடவே வந்தான்.

“தனி காந்தியன் வாழ்க்கையாக இருக்கும். சாயா, காஃபி இதெல்லாம் கூடாது. சிகரெட் கூடாது. காலையில பிரார்த்தனை. பிறகு ஃபீல்ட் ஓர்க். ஷிட் அள்ள வேண்டியது வருமோ என்னமோ?”

கோபி கேட்டான்.

“எனக்குத் தெரியாது.”

“அப்படின்னு சிலர் சொல்றாங்க.”

சற்று பேசாமல் நடந்துவிட்டு கோபி கேட்டான்: “மாடு பூட்டவோ கிளைக்கவோ சாயாவுக்கும் காஃபிக்கும் பதில் பானகம் குடிக்கவோ செய்யலாம். ஷிட் அள்ளச் சொன்னா என்ன பண்றது?”

“அள்ள வேண்டியதுதான். மகாத்மாஜிதான் ஏற்கனவே சொல்லிட்டாரே கோபி?”

அதுவரையிலும் மகிழ்ச்சியும் துடிப்புமாக சிவந்திருந்த கோபியின் முகம் கறுத்துவிட்டதுபோல் தோன்றியது. தலைகுனிந்தபடி சேதுவுடன் நடந்துகொண்டிருந்தான்.

6

ஓட்டல் கௌண்டரின் அருகில் புகைவண்டி நேரத்தை பத்திரிகையிலிருந்து வெட்டி எடுத்து ஒட்டியிருந்தார்கள். அதைப் பார்த்து பதினைந்து நிமிடம் முன்னதாகப் புறப்பட வேண்டுமென்று மனதுக்குள் கணக்குப் போட்டுக்கொண்டான். ரிக்ஷாவை அழைத்து பெட்டியையும் படுக்கையையும் ஏற்றிய சேது புகைவண்டி நிலையத்துக்கு வந்து சேர்ந்தான். டிக்கெட் எடுத்துவிட்டு போர்ட்டரின் பின்னால் நடக்கும்போது கறுத்த விளம்பரப் பலகையில் சாக்பீஸால் ஏதோ எழுதியிருப்பதைப் பார்த்தான். பக்கத்தில் சென்று வாசித்தான். இரண்டாம் நம்பர் மெயில் அறுபது நிமிடம் தாமதம்.

நடைபாதையில் கூட்டம் அதிகமாக இருந்தது. பயணிகளை விடவும் அவர்களை வரவேற்க வந்தவர்களின் கூட்டம் அதிகம்போலிருந்தது. புக் ஸ்டால் மறைவில் தெரிந்த சிறு காலியான இடத்தில் பெட்டியையும் படுக்கையையும் வைக்கச் சொல்லிவிட்டு போர்ட்டரை அனுப்பி வைத்தான். நாலணாவை வாங்கிய கிழவன் பேரம் பேசாமல் முணுமுணுக்காமல் சென்றான்.

இது தெரிந்தால் எட்டணா கொடுத்திருக்கலாமே என்று மனதுக்குள் நினைத்துக்கொண்டான். சுருங்கிய உள்ளங்கையில் வைத்த நாலணாவை ஒருவேளை சரியாகக் கவனித்திருக்க மாட்டானோ?

வழக்கமாக போர்ட்டர்களின் முகத்தில் எப்போதுமே அதிருப்தி நிறைந்திருக்கும். பேரம் பேசாமல் முணுமுணுக்காமல் கொடுத்ததை வாங்கிச் செல்லும் ஒருவரை இப்போதுதான் முதல் முதலாகப் பார்க்கிறான். ஒலவக்கோடு போர்ட்டர் களையும் குதிரை வண்டிக்காரர்களையும் பற்றி இவருக்குத் தெரியாது போலிருக்கிறது. ஃப்ராக் அணிந்த இரண்டு அழகிய பெண்கள் புக் ஸ்டால் கௌண்டரில் கை மூட்டுகளை ஊன்றி ஆங்கிலப் பத்திரிகைகளை விரித்து வைத்து பரிசோதித்துக் கொண்டிருந்தார்கள். கான்வெண்ட் தொனியுள்ள ஆங்கிலத்தில் பேசிக்கொள்கிறார்கள். அவர்கள் முடிவு செய்வதை எதிர்ப்பார்த்துப் பொறுமையுடன் கை விரல்களினிடையில் நான்காக மடித்த பத்து ரூபாய் நோட்டுகளைப் பிடித்திருந்த நடுத்தர வயது பாதுகாப்பாளர் சற்று விலகி நின்றிருந்தார்.

“யூ பை தாட். ஐ வில் பை எ டெனிஸ் ரோபின்ஸ்.”

பார்வைக்குச் சமவயதினர் போலிருந்தாலும் அவள்தான் மூத்தவளாக இருப்பாள்.

“வுண்டட் ஹார்ட் இருக்கா?”

ஏதோ பாவம் செய்வதுபோன்ற உணர்வுடன்தான் அவள் மலையாளம் பேசினாள்.

“ஹரி அப் கேர்ள்ஸ்.”

கழுத்துப்பட்டியைச் சற்றுத் தளர்த்திக்கொண்டு அந்த நடுத்தர வயதினன் சொன்னான்.

“ஒன் மினிட் டாடீ.”

“லவ்வர்ஸ் ஃபெயிட் இருக்கா? வேண்டாம். இதை ஏற்கனவே வாசிச்சாச்சு.”

ஃப்ளெமிங் ஹார்ட், லோன்லி கேர்ள், இன்ஃபைட்டட் அஃபயர்—வியாபாரி டெனிஸ் ரோபின்சின் பல புத்தகங்களை அடுக்கினான். அவளுக்கு அதில் எதுவுமே தேவையில்லை.

“எனி நியூ புக் பை ஹெர்மீனியா ப்ளாக்?”

பின்னால் தூசு படிந்த பழைய பேப்பர் பேக்குகளின் முதுகெலும்பில் எழுதிய பெயர்களை எட்டிப் பார்த்து வாசித்தபடியே சேது விலகி நின்றிருந்தான்.

சேதுவின் தோளில் ஒரு கை விழுந்தது. கோபி.

"நல்ல ஆளப்பா நீ. நான் இங்க மூணு நாலு தடவை நடந்திருப்பேன். காணலேன்னதும் பஸ்சுல போயிட்டேன்னு நினைச்சேன்." கௌண்டரிலிருந்து தினசரிப் பத்திரிகையை வாங்கப் போவதுபோல் எடுத்து வாசிக்க ஆரம்பித்தான் கோபி.

கோபிதான் நேற்று ஓட்டல் அறைக்குத் தகவலுடன் வந்தான். கலெக்டரேட்டில் தேர்வானவர்களின் லிஸ்டை அறிவித்திருக்கிறார்கள். அதில் சேதுவின் பெயரும் இடம் பெற்றிருக்கிறது.

அவனுக்கு வியப்பாகத் தோன்றவில்லை. எதிர்பார்த்ததுதான். யாருக்குமே தேவையில்லாதவர்கள்தான் இதற்கு வந்திருக்கிறார்கள்.

"இதில நாப்பது பேரோட பெயர்தான் இருக்கு. ரெண்டாவது லிஸ்ட் இனிமேல் வரும்னு சிப்பாய் சொன்னான்." கோபி மிகப் பெரும் மகிழ்ச்சியுடனிருந்தான்.

"எனக்கு இவங்களோட டிரெய்னிங்க நினைச்சாதான் – எழவு. பக்கெட்டும் வௌக்குமாறும் அங்க போன பிறகு வாங்கினாப் போதாதா?"

சேது பதில் சொல்லவில்லை.

"இல்லை, தெரியாமதான் கேக்குறேன். அங்க போன பிறகு வாங்கினாப் போதாதா?"

"போதும்னுதான் நினைக்கிறேன்."

"யூனிஃபாமுக்கான கதரை இங்கயே வாங்கிக்கலாம். இங்கதான் விலை குறைவா இருக்கும். நாம சேந்து போய் வாங்கிக்கலாம்."

"பாக்கலாம்."

"ஏன் அப்படி சோந்துப் படுத்திருக்குறே?"

கண்களை மூடியபடி நெற்றியில் விரல்களை அழுத்தியபடி சொன்னான்:

"தலைவேதனை. கொஞ்சம் படுத்துக்குறேன்."

கோபி சென்ற பிறகு தூங்கலாமா என்று யோசித்தான். வேர்வையும் எண்ணெயும் படிந்து மரத்துண்டுபோலிருக்கும் தலையணையில் என்னவெல்லாமோ ஊர்வது போலிருந்தது. எழுந்து உட்கார்ந்தான். வேட்டியை மாற்றிவிட்டு, சட்டையை அணிந்துகொண்டு, கொளுத்தும் வெயிலில் பளபளக்கும் கான்கிரீட் பாதையில் இறங்கினான்.

– என் பெயரும் வந்திருக்கிறதாம்.

கடைசியில், தேர்வு செய்யப்பட்ட அதிர்ஷ்டக்காரர்கள் பட்டியலில் என்னுடைய பெயரும் இடம் பெற்றிருக்கிறது. அதிர்ஷ்டத்தின் விளம்பரப் பலகையில் காலம் எதிர்பார்த்திருந்த ஒரு பெயர். அவனுக்குச் சிரிக்க வேண்டும்போல் தோன்றியது. அழவும் தோன்றியது. வாழ்க்கையில் மகிழ்ச்சிக்குரிய நாளென்று ஒன்று இருந்தால் அது இன்றுதான்.

கலெக்டரேட் வளாகத்தில் நுழைந்த அவன் சந்தேகத்துடன் தான் வராந்தா பக்கம் சென்றான். விண்ணப்பதாரர்கள் யாரும் நிற்கிறார்களா? தனக்கு இது ஒரு பொருட்டே அல்ல என்ற எண்ணத்துடன்தான் இண்டர்வியூவுக்கு வந்திருந்தான். கேட்பவர்களிடம் எல்லாம் அதே எண்ணத்துடன்தான் பதிலும் சொன்னான். யாருமில்லை என்று தெரிந்த பிறகு நோட்டீஸ் போர்டு பக்கத்தில் சென்றான். இருக்கிறது. தன்னுடைய பெயர் டைப் செய்து வந்திருக்கிறது.

நடந்து நடந்து சாயங்காலமானதும் பசித்தது. ஒரு முஸ்லிம் ஓட்டலில் ஏறினான். கீழே சாமானிய மக்களுக்கான இடம். மேஜை எதுவும் காலியாக இல்லை. காலியாகக் கிடந்த நாற்காலியில் உட்கார்ந்தான். எதிரிலிருக்கும் அறிமுகமற்றவருடன் சேர்ந்து அமர்ந்துச் சாப்பிடுவதற்குத் தயக்கமாக இருந்தது. மணியை அடித்துச் சப்ளையரிடம் உரத்தக் குரலில் எதுவோ சொன்ன ஓட்டல் மானேஜர் தயக்கத்துடன் நிற்கும் சேதுவை அழைத்தார்.

"மாடியில இடமிருக்கு."

மாடியில் இருபுறமும் பல வண்ணக் கண்ணாடிச் சில்லுகள் பதித்து மறைத்த சிறு அறைகள். ஹாலில் ஆளில்லை. சிறு அறைகளில் ஃபேன்கள் சுழன்றுகொண்டிருந்தன. வெளுத்துத் தடித்தச் சப்ளையர் பையன் ஒரு வாசலைத் திறந்துவிட்டு ஃபேனை இயக்கினான். நான்கு பேர் உட்கார்ந்து சாப்பிடுகிற சிறு அறையில் தனியாக உட்கார்ந்தான். ஃபேனைத் திருப்பி வைத்து மேஜையைத் துடைத்தச் சர்வர் ஆர்டரை எதிர்பார்த்து நின்றான்.

"என்ன சாப்பிடுறீங்க?"

"என்ன இருக்கு?"

பக்கத்து அறையில் சோடாப் புட்டியை யாரோ சத்தமாகத் திறக்கிறார்கள். தோள் வரையிலான தடுப்பின் மறுபக்கமிருந்து மதுவின் நெடியும் மெதுவான குரல்களும் வந்தன.

சதைப்பிடிப்பான உடலும் நீலக்கண்களும்கொண்ட சப்ளையர் பையன், தலையில் கட்டியிருந்த அழுக்குப் படிந்த டவலைக் கழுத்தில் கட்டி அருவருப்பான உடையுடன் உணவு வகைகளைப் பட்டியலிட்டபடியே நடந்தான். இவன் சுத்த பத்தமாக இருந்தால் பார்ப்பதற்குப் பிராமணப் பையன்போலிருப்பான். இவனைப் பார்க்கும்போது கல்லூரியில் ஃபுட்பால் விளையாடுபவர்களுடன் நடக்கும் சிறுவன் நினைவுக்கு வந்தான். ஆட்கள் அவனை 'பிளிமத்' என்று கேலியாகக் குறிப்பிடுவார்கள்.

இது கொண்டாட்டத்துக்குரிய நாள். முதலில் இரண்டு சிகரெட். பிறகு, பிரியாணி. மனதுக்குள் கணக்குப் போட்டான். வீட்டிலிருந்து வரும்போது மாதவன் மாமாவிடமிருந்து வாங்கியது உட்பட எழுபது ரூபாய் கையிலிருந்தது. கதர் சட்டைகள், ஷார்ட்ஸ், பக்கெட், கிண்ணம்...

சிறுவன் வெட்கம் கலந்த ஒரு குறும்புப் புன்னகையுடன் கேட்டான்: "வேறெதுவும் வேண்டாமா?"

"வேறென்ன இருக்கு?"

"நாடன் அயிட்டம் இருக்கு."

சப்ளையர்களின் தலைவன்போலிருந்த ஒருவன் அரைக் கதவைத் திறந்துப் பார்த்தான்:

"ஆர்டர் எடுக்கலையா அபூ?"

அவன் போனதும் சிறுவன் கேட்டான்:

"சோடாவா, ஐஸ் வாட்டரா?"

"ஐஸ் வாட்டர்."

பிளாஸ்டிக் பீங்கானில் இரண்டு சிகரெட்களும் தீப்பெட்டியும் கொண்டு வந்து வைத்துவிட்டுப் போனதும் சேது ஒரு சிகரெட்டைப் பற்ற வைத்தான்.

பெரிய கண்ணாடித் தம்ளர் மேஜையின்மீது வந்தபோது புரிந்தது. நாட்டுச் சாராயத்தின் மூக்கைத் துளைக்கும் நெடி.

சேது திகைப்புடன் கேட்டான்:

"இது...?"

"கால்தான் ஊத்தியிருக்கேன்."

சிறுவன் போகவில்லை. சேது அதில் விரலைத் தொட்டு சுண்டினான். பையனுக்குத் திருப்தியாகட்டும். ஒரு வாய்

குடித்தபோது தொண்டையும் உள்நாக்கும் எரிவது போலிருந்தது. தீக்கனல்கள் உள்ளே எங்கெங்கோ சஞ்சரித்தன.

முகத்தை உயர்த்தாமல் கேட்டான்:

“சாப்பிடுறதுக்கு ஏதாவது கொண்டு வா.”

பிரியாணியையும் பதார்த்தங்களையும் மேஜையின்மீது பரப்பி வைத்த சிறுவன் கேட்டான்:

“அயிட்டம் எப்படி?”

“உம்...”

“நீங்க என்ன குடிக்கவா செய்றீங்க?” வென்னீர் வைத்திருந்த தம்ளரை பையன் சிங்கில் கவிழ்த்தான். அதை முன்னால் நீக்கி வைத்துவிட்டுச் சொன்னான்: “நானும் கொஞ்சம் போட்டுக்குறனே?” பாதியை மகிழ்ச்சியுடன் ஊற்றிக்கொடுத்தான் சேது. அந்த அளவாவது காலியாகி விட்டதே! நின்ற நிலையில் அதை ஒரே மூச்சில் குடித்து முடித்து உதட்டில் துளிர்த்த சிரிப்பைத் துடைத்துவிட்டுத் தலை குலுக்கினான் பையன்.

சேது கேட்டான்:

“இங்கே இதுக்கு அனுமதிதானா?”

சிறுவனின் நீலக்கண்கள் பளபளத்தன. முகம் துடுத்திருந்தது.

“பிறகு? அந்தப் பக்கம் இன்ஸ்பெட்டர்களில்லையா இருக்காங்க? மூணு பாட்டில் தீந்தாச்சு.” இதைச் சொல்லிவிட்டு அவன் குரல் தாழ்த்திக் கேட்டான்: “அன்னைக்கு வக்கீல்கூட வந்தது நீங்கதானே?”

சேது பதில் சொல்லவில்லை.

சிறு பீங்கானிலிருந்த புளி நீரில் ஊறிய வெங்காயத் துண்டுகளைப் பொறுக்கியெடுத்த சேது மீண்டும் தம்ளரைக் கையில் எடுத்தான். முகம் சுழித்து, மூச்சை அடக்கித் தம்ளரைக் காலி செய்தபோது சுகமாக இருந்தது. மூக்கைத் துளைக்கும் நெடி தெரியவில்லை. கதவை மூடிவிட்டு பையன் வெளியே சென்றபோது சேது சாப்பிட ஆரம்பித்தான். உள்ளே கனல் நீறுவதுபோலிருந்தது. நெற்றியில் வேர்வை துளிர்த்தது. நான்கைந்து கவளம் சாப்பிட்டதும் மனம் புரட்டியது. தலை பாரம் அதிகரித்துக் கொண்டிருந்தது. எழுந்திருக்கும்போது கால்கள் தடுமாறினவா? வாஷ் பேஷினில் கையை அலம்பி, கையைத் தலையில் துடைத்துவிட்டு அடுத்த சிகரெட்டைப் பற்ற வைத்தான்.

சப்ளையர் பையன் பில்லுடன் வந்தான். இரண்டரை ரூபாய். மீண்டுமொரு தடவை கவனித்துப் பார்த்தான். ஆமாம், இரண்டரை ரூபாய்தான்.

"அது ஒரு ரூபா. அதுக்கு பில் போடலை."

தட்டில் ஐந்து ரூபாய் நோட்டை வைத்தபோது சிறுவன் அதை எடுக்காமல் மேஜையின்மீது கையூன்றி வெட்கத்துடன் நின்றான். கோபத்துடன் முறைத்துப் பார்த்தபோது தலை குனிந்தான்.

"எடுத்துட்டுப் போய் பாக்கியைக் கொண்டு வா."

டிப்ஸாக நாலணாவை வைத்து மீதியைப் பாக்கெட்டிலிட்டு விட்டு வெளியே வந்தான். நியான் விளக்குகள் எரியத் தொடங்கியிருந்தன. நகரம் சிரித்துக்கொண்டிருந்தது. சாலைகளில் மக்கள் கூட்டம் அதிகரித்திருந்தது. ஓடையருகில் நடக்கும் போது காலடிகள் பலவீனமாக இருப்பதுபோல் தோன்றியது. சீக்கிரமாக அறைக்குப் போயிருக்க வேண்டும். அம்மாவுக்கு, அப்பாவுக்கு, பரமேஸ்வரண்ணனுக்கு எல்லாம் கடிதமெழுத வேண்டும். 'உங்களுடைய அனுக்கிரகத்தால் கடைசியில் நான் அரசாங்கத்தின் உப்பையும் சோற்றையும் தின்னத் தொடங்கி விட்டேன்.'

வெள்ளையடித்த ஆஸ்பெஸ்டாஸ் வாசலைத் திறந்து அறைக்குள் நுழைந்தபோது படுக்க வேண்டும்போலிருந்தது. கடிதமெழுதுவது குறித்து ஒரு நிமிடம் யோசித்தான். தங்கமணிக்கும் எழுத வேண்டும். டிரெய்னிங் சென்டருக்குப் போன பிறகு பார்த்துக்கொள்ளலாம். காலையில் கோபி வந்து வாசலைத் தட்டி அழைத்தபோதுதான் எழுந்தான்.

வாசிப்பதை நிறுத்திவிட்டு லேடீஸ் வெயிட்டிங் ரூமின் அக்கம்பக்கங்களில் சுற்றிவிட்டு திரும்பிய கோபி கேட்டான்:

"எதுக்கு இங்கயே நின்னுட்டிருக்கணும்? அங்க போவோம். நம்ம ஆட்கள் அங்கதான் இருக்காங்க."

தூக்கம் வருவதற்காகக் காத்துக் கிடக்காத முதல் நாளிரவை நினைத்துப் பார்த்தான் சேது. யார் யாரையோ கனவு கண்டான். யாருடனோ வாக்குவாதம் செய்து கொண்டிருக்கும்போதுதான் கோபியின் குரல் கேட்டு விழித்தான். முகங்கள் எதுவும் தெளிவாக நினைவில்லை.

நடைபாதையின் இன்னொரு முனையை அடைந்தபோது நிறையபேர் நின்றிருந்தார்கள். எல்லோருமே டிரெய்னிங்

சென்டருக்குப் போக இருப்பவர்கள். தேர்வு செய்யப்பட்டவர்கள். அகதிகள்போல் பெட்டிகளிலும் படுக்கைகளிலும் அவர்கள் இடம் பிடித்திருந்தார்கள். பக்கெட்டுகள், துடைப்பங்கள், பலவகை பெட்டிப் படுக்கைகள், சாமான்கள் – நடுவே லக்கேஜ்களாலான ஒரு குவியலே உருவாகியிருந்தது.

"பெட்டியும் படுக்கையுமெல்லாம் எங்கே?"

கோபி சுத்தமான பாலக்காட்டு மலையாளத்தில் கேட்டான்.

"அந்தப் பக்கம் இருக்கு. புக் ஸ்டால் பக்கத்தில."

"அதை எடுத்துட்டு வருவோம்."

கோபியுடன் செல்வதற்கு சேது முயன்றபோது அவன் தடுத்தான். ஒரு கையில் இரும்புப் பெட்டியும் இன்னொரு கையில் படுக்கையையும் தூக்கிக்கொண்டு வந்த அவன் லக்கேஜ் குவியலில் வைத்தான்.

"நல்ல கூட்டமிருக்கும். மெயில் வண்டியில்லையா?"

"ஒரே கேரேஜில எல்லாரும் ஏறிட முடியாது. காலிப்பெட்டியாப் பாத்து ஏறுவோம்."

கோபி எல்லோருடனும் அறிமுகமாகி இருந்தான். ஒவ்வொருவருடைய ஊரையும் பெயரையும் சேதுவுக்குச் சொன்னான்.

திருநாவாய்க்காரன் நெடுங்காடி கேட்டான்: "நீங்க கிராஜுவேட் இல்லையா? பி.டி.க்குப் போயிருக்கலாமே? இதை விட நல்ல ஸ்கெயில் இல்லையா?"

பரப்பனங்காடிக்காரன் சங்கரன்குட்டி சொன்னான்:

"வாத்தியார் வேலை நமக்குச் சரிப்படாது. டிடிசிக்கு அப்ளை பண்ணா கிடைச்சிருக்கும். நான்தான் முயற்சி பண்ணலை. மகா போர் அது."

வீட்டினருகிலுள்ள ஒரு செகண்டரி ஸ்கூலில் டீச்சராக ஆவது இதை விடவும் நல்லதென்று கொழிஞ்ஞாம்பாறைக்காரன் வெங்கடசாமி சொன்னான். அவன் இரண்டு வருடம் முயற்சி செய்திருக்கிறான். கவர்ன்மெண்ட் லிஸ்டில் செலக்ஷனாக நல்ல மார்க் வேண்டும். மார்க் குறைவாக இருந்தால் சிபாரிசுக்கு ஆள் வேண்டும். மேனேஜ்மென்ட் டிரெய்னிங் ஸ்கூலாக இருந்தால் வேலைக்குப் பணம் கொடுக்க வேண்டும்.

முரட்டுக் கதர்ச்சட்டை அணிந்த ஒரு இளைஞன் சொன்னான்:

"பேசிக் ஸ்கூல்ல கிடைக்கும்."

"ஆமா, எடுத்து வெச்சிருக்காங்க, கொடுக்குறதுக்கு."

நெடுங்காடி படுக்கைக் குவியலிலிருந்து எழுந்து சேதுவின் அருகில் விலகி உட்கார்ந்தான். "பேசிக்னா ஐநூறு. ஆனா, அவங்க அதை லஞ்சம்னு சொல்ல மாட்டாங்க. அதுக்கு வேற ஏதோ பேரு. என் பெரியம்மா மகள், மந்திரி சங்கரமேனோனோட மகன் ஸ்கூல்ல வேலை பாக்குறாள். ஐநூறு ரூபா கொடுத்துதான் சேந்தா."

சேது புன்னகைத்தான்.

"சம்பாவனையா (நன்கொடை) இருக்கும். தேசிய மறுசீரமைப்புக்கான சம்பாவனை."

"இல்லை. சம்பாவனைன்னா மலையாளம் இல்லையா? சர்வோதயாக்காரங்க அதை மட்டும் கொன்னாலும் உச்சரிக்க மாட்டாங்க. குடிசைத்தொழில்னு சொல்லி மக்களுக்கு ஒருவேளைப் புரிஞ்சிடுச்சுன்னா? அதனால அதை அவங்க கிராமோத்யோக்னு சொல்வாங்க. உண்மையில அதோட பேரென்ன மிஸ்டர் ராமகிருஷ்ணன்?"

நெற்றியில் காலையில் பூசிய சந்தனப்பொட்டின் காய்ந்தத் துணுக்கும் சிவந்தக் கண்களுமுள்ள நெடுங்காடியை சேதுவுக்குப் பிடித்திருந்தது.

கதர்ச்சட்டைக்காரன் ராமகிருஷ்ணன் ஆர்வமில்லாமல் சொன்னான்:

"நயீம் தாலீம்."

அவன் நடைபாதையின் ஒரு ஓரமாகச் சென்று தண்டவாளத்தில் துப்பி, மூக்கைச் சீந்திவிட்டுத் திரும்பி வருவதற்குள் கோபி மெதுவாகச் சொன்னான்:

"அவரு பயங்கரமான சர்வோதயா. அப்பா உயிர்த்தியாகம் பண்ணவரு."

"உயிரைத் தியாகம் பண்ணிட்டுப் பிறகு என்ன பண்ணுவாரு?"

"ஒண்ணும் பண்ணாம உட்காந்திருக்க வேண்டியதுதான். சோம்பலா இருந்தாப் போய்ப் படுத்துக்கலாம். முடியும்னா ஏதாவது பொய் வழக்குப் போடலாம்."

ராமகிருஷ்ணன் தன்னை வாதம் புரியத் தயாராக்கியபடித் திரும்பி வந்தான்.

“நான் பேசிக் ஸ்கூல்லதான் படிச்சேன். எனக்கு அதில பெருமையும்தான். எந்த வேலைக்கும் திறமையில்லாத கொஞ்சம் ஆட்களை வெளியே தள்ளூற இன்னைக்குள்ள கல்வி முறைக்கு...”

கோபி இடைமறித்துக் கேட்டான்:

“இல்லை நண்பா, ஒரு சின்னக் கேள்வி. கொத்தமல்லிபோட்ட ஒரு தண்ணி குடிப்பீங்களே, அதுக்கு என்ன பேர்?”

நெடுங்காடிக்குத் தெரியும். அவன் சொன்னான்: “ஜாப்பி. மகாத்மாஜி ஸ்பெஷல் ஜாப்பி.”

“ஆங், ஜாப்பி. அதுக்குப் பதிலா சாயா குடிச்சா சர்வோதயம் போயிடுமா?”

ராமகிருஷ்ணனும் விடுவதாக இல்லை. இந்தியர்களுக்குப் பொருத்தமான பானகம் ஜாப்பிதான். காந்தி, வினோபாவே, சங்கர் ராவ்தேவ், கேளப்பஜி, ராமகிருஷ்ணன் என்று பல பெயர்களைச் சொன்னான். இவர்கள் எல்லோருமே ஜாப்பியின் மகத்துவம் குறித்துப் பேசியிருக்கிறார்கள்.

“நண்பர்களே, இதில ஒரு வேடிக்கை என்ன தெரியுமா?” சூழலை நெடுங்காடி ஆக்கிரமிப்பதுபோல் சேதுவுக்குத் தோன்றியது. “தானம் செய்த கிராமம் எங்களோடது. நிறைய பேர் உயிரை வரைக்கும் தியாகம் பண்ணியிருக்காங்க. அதில, குட்டி சங்கரன் என்கிறவனை எனக்குத் தெரியும். ரெண்டு வருஷமா நாட்டுக்காக உயிரைக் கொடுத்த அவன் இப்ப சாராயம் காய்ச்சிட்டிருக்கான். ஓரளவு பரவாயில்லை. வீட்டுக்கு ஓடு போட்டுட்டான். போதுமாக கையிருப்பும் இருக்கு. நான் சொல்ல வர்றது என்னான்னா, சங்கர் ராவ்தேவ் தானம் வாங்குறதுக்காக அங்க வந்தார். அவரை யாராவது பாத்திருக்கீங்களா?”

ராமகிருஷ்ணன் கோபத்தை அடக்கியபடி முணுமுணுத்தான்:

“தெரியும். எங்க வீட்டுக்கு வந்திருக்கார். வார்தாவில வெச்சி அப்பாவுக்கு அறிமுகமானவர்.”

“பாக்காதவங்களுக்குச் சொல்றேன். வேட்டி மட்டும்தான் உடுத்துவார். சட்டை கிடையாது. மூணு மாசத்துக்கொரு வாட்டிதான் சவரம் பண்ணிக்குவார். அவர் தங்குறதுக்காக ஒரு வாட்டி சிங்கப்பூர்க்காரன் வீட்டுல ஏற்பாடு பண்ணாங்க. அங்க இருக்குறது செப்டிக் டேங்க் லேட்ரின். இது சர்வோதய விரோதம். ஒரு மார்க்கமுமில்லை. ஐயா, மூணு நாள் கட்டுப்பாட்டைக் கடைப்பிடிச்சார். நாலாவது நாள் எல்லாரும் சேர்ந்து, வளைவுக்குள்ள குழி தோண்டிக் கொடுத்தாங்க.”

எல்லோரும் ராமகிருஷ்ணனின் பக்கம் திரும்பியதும் அவன் குரலைத் தாழ்த்தி ஒரு மூடனைப்போல் சிரித்தபடி சொன்னான்:

"டிரெய்னிங்ல பாத்துக்கலாம். அதுவரைக்கும் எஜமான்களாக நடந்துக்குங்க."

"அது அப்பதானே? நாமதான் நிறைய பேர் இருக்கோமே, பாத்துக்கலாம்."

டிரெய்னிங் சென்டர் வாழ்க்கையைப் பற்றியும் பயிற்சி கால சிரமங்கள் குறித்தும் பலருக்கும் பயமிருந்தது. சந்தேகமும்.

"ஆறு மாச காலம்தானே? பிறகு எல்லோரும் இன்டிபெனன்ட் ஆயிடுவமே?"

"இதுல கிராஜுவேட்சும் கம்பு சுத்த வர்றதுதான் கஷ்டம்."

வெங்கடசாமி அனுதாபம் தெரிவித்தான்.

கோபி, சேதுவுக்கு ஆறுதல் சொல்வதுபோல் சொன்னான்:

"நாம செகண்ட் பேட்ஜ்தானே? கிராஜுவேட்சுன்னா ப்ரொமோஷனுக்கு சான்ஸ் இருக்கு."

குன்னம்குளம்காரன் தோமஸ் சாயா குடிக்க அழைத்தபோது சேது வேண்டாம் என்றான்.

"வண்டி வரலை. வாங்க ஒரு சாயா குடிப்போம்."

வெங்கடசாமியும் நெடுங்காடியும் புறப்பட்டார்கள். ராமகிருஷ்ணனின் தோளில் கை போட்டு நெடுங்காடி வற்புறுத்தினான். அவனும் கூடவே புறப்பட்டபோது கோபி சொன்னான்: "ஜாப்பி கிடைக்குமான்னுப் பார்க்கலாம், பயப்பட வேண்டாம்."

கடைசியில் ஒன்றே முக்கால் மணி நேரத்துக்குப் பிறகு வண்டி வந்து நிற்கும் மணியடித்தது. திடீரென்று நடைபாதையில் கூட்டமும் ஆரவாரமும் அதிகரித்தது. அழுக்குப் படிந்த அடர் நீலக் குப்பாயமும் சிவப்புத் தலைக்கட்டுமுள்ளப் போர்ட்டர்கள் ஓய்வெடுத்துக்கொண்டிருந்த மூலைகளிலிருந்துப் பாய்ந்து வந்து நடைபாதையில் வரிசை கட்டி நின்றார்கள். அவர்கள் பக்கத்தில் வந்ததும் லக்கேஜ் குவியலைச் சுற்றிலும் கழுகுகள் போல் வட்டமிட்ட அவர்கள் பின்வாங்கினார்கள்.

மற்றவர்கள் அகன்றதும் வயதான போர்ட்டர் ஒருவர் சுழிந்தக் கண்களுடன் காலைத் தூக்கி வைத்து இழுத்திழுத்து நடந்து அருகில் வந்தார். அவரது அடர் நீலக்குப்பாயம் சாம்பல் நிறமாக மாறியிருந்தது. காவித் தலைப்பாகை. உதடுகள் ஒரு

காலத்தில் சிவப்பாக இருந்தன என்று நம்ப முடியவில்லை. கன்னச் சுழிவுகளிலுள்ள நரைத்தக் குற்றி ரோமங்களை அழுத்திச் சொறிந்தபடி தேய்ந்தப் பற்களைக் காட்டிச் சிரித்துக் கனத்தக் குரலில் கேட்டார்: "நான் ஏத்தவா முதலாளி?"

சேது சொல்லத் தொடங்குவதற்குள் கோபி சொன்னான்: "வேண்டாம், பெரியவரே, நாங்களே ஏத்திக்குவோம்."

முதியவர் திறந்த வாயுடன் பரிதாபம் கலந்த சிரிப்புடன் நிற்பதைக்கண்ட சேதுவுக்கு வருத்தமாக இருந்தது. சிறிது நேரத்தில் அம்மனிதர் அமைதியாக மக்கள் கூட்டத்தினிடையே காலை இழுத்திழுத்து நடந்து மறைந்தார்.

வண்டி வந்து நின்றபோது எதிர்பார்த்ததற்கும் அதிகமாகக் கூட்டமிருந்தது. மூன்று பெட்டிகளிலாக அவர்கள் இடம் பிடித்தனர். கோபியும் ராமகிருஷ்ணனும் தோமசும் சேதுவின் கூட்டத்தில்.

"நெடுங்காடி எங்கே?"

"லாஸ்ட் கம்பார்ட்மென்ட்ல."

இருக்க இடம் கிடைக்கவில்லை. கோபி, நெருக்கியும் ஆட்களை விலக்கியும் பிடித்த இடத்தில் சேதுவும் பங்கு பெற்றான்.

பயணம் தொடங்கியது. பணியிடத்தை நோக்கிய பயணம். வண்டி நகரும்போது மனம் மகிழ்ச்சியாக இல்லை. வடிவம் மாறும் கருமேகத்துண்டுபோல் அமைதியின்மை மனதுக்குள் அலைந்துத் திரிந்தது.

தன்னையே அவன் கடிந்துகொண்டான்: "ஆறே மாதம். மாதம் ஒன்றை ஐம்பது ரூபாயில் கழித்தபிறகு நீ ஒரு உத்தியோகஸ்தன். சுதந்திர மனிதன்."

ட்ரெயினிங் சென்டருக்குச் செல்லும் இன்னொருவனை கோபி கம்பார்ட்மென்டில் சந்தித்தான். கறுத்த, உயரமான, சுருண்ட தலைமுடியுள்ள கண்ணாடிக்காரன். அவனது இடது கன்னத்தில் அருவருப்பானப் பளபளப்புடன் தீக்காயம்பட்ட ஒரு வடு இருந்தது. கோபி கேள்விகளால் அவனைத் தொந்தரவு செய்திருக்க வேண்டும். வாசித்துக் கொண்டிருந்த ஹிந்து பேப்பரை மடித்து மடியில் வைத்த அவன், கண்ணாடியைக் கழற்றி, கண்களைக் கசக்கிவிட்டு நிமிர்ந்து உட்கார்ந்தான்.

"இந்த உண்ணி நாராயணனும் கிராஜுவேட்தான். நீங்க அறிமுகமாகலை, இல்லையா?"

அவன் கேட்டான்:

"எந்த காலேஜ்?"

சேது கல்லூரியின் பெயரைச் சொன்னான்.

"ஃபிஃப்டி ஒண்ணுல நான் அங்க வந்திருக்கேன்."

"நான் அப்ப அங்கதான்."

உண்ணி நாராயணன் திருச்சூரிலிருந்து இன்டர் காலேஜியேட் சொற்பொழிவுப் போட்டிக்காக அங்கே வந்திருந்தான். அந்த வருடம் தேவரைக்கு முதல் பரிசு. உண்ணி நாராயணனுக்கு இரண்டாம் பரிசு. அதற்கு அடுத்த வருடம் எர்ணாகுளத்தில் நடந்த போட்டியின்போது அவனுக்கு முதல் பரிசு.

சேது கேட்டான்: "எந்த வருஷம் பாஸானீங்க?"

வருடத்தைச் சொன்னபோது அவன் மனதுக்குள் கணக்குப் போட்டான். தன்னை விட ஒரு வருட சீனியர்.

"இதுவரைக்கும் எங்குமே ஓர்க் பண்ணதில்லையா?"

"நிறைய ட்ரை பண்ணேன். ஒண்ணும் சரியாகலை" என்று சொல்லிவிட்டு முன்பு கல்லூரியின் பிரதிநிதியாகச் சொற்பொழிவுப் போட்டிகளுக்குச் சென்று பரிசுகள் பெற்று வெற்றியாளனாகத் திரும்பிய இளைஞன் வெளிறிய சிரிப்புடன் மௌனமானான்.

"இதோ இந்த பேப்பரை வாசிக்கும்போதுதான் யோசிச்சேன். எல்லா வேலைகளுக்கும் ரெண்டு மூணு வருஷ எக்ஸ்பீரியன்ஸ் கேட்குறானுங்க. யாராவது வேலை கொடுத்தாதானே எக்ஸ்பீரியன்ஸ் கிடைக்கும்?"

உண்ணி நாராயணன் பேசும்போது கண்ணாடிச் சில்லுகளின் பின்னால் அவனது கண்கள் பளபளத்தன.

"அல்லது புலையனாவோ பறையனாவோ பிறந்திருக்கணும். அல்லது பெண்ணாப் பிறந்திருக்கணும். அதுவுமில்லை. பார்வைக்குப் பரவாயில்லாத பெண்ணா இருந்தாக்கூட பிழைச்சிக்கலாம்."

அவன் கல்லூரி வாழ்க்கையின் கதைகளைச் சொல்ல ஆரம்பித்தபோது கோபியும் நண்பர்களும் கவனத்தைத் திருப்பிக் கொண்டார்கள்.

"அந்தோணி தெரியுமா? எங்க காலேஜ்லேருந்து வந்து உங்க காலேஜ்ல சேந்தானே?"

“ஃபுட்பாலர்?”

“யெஸ். அவனேதான். என்கூடதான் படிச்சான். என் வீட்டுக்குப் பக்கத்து வீடு தான். ஜூனியரின்டுக்கு மூணு வருஷம். பிறகுதான் உங்க காலேஜ்ல சேர்ந்தான்.”

சேது பார்த்திருக்கிறான். யூனிவர்சிட்டி விளையாட்டுக்கார னாக தேர்ந்தெடுத்தபோது யாரோ அவனைப் பெருமையுடன் காட்டித் தந்தார்கள்.

“எனக்கு அறிமுகமில்லை. அங்கிருந்துதான் யூனிவர்சிட்டிக் காக விளையாடினான்.”

கல்லூரி மாதப்பத்திரிகையில் வெளியான தன்னுடைய கவிதையின் அடுத்தப் பக்கத்தில் அந்தோணியின் படமிருந்தது. பல்கலைக்கழகத்தின் பெயர் எழுதிய பிளைசர் கோட்டும் கழுத்தில் புள்ளிபோட்ட சில்க் ஸ்கார்ஃபும்.

“அவன் இப்ப மஃபத்லால் கம்பெனியில. விளையாட்டு மட்டுமே போதும். எழு நூறு ரூபாய் சம்பளம். அடுத்த சீஸன்ல கல்கத்தாவுக்குப் போனா இதை விடவும் அதிகம் கிடைக்குமாம். கிளப்காரங்க போட்டி போடுறதா அவனோட அண்ணன் சொன்னான்.”

“வெளிநாடுகளுக்கு எங்கயும் போகலையாமா?”

“பாங்காக் இன்டியன் டீம்ல விளையாடினான். அது முடிஞ்சதும் ஸ்டாராயிட்டான்.”

படிக்காமல் தோற்றுத் தோற்றுக்கிடந்த ஆன்றனி ஃபுட் பாலால் பெரிய ஆளாகிவிட்ட கதையைச் சொல்லும்போது உண்ணி நாராயணனுக்குக் கோபம் வருவதுபோல் தோன்றியது. வெறும் கிராஜுவேட்டாக வெளியில் வந்த மற்றொரு கிளாஸ்மேட்டைப் பற்றியும் சொன்னான். வெள்ளைக்காரன் கம்பெனியிலுள்ள ஒரு ரப்பர் தோட்டத்தில் அஸிஸ்டெண்ட் மானேஜராக இருக்கிறான். எழுநூறு ரூபாய் சம்பளம். நான்கு மாத போனஸ். ஜீப் கொடுத்திருக்கிறார்கள். சேது ஆறுதல் சொன்னான்:

“அதெல்லாம் சில பேருடைய அதிர்ஷ்டம்.”

“அதிர்ஷ்டம். அவனை எனக்கு நல்லாவே தெரியும். ஃபூல்னா ஆர்ச் ஃபூல். ஒரு வார்த்தைகூட இங்கிலீஷ்ல தப்பில்லாம எழுதத் தெரியாது. கால் பிடிச்சும் காசு கொடுத்தும் தர்ட்டி ஃபைவ் பெர்சன்ட் வாங்கினவன். அப்பா சிங்கப்பூர்ல இருந்தார். அம்மா சொஸைட்டி லேடி. ஜெனரல் மானேஜருக்கு

டின்னரும் பார்ட்டியும் வெச்சாங்க. லேபர் மினிஸ்டரைப் பிடிச்சு வெள்ளக்காரன்ட சிபாரிசுக்குப் போனாங்க. போதாதா? எழுத்து வாசனை இல்லாம இருந்தா என்ன?"

அவன் மனக்கசப்புடன் சொல்லி முடிக்கும்போது சேது ஜன்னல் இடைவெளியினூடே தண்டவாளத்தின்கீழ் பாசிக்கூட்டம் வளரும் நீண்ட ஏரிகளைப் பார்த்துக்கொண்டிருந்தான்.

"பிடிக்கு ட்ரை பண்ணலையா?"

"செலக்ஷனாக வேண்டாமா? அன் ட்ரெயின்டா ஒர்க் பண்ணவும் முயற்சி பண்ணினேன். டிஸ்டிரிக்ட் போர்ட் ஆஃபீஸ்ல அப்பாயின்ட்மென்ட் பாக்குற ஹெட் கிளார்க் உண்ணிக் கிருஷ்ணன் நாயரைக் கேள்விப்பட்டிருக்கீங்களா?"

"இல்லை."

"பிரசிடெண்ட் இல்லை, யாருடைய அனுக்கிரகத்தோட போனாலும் உண்ணிக் கிருஷ்ணன் நாயர் ஆசிர்வதிக்க மாட்டார். வெள்ளைக்காரன் காலமா இருந்தா இவனை எல்லாம் சுவரோட சேத்து வச்சுச் சுட்டுச் சாம்பலாக்கியிருப்பான். டீச்சர்களுக்கு டிரான்ஸ்பர் வேணும்னா இவனை வீட்டுல போய்ப் பாக்கணும். ஆண்களா இருந்தா பணம் கொடுக்கணும். நைன் பி சர்வீஸ்ல கொஞ்ச காலம் கிடைச்சிருந்தா பிடிக்குப் போயிருக்கலாம். அதிகாரம் இவன் கையில இருக்கும்போது எப்படிக் கிடைக்கும்?"

ஆரவாரத்துடனிருந்த பெட்டி திடீரென்று நிசப்தமானது. பிற பயணிகளைப் பற்றி சேது அப்போதுதான் நினைத்துப் பார்த்தான். அவனும் அதை நினைத்திருக்க வேண்டும். கசங்கிய பத்திரிகையை மீண்டும் விரித்து அவன் வாசிப்பைத் தொடர்ந்தபோது சேது ஓடியொளிந்துகொண்டிருந்த தென்னந்தோப்புகளையும் வயல் வரப்புகளிலுள்ள கறுத்த சவுரிக்குழிகளையும் பார்த்துக்கொண்டிருந்தான்.

வருகிறோம், வருகிறோம், வருகிறோம் . . .

வண்டியின் வேகம் அதிகரித்தது. சக்கரங்களின் இரைச்சலுக்குக் காதுகூர்ந்தபோது தாளம் தப்பவில்லைபோல் தோன்றியது. இரும்புச் சக்கரங்களின், தண்டவாளத்தின் இசை.

– வருகிறோம், வருகிறோம், வந்துகொண்டிருக்கிறோம்.

இரும்புத் தண்டவாளத்திலிருந்து வார்த்தைகள் இசைவடிவம் கொள்வதுபோல் தோன்றியது. நாங்கள் வருகிறோம், இருண்ட கிராமங்களைத் தட்டியெழுப்ப நாங்கள் இதோ வந்துகொண்டிருக்கிறோம்.

மதிய சாப்பாட்டை முடித்துவிட்டு தங்கமணி இப்போது மேலே சுத்தமான சிமெண்ட் தரையில் படுத்திருக்கக்கூடும். தலையணையைச் சுற்றிலும் சிவந்த சிமெண்ட் தரையில் அவளது முடிச்சுருள்கள் சிதறிக்கிடக்கும்.

கடிதமெழுத வேண்டும். சுதந்திரத்தை நோக்கிய பயணத்தில் பிரியமானவளே, உன்னை நான் கனவு கண்டுகொண்டிருந்தேன்.

ஆர்வ மிகுதியால் கூக்குரலிட்ட வண்டிச் சக்கரங்கள் மீண்டும் இசைத்தன: வருகிறோம், வருகிறோம், வந்துகொண்டிருக்கிறோம்.

7

ஆற்றுக்கப்பால் குன்றுகளினிடையில் எங்கோ அரசாங்கத்தின் புகழ்பெற்ற விவசாய நிலம் காத்திருந்தது. முதன் முதலில் உத்தியோகம் பார்க்குமிடம்.

தொலைவில் மேற்குத் தொடர்ச்சி மலையில் ஏற்கனவே கண்ட அடையாளங்களைப் பார்த்தபோது மனதுக்குள் மகிழ்ச்சி உருவானது. வாழ்க்கையின் எல்லைக் கோடுகள்போல் மேகச்சரிவுகளினூடே தெரியும் தெளிவற்ற இந்த அடையாளங் களைத் தினமும் பார்ப்பதுதான். இல்லத்தின் மேற்குப்பக்கக் குன்றின்மீதிருந்து, புகைவண்டித் தண்டவாளங்களிலிருந்து, ஹாஸ்டலின் கீழ் வராந்தாவிலிருந்து...

நான்கு மணிக்கு ஸ்டேஷனில் இறங்கினார்கள்.

கோபியின் மேற்பார்வையில் கை வண்டிக்கு ஏற்பாடானது. ஊர்வலமாக பின்னால் நடக்கும்போது சிரமத்துடன் பயணம் செய்ததால் சோர்ந்துபோயிருந்த இளைஞர்களிடம் உற்சாகம் தொற்றிக்கொண்டது. பஸ் ஸ்டாண்டுக்கு வந்தபோது மழைத் தூறல்விழ ஆரம்பித்தது. ரோட்டில் சாய்த்துக் கட்டியிருந்தக் கூரைகளின்கீழ் அவர்கள் ஒதுங்கி நின்றார்கள்.

தன்னுடைய கடையின் முன் நிற்பதைப் பெட்டிக்கடைக்காரன் அசௌகரியமாக உணரலாம் என்று கருதி, அரை பாக்கெட் சிகரெட் வாங்கிய சேது அதை உண்ணி நாராயணனிடம் நீட்டினான். அவன் வேண்டாம் என்றான். இதுவரை அவன் சிகரெட் பிடித்ததில்லையாம். இதை ஆடம்பரமாக நினைக்கிறான். சொந்தமாகச் சம்பாதிக்க ஆரம்பிக்கும்போது ஒருவேளை ஆடம்பரமா இல்லையா என்று யோசிப்பானாக இருக்கும்.

உண்ணி நாராயணன் பேசும்போது கிருஷ்ணன் குட்டி நினைவுக்கு வந்தான். ஒரே ஒரு வேறுபாடுதான். உண்ணி நாராயணனின் முகத்தில் பரிதாபம் நிழலிடும். கிருஷ்ணன் குட்டியின் முகத்தில் எப்போதுமே கோபம்தான்.

மூங்கில் தூணில் கட்டி வைக்கிருந்த கயிற்றின் நெருப்பு நாளத்தில் சிகரெட்டைப் பற்ற வைத்துப் புகை விட்டபடி சேது நினைத்துப் பார்த்தான்: கிருஷ்ணன் குட்டி என்னை எப்போதாவது நினைத்துப் பார்ப்பானா?

பஸ் ஸ்டாண்டில் விசாரணை செய்துவிட்டுத் திரும்பிய கோபி சொன்னான்:

"இப்ப பஸ் வரும். ஒரு மணிநேரத்துக்கொரு பஸ் இருக்கு."

டவுணிலிருந்து வருகிற பஸ். பாதிக்கும் அதிகமான சீட்கள் காலியாக இருந்தன. சாயாக்கடைக்குள்ளும் கடைத்திண்ணை களிலும் இடம்பிடித்திருந்த நண்பர்கள் ஓடி வந்து கூடினார்கள். இரண்டடி முன்னால் நடந்த சேது ஏமாற்றத்துடன் நின்றான். பார்த்து அறிமுகமான, ஒன்றாகப் பயணம் செய்த, ஒரே இடத்துக்குப் போய்ச் சேருவதற்காக ஒன்று கூடியவர்கள் அதையெல்லாம் மறந்து சண்டை போட்டுக் கொண்டிருந்தார்கள்.

வெறுப்புடன் பார்த்துக்கொண்டு நின்றிருந்த சேதுவின் மனதில் கோபத்துக்குப் பதிலாக வேதனை.

– நடைபாதையில் காலூன்றுகிற இடத்துக்காக எல்லா வற்றையும் மறந்து சண்டை போட்டுக்கொண்டிருக்கிறோம்; காயப்படுத்துகிறோம்; வேதனைப்படுத்துகிறோம். மற்றவர்கள் இடம் பிடிப்பதைத் தடுப்பதற்காக.

இடம் பிடிப்பதற்கான முயற்சியில் உதைத்துப் பின்தள்ளப் பட்ட உண்ணி நாராயணன் கடைசியில் சொர்க்கக் கபாடத்தை எட்டியபோது கண்டக்டர் உணர்ச்சியற்ற, எள்ளல் கலந்த தொனியில் சொன்னார்: "போதும், இனி யாருக்கும் இடமில்லை."

உள்ளே ஏறியவர்கள் தலையை வெளியே நீட்டி கோபியிடம் சத்தமாகச் சொன்னார்கள்: "என் பெட்டி; என் பக்கெட்."

லக்கேஜ்கள் ஏற்றப்பட்டன. சாரல் மழையில் நனைந்த, மூடிய வாசலை அடைந்தபோது விஷயத்தைப் புரிந்துகொண்ட கோபி, யாரை என்றில்லாமல் பொதுவாக ஒரு மோசமான வார்த்தையால் திட்டினான்.

சேது ஆறுதல் படுத்தினான்: "நாம அடுத்த பஸ்சுல போகலாம்."

கோபியும் உண்ணி நாராயணனும் சேதுவுக்கு பெயர் தெரியாத இன்னும் இரண்டு பேர்களும் மிச்சமிருந்தார்கள். சேது இரண்டாவது சிகரெட்டைப் பற்ற வைத்துவிட்டு கடையில் ஒதுங்கி நின்றான்.

ஆனால், கோபி தோற்று பின்வாங்கத் தயாராக இல்லை. கண்டக்டரின் பக்கத்தில் சென்று என்னென்னவோ சொன்னான். கடைசியில் அனுமதி கிடைத்தது: "ஏறிக்குங்க. நிற்கதான் முடியும்." எல்லோரும் ஏறிக்கொண்டார்கள். மேலே கம்பியைப் பிடித்துத் தொங்கியபடி பாலன்ஸ் செய்துதான் முப்பது மைல் தூரம் போக வேண்டும்.

பஸ் குறுகிய தெருக்களினூடே கடக்கும்போது நகரம் எதிர்பார்த்ததை விட சிறிதாக இருப்பதுபோல் தோன்றியது. கல்லூரி ஃபுட்பால் வீரர்களில் பலரும் இங்குள்ளவர்கள் தான். ரோடும் தண்டவாளமுமுள்ள நீண்ட பாலத்தின்மீது வரும்போது சீட்டைப் பிடித்தபடித் தலை குனிந்து நின்று வெளியே பார்த்தான் சேது.

குன்றுகளிடையிலிருந்துக் கட்டவிழ்த்துப் பாய்ந்த ஆறு, வாய் பிளந்து நிற்கும் கடலின் முன் வந்து திடுக்கிட்ட நிலையில் அசைவற்று நின்றிருந்தது. நெடுங்காடிக்கு நன்றி. அவன்தான் நகர்ந்து உட்கார்ந்து சற்று இடம் தந்து உட்கார வைத்தான்.

ஆற்றின் மறுகரையிலிருந்துக் குன்றுகளின் தொடக்கம். மேடு பள்ளம் நிரம்பிய பாதை, குன்றுகளைச் சுற்றி வந்துகொண்டிருந்தன. இருபுறமும் தரிசாகக் கிடக்கும் குன்றுகள். நனைந்து பளபளக்கும் தரையில் செறுமிப்பெண்ணின் மார்பில் வடியும் வேர்வைச் சால் போல் நீர் ஒழுகிக்கொண்டிருந்தது.

கிராமத்தைக் கடந்தபோது வெட்டவெளி நிலங்கள். இன்னொரு ஏற்றமும் கடந்தபோது முந்திரிக்காடுகள் தெரிந்தன. நனைந்தக் காட்டின், சருகுகளின் வாசம். காய்ந்த மூங்கில் இலைகள் விழுந்துக்கிடக்கும் தரையில் நிழல்களிடையே வெளிச்சக் கீற்றுகள் துண்டுபட்டுக் கிடந்தன.

மரக்கூட்டங்களுக்கிடையில் குன்றுகளின் வெற்று முதுகினூடே மேற்கு தொடர்ச்சி மலையின் கருநிழல்கள் இறுகித் தெரிந்தன.

மேகக்கீற்றுகள் அடர் நீலம் படர்ந்தத் தாழ்வார மலையடுக்கு களின் பின்னால் மெல்லிய பனிப்படலங்களாகக் கரைந்து ஒன்றுசேர்ந்தன.

மைல் கற்கள் பின்னால் ஓடி அகன்றுகொண்டிருப்பது தெரியவில்லை.

பஸ் நின்றது.

எல்லாக் கண்களும் வாசல் படியை நோக்கின. எதிர்பார்த்திருந்து கடைசியில் வாழ்க்கையின் முன் திறக்கப்போகிற வாசலை வந்தடைந்திருக்கிறோம்.

"வருக, வருக அன்பர்களே!...

வீரர்களாகிய இளைஞர்களே!"

யாரோ பாடினார்கள். கோபி மீண்டும் தலைவனாக மாறினான். சாமான்களை இறக்குவதற்கு முதலில் மேலே ஏறியது கோபிதான்.

உள்ளே போகும் செம்மண் பாதையின் தொடக்கத்தில் காங்கிரீட் தூண்களில் பண்ணையின் பெயரெழுதிய பெரிய போர்டு தெரிந்தது. கீழே ஒரு புறம் மரக்காலில் பயிற்சி மையத்தின் பெயர்ப் பலகை.

வலது காலை முன்வைத்து... நினைவில் கொள்ளவும், வலது காலை முன்வைத்து...

கேட்டைக் கடந்தபோது உரத்தக் குரலில் பேசிக்கொண் டிருந்தவர்கள் எல்லாம் அமைதியானார்கள். முதலில் தெரிந்தக் கட்டடத்தின் காலியான வராந்தாவில் சாமான்களை ஒதுக்கி வைத்துவிட்டு யாரோ சிலர் அலுவலகத்தைத் தேடிச் சென்றார்கள்.

எதிரில் மிளகுக்கொடிகள் படரவிட்ட பெரிய மரங்கள். ஏதேதோ கணக்கு வழக்குகள் எழுதப்பட்ட மஞ்சள் பலகைகள்.

அலுவலகத்தைத் தேடிச் சென்றவர்கள் திரும்பி வந்து சொன்னார்கள்:

"குவார்ட்டர்சுக்கு. எல்லாரும் குவார்ட்டர்சுக்குப் போகணும்."

"யார் சொன்னது?"

"டைரக்டரைப் பாத்தீங்களா?"

"குவார்ட்டர்ஸ் எங்க இருக்கு?"

"அங்க!"

யாருக்கும் சரியாகத் தெரியாது. அப்போது காக்கிச் சட்டையும் தலைப்பாகையும் அணிந்த ஒருவன் தொலைவில் நடந்து வந்துகொண்டிருந்தான். பெரிய இரும்பு வளையத்தில் கோர்த்தச் சாவிகள் அசைய அவன் இறக்கத்தில் வந்து நின்றபோது சிலர் அவனது அருகில் சென்றார்கள். மீண்டும் மகிழ்ச்சித் தொற்றிக்கொள்கிறது. ஆள் வந்திருக்கிறது. இடத்தைக் காட்டுவதற்கு ஆள் வந்திருக்கிறது.

இரும்புப் பெட்டியையும் படுக்கையும் இரு கைகளில் தூக்கிக்கொண்டு சேது சிரமத்துடன் நடந்துகொண்டிருந்தான். பப்பாளித் தோட்டத்தைக் கடந்து தென்னங்கன்றுகள் குவித்துப்

போட்டிருந்த விவசாய நிலத்தினூடே ஏறி மீண்டும் செம்மண் பாதையை அடைந்தால் குவார்ட்டர்ஸ்.

ஓடு வேய்ந்த நீண்ட கூடம். கோடுகள் வரைந்த சொரசொரப்பான சிமெண்ட் தரையில் ஏறும்போது காக்கிச் சட்டைக்காரன் திரும்பி நின்றான்.

"ஒவ்வொரு அறையிலும் நாலு நாலு பேர். பெரியவர் சொல்லியிருக்கார்."

மூன்றாவது அறைக்குள் நுழைந்தார்கள். மாடியில்லாத அறைக்குள் வார்னிஷ் வாசமும் சுண்ணாம்பு வாசமும் தங்கியிருந்தன. பெரிய ஜன்னல்களைத் திறந்தபோது நல்ல வெளிச்சம் வந்தது.

அந்த அறையில் உண்ணி நாராயணனும் வெங்கடசாமியும் கோபியும் நெடுங்காடியும். வேறு அறைகளும் காலியாகக் கிடப்பதை விசாரித்துத் தெரிந்துகொண்ட வெங்கடசாமி அங்கிருந்து சென்றான்.

பசியும் அதைவிட அதிகமாக சோர்வும். மதியம் யாரும் சாப்பிடவில்லை. படுக்கையைச் சுவரோரமாக வைத்த சேது அதில் உட்கார்ந்துகொண்டான்.

எல்லோரும் வசதிகளை மனதுக்குள் மதிப்பிட்டுக்கொண்டிருக்கும்போது காக்கிச் சட்டைக்காரன் மீண்டும் வந்தான். பூட்டையும் சாவியையும் உண்ணி நாராயணன் பொறுப்பேற்று வாங்கினான். அவன் வெளிவராந்தாவுக்குச் சென்றதும் சேது கூப்பிட்டான்:

"இங்கே பார்..."

அவன் திரும்பவில்லை.

"ஹேய்!..."

சிப்பாய் சிறு அதிருப்தியுடன் திரும்பினான்.

"மேசையோ செயரோ வேற ஃபர்னிச்சரோ எதுவுமே இல்லையா?"

"இல்லை. அதுதான் ரூல்."

கோபி வாசலருகில் சென்றான்"

"படுக்குறதுக்கு?"

"அதான் ஆர்டர்ல சொல்லியிருக்குமே, எல்லாமே கொண்டு வரணும்னு?"

"படுக்கைக் கொண்டு வந்திருக்கோம். கட்டில்? படுக்கையை சிமெண்ட் தரையில விரிச்சா படுக்குறது?"

சிப்பாயின் முகத்தில் எந்தப் பாவ வேறுபாடுமில்லை.

"அதையெல்லாம் பெரியவருட்ட பேசிக்குங்க. அதான் ரூல்."

சிப்பாய் சென்றதும் கோபி பொதுவாகக் கேட்டான்:

"கீல்வாதம் உள்ளவங்களா இருந்தாலும் கட்டில்ல படுக்கக் கூடாதுன்னு மகாத்மா காந்தி சொல்லியிருப்பாரா?"

பக்கத்தில்தான் கிணறு. குளியலறைகள் இருந்தன. காந்தியன் கக்கூஸ்கள் ஒரு ஃபர்லாங் தூரத்திலிருந்தன. வராந்தாவிலிருந்துப் பார்த்தால் மெஸ் தெரியும். உயரத்தில் தெரியும் அலுவலக அறையின் பக்கத்தில்தான் வகுப்புகள் நடக்கும் கூடம்.

கோபியும் உண்ணி நாராயணனும் பண்ணையைப் பார்ப்பதற்காகப் புறப்பட்டார்கள். நெடுங்காடி குளிக்கக் கிளம்பினான். சேது படுக்கையை விரித்துப் போட்டுக் கண் மூடிப் படுத்துக்கொண்டான். நெற்றியில் சூடிருந்தது. தலை வலித்தது. அடுத்த அறைகளில் இடம் பிடித்தவர்கள் பலர் உள்ளே வந்தார்கள். தலை வலிப்பதாகச் சொன்னதும் தொந்தரவு செய்யாமல் போய் விட்டார்கள்.

வெளியே இருள் வேகமாகப் படிந்துகொண்டிருந்தது. நல்ல குளிர். வராந்தாவில் யாரோ லைட் போட்டார்கள். அறைக்குள் சிறு வெளிச்சக் கீற்று நுழைந்தது.

வெளியே போயிருந்தவர்கள் திரும்பி வந்து சொன்னார்கள்:

"ஏழு மணிக்கு அசெம்பிளாகச் சொல்லியிருக்காங்க."

"இப்ப மணி என்ன?"

"ஏழுக்கு இன்னும் பத்து நிமிஷமிருக்கு."

எல்லோரும் சிரத்தையுடன் சட்டையும் வேட்டியும் மாற்றித் தயாரானார்கள்.

"டிரெஸ் மாத்தலையா?"

சேது எழுந்து சொன்னான்:

"என்னால முடியலை. போத்திட்டுப் படுக்கணும்போலிருக்கு." வெளியே வந்தபோது குளிர்ந்தக் காற்று ஊசியால் துளைப்பது போலிருந்தது.

ஹாலில் விரித்துப்போட்டக் கோரைப்பாய்களில் உட்காரவும் முன்னால் இடம் பிடிக்கவும் போட்டி நடந்தது.

சேது வாசலின் அருகில் உட்கார்ந்திருந்தான். வெளியிலிருந்து இலேசான நீர்த்துளிகளுடன் நுழையும் காற்றில் உடல் நடுங்குவது போலிருந்தது. எதிரில் நடைமேடைக் காலியாகக் கிடந்தது. சுவரில்

கதர் மாலையணிந்தத் தலைவர்களின் படங்கள் கண்ணாடியிட்டு தொங்க விடப்பட்டிருந்தன. மணி ஏழு. காத்திருப்புத் தொடர்ந்த நிலையில் மெதுவாக எழுந்த முணுமுணுப்புகள் தெளிவற்ற இரைச்சலாக மாறின. நடைமேடைக்குப் பின்னால் கை கூப்பி நிற்கும் காந்திஜியின் வண்ணப்படத்தின் அருகில் தொங்கிய வட்டக் கடிகாரம் மணி ஏழைக் காண்பித்தபோது வெளிவராந்தாவில் ஷூ சத்தம் கேட்டது. அனைவரும் எழுந்து நின்றார்கள். மேலே காற்றில் அசையும், துளைக்கும் பிரகாசமுள்ள குண்டு பல்ப் வெளிச்சத்தில் அவர் நடைமேடையில் நிற்பது தெரிந்தது. கடும் பச்சை நிறத்தில் கதர் பாண்ட், தவிட்டு நிறத்தில் புஷ்கோட்டு. சப்பையான மூக்கின்கீழ் துருத்தி நிற்கும் ஹிட்லர் மீசை அழகைக் குறைப்பதற்கே உதவியாக இருந்தது.

"உட்காருங்க."

எல்லோரும் உட்கார்ந்தார்கள்.

மேடையில் வைக்கப்பட்ட மேஜையில் இரு கைகளையும் ஊன்றி முன்பக்கமாக சாய்ந்து நிற்கும் அம்மனிதர் ஏதோ ஒரு விளம்பரத்தில் பார்த்த கார்ட்டூன் சித்திரத்தை நினைவூட்டினார்.

மலையாளத்தில்தான் பேச ஆரம்பித்தார்: "இன்று முதல் நீங்கள் எல்லாம் அரசுப் பணியாளர்கள்."

உள்காய்ச்சல் இருக்கிறதா? அவன் நெஞ்சில் கை வைத்துப் பார்த்தான். உடல் நடுங்குவதற்கானக் காரணம் குளிராக இருக்கலாம். அரசு ஊழியர்களின் பொறுப்புகள், இப்பயிற்சித் திட்டத்துக்காக அரசு செலவு செய்யும் தொகை, பயிற்சிக் காலத்தில் மேற்கொள்ள வேண்டிய ஒழுங்கு முறைகள் ...

முதலில் பேசுவதைக் கவனிக்க முயன்றான். வடக்கன் மலையாளத்திலான கனத்த உச்சரிப்பைக் கேட்க வேடிக்கையாக இருந்தது. பிறகு, கவனம் சிதறியது. தேசத்தின் மறு கட்டமைப்பு... மகாத்மாஜி . . . இந்தியாவின் எதிர்காலம் . . . இறுதியில் அறிவுறுத்தல்கள்.

காலை ஏழரை மணிக்கு ஃபீல்டில் ரிப்போர்ட் செய்ய வேண்டும். மதியம்வரை களப்பணி. அது முடிந்த பிறகு லிஷர். டவுணுக்குப் போய் தேவையானப் பொருட்களை வாங்கிக்கொள்ளலாம். எட்டு மணிக்குள் திரும்பி விட வேண்டும்.

பயங்கர பசி. மெஸ் ஹாலுக்குச் சென்றபோது சாப்பாட்டுத் தட்டு வாங்காததில் வருத்தம் தோன்றியது. தட்டு வாங்காத வேறு நபர்களும் இருந்தார்கள். பரிமாறுபவர்களில் ஒருவர் வெளியே சென்று பெரிய தேக்கிலைகள் கொண்டு வந்தார்.

ஆவி பறக்கும் அவித்தச் சிறுபயறும் சாப்பாத்தியும்.

இளைஞனான ஒரு பயிற்சியாளர் வந்து சொன்னான்:

"பிரார்த்தனைக்குப் பிறகு சாப்பாடு. பிரார்த்தனையில எல்லாரும் கலந்துக்கணும்."

கையில் அள்ளிய சிறுபயறைக் கீழே வைத்தான்.

ஓம் ஸஹனாவபது
ஸஹனவ் பூனக்து
ஸஹவீர்யம் கரவாவஹை...

உதடுகளை அசைத்து தானும் சொல்வதுபோல் பாவனைக் காட்டினான்.

ஓம் சாந்தி! சாந்தி! சாந்தி!...

அறைக்குத் திரும்பி வந்து அழுக்கு வேட்டியைப் போர்த்திப் படுத்தபோது உடனே தூக்கம் வந்து விடுமென்றுதான் நினைத்தான். இல்லை, தூக்கம் வரவில்லை. எல்லோரும் ஊருக்குக் கடிதம் எழுதிக்கொண்டிருந்தார்கள். எழுந்து இரும்புப் பெட்டியை இழுத்துப் பக்கத்தில் வைத்து படுக்கையில் சம்மணமிட்டு அமர்ந்து கடிதமெழுத ஆரம்பித்தான். அம்மாவுக்கு, பரமேஸ்வரண்ணனுக்கு, அப்பாவுக்கு...

கிருஷ்ணன்குட்டிக்கும் பாலகிருஷ்ணனுக்கும் டானியலுக்கும் எல்லாம் எழுத வேண்டும்.

என்ன எழுத?

நண்பர்களே, கடைசியில் நான் நம்முடைய கிராமங்களில் சேவை செய்வதற்காக இங்கே வந்து சேர்ந்த தகவலை மகிழ்ச்சியுடன் தெரிவித்துக்கொள்கிறேன்.

தனது கடிதத்தை பத்மு தட்டுத்தடுமாறி அம்மாவுக்கு வாசித்துக் காட்டும் காட்சியை மனதுக்குள் கற்பனை செய்ய முடிந்தது. வாசித்து முடிக்கும்போது சித்தியும் வருவாள்.

"சேதுவோட கடுதாசியா? ஒரு தடவை கூட வாசியேம்டி?"

வாசித்துக் கேட்டதும் கடைசியில் சித்தி சொல்வாள்:

"எப்படியோ அவனுக்கும் சோத்துக்கு வழி கிடைச்சுடுச்சு."

அம்மா கொஞ்ச நேரம் அமைதியாக உட்கார்ந்திருப்பாள். அன்பை ஒரு போதும் பிரகடனப்படுத்திக்கொள்ளாத அம்மா அமைதியாக உட்கார்ந்துப் பிரார்த்தனை செய்வாளாக இருக்கும். பிறகு சொல்வாள்:

"வெள்ளிக்கிழமை, கோயிலுக்கு நாலணாக் காணிக்கைக் கொடுத்தனுப்பணும். அவன் பிறந்த நாளைன்னைக்குப் பூ சாத்துறதுக்கு."

அப்பா யாரிடமும் சொல்லமாட்டார். பரமேஸ்வரண்ணன்? ஒருவேளை அண்ணியிடம் சொல்வான்.

எல்லோரும் படுக்கையை விரித்துப் படுத்துக்கொண்டார்கள். இப்போது குளிர் அதிகம் தெரியவில்லை. நடுக்கம் மாறியிருந்தது. ஒரு சுக உணர்வு. தலைவலியும் மாறியிருந்தது.

செடிப் படர்ப்புகள் தெளிவற்ற அடையாளங்களாகத் தெரியுமளவுக்கு வெளியில் கனத்த இருள். ஜன்னல்கள் மூடியிருந்ததால் மேற்கு மலையிலிருந்து இறங்கி வரும் காற்று வெளியே இரைச்சலுடன் வீசிக்கொண்டிருந்தது.

"லைட்டை அணைக்கட்டுமா?"

"கொஞ்ச நேரம்."

சுவரில் சாய்ந்தமர்ந்து, வழியில் வாங்கிய வாரப் பத்திரிகையைப் பெட்டியிலிருந்து எடுத்து வாசித்துக்கொண்டிருந்தான்.

கோபி நினைவூட்டினான்:

"ஒன்பது மணிக்கு லைட் அணைக்கணும்னு ரூல்."

அவன் காதில் விழுந்ததுபோல் காட்டிக்கொள்ளவில்லை. சாயங்காலம் வாங்கியதில் ஒரு சிகரெட் மிச்சமிருந்தது. குளிரில் வளைந்திருந்த அதை உள்ளங்கையில் வைத்து உருட்டி நேராக்கி விட்டுப் பற்ற வைத்தான்.

தங்கமணிக்குக் கடிதமெழுதவில்லை.

எழுத வேண்டும். எப்படித் தொடங்குவது? என்மீது உனக்கு ஒருவேளை கோபமிருக்கலாம். தொலைவில் ஒரு மலையோரத்தில், இருட்டின், கொடுங்காற்றின் இசையைக் கேட்டபடி இரவின் ஏகாந்த அமைதியில் உட்கார்ந்து இதை நான் எழுதுகிறேன்...

அப்போது சாய்த்து வைத்திருந்த வாசல் கதவைத் தட்டும் சத்தம் கேட்டது.

"கமின்."

பக்கத்து அறையிலுள்ள ஏதாவது நண்பனாக இருக்கும்.

வாசலைக் கடந்து உள்ளே வந்தவர் யாரென்பது உடனே தெரியவில்லை. தலையை மஃப்ளரால் மூடிக்கட்டி, முழுக்கை ஸ்வெட்டர் அணிந்து, வேட்டியை மடித்துக் கட்டியபடி நிற்கும் கண்ணாடி அணிந்தவரை உற்றுப் பார்த்தபோதுதான் புரிந்தது. டைரக்டர்.

சிகரெட்டைக் கீழே போட்டு விட்டு எழுந்து நின்றான்.

"வாட்ஸ் யுவர் நேம்?"

“சேது மாதவன்.”

குரல் கேட்டதும் படுத்திருந்த அனைவரும் தலையை உயர்த்திப் பார்த்துவிட்டு அவசரமாக எழுந்தார்கள்.

“லைட்ஸ் ஆஃப் அட் நைனோ கிளாக். தாட்ஸ் த ரூல்.”

“தெரியாது சார்.”

“யூ ஆர் எ கவன்மெண்ட் சர்வென்ட் இக்னரஸ் ஆஃப் த ரூல் இஸ் நோ எக்ஸ்க்யூஸ்.”

சேது பதில் சொல்லவில்லை.

“எந்த ஸ்கூல்ல படிச்சீங்க?”

அவன் கல்லூரி பெயரைச் சொன்னான்.

“ம்ஹூம். ஸ்மோக்கிங் இஸ் நாட் அலவ்டு இன் திஸ் காம்பஸ். யூ நோ தாட்?”

“இது ரூம்தானே சார்? ரூமுக்குள்ள ...”

சப்பை மூக்கின்கீழ் துருத்தி நிற்கும் சிறு ரோமக்காடு நடுங்குவதுபோலிருந்தது.

அவர் கதவை நோக்கி நகர்ந்தபடி திரும்பி நின்று மீண்டும் கேட்டார்:

“வாட் டிட் யூ ஸே யுவர் நேம் வாஸ்?”

“சேது மாதவன்.”

டைரக்டர் வெளியே சென்றதும் எல்லோரும் சேதுவின் அருகில் வந்தார்கள். பக்கத்து அறையிலிருந்தும் நண்பர்கள் வந்துவிட்டார்கள்.

“அப்பவே சொன்னனே லைட்டை அணைக்க?”

சேதுவுக்குக் கோபம்தான் வந்தது.

“நீ போடா. இது என்ன நெப்போலியனோட ராணுவ முகாமா? அங்க கூட போர் நடக்கும்போதுதான் இவ்வளவு பெரிய சட்ட திட்டங்கள் இருக்கும்.”

எல்லோரும் பிரிந்து சென்றார்கள். லைட்டை அணைத்து விட்டுப் படுத்தபோது தூக்கம் வரவில்லை. மனம் நிம்மதியை இழந்து விட்டிருந்தது. சிமெண்ட் தரையிலிருந்து கனம் குறைந்த போர்வை வழியாக குளிர், அட்டைபோல் நுழைந்தேறிக் கொண்டிருந்தது.

தூக்கம் வருவதுபோலிருந்த நிமிடத்தில் திடுக்கிட்டான். தொலைவிலெங்கோ நரி ஊளையிடுகிறது. வெளியே காற்று

அடங்கியிருந்தது. இப்போது தென்னந்தலைப்புகளின் உறுமல் சத்தம் மட்டும்தான் கேட்டது.

யாரோ தொட்டு அழைப்பதை உணர்ந்துக் கண் விழித்தான். மூடிக்கட்டிய வானத்தைப் பார்த்தபோது பொழுது விடியவில்லைபோல் தோன்றியது.

"மணி ஏழே கால் ஆகுது. எழுந்திருக்கலையா?"

"ஏழே காலா?"

எழுந்து உட்கார்ந்து கண்களைக் கசக்கி விட்டு மீண்டும் ஜன்னல் வழியாக வெளியே பார்த்துக் கேட்டான்:

"கொஞ்சம் சீக்கிரமா எழுப்பியிருக்கலாமே?"

"ஒரு நூறு தடவைக் கூப்பிட்டிருப்பேன், எழும்பணுமே?"

அவன் வெளியே புறப்படும்போது சொன்னான்:

"சீக்கிரமா ரெடியாயிடு. நாங்க மெஸ்சுலதான் இருப்போம்."

வேக வேகமாகப் பல் விளக்கி, முகம் அலம்பிவிட்டு வேட்டியும் சட்டையும் அணிந்தான். மெஸ்சுக்குச் சென்றபோது யாருமில்லை. சாப்பிட நிற்கவில்லை. ஃபீல்ட் ஓர்க் நடக்கும் இடம் எது? மெஸ்சிலுள்ளவர்களுக்கும் தெரியவில்லை. எந்த வழியாகச் செல்வதென்று தெரியாமல் திகைத்துவிட்டு அலுவலகத்துக்கு ஓடினான். சிப்பாய் வழி சொன்னான்.

வேகமாக நடக்கும்போது தன்னைத்தானே சபித்துக் கொண்டான். எப்போதுமே நான் தனிமைப்பட்டு விடுகிறேன். இரண்டு ஃபர்லாங் தொலைவில், சீமைக்கொன்றை வேலிக்கப்பால் ஆட்கள் நிற்பதைக் கண்டபோது மனதுக்கு ஆறுதலாக இருந்தது.

டைரக்டர் நின்றிருந்தார். கூடவே முதல் நாள் பிரார்த்தனை சொல்லித் தருவதற்கு வந்த பயிற்சியாளரும். சேது வந்ததும் டைரக்டர் பேசுவதை நிறுத்தினார்.

வரிசையாக நின்றிருக்கும் நண்பர்களின் அருகில் தலையை தாழ்த்தியபடி நடந்துகொண்டிருந்தபோது டைரக்டரின் குரல் கேட்டது:

"லுக் ஹியர்."

என்னிடமில்லை. அவர் வகுப்பைத் தொடர்கிறாராக இருக்கும்.

"ஐ ஸே லுக் ஹியர்."

சேது நின்றான். எல்லோருடைய கண்களும் தன்மீதுதான் என்று தெரியும்.

“யூ கேன் கோ.” என்று சொல்லிவிட்டு பயிற்சியாளர் பக்கம் திரும்பி உத்தரவிட்டார்: “மார்க் ஹிம் ஆப்செண்ட்.”

ஏதாவது சொல்ல வேண்டும்போல் தோன்றியது. மன்னிச்சுக்குங்க சார். நாளை முதல்... சொற்கள் பிடிகொடுக்காமல் எங்கோ ஒளிந்துகொண்டன.

தலையைத் தாழ்த்தியபடி திரும்பி நடக்கும்போது கண்கள் வலிப்பதுபோலிருந்தன. கோபம் வலியைப் பொதிந்து நின்றது. மூன்று நிமிடங்கள். மூன்றே நிமிடங்கள்தான் தாமதம்.

வரிசையில் கடைசியாக நின்றிருந்தவனின் கைக்கடிகாரத்தில் மணி பார்த்தான். மூன்று நிமிடங்கள்தான்.

பதினொரு மணிக்கு நண்பர்கள் திரும்பி வரும்போதும் சேது எழுந்திருக்கவில்லை.

“காப்பி கிடைச்சுச்சா?”

“ஆமா” என்றான்.

காலையில் நடந்த சம்பவத்தைப் பற்றி யாரும் எதுவும் பேசவில்லை. மதியம் டவுனுக்குப் போக பலரும் தயாராகிக் கொண்டிருந்தார்கள்.

அரை மணி நேரம் கழிந்திருக்கும். சிப்பாய் வந்து சொன்னான்:

“சேது மாதவனை ஆஃபீஸ்ல கூப்பிடுறாங்க.”

சேது எழுந்தான். வெளியே வரும்போது கோபி பக்கத்தில் வந்து இரகசியமாகச் சொன்னான்:

“தேவையில்லாம தர்க்கம் பண்ணிட்டிருக்க வேண்டாம். அப்போலஜைஸ் கேட்டா போதும்.”

கோபியின் பதற்றத்தைப் பார்க்கும்போது சிரிப்புதான் வந்தது.

“கோர்ட் மார்ஷல் இல்லையா? தூக்குத்தண்டனை விதிச்சுடுவாங்க.”

அலுவலக முற்றத்துக்கு வந்தபோது போர்ட்டிகோவில் ஒரு கார் வந்து நின்றது. வெளுத்துத் தடித்த ஒரு இளைஞன் காரிலிருந்து இறங்கி சாவிக் கொத்தைச் சுழற்றியபடி உள்ளே ஏறிச் சென்றான்:

சிப்பாய் சொன்னான்: “முதல்ல அவர் போகட்டும்.”

சேது அவர் யாரென்று கேட்கவில்லை என்றாலும் சிப்பாய் சொன்னான்:

“குஞ்ஞுபுட்டி முதலாளியோட மகன்.”

வராந்தா தூணில் சாய்ந்து நின்றிருந்தான். பத்து நிமிடம், பதினைந்து நிமிடம் . . . வாசலைத் திறந்து அந்த இளைஞன் வெளியே வந்தபோது கூடவே டைரக்டரும் வந்தார். சேது ஓரமாக ஒதுங்கிக்கொண்டான். அவர் பார்த்திருப்பார். காரில் அவரும் ஏறியபோது சேதுவைப் பார்க்காமல் சிப்பாயைக் கூப்பிட்டுச் சொன்னார்: "குஞ்ஞிக் கண்ணா, நான் குவாட்டர்சுக்குப் போயிட்டு வந்துடுறேன்."

அழைப்புக்கான முடிவை அறிந்துகொள்வதற்காக நண்பர்கள் ஒவ்வொருவராக வந்துகொண்டிருந்தார்கள்.

சிப்பாய் ஆறுதல் சொன்னான்:

"இப்ப வந்துடுவார்."

பன்னிரண்டு.

சேது சிப்பாயிடம் கேட்டான்:

"குவாட்டர்ஸ் எங்க இருக்கு?"

"இப்ப வந்துடுவார்."

"வந்தபிறகு என்னைக் கூப்பிடுங்க. நான் ரூம்லதான் இருப்பேன்."

அவன் ரூமை நோக்கி நடந்தான்.

அரை மணி நேரத்துக்குப் பிறகு மீண்டும் சிப்பாய் வந்தான்.

அலுவலக அறைக்குள் நுழைந்தபோது அவர் தலை உயர்த்திப் பார்க்கவில்லை. மேஜையின் அருகில் சென்று சேது மெதுவாகச் சொன்னான்:

"சார்."

"யூ நோ யூ ஆர் கவன்மெண்ட் செர்வன்ட்?"

ஆஷ்ட்ரேயில் சிகரெட்டைக் குத்தி அணைத்து விட்டு அவர் முன்பக்கமாக சாய்ந்து உட்கார்ந்தபோது மதுவின் மெல்லிய வாசம் அடித்தது.

"தெரியும் சார்."

"டிஸிப்ளினுக்குக் கீழ்ப்படிய முடியாதுன்னா நீ வீட்டுலயே இருந்திருக்கலாம்."

சேதுவின் உடல் நடுங்கியது.

"நான் டிஸிப்ளின் தவறிட்டேன் . . ."

"யூ நோ யூ ஆர் கவன்மெண்ட் செர்வன்ட்?"

அடக் கடவுளே, இதையே எத்தனை தடவை கேட்பே?

"உனக்கெல்லாம் டிகிரி தந்து இங்க அனுப்பி வெச்சது எவன்?"

அவனால் அடக்கிக்கொள்ள இயலவில்லை.

"உங்கொப்பன்."

அப்போது கைகளுக்குப் பலம் அதிகரித்துக்கொண்டிருந்தது. எதிரில், நீண்டு மெலிந்த அந்த உருவம் நடுக்கத்துடன் நிற்பதைப் பார்த்த சேது கோபத்தை அடக்கிக் கொண்டான்.

ஒரு நிமிட நிசப்தத்துக்குப் பிறகு நடுங்கும் குரலில் டைரக்டர் அலறினார்:

"யூ கெட் அவுட்."

"நீ சொல்லாமலேயே போயிடணும்னுதான் நினைச்சேன்."

"ஐ ஸே யூ கெட் அவுட்."

வெளியே வரும்போது தலைக்குள் ரத்தம் நுரைத்துப் பொங்குவதுபோலிருந்தது. கண்கள் மஞ்சள் நிறமாக மாறின. வராந்தாவில் யார் யாரோ நிற்கிறார்கள். முகங்கள் தெளிவாகத் தெரியவில்லை. அவர்களும் தன்னுடன் நடந்துவருவதைப் புரிந்துகொள்ள முடிந்தது.

அறை வாசலில் வந்தபோது உண்ணி நாராயணனின், கோபியின் தோள்களில் கை வைத்துச் சொன்னான்:

"ஹெல்ப் மி. எனக்கு இப்பவே போகணும்."

அவர்கள் சொன்ன எதுவுமே காதில் விழவில்லை. யாரெல்லாமோ பேக் செய்து தந்தார்கள். சோகத்துடன் ஒரு அமைதி ஊர்வலம்போல் அவர்களும் கூடவே வந்தார்கள். பஸ்சுக்காக காத்து நிற்கும்போதும் அவர்கள் யாரும் எதுவும் பேசவில்லை. பஸ்சில் ஏறி உட்கார்ந்து தலையை வெளியே நீட்டி கையசைத்து அனைவருடனும் விடைபெறும்போது சிரிக்க முயற்சி செய்தான்.

"குட் பை."

மெல்லிய சோக நிழலாடும் முகங்கள் பின்னால் நகரும்போது அவன் இருக்கையில் சாய்ந்தமர்ந்து கண்களை மூடிக்கொண்டான்.

"குட் பை."

ஏழு

ஆறு வறண்டுபோயிருந்தது. மாறிய முகச்சாயல்களும் உருவமற்று அசைந்தாடும் கானல் நீர்களும் கடந்து, ஈர நினைவுகளைக் கனவு கண்டுக்கிடக்கும் மணற்பரப்பின் கரையில் நிற்கும்போது ஒரு நிமிடம் நினைத்துப் பார்த்தான்: வருடங்களுக்குப் பிறகு நான் திரும்பி வந்திருக்கிறேன். காலப்பிரவாகத்தின் கரையோரத்தில் வந்து.

*மேட வெப்பத்திலும் **துலா மழையிலும் கருங்கல் இடிபாடுகளில் ஏறியமர்ந்து ஆடு மேய்க்கும் சிறுவர்கள் முக்குத்து விளையாடும் முதுகொடிந்த பகவதி கோயில் எங்கே? நரைத்த மரச்சித்திரங்கள், பாசிப் படிந்த ஓடுகள், மண்ணில் மூக்குக் குத்திப் புதைந்துக்கிடக்கும் யாளி முகம் – சாழி வலைக்காரர்கள் வீசி நடக்கும் வயல். எல்லாவற்றையும் இப்போதும் வரைந்தெடுக்க முடியும்.

ஆற்றின் ஒரு பகுதியை ஆக்கிரமித்த காய்கறித் தோட்டங்களின் பசுமையினூடே வரிசையாக உயர்ந்து நிற்கும் ஏற்றங்கள் அசைகின்றன. தொலைவில் அக்கரைப் பாலத்தில் ஏறும்போது தெரிகிற ஓடுபோட்ட மேற்கூரை இப்போது இல்லை. எதிரில் ஆற்றுப் பள்ளத்தைச் சுற்றி இறங்குமிடத்தில் புளிய மரங்களை எல்லையாகக்கொண்ட பொதுவழி இல்லை. ***இடவப்பாதி மழை அரித்துத் தின்ற ஆற்றோரத்தில் சாவை எதிர்பார்த்து நிற்கும்

---

* சித்திரை

** ஐப்பசி

*** வைகாசி பிற்பகுதி

மரங்களின் வேர்கள் எலும்புக் கூட்டின் விரல்கள்போல் சூனியத்தில் தப்பித்தடுமாறுகின்றன.

மறக்க நினைக்கும் ஒரு கேள்வி மனதுக்குள் அப்போதும் தலை தூக்கியது. மாறியது நான் மட்டும்தானா?

– காலத்தின் வற்றிப்போன பிரவாகக் கரைக்குக் கடைசியில் நான் திரும்ப வந்து சேர்ந்திருக்கிறேன்.

ஒற்றையடிப் பாதையில், அருகில் வரும் ஒவ்வொரு முகங்களையும் ஆர்வத்துடன் பார்த்தான். நினைவுகளின் உதயத்தில் ஒடுங்கிய முகங்களில் வாடித் தளர்ந்த புன்னகை, பயம் கலந்த உற்சாகத்துடன் மலர்ந்துப் பரவக் காத்திருந்தன. எதிரில் வரும் அறிமுகமற்ற நபரைப் பார்த்ததும் குரல்கள் தாழ்கின்றன. இரகசிய அமைதியின் தொலைவைக் கடந்து வழிப்பாதையை அடையும்போது அடக்கி வைத்தக் குரல்கள் மேலெழுகின்றன. அடுத்த மனிதக் குரலுக்காக அவன் ஆர்வத்துடன் அடியெடுத்து வைக்கிறான்.

முடிவடையாதுபோல் தோன்றிய மணற்பரப்பினூடே வேர்வையில் குளித்து, மூச்சு வாங்க நடக்கும்போது கூடவே வந்த சுமைத் தூக்கியின் குரல் கேட்டது.

“பாலம் வேலை தொடங்கப்போகுது முதலாளி. இனி வர்றப்ப காரை அக்கரைக்குக் கொண்டு போயிரலாம்.” அதைக் கவனிக்காமல் நடக்கும்போது பின்னாலிருந்து மீண்டும் அவனது குரல் கேட்டது:

“முதலாளி ...”

“முதலாளி இப்ப ஊருக்கு வந்து எத்தனை வருஷமாகுது?”

வறண்ட மணற்திட்டினூடே காலப்பிரவாகம் ஆயிரமாயிரம் ஆண்டுகள் கடந்து போயிருக்கின்றன.

1

இசையாக முழங்கும் அழைப்பு மணி இரண்டு முறை அடித்தபோது அவன் எழுந்தான். அவனுக்கான அழைப்பு. ஒரு முறை அடித்தால் மேனோன் செல்ல வேண்டும். இரண்டு முறை அடித்தால் தனக்கான உத்தரவு.

குளிர் சாதன வசதி செய்யப்பட்ட அறையின் ஃப்ளஷ் டோரைத் தள்ளித் திறந்த அவன் உள்ளே நுழைந்தான்.

கண்ணாடிப் பதித்த மேஜையில் ஒரு கை மூட்டை ஊன்றி, கால்களை ஜன்னல் படியில் வைத்தபடி கடிதம்

வாசித்துக்கொண்டிருந்த முதலாளி, அதை பாக்கெட்டில் வைத்துவிட்டு ஜன்னலிலிருந்து கால்களை எடுத்து செயரைத் திருப்பி நேராக உட்கார்ந்தார்.

"கேஷ் பேலன்ஸ் சரிதானா?"

"ஆமா."

"நான் முந்தா நாள் எடுத்த ஆயிரம்?"

"அது சஸ்பென்சுல இருக்கு."

பில்கள், கிரெடிட் லெட்டர்கள், ஓ.டி, அக்கவுண்டபிள், அன் அக்கவுண்டபிள்.

... எல்லாவற்றையும் முதலாளி கவனமாகக்கேட்டார். முடித்துவிட்டுத் திரும்பி நடக்கும்போது கூப்பிட்டார்:

"ரைட்டரே."

அவன் நினைத்துப்பார்த்தான். நானிப்போது பெயரற்றவனாகி விட்டேன். சிப்பாய் மேனோனும் ரைட்டரே என்றுதான் அழைக்கிறான். வெளியாட்களிடம் அறிமுகம் செய்து வைப்பதும் ஸ்ரீனிவாசன் முதலாளியின் ரைட்டர் என்றுதான்.

அவன் திரும்பி நின்றபோது முதலாளி யோசித்தார். நரைபடர்ந்த தலை முடிக்குள் விரல்களை ஓட்டிய அவர், மறந்துபோன எதையோ நினைவுபடுத்த முயற்சிப்பதுபோல் தோன்றியது.

வைசூரித் தளும்புகள் மங்கலாகத் தெரியும் முதலாளியின் முகத்தில் மெல்லிய சிரிப்பு ரேகைப் படர்ந்தது.

செவ்வரிப் படர்ந்த அந்தக் கண்கள் சிரிக்கும்போது பளபளப்பதுபோல் தோன்றும். அகந்தையை நினைவூட்டுகிற பளபளப்பு.

"ஆங்... அப்புறம் ரைட்டரே, வீடெல்லாம் எப்படியிருக்கு?"

"நல்லாருக்கு."

"சாப்பாடு?"

"ஓட்டல்ல இருந்து."

"பண்டாலையிலுள்ள ஒரு பையனை அனுப்பி வைக்கிறேன். அவனை அங்கயே நிறுத்திக்குங்க."

'எல்லாமே தங்களின் தயவு' என்பதுபோல் நன்றி கலந்த மரியாதையுடனும் புன் சிரிப்புடனும் நின்றிருந்தான்.

இருக்கையில் வந்து உட்கார்ந்து பதிலெழுத வேண்டிய கடிதங்களைத் தனியாக எடுத்து வைத்தான். தாங்க முடியாத தலைவேதனை. கண்கள் எழுத்துக்களில் ஊன்றி நிற்க மறுத்தன. தலை, மற்றொரு தாமத இரவின் பாரத்தைச் சுமந்தது.

முதல் நாளிரவு பன்னிரண்டு மணிவரை ராஜண்ணன் வழக்கமாகத் தங்கியிருக்கும் மூன்றாம் தர ஓட்டல் அறையில் இருந்தான். முதலாளியைப் பார்ப்பதற்காக நான்கைந்து முறை இங்கே வந்த இடத்தில்தான் கார் புரோக்கர் ராஜண்ணன் அறிமுகமானான். எல்லோருமே அவனை ராஜண்ணன் என்றுதான் அழைத்தார்கள். பிறகு, வெளியே வைத்துப் பார்க்கும்போதெல்லாம் ராஜண்ணன் அழைப்பான். அவனுடன் பேசிக்கொண்டிருப்பது சுவாரஸ்யமான அனுபவம். ஒரு கார் வியாபாரிக்குத் தெரிந்திருக்க வேண்டிய விஷயங்களை விடவும் அவனுக்கு அதிகமாகத் தெரியும். ஐஸன்ஹோவரும் குருச்சேவும் ஸ்புட்னிக்கும்கூட அவனுக்கு ஆர்வமுள்ள விஷயங்கள்தான். ராஜண்ணன் பையனிடம் சொன்னான்:

“டேய், அந்த ராமனைக் கூப்பிடு.”

பையன் ஓட்டல் முற்றத்தில் நடை பயின்றுகொண்டிருந்த முகத்தில் வெட்டுத் தளும்புள்ள, தடித்தக் குள்ளமான அந்த மனிதனைக் கூப்பிட்டான்.

“அங்க என்ன அட்டையா இருக்கு?”

பிறகு சேதுவிடம் சொன்னான்: “இவன்தான் ஆசிட் ராமன். மூணு மாசம் ஜெயில்ல கிடந்துட்டு முந்தாநாள்தான் வந்தான்.”

“பழசிருக்கு ராஜண்ணா.”

“பழசெல்லாம் வேண்டாம். இருந்தா அதை நீ இடுப்புல வெச்சுக்க.”

தடியன் திரும்பி நின்று வேட்டியை நீக்கி டிரவுசர் பாக்கெட்டி லிருந்து ஒரு பெரிய குப்பியை எடுத்து மேசையில் வைத்தான்.

“அப்படியே இருக்கட்டும் ராஜண்ணா. அடிக்கடி கூப்பிட வேண்டாமே.”

பத்து மணி கழிந்ததும் ராஜண்ணன் உலகத் தலைவர்களின் பேச்சை நிறுத்தினான்.

“பாப்பம்மாளைத் தெரியுமா?”

“தெரியாது.”

"உமக்கு வேற என்ன எழவுதான் தெரியும் ஓய்? பிஏ. படிச்சிருக்காராம், பிஏ."

குப்பி பாதியானதும் டேய் என்பான். பிறகு, மன்னிப்புக் கேட்பான். பாப்பம்மாளின் பிறந்த ஊர், கோயமுத்தூர். நிரந்தர வசிப்பிடம் இப்போது 'தல்ஹி ஓட்டல்.' தல்ஹி ஓட்டலின் வெளிப்படிக்கட்டின் கீழுள்ள சிறு இடத்தில்தான் பாப்பம்மாள் உடைகள், கண்ணாடி, சீப்பு, பவுடர் உள்ளிட்ட தனது சாதனங்களை வைத்திருப்பாள். இந்த முகவரியில் அவளுக்குக் கடிதம் போட்டாலும் கிடைக்கும். பதினைந்து வருடங்களாக இங்கேயே இருக்கிறாள். கோயமுத்தூரில் படிக்கும் தனது மகன் மாரிமுத்துவுக்குத் தவறாமல் மணியார்டர் அனுப்புவாள். முகவரி எழுதிக்கொடுப்பவன் ராஜண்ணன்தான்.

நடுச்சாமத்தில் ரிக்ஷாவில் வந்திறங்கிப் படிக்கட்டில் உட்கார்ந்திருக்கும்போது வயிற்றுக்குள் மலைவெள்ளம் உருண்டு புரள்வதுபோல் தோன்றியது. வராந்தாவில் ஏறும்போது தூணைப் பிடித்தபடி ஒரு நிமிடம் தள்ளாடி நின்றது நினைவுக்கு வந்தது. வாந்தியெடுத்த கசப்பு இன்னமும் வாயில் நிற்கிறது.

"மேனோண்ணே, ஒரு எலுமிச்சம் பழம் கிடைக்குமா?"

அரைத் தம்ளர் நீரில் எலுமிச்சம் பழத்தை பிழிந்துக் கொண்டு வரச் சொன்னான். அப்போது காக்கிக் காலுறையும் செக் சட்டையுமணிந்த இளைஞன் ஒருவன் ஏணிப் படியேறி உள்ளே வந்தான். மேனோனிடம் அவன் முதலாளி இருக்கிறாரா என்று மலையாளத்தில் கேட்டபோது சேது ஆச்சரியப்பட்டான். சிவந்துத் துடுத்த அம்மனிதனை அவன் வெள்ளைக்காரன் என்று நினைத்திருந்தான். மேனோன் பணிவுடன் கூடவே சென்று வாசல் கதவைத் திறந்து கொடுத்துவிட்டுத் திரும்பி வந்து மெதுவாகச் சொன்னான்:

"வில்சன் முதலாளி."

"வெள்ளைக்காரனா?"

"அப்பாதான் வெள்ளைக்காரன். வயநாட்டுல பெரிய காப்பித் தோட்டமிருக்கு."

எலுமிச்சம் பழம் நீர் குடித்தபிறகு சிறு ஆறுதல் தோன்றியது.

படியிறங்கிச் சென்றுகொண்டிருந்த வெள்ளைக்காரன் மேனோனிடம் தமாஷாகச் சொன்னான்:

"மேனோன், நம்மையும் கொஞ்சம் ஞாபகத்துல வெச்சிக்குங்க."

முதலாளி அலுவலக அறையிலிருந்து வெளியே வந்தார்.

"செக் ஏதாவது ஸைன் பண்ண வேண்டியதிருக்கா?"

"இல்லை."

கீழே காரேஜ் வாசலைத் திறக்கும்போது சிமெண்ட் தடத்தில் சக்கரங்கள் கிரீச்சிடும் சத்தம் கேட்கும்.

ஜீப் புறப்படுகிறது. வரும்போது வெளியிலுள்ள பாதை வளைவில் கியர் மாற்றும் சத்தத்தைக் கேட்டாலே கண்டு பிடித்துவிட முடியும் முதலாளியின் ஜீப்தான் என்று.

வடக்கு ஜன்னல் வழியாக வெளியே பார்த்துக்கொண்டிருந்த மேனோன் சொன்னான்:

"முதலாளிதான் ஓட்டுறார்."

மேனோன் வெளிவேலைகள் முடிந்து திரும்பி வந்தபிறகு எந்நேரமும் ஜன்னல் அருகில்தான் நிற்பார். வடக்கு ஜன்னல் வழியாகப் பார்த்தால் ரோடும், தெற்கு ஜன்னல் வழியாகப் பார்த்தால் முதலாளி வீட்டு முற்றமும் தெரியும். முதலாளியைப் பார்ப்பதற்காக வருகிறவர்கள், அவர்களுடைய விவகாரங்கள், அவர்கள் வருகிற கார்கள் எல்லாமே மேனோனுக்குத் தெரியும்.

"அது ராரிச்சன் முதலாளியோட கார், ஹாஜியாரோட இம்பாலாவை விடவும் லேட்டஸ்ட். ஆனா, அதையெல்லாம் விட முதலாளியோட பென்ஸ்தான் விலை அதிகம்.

காம்பவுண்ட் சுவரின் எல்லையில் காரேஜின் மேல் மாடியில்தான் அலுவலக அறை. செயரில் சாய்ந்துக் கிடந்தால் ஜன்னல் கதவின் மேல் பகுதியினூடே பங்களா முற்றத்திலுள்ள குல்மொஹர் மரங்களின் உச்சி தெரியும். மத்தியானம் வரவேண்டிய தபால்கள் வந்து பதில்களைத் தயாராக்கி வைத்த பிறகு வேலைகள் இருக்காது. செயரில் சாய்ந்துப் படுத்தபடி, மரக்கிளைகளில் அமர்ந்து சண்டை போடும் நாடா வால் கிளிகளைப் பார்த்துக்கொண்டிருக்கலாம். அல்லது, மேனோனின் விசேஷங்களைக் கேட்கலாம்.

இங்கே வந்த அன்று மேனோன் சுயஅறிமுகம் செய்து கொண்டார். நெற்றியில் சந்தனக் கீற்றும் உந்தி நிற்கும் இரண்டு பற்களும் காரணமாக எப்போதும் சிரிப்பது போன்ற முகபாவமுள்ள மேனோனைப் பார்த்தால் பாவமாக இருக்கும். விரைவில் மேனோனுடன் நன்கு பழகிவிட்டான். பிடபிள்யூடியிலிருந்து ஓய்வுபெற்ற கருணாகரன் ரைட்டர்தான் அலுவலகப் பொறுப்பாளர். வறண்ட சிலேட் பலப்பத்துண்டுபோன்ற அந்தச்

காலம்

சிறு மனிதன் சிரித்து அவன் பார்த்ததில்லை. வெள்ளெழுத்துக் கண்ணாடிச் சில்லுகளுக்குப் பின்னாலுள்ள அவரது ஒளியிழந்தக் கண்களைப் பார்க்கும்போது உடம்பிலெங்கோ அவர் தாங்க முடியாத வேதனை அனுபவிப்பதுபோலிருக்கும்.

ஒருநாள் தெரியாமல் கேட்டு விட்டான்:

"ஏன் உடம்புக்கு சரியில்லையா?"

அவர் அதைக் காதில் விழுந்ததுபோல் பாவிக்கவில்லை.

நகர எல்லையில் ஊறப்போட்ட தேங்காய் மடல் நாற்றமடிக்கிற குட்டையின் அருகிலுள்ள தங்கும் விடுதியை ஏற்பாடு செய்துகொடுத்தவரும் மேனோன்தான்.

முதலாளியின் வீட்டிலும் அலுவலகத்திலும் எல்லாம் மேனோனுக்கு சுதந்திரமாகப் போய் வர அனுமதியுண்டு. நிஜ வயதை விடவும் அதிக வயது தோற்றமுள்ள மேனோனைப் பற்றிய மதிப்பீடுகளை மாற்றியவன் ராஜண்ணன்தான்.

மேனோன், முதலாளியைக் கவர்ந்த கதை ராஜண்ணனுக்குத் தெரியும். நம்பவே முடியவில்லை.

ராஜண்ணன் சொன்னான்:

"எனக்குத் தெரியும். மேனோனோட மூத்த மக கல்யாணத்துக்கு முதலாளி ஆயிரம் ரூபா கொடுத்தார்."

ஆனால், மறுநாள் மேனோனைப் பார்க்கும்போது அவன் எதையும் காட்டிக்கொள்ளவில்லை. ராஜண்ணன் அறிவுரை சொன்னான். "ஒத்துப்போயிடு, பின்னால பலனுண்டு." ஒருநாள் மேனோனையும் மருமக்களையும் சினிமா தியேட்டரில் பார்த்தான்.

"நேத்தைக்கு தேட்டர்ல பாத்தேன்?"

திங்கட்கிழமை அலுவலகத்துக்கு வந்தபோது வெறுமனே கேட்டு வைத்தான்.

மேனோன் சிரித்தார்: "மருமகப் பிள்ளைங்க சினிமாவுக்குப் போவணும்னாங்க. மாட்டேங்க முடியுமா? நமக்கு அதிலெல்லாம் பெருசா ஆர்வமில்லை."

அக்கவுண்டன்ட் நம்பியார் ஒரு மணிக்கு வருவார். பல்வேறிடங்களில் அவருக்கு பார்ட் டைம் கணக்கெழுதும் வேலை. நம்பியார் எழுதும் கணக்குகள் வருமான வரி அலுவலகத்துக்கு வரும்போது யாருமே கேள்வி கேட்க முடியாதாம். கருணாகரன் ரைட்டர் வேலையை விட்டுச்சென்ற பிறகுதான்

நம்பியார் நியமிக்கப்பட்டார் கருணாகான் ரைட்டர் ரொம்பத் திறமையானவர். ஸீப்ரீஸ் ஓட்டலுக்கு ஒரு வார பில்லுக்கான இரண்டாயிரத்து முன்னூறு ரூபாய்க்கு செக் அனுப்பும்போது அவர் ஓட்டல் பணியாளரைக் கண்டித்தாராம். இதை ஓட்டல் உரிமையாளர் அறிந்து முதலாளியிடம் சொன்னார். முதலாளி கேட்டபோது நட்பு முறையில் அறிவுரை சொன்னாராம். எல்லாமே மேனோன் தந்த அறிக்கைகள்தான். மறுநாள் முதல் ரைட்டர் வரவில்லை.

“முதலாளி திட்டினாரோ?”

“திட்டவெல்லாம் இல்லை. உங்கப்பன் பணத்துல ஒண்ணும் நான் குடிக்கலைன்னார். அவ்வளவுதான்.”

மேனோன் சாப்பிடுவதற்காக வெளியே போகும்போது கேட்டார்:

“என்ன சாப்பிட வரலையா?”

“மேனோன் சாப்பிட்டுட்டு வாங்க.”

சேது எழுந்து ஜன்னல் கர்ட்டனை சிறிது விலக்கி பங்களா முற்றத்தைப் பார்த்தபடி நின்றிருந்தான். குடகில் கூப்பு ஏலம் பிடித்தக் காலத்தில்தான் முதலாளி இந்த பங்களாவைக் கட்டினாராம். முன்புறமுள்ள, இத்தனை ஆண்டுகளாகியும் பளபளப்பு மாறாத பெரிய உருளைத் தூண்கள் ஈட்டி மரத்தால் செய்யப்பட்டவை. இருபுறமும் வெனீஷ்யன் பிளைன்ட். ஓரத்தில், படியேறிச் செல்லுமிடத்தில் பெரிய சாய்வு நாற்காலியில் விரித்துப் போடப்பட்ட புலித்தோல். குல்மொஹரின்கீழ் நிழலில் தடித்துக்கொழுத்த ஸயாமீஸ் பூனை தூங்கிக் கிடப்பது தெரிந்தது.

பாதி இழுத்துயர்த்திய வெனீஷ்யன் பிளைண்டின் பின்னால் வேலைக்காரப் பாட்டியின் அழுக்கடைந்த வேட்டியும் செதில் பிடித்தக் கால்களும் தெரிந்தன. நடுவழியில் கார்ப்பெட்டில் சிவப்புச் செருப்புகளணிந்த செழுமையானக் காலடிகள் பதிகின்றன. அதில் தங்கச் சரிகையிட்ட, புது நிறத்திலான சேலைத் தலைப்பு அசையும்போது இளம் மஞ்சள் நிற சாட்டின் அடிப்பாவாடைச் சுருள் தரையில் இழைந்தது.

அவள் வராந்தாவின் தெற்கு மூலையில் போட்டட் பாம்ஸ் வளரும் தொட்டிகளின் அருகில் நிற்கும்போது நெஞ்சுத்துடிப்பு அதிகரிப்பதுபோல் தோன்றியது. பார்வையில் படாமல் அரங்கில் நிற்கும் நர்த்தகிபோலிருந்தது அவளது ஒவ்வொரு அசைவுகளும்.

மிஸஸ் லலிதா ஸ்ரீனிவாசன்.

மேனோன் வெளியே சென்று அலுவலகத்தில் தனியாக இருக்கும்போது ஜன்னலருகில் சென்று அவளுக்குத் தெரியாமல் பார்த்துக்கொண்டு நிற்பது பயமாக இருந்தாலும் அதிலொரு இரகசிய ஆனந்தமும் இருந்தது.

வெனீஷ்யன் பிளைண்டின் மறைவின்றி இப்போது அவளை முழுமையாகப் பார்க்க முடிந்தது. எண்ணெய் பிசுக்கற்ற, அலைந்துப் பறக்கும் முடிச்சுருள்களை இடையிடையே அவள் நீவியொதுக்கும் ஒவ்வொரு வேளையும் கறுப்பில் ஜரிகைப்பூக்கள் இழைக்கப்பட்ட ஜாக்கெட் இறுகிக்கொண்டிருந்தது.

நேற்று பத்திரிகையில் பார்த்ததை விடவும் நேரில் பார்க்கும்போது அழகாகத் தெரிந்தாள். தூய்மை வாரத்தில் துடைப்பத்துடன் நிற்கும் ரோட்டரி கிளப் உறுப்பினர்களின் மனைவிகள் படத்தில் அவள்தான் முன்னால் நின்றாள்.

அப்போது கடும் சிவப்பு நிறத்திலான ஸ்டாண்டர்ட் கார் போர்ச்சில் வந்து நிற்பதைப் பார்த்தான். கதவைத் திறந்து வெளியே இறங்கிய காக்கிக் கால்களைப் பார்த்தபோது சந்தேகம் உருவானது. தூண் மறைத்துக்கொண்டிருந்ததால் சரியாகப் பார்க்க முடியவில்லை. அடுத்த ஜன்னலுக்கு விலகியபோது தெரிந்தது. வில்சன் முதலாளி. பேண்ட் பாக்கெட்டிலிருந்து கர்ச்சீஃப்பை எடுத்து சிவந்த பின்கழுத்தைத் துடைத்த அவர் என்ன சொன்னார் தெரியவில்லை. சிவப்புச் செருப்புகள் உயரத்தில், கார்ப்பெட்டின் ஓரத்தில் நிற்பது மட்டும் தெரிந்தது.

வில்சன் முதலாளி திண்ணையில் ஏறியதும் அவன் திரும்ப வந்து செயரில் அமர்ந்தான். குல்மொஹர் கிளைகளில் அமரும் நாடா வால் கிளிகளை இன்று காணோம்.

வெளியே மேனோனின் இருமல் சத்தம் கேட்டது. ஏணிப்படியிலிருந்து பீடிப்புகை நெடி வந்தது. அவர் சேதுவின் முன்னால் வைத்து பீடி புகைக்க மாட்டார்.

மேனோன் வந்ததும் கேட்டார்:

“ரைட்டர் சாப்பிடப் போகலையா?”

நல்ல பசிதான். ஆனால், வாயில் இப்போதும் கசப்புணர்வு மிச்சமிருக்கிறது.

“மேனோன் எனக்கொரு காப்பியும் நேந்திரம் பழமும் கொண்டு வரச் சொல்லுங்க.”

ஜன்னலருகில் சென்று பங்களா முற்றத்தைப் பார்த்த மேனோன் கேட்டார்:

“முதலாளி வந்துட்டாரா?”

“இல்லை.”

“இல்லை, ப்ரீஸ்ல கார் நிக்கிறதைப் பாத்தேன். அப்ப வந்தது யாரு?”

“வில்சன்.”

“உம்...” என்று முனகிய மேனோன் கூடவே சொன்னார்:

“வில்சன் முதலாளி பெரிய ஜாலி பேர்வழி. தோட்டத்தில இருந்து வந்து ரெண்டு நாள் நின்னுட்டுப் போறதுக்குள்ள எவ்வளவு பணம் செலவழிப்பார் தெரியுமா?”

வில்சன் முதலாளியின் வரலாற்றை விவரிக்க ஆரம்பித்து விடுவாரோ என்ற பயத்துடன் சேது நினைவுபடுத்தினான்:

“காப்பி? நம்பியார் வந்த உடனே கிளம்பணும். உடம்பு சரியில்லை.”

அப்போது அலுவலக அறைக்குள் தொலைபேசி மணியடிக்கும் சத்தம் தெளிவற்றுக் கேட்டது.

சேது சென்று ரிசீவரை எடுத்தான். வருமான வரி அதிகாரி. முதலாளி எங்கே என்று தெரியவில்லை. கிளப்பிலும் மில்லிலும் ஸீப்ரீசிலும் அழைத்தும் கிடைக்கவில்லை.

“யாரு ரைட்டரா?”

ஒரு நிமிட தயக்கத்துக்குப் பிறகு அவன் சொன்னான்:

“ஆமா.”

“எனக்கொரு கார் வேணும். ஒரு மணி நேரத்துக்கு.”

ஃபியட் ஒர்க் ஷாப்பில். பென்சை தொலைவில் எங்காவது போகும்போதுதான் முதலாளி எடுப்பார். ஆனால், அவரது அறிவுரைகள் நினைவிலிருந்தன. திருப்திப்படுத்த வேண்டிய அதிகாரிகளின் பட்டியலில் அழைப்பவருக்கு மரியாதையான ஒரு இடமிருந்தது. அவன் பணிவுடன் சொன்னான்:

“அனுப்பி வைக்கிறேன்.”

கீழே இறங்கி வரும்போது காரேஜில் டிரைவர் அப்புவைக் காணோம். வேலை இல்லாத நேரங்களில் எல்லாம் அவன் காரேஜில் படுத்துத் தூங்கிக்கொண்டிருப்பான். அல்லது, சமையல் கட்டு வராந்தாவில் வேலைக்காரிகளுடன் பேசிக்கொண் டிருப்பான்.

போகன்வில்லா காடு பிடித்து வளரும் கேட்டைக் கடந்து அவன் பங்களாவின் முன்னால் வந்தபோது போர்ச்சில் சிவப்பு ஸ்டாண்டர்ட் கார் நிற்பதைப் பார்த்தான்.

வராந்தாவில் ஏறி சந்தேகத்துடன் நின்றிருந்தான். சாய்வு நாற்காலியில் விரித்துப் போட்ட புலித்தோலில் விரல்களை ஓட்டியபடி யோசித்தான். உள்ளே டிராயிங் ரூமுக்கு வந்தபோது அது காலியாகக் கிடந்தது. கூச்சத்துடன் வெளியே வந்து அழைப்பு மணியில் விரலமர்த்தினான்.

பங்களாவுக்குள் எங்காவது அசைவுகள் தெரிகின்றனவா என்று கவனித்தான். இல்லை. திரும்பிச் சென்று மேனோன் வந்திருந்தால் அவரை அனுப்பி வைக்கலாம்.

வில்சன் முதலாளியின் குரல் கேட்டது.

"ஐ வில் டெலிஃபோன்."

"வென்?" பெண் குரல்.

பகோடா படங்கள் வரையப்பட்ட கர்ட்டன்களை விலக்கிக் கொண்டு வில்சன் முதலாளியும் பின்னால் மிஸஸ் லலிதா ஸ்ரீனிவாசனும் நேராக வந்து எதிரில் நின்றார்கள்.

அவன் முகத்தை ஏறிட்டுப் பார்க்காமல் வழிவிட்டு ஒதுங்கி நின்றான்.

சிவப்பு கார் வெளியே பாய்ந்தபோது அவன் பார்த்தான். அவள் கர்ட்டனுக்குப் பின்னால் நிற்கிறாள்.

"இன்கம்டாக்ஸ் ஆஃபீசர் கார் அனுப்பி வைக்கச் சொன்னார்."

"அதுக்காக?"

குரலில் சரியில்லாத ஒரு தொனி இருந்தது.

"டிரைவர் இல்லை."

"நான் டிரைவ் பண்ணிக் கொண்டு போகணுமா?"

அவனுக்குக் கோபம் வரவில்லை. மனதுக்குள் உருவான எள்ளலை வெளியே காட்டாமலிருக்க முயற்சி செய்தபடி புலித்தோல் விரித்த சாய்வு நாற்காலியை அலட்சியமாகத் தட்டி விட்டு சிமெண்ட் போட்ட முற்றத்தில் இறங்கினான்.

அப்போது பின்னாலிருந்து அழைப்பது கேட்டது:

"ரைட்டரே!..."

ஒருநாள் நான் இதைச் சொல்வேன்: 'எனக்குன்னு ஒரு பெயர் இருக்கு.'

அந்தக் குரலில் பரிவு தொனித்தது. அவன் திரும்பி நின்றபோது அவள் வாசலைக் கடந்து வெளியே வந்திருந்தாள்.

மீண்டும் அவள் உடை மாற்றியிருக்கிறாள். இப்போது கறுப்பில் ஜரிகைப் பூக்கள் பின்னப்பட்ட சேலையும் தங்க நிற ஜாக்கெட்டும்.

"டிரைவர் இல்லை. ஒரு பிரைவேட் டாக்சி பிடிச்சு அனுப்பி வைங்க."

மெல்லிய முகப்பரு துளிர்த்த திரட்சியான முகத்தில் இப்போது மமதையில்லை. மௌனக் குரலில் அவள் மன்னிப்பு கேட்பதுபோலிருந்தது.

"டிரைவர் சாயங்காலமும் வரலேன்னா, பிள்ளைங்களை அழைச்சுட்டு வர்றதுக்கு கான்வென்டுக்கும் அனுப்பவும் கார் வேணும்."

திரும்ப அலுவலக அறைக்கு வரும்போது அக்கவுண்ட் நம்பியார் வந்திருந்தார்.

சாயங்காலம் வெளியில் புறப்படத் தயாராகும்போது மேனோன் வந்து சொன்னார்:

"உன்னைக் கூப்பிடுறாங்க."

"யாரு?"

"எஜமானியம்மா."

"என்னையா?"

மேனோன் தன்னைக் கேலி செய்கிறாரென்றுதான் நினைத்தான்.

"ஒண்ணும் அவசரமில்லை. வேலைல்லாம் முடிஞ்ச பிறகு போனாப் போதுமாம்."

பங்களா வராந்தாவில் ஏறியதும் அவள் வந்தாள்:

"வாங்க."

உள்ளே வரவேற்பறைக்குச் சென்றதும் சொன்னாள்:

"உக்காருங்க."

தயங்கவில்லை. யானைத் தந்தத்தில் பிணைக்கப்பட்ட பெரிய கண்ணாடி பதித்த மேசையின் எதிரில் சோபா நுனியில் உட்கார்ந்தான்.

எதிர்ப்புறம் திவானிலிருந்து நழுவி விழும் சேலையைத் தோளில் இழுத்துப்போட்டு காலாட்டிக்கொண்டிருந்த

அவளை நேருக்கு நேராக அதிக நேரம் பார்ப்பது தவறென்ற எண்ணத்துடன் அவன் பார்வையை விலக்கிக்கொண்டான்.

"ரைட்டர் கிராஜுவேட் இல்லையா?"

"ஆமா."

"அடுத்த வாரம் எனக்கு பேபி ஷோவுல ஒரு ஸ்பீச் இருக்கு. பாயிண்ட்ஸ் எல்லாம் நான் சொல்றேன். கொஞ்சம் எழுதித் தரணும். நான் மலையாளத்தில எழுதினா போரா இருக்கும்."

"எழுதலாம்."

"டிஃபிகல்ட் வேர்ட்ஸ் அதிகம் ஒண்ணும் வேண்டாம். மை மலையாளம் ஈஸ் வெரி புவர். ஆர் ஐ வில் ரைட் இட் இன் இங்கிலீஷ் யூ டிரான்ஸ்லேட்."

"சரி."

அவன் எழுந்தான்.

"அவசரமாப் போகணுமா? காஃபி?"

"வேண்டாம்."

அப்போது வெளியே இருந்து சிவப்பு டையும் கரு நீல ஃப்ராக்கும் அணிந்த பிள்ளைகள் ஆரவாரத்துடன் உள்ளே வந்தார்கள்.

"மம்மீ, மம்மீ... ஸுஷ்மா சொல்றா..."

"உள்ளே. கோ இன் ஸைடு."

பெண் குழந்தைகள் இருவரும் சிறு தகரப்பெட்டிகளைத் தூக்கிக்கொண்டு உள்ளே ஓடினார்கள். வெளுத்துக் கொழுத்தக் குழந்தைகள். அம்மாவின் கன்னத்திலிருக்கும் கறுத்த மச்சம் பெரியவளுக்கும் இருப்பதைக் கவனித்தான். புது நிறத்தில் நீண்ட முகமும் வாடிய கண்களுமுள்ள மகன் அம்மாவையே சுற்றிச் சுற்றி வந்தபோது அவள் எழுந்தாள்.

"இவங்க வந்துட்டாங்கன்னா ஒரே ஆரவாரம்தான். வீ வில் டிஸ்கஸ் டுமோரோ."

நெற்றியில் விழுந்த முடிச்சுருளை நேராக்கியபடி மந்தகாசப் புன்னகையுடன் உள்ளே போகும்போது கேட்டாள்:

"ரைட்டரோட பேர் என்ன சொன்னீங்க?"

"சொல்லலை. என் பெயர் சேது."

மகனின் கையைப் பிடித்துக்கொண்டு கார்ப்பெட்டின்மீது அவள் நடந்தபோது சேது சிறு புன்னகையுடன் எழுந்து வெளியே சென்றான்.

2

சாயங்கால வேளையில் வீதிகளில் நெரிசல் அதிகரித்துக்கொண்டிருந்தது. சுற்றுப்புறங்களிலுள்ள ஓடைகளின் துர்நாற்றம் தெரியாமல் மனிதர்களின், வாகனங்களின் சத்தம் கேட்டுக்கொண்டிருந்தன.

கறுப்புச் சட்டைக்காரர்கள் வசிக்கும் குறுகிய சந்தைக் கடந்து சிறு மேசைகளின் முன்னால் சம்மணமிட்டு உட்கார்ந்து வட்டிக்குப் பணம் கொடுக்கும் தொப்பையுள்ள முல்த்தானிகளின் தெருவை அடைந்தபோது எங்காவது ஓரிடத்தில் உட்கார வேண்டும் போலிருந்தது. எவ்வளவு நேரமாகிறது நடக்க ஆரம்பித்து.

சரக்கு இறக்கும் லாரிகளும் டிரோலிகளும் தாறுமாறாகக் கிடக்கும் திடலை அடைந்தபோது யாரோ சொன்னது நினைவுக்கு வந்தது. குப்பையும், சேறும், சகதியும், கை வண்டி இழுப்பவர்களின் கெட்ட வார்த்தைகளும் நிறைந்துக் கிடக்கும் இந்தத் தெருவின் இருபுறமுமுள்ள ஓடு வேய்ந்த பழைய கட்டட அறைகளுக்குள் தினமும் லட்சக் கணக்கில் ரூபாய் கை மாறுகிறது. பாரமுள்ள ஓலைக்கட்டுகளை இறக்கும் லாரியின் பின்னால் தாழ்த்தி வைக்கப்பட்ட காளை வண்டியின் நுகத்தடியைத் தாண்டிக் குதித்து நடக்க ஆரம்பிக்கும்போது இடது புறமுள்ள கடையிலிருந்து இறங்கிய ஒரு இளைஞன் எதிரில் வந்தான். தோளில் டர்க்கி டவலும் அக்குளில் சிப் வைத்த பையுடன் வந்த அவனை ஒரு நிமிடம் நேருக்கு நேராகப் பார்த்த சேது திடுக்கிட்டான்.

சாமி!... சாமிதானே அது?

அவன் வேகமாக நடக்க ஆரம்பித்தான். நான்கடி நடந்தபோது திரும்பிப் பார்க்காமலிருக்க முடியவில்லை. அப்போது அவனும் பார்த்துக்கொண்டு நிற்கிறான்.

முட்டாள்தனமான ஒரு சிரிப்புடன் சேது நின்றபோது சாமி மெதுவாக நடந்து பக்கத்தில் வந்தான்.

“பாலக்காட்டுல இருந்த ஆள்தானே?”

சாமி சந்தேகத்துடன் கேட்டபோது எங்கோ வலிப்பது போலிருந்தது. வருடம் முழுவதும் ஒரே அறைக்குள் தங்கியிருந்தவர்கள்.

“சாமிக்கு என்னை நினைவிருக்கா?”

“ஹலோ ரூம் மேட்.”

கையைப் பிடித்துக் குலுக்கி மகிழ்ச்சியின் ஓசைகளை வெளிப்படுத்தினான். மறந்து போன பழைய வார்த்தைகளைத் தேடிப் பிடித்துக்கொண்டு வந்தான்.

சாமி சொன்னான்:

“நண்பா, எனக்குப் புரியலை.”

சாமியைக் குற்றம் சொல்வதற்கில்லை. பலருக்கும் புரிந்துகொள்ள முடியவில்லை... ரூம் மேட்.

“என்னை எனக்கே புரிஞ்சுக்க முடியலை.”

“சாமி குண்டாயிட்டே.”

சாமி சிரித்தான். முன்பெல்லாம் மெலிந்து ஈர்க்கில்போலிருப்பான் சாமி. மல்துணியில் அரைக்கை சட்டைதான் அணிவான். பேசாமலிருக்கும்போதும் நுனி நாவு உதடுகளிடையில் துருத்தி நிற்கும். இப்போது வயதை மீறிய பக்குவம் தோன்றிய சாமியைப் பார்க்க, சிறு அளவிலான ஒரு ஊர்ப் பிரமுகரின் தோற்றமிருந்தது.

மலைச்சரக்கு கடைக்கு வெளியே விளக்குத்தூண் அருகில் விலகி நின்று அவர்கள் பேசினார்கள்.

“சேது இப்ப என்ன பண்றே?”

“ஒரு ஃபாம்ல.”

தன்னைப் பற்றி மேலும் எதுவும் கேட்டு விடாமலிருப்பதற்காக சாமியைப் பற்றிய குசல விசாரணைகளில் ஈடுபட்டான். இன்டர் முடித்ததும் படிப்பை நிறுத்திய சாமி அப்பாவுக்கு உதவியாக வியாபாரத்தில் இறங்கினான். அப்பா இரண்டு வருடங்களுக்கு முன் இறந்து போய்விட்டார். வியாபாரத்தை சாமியே இப்போது தனியாகக் கவனித்து வருகிறான்.

“சேதுவுக்குக் கல்யாணம் ஆயிடுச்சா?”

மீண்டுமொரு வெற்றுச் சிரிப்பை முழங்கினான். அர்த்தமற்ற சிரிப்புகளை எப்போது வேண்டுமானாலும் வெளிப்படுத்த முடிகிறது.

“இல்லை... இல்லை.”

சாமி மன்னிப்புக் கேட்கும் தொனியில் சொன்னான்:

“எனக்குக் குழந்தையும் இருக்கு. ஒரு வயசாகுது. அழைப்பிதழ் அனுப்பலாம்னா உன் அட்ரஸ் தெரியாது.”

சாமியிடம் சொல்லவில்லை. எனக்கென்று குறிப்பாக ஒரு முகவரி கிடையாது. வய நாட்டிலுள்ள காப்பித் தோட்டம், ஹாஜியாரின் பெட்ரோல் பங்க், சீட்டு விளையாட்டு நடத்தும் கார்னிவல் குழு என்று நிரந்தர வசிப்பிடமில்லாதவன். அலையில் அல்லாடும் நுரைக்கூட்டம்போல் சுழன்று திரிகிற வாழ்க்கை.

“இப்ப எங்க போற?”

“குறிப்பா எங்கயுமில்லை.”

காரை சந்தைக்கு வெளியே நிறுத்தியிருக்கேன். வா, நான் டிராப் பண்றேன்.”

“வேண்டாம், நான் அதுவரைக்கும் வேணும்னா வர்றேன்.”

வழியில் சாமி கேட்டான்:

“காஃபி?”

“வேண்டாம்.”

சாமி இப்போதும் தர்மக் கணக்கில்தான் செலவு எழுதுவானா தெரியவில்லை.

சந்தையின் வளைவான நுழைவுக் கேட்டுக்கு வெளியே காய்கறிக்கடைகளின் எதிரில் கறுப்பு நிற ஃபியட் கார் நிற்பதைப் பார்த்தான். சாமி கார் கதவைத் திறந்து ஸ்டியரிங்கின் முன்னால் உட்கார்ந்து ஸ்டார்ட் செய்யும்போது மீண்டுமொரு முறை கேட்டான்:

“விஸ்வநாதய்யரைப் பாக்கணும். தெரியுமில்லையா தேயிலை ஹோல்சேல் டீலர்? என் வைஃபோட அங்கிள்தான். சேதுவை எங்காவது நான் டிராப் பண்ணணுமா?”

“இல்லை, வேண்டாம். நடந்துபோற தூரம்தான்.”

“பாக்கலாம். நான் லெட்டர் போடுறேன்.”

ஒழுங்கும் வரிசையுமில்லாத, ஆட்கள் நடக்கும் பாதையில் தனக்கான வழியை உருவாக்கிய கறுப்பு நிற ஃபியட் கார் தன்னம்பிக்கையுடன் ஓட ஆரம்பிக்கும்போது சேது திரும்பி நடந்தான்.

பிரிந்தது சாமிக்கு நிம்மதியாக இருந்திருக்கும். தனக்கும் ஆறுதல்தான். காண்பதுமில்லை, கடிதம் எழுதுவதுமில்லை. ஒரு உபச்சார வார்த்தையுடன் ஆறு வருடங்களுக்கு முந்தைய ஒரு நட்பு முடிவுக்கு வந்தது, அவ்வளவுதான். எப்போதாவது மீண்டும் சந்திக்க நேர்ந்தால் அடையாளம் தெரியவில்லை என்பதுபோல் முகம் திருப்பாமல் கடந்து செல்வோம்...

யாருக்குமே கடிதம் எழுதுவதில்லை. யாரிடமிருந்தும் வருவதுமில்லை. ஸ்ரீனிவாஸன் முதலாளியின் அலுவலகத்தில் வேலைக்குச் சேர்ந்து மூன்று மாதம் கழிந்தபிறகு பரமேஸ்வரண்ணனிடமிருந்து ஒரு கடிதம் வந்தது. முகவரி எப்படிக் கிடைத்தது என்றுதான் புரியவில்லை. ஊரில் மளிகைக்கடையின் பக்கத்து அறையில் டீக்கடை நடத்தும் அஸீஸ்குட்டி மாப்பிளையை தற்செயலாக ஒருநாள் சந்தித்தான். ஸ்ரீனிவாஸன் முதலாளியின் பெயரை மட்டும் கவனக்குறைவாக அன்று அவனிடம் சொல்லிவிட்டேன் போலிருக்கிறது. அதனால்தான் தினமும் துயரம் அனுபவிக்கிறேன். சிப்பாய் மேனோன் தபாலைக்கொண்டு வந்து மேஜைமீது வைக்கும்போது மனதுக்குள் பயமும் பதற்றமும் தொற்றிக்கொள்கிறது. அவசரமாக முகவரிகளைப் பார்க்கும்போது தன்னுடைய பெயரில் எதுவும் இருந்து விடக்கூடாதே என்று பிரார்த்தனை செய்கிறான். தங்கமணி கையால் முகவரி எழுதிய கடைசிக் கடிதத்தைக்கூட இன்னும் பிரிக்கவில்லை.

பிரித்துப் பார்க்காமலேயே பதில் எழுதினான்: “நான் இங்கிருந்துப் புறப்படுகிறேன். எப்போது திரும்பி வருவேன் என்று தெரியாது. ஒரு காலத்தில் நானொரு நல்ல மனிதனாக இருந்தேன். நீ காதலித்தது அவனைத்தான். தப்பித்துக்கொள்வதற்கான எல்லா வாசல்களும் திறந்துக்கிடக்கும் இந்தச் சூழ்நிலையில் நீதான் நல்ல முடிவை எடுக்கவேண்டும்.”

எழுதிய வார்த்தைகளை மீண்டுமொரு தடவை வாசித்து விட்டு அர்த்தமில்லை என்று உணர்ந்து கிழித்துக் கூடையில் எறிந்தான்.

நகரசபை கட்டடத்தின் முன்னாலுள்ள மகாத்மா காந்தி சிலையின்கீழ் நின்றான். இனி எங்கே போவது? கிழக்கு நோக்கி நடந்தான். கடற்கரையைச் சுற்றிப் போகும் பாதையை அடைந்ததும் எங்காவது தனியாக உட்கார வேண்டும் போலிருந்தது.

நடைபாதையை அடுத்த திண்டில் காற்றாடி மரக்குடைகளின்கீழ் இளைஞர்கள் கூட்டம். வழியோர விளக்குக் கம்பத்தைக் கடந்து பூட்டிக்கிடந்த இங்கிலீஷ் கம்பெனிக் கட்டடத்தின் முன் வந்தபோது கூட்டமில்லை. கீழே கொந்தளித்தேறி பின் வாங்கிய அலையுடன் திரும்பிச் செல்ல விரும்பாத கடல் நீர் கெட்டிக் கிடந்தது. அரை மதிலின்கீழ் சேற்று நீரில் துண்டு வலைகள் போட்டு மீன் குஞ்சு தேடும் சிறுவர்களைப் பார்த்தபடி உட்கார்ந்திருந்தான்.

சாலையில் ஸ்கூட்டர்களும் கார்களும் அமைதியாகச் சென்றுகொண்டிருந்தன. கடலில் யாரோ ஸ்பீடு போட்

ஒட்டி விளையாடிக்கொண்டிருந்தார்கள். அதன் பின்னால் புறங்கடலின் தொடக்கத்தில் நிறுத்தி வைக்கப்பட்டிருந்தச் சரக்குக் கப்பல்களின் தெளிவற்றத் தோற்றங்களைப் பார்க்க முடிந்தது. எதிர்ப்புறம் பழைய கம்பெனிக் கட்டடத்தின் சுவரில் சாய்ந்தமர்ந்து கோணித்துண்டைப் போர்த்தியபடி உரத்தக் குரலில் அமானுஷ்ய சக்திகளுடன் பேசிக்கொண்டிருந்தான் புத்தி சுவாதீனமற்ற தாடி வைத்த ஒருவன். இருட்ட ஆரம்பித்த பிறகு வழியில் எங்காவது இரவுச் சாப்பாட்டை முடித்துவிட்டுச் செல்ல வேண்டும். கடைத் தெருவை விட்டு தொலைவிலுள்ள வீட்டில் தங்கியிருப்பதால் சாப்பாடு ஒரு பிரச்சினையாகி விட்டது. அழுகிய தேங்காய் மடல் நாற்றமுள்ள ஓடைக்கரையருகில் விடுதியில் தங்கியிருக்கும் தாலுகா அலுவலகக் கிளார்க், வீட்டைப் பார்த்ததும் ஆச்சரியப்பட்டான்.

“வாடகைக் கொடுக்கணுமா?”

“தெரியலை.”

“வாடகைன்னா அறுபது ரூபாய் மதிப்பிருக்கு. எழுபதுகூட கிடைக்கும்.”

அறுபது ரூபாய் வாடகைக் கிடைக்கிற வீட்டை முதலாளி தனக்கென்று விட்டுக் கொடுத்திருக்கிறார். தயவு என்பது கிடைக்காத ஒன்று என்று கருதியிருந்த தனக்கு நகரில் தங்கி யிருப்பதற்கு ஒரு வீடு கிடைத்திருக்கிறது.

கண்ணாடிச் சில்லுகள் பதித்த உயர்ந்த மதில் கட்டுகளுக்குள், பெரிய வீடுகளில், வாசல்களில் கூர்க்காக்களின் அல்சேஷன் நாய்களின் பாதுகாப்பில் வாழ்கிறவர்களாலும் தயவுகாட்ட இயலுமா? நம்ப முடியவில்லை. வாசித்த எந்தப் புத்தகத்திலுமே தயவு காட்டுகிற ஒரு முதலாளியைப் பார்த்ததே இல்லை.

“வாடகைக்கு விட்டா தேவைப்படும்போது திரும்பக் கிடைக்காது. கொஞ்சம் ஓய்வுக் கிடைத்தபிறகு அதை இடிச்சுக் கட்டணும்.”

முதலாளி சொன்னார்.

‘முதலாளியைப் பற்றி நான் நினைத்திருந்தது எல்லாம் தவறு. மன்னிப்புக் கேட்டுக்கொள்கிறேன்.’ சேது மனதுக்குள் சொல்லிக்கொண்டான்.

மாதம்தோறும் முதலாளியின் பில்கள் அலுவலகத்துக்கு வரும். செக் எழுதி, ஒப்பிட்டு மேனோனின் கையில் கொடுத்தனுப்பும்போது ஆச்சரியமாக இருக்கும். பணம் என்பது எவ்வளவு துச்சமானது என்று தோன்றும். ஆயிரங்களுக்கான

செக் எழுதி மேசையின் மீது வைப்பதில் ஓட்டல் கணக்கும், கிளப் கணக்கும், சிகரெட் கடைக்கு மாதம் இருநூறு ரூபாயும் உட்படும். ஒரு ஈட்டித்தடி லாரியில் கொச்சித் துறைமுகத்துக்குப் புறப்படும்போது முதலாளியின் வங்கிக்கணக்கில் பல ஆயிரங்கள் வரவு வைக்கப்படுகின்றன என்று புரிந்த பிறகும் கூட ஆச்சரியம் குறையவில்லை.

மேனோனிடம் ஒருமுறை சொன்னான். பழைய காலத்தில் காளைக் கிறுக்கும் கோர்ட் விவகாரங்களுமாக நடந்துத் திரிந்த எந்தப் பெரிய ஆட்களுக்கும் தேவையில்லாத குன்றுப் பகுதிகளில் பத்து மரம் நட்டு வளர்க்க நேரம் கிடைக்கவில்லை.

கலங்கிய கறுப்பு நீர், துண்டு வலைகள் வீசி மீன் பிடித்த சிறுவர்கள் போன பிறகு, சேற்றை விலக்கிக் கண்ணாடிச் சில்லுபோல் பளபளத்தது.

கீழே தனது பிம்பம் தெரிகிறது. காலையில் வெளியே புறப்படத் தயாராகி ஜன்னல் படியில் கண்ணாடியை நிறுத்திப் பார்க்கும்போதெல்லாம் நினைத்துக்கொள்வான். இரண்டாண்டு கால இடைவெளி முகத்தோற்றத்தை மாற்றியிருக்கிறது. பசியின் தூக்கமற்ற நீண்ட இரவுகளின் கனத்த இருள் முழுவதும் கண் தடங்களில் பதிந்துக்கிடக்கிறது. பற்கள் அருவருப்பான மஞ்சள் நிறத்துக்கு மாறியுள்ளன. மரச்சட்டம் கழன்ற கண்ணாடியைக் கையில் பிடித்தபடி அவன் புன்னகைப்பான்.

சிரிக்க முடியவில்லை. சிரிக்கும்போது முகத்தோற்றம் மேலும் விகாரமாகத் தெரிகிறது...

தூக்கம் வராமல் படுத்திருக்கும் இரவுகளில் மரண வாசனையை அனுபவித்த ஒரு இருண்ட அறையின் சித்திரம் மனதுக்குள் கடந்துவரும்.

பயிற்சி முகாம் படிக்கட்டை விட்டு பஸ் ஏறிய அன்று, சாரல் மழை பெய்யும் சாயங்கால வேளையில் பழைய ஒரு கட்டடத்தின் மாடியில் ஒன்றரை ரூபாய் வாடகை அறையில் உட்கார்ந்து மரணத்தைப் பற்றி யோசித்தான்.

கீழே சமையல் கட்டிலிருந்து எழும் புகை ஜன்னல் வழியாக நுழைந்து எப்போதும் அங்கேயே தங்கி நிற்கும். மெல்லிய புகையின், உளுத்துப்போன மரத்தின், பூச்சுப் பெயர்ந்த சுவர்களின் அருவருப்பான நெடி இறந்துபோன உடல்களை நினைவுபடுத்தியது.

காகிதமும் பேனாவுமாக உட்கார்ந்தான். முதலில் யாருக்குக் கடிதமெழுதுவது? யாருக்கு ஆறுதல் சொல்லவேண்டும்?

எம்.டி. வாசுதேவன் நாயர்

பேனாவைப் பிடித்திருந்த விரல்கள் நடுங்குவது போல் தோன்றியது.

திடீரென்று அப்போது விளக்கு அணைந்தது. வெளியே பார்த்தபோது நொடியிடைக்குள் நகரம் இருளில் மூழ்கியிருந்தது. வெளிச்சம் வருவதை எதிர்பார்த்து மேசைமீது தலை சாய்த்துப் படுத்தான். வெளிவராந்தாவில் மெழுகுத் திரியுடன் செல்லும் ஏதோ வேலைக்காரன் சொல்வது கேட்டது. “கரண்ட் இன்னைக்கு வராது. எங்கோ மரம் விழுந்து டிரான்ஸ்ஃபார்மர் உடைஞ் சிட்டுதாம்.”

பேனாவை மூடி வைத்துவிட்டு அறையிலிருந்து வெளியே வந்தான். பெட்ரோ மாக்ஸும் மெழுகுவர்த்திரிகளும் பற்ற வைத்து வியாபாரம் செய்யும் கடைகளைக் கடந்து நிழல்போல் இருட்டில் கலந்து நடந்துகொண்டிருந்தான். கடல் நக்கியெடுத்து மேடாக்கிய கரையில் நிற்கும்போதும், ரெயில்வே தண்டவாளத்தைக் கடந்து செல்லும்போதும் மனம் பாரமாக இருந்தது. நடந்து நடந்து பழைய ராணுவ முகாமின் அருகிலுள்ள மைதானத்தை அடைந்து நனைந்தப் புல்மேட்டில் அமர்ந்திருக்கும்போது பத்திரிகையின் மூலையில் பார்த்த சிறு துண்டுச் செய்தி கண் முன் நிழலாடியது. ஓட்டல் அறைக்குள் பிணம்!

ஓடைப்பாலத்தின் அருகில், எரியும் அடுப்புகளில் சிவந்த தீ நாவுகள் நெளிவதைப் பார்த்தபடி உட்கார்ந்திருந்தான். டயர் எரிகிற தாங்க முடியாத நெடி காற்றினூடே கடந்து சென்றது. இருட்டில் எங்கிருந்தோ மெதுவான பேச்சுச் சத்தம் கேட்டது. எழுந்து நடந்தபோது யாரோ பின்தொடர்ந்து வருவதுபோலிருந்தது.

“ஸ்ஸ்ஸ ...”

நடையின் வேகத்தை அதிகரித்தான். தப்பிப்பதற்காக பயத்துடனும் நெஞ்சுத் துடிப்புடனும் நடந்தபோது தோன்றியது: வாழ்க்கையை நான் நேசிக்கிறேன்.

இங்கிருந்துத் தப்பித்தாக வேண்டும்.

பின்னால் காலடிச் சத்தம் கேட்டது.

“போறியா?”

பெண் குரல். மைதானத்தின் முடிவில் பாதையில் இறங்குவதற்கான வழியைக் கண்டுபிடிக்க நிற்கும்போது அவள் நெருங்கி வந்துவிட்டாள். கறுத்த முகத்தில் எடுப்பாக நிற்கும் பற்களின் நிறம் இருட்டிலும் தெரிந்தது.

“பீடியிருந்தா ஒண்ணு கொடேன்.”

அவன் சிகரெட் கொடுத்தான். தீக்குச்சியை உரசும்போது முக்காட்டின்கீழ் வைசூரித் தழும்புகளுள்ள வட்ட முகமும் உந்தி நிற்கும் பற்களும் தெளிவாகத் தெரிந்தன. சிகரெட்டை இழுக்கும்போது பற்களுக்கிடையே சிவப்பு வெளிச்சம். நெருப்பை உமிழும் சாத்தானின் முகம் தன்னையறியாமல் அவனது நினைவுக்கு வந்தது.

“ஒரு சாயா குடிக்க காசு தாங்க முதலாளி.”

சிரிக்கத்தான் தோன்றியது. முதலாளி!

பாக்கெட்டில் தேடியபோது கையில் கிடைத்தது ஐந்து ரூபாய் நோட்டு. அதைக் கையில் வாங்கிய அவள் நம்பிக்கையில்லாமல் கண்ணருகில் வைத்துப் பார்க்கும்போது அவன் உரக்கச் சிரித்தபடி நடந்தான்.

“நான் வரவேண்டாமா முதலாளி?”

திரும்பிப் பார்க்கவில்லை. மரண வாசம் வீசும் அறைக்குள் அழுக்குப் பாயில் குப்புறப்படுத்திருந்த அன்றிரவு அவன் வெறுமனே சிரித்தான்.

பாக்கி பத்து ரூபாயிருக்கிறது. காலையில் கணக்குகளைத் தீர்த்தப் பிறகு ஏழரை ரூபாய் பாக்கியிருக்கும். ஏழரை ரூபாயின் தொடங்குகிறது வாழ்க்கை.

“ரைட்டரே!...”

சைக்கிளிலிருந்து காலைத் தரையில் ஊன்றியபடி முன்னால் நிற்கும் சுருட்டை முடிக்காரன் மூப்பனைப் பார்த்தபோது எழுந்து நடைபாதையில் இறங்கினான்.

முதலாளியின் மரங்களை ஏற்றவும் இறக்கவும் செய்கிற ஒப்பந்ததாரர்.

சொந்தமாக இரண்டு தோணிகள் வைத்திருக்கிறான்.

“என்ன ரைட்டரே இங்க உக்காந்திருக்கீங்க?”

“சும்மாதான் மூப்பன். அப்படியே உக்காந்திருக்கேன்.”

மூப்பன் டீ குடிக்க அழைத்தான். வீட்டு வேலைகள் தொடங்கிய பிறகுள்ள கஷ்டங்களைச் சொன்னான். கிரஹப்பிரவேசத்துக்கு அழைப்பு விடுத்தான்:

“ரைட்டரும் வந்துடுங்க.”

“முதலாளியைப் பற்றி யார் என்ன சொன்னாலும் சரி, என்னைப் பொறுத்த வரைக்கும் அவர் நல்ல மனுஷன். நிறைய உபகாரங்கள் செய்திருக்கார். முதலாளிகூட சேந்த எல்லாருமே நல்லாதான் இருக்காங்க.” மூப்பன் நினைவுபடுத்தினான்.

“ரைட்டருக்கு யோகமிருக்கு. முதலாளிக்கு உங்கபேர்ல நல்ல நம்பிக்கை.”

சேது விடைபெறும்போது மூப்பன் மீண்டும் கேட்டான்:

“நம்மளோட உதவி ஏதாவது தேவையா ரைட்டரே?”

“இல்லை, எதுவும் தேவையில்லை மூப்பன்.”

தெரு விளக்குகளின் வெளிச்சம் அதிகரித்தது. தடித்துக் கொழுத்த குஜராத்திப் பெண்கள் நடைபாதை சிமெண்ட் தரையில் செருப்பை உரசிச் சத்தம் எழுப்பியபடியே கடந்து சென்றார்கள்.

கரிய வானப்பரப்பின்கீழ் திறந்து வைக்கப்பட்ட அஞ்சனச் சிமிழ்போல் மின்னித் தெரிந்தது கடல். தொலை தூரத்தில் நிற்கும் சரக்குக் கப்பல் விளக்குகளின் வெளிச்சம் அதிகரித்தது.

இரவில், நகரின் கறுத்த இரத்த நாளங்களில் வாழ்க்கைத் துடிப்புடன் ஒழுகத் தொடங்கியது. ஆயிரமாயிரம் சப்தச் சேர்க்கைகள் தெளிவற்ற ஒரே ஸ்வரமாக மாறுகின்றன. ரெயில்வே கேட்டைக் கடக்கும்போது காவல் கூடத்தின் பின்னால் முனிசிப்பல் டாப் பகுதியில் பகலில் தூங்கிக்கிடக்கும் விலைமாதர்கள் வெளியே புறப்படத் தயாராகிக் கொண்டிருந்தார்கள். அருகிலுள்ள கடைகளின் வெளியே கோணிப்படுதாக்களைத் தொங்க விட்டு, வியாபார இடங்களை உறுதி செய்த தரகர்கள் பீடி புகைத்தபடிக் காத்திருந்தார்கள்.

ஆரவாரத்தினூடே அமைதியாக நடந்துகொண்டிருக்கும் போது மனதுக்குள் திருப்தி உருவானது. புண்களைச் சுற்றும் பூச்சிகள்போல் வந்துகூடும் மனிதர்களிடையே யாருமறியாமல் சஞ்சரித்துக்கொண்டிருந்தான்... யாருக்கும் என்னைத் தெரியாது. யாராலும் என்னை அடையாளம் காண இயலாது.

ஊடுருவிச் செல்லும் ஓடைகளும் இருண்ட மூலைகளும் நிறைந்துத் ததும்பும் மனிதர்களுமுள்ள நகரை மனம் நேசிக்க ஆரம்பித்திருந்தது.

நடந்து நடந்து கடைசியில் படிக்கட்டுக்கு வந்தபோது ஓரக்கல்லில் யாரோ உட்கார்ந்திருப்பதைப் பார்த்தான்.

“யார்?”

“உம், உம்...”

கேட்டைத் திறந்து உள்ளே வரும்போது முதலாளி அனுப்பி வைப்பதாகச் சொன்ன பையனின் நினைவு வந்தது. முன்பக்கம் விளக்கெரிந்துகொண்டிருந்தது. உட்கார்ந்திருப்பது அவனாகத்தான் இருக்கும்.

பக்கத்தில் வந்தபோதுதான் தெரிந்தது. அலுவலகச் சிப்பாய் மேனோன்.

மரியாதையுடன் சிகரெட்டை மறைத்துப் பிடித்தபடி மேனோன் அருகில் வந்து கேட்டார்:

“ரைட்டர் தாமதமா?”

“என்ன விஷயம் மேனோன்?”

“ஒண்ணுமில்லை.”

அப்போது உள்வாசல் திறந்து கிடப்பது தெரிந்தது.

“பையன் வந்துட்டானா?”

“...”

வாசலைக் கடந்தபோது மேனோன் ஓடிவந்து மெதுவான குரலில் முணுமுணுத்தான்:

“ஸ்ஸ்... உள்ளே முதலாளி இருக்கார்.”

அவன் அதிர்ச்சியுடன் நின்றான். முதலாளி இங்கே?

“கூட இன்னொரு ஆளும் உண்டு.”

அப்போது உள்ளே இருந்து முதலாளியின் குரல் கேட்டது:

“மேனோன், யாரது?”

“ரைட்டர்தான்.”

வெளிவராந்தாவில் உட்காருவதற்கு எதுவுமில்லை. சாயங்காலம் முழுவதும் நடந்து சோர்வாக இருந்தது. எங்கே உட்காரலாம் என்று யோசிக்கும்போது முதலாளி அழைத்தார்:

“உள்ள வாங்க ரைட்டரே.”

அவன் உள்ளே போகும்போது மேனோனின் முகத்தில் பணிவுடன்கூடிய அருவருப்பான சிரிப்பு தென்பட்டது.

உள்ளே இருந்த ஒரே ஒரு படுக்கையறை வாசலில் ஒற்றை வேட்டியுடன் சிகரெட் புகைத்தபடி நின்றிருந்தார் முதலாளி.

“உள்ள வாங்க ரைட்டரே.” அறைக்குள் நுழைந்தபோது மது வாடையில் மூழ்கிய சிகரெட் புகையினூடே கால் மூட்டுக்குக் கீழே தாழ்ந்த வெள்ளைப் பாவாடையும் பச்சை ஜாக்கெட்டுமணிந்த ஒரு பெண் சுவரில் சாய்ந்து நின்றுகொண்டிருப்பதைக் கண்டான்.

கட்டிலில் உட்கார்ந்த முதலாளி சொன்னார்:

“உக்காருங்க ரைட்டரே.”

தம்ளரில் பிராண்டியை ஊற்றி நீட்டியபடி முதலாளி சொன்னார்:

“சாப்பிடுங்க.”

அவன் தம்ளரைக் கையில் வாங்கினான்.

“நம்ம பிராண்டு. குட்டி நல்லா இருக்காளா ரைட்டரே? திரும்பவும் மறந்துட்டேன். உன் பேர் என்னாடீ சொன்னே?

கொடியில் தொங்கும் சேலை நிழலில் சுவர் சாய்ந்து நின்றிருந்த அவள் சொன்னாள்:

“சரோஜினி.”

“ரைட்டரே, இவ ரெண்டு நாள் இங்க இருப்பாள். பையன் காலையில வருவான். சாப்பாடும் சாதனங்களும் எல்லாம் அவன் கொண்டு வந்துக் கொடுத்துக்குவான். அடியே இவரு நம்ம ரைட்டர்தான். இங்க வந்து உக்காரு. வெக்கத்தைப் பாரேன்.”

சிவப்புப் படர்ந்தக் கண்களை போதை மயக்கத்துடன் சிமிட்டியபடி முதலாளி சொன்னார்:

“இங்க இருந்தா யாருக்கும் சந்தேகம் வராது. சொந்தக்காரின்னு சொன்னா போதும். பையன்கிட்டயும்.”

அவன் பதில் சொல்லவில்லை.

“நீங்க என்ன அதைக் கையில வெச்சி விளையாடிட்டிருக்கீங்க? அடிங்க. முதலாளி ரைட்டரெல்லாம் கம்பெனியில. இல்லையாடீ?”

நிழலில் தலை குனிந்து நிற்கும் அவள் இதற்குப் பதில் சொல்லவில்லை.

“ரைட்டரே, வாசல்ல கார் வந்தா சொல்லச் சொல்லுங்க மேனோன்கிட்ட.”

காலியான தம்ளரை மேஜைமீது வைத்துவிட்டு வெளியே வரும்போது நெற்றியில் வேர்வைப் படர்ந்திருந்தது. மேனோனைக் காணோம். வாசல் வரை போய்ப் பார்க்கவா? அப்போது மேனோன் வந்தார். உதட்டில் புதிய சிகரெட். பேசும்போது

சாராயத்தின் நெடி. மேனோனுக்கும் இன்று கொண்டாட்டம்தான் போலிருக்கிறது.

"அறிமுகமாயிட்டீங்களா?"

மேனோனின் கேள்விக்கு சேது பதில் சொல்லவில்லை.

மேனோன் கருணையுடன் பாக்கெட்டிலிருந்து ஒரு சிகரெட் எடுத்து நீட்டினான்.

சிகரெட் புகையை வெளியே விட்டபோது நாவிலிருந்த கசப்புச் சுவை குறைந்தது போலிருந்தது.

"ரைட்டருக்கு யோகமிருக்கு. அவ ஓட்டல் ரூமுக்கு வரமாட்டேன்னு சொன்னப்ப நான்தான் இந்த வீட்டைப் பற்றி முதலாளிட்ட சொன்னேன்."

தரையில் சுவர் சாய்ந்து உட்கார்ந்து மேனோனின் பேச்சையும் சிரிப்பையும் கவனித்தபடி அவன் கோபத்தை அடக்க முயற்சி செய்துகொண்டிருந்தான்.

சுற்றிலும் மதில் கட்டுகள்கொண்ட இந்தச் சிறு வீடு காலியானபோது யாருக்கும் சந்தேகம் உருவாகாமல் தங்கியிருக்க முதலாளிக்கு ஒரு ஆள் தேவைப்பட்டிருக்கிறது. ரைட்டரின் வீட்டு வாசலில் முதலாளியின் கார் நிற்பதைப் பார்த்தால் யாரும் சந்தேகப்பட மாட்டார்கள். நன்றியுள்ள நாயைப்போல் மேனோனுக்கும் அங்கேயே சுற்றி வரலாம்.

திடீரென்று அவனுக்கு மிஸஸ் லலிதா ஸ்ரீனிவாசனின் நினைவு வந்தது.

மிஸஸ் ஸ்ரீனிவாசன் இப்போது என்ன செய்துகொண் டிருப்பாள்? வரவேற்பறை சோபாவில் சாய்ந்தமர்ந்துக் காலாட்டியபடி புன்னகைக்கும் மிஸஸ் ஸ்ரீனிவாசனின் செழித்த ரோஜா முகமும் பளிங்குக் கண்களும் காற்றில் அலையும் எண்ணெய்ப் பிசுக்கற்ற தலை முடியும் நினைவுக்கு வந்தன.

புன்னகையின் நிலவொளி இப்போதும் மனதுக்குள் பிரகாசம் வீசுகிறது... மயக்கம் வருவதுபோலிருந்தது. என்னுடைய தங்குமிடத்தின் வெளித்திண்ணையில் என்னுடைய படுக்கைக் காலியாவதற்காக நான் காத்திருக்கிறேன்... வருத்தமாக இல்லை. சுய எள்ளலும் வெறுப்பும் தோன்றியது.

"ரைட்டரே!..."

"ஷட்டப்!"

மேனோன் நடுங்கிவிட்டார்.

"ரைட்டரே!"

"மூச்சு விட்டுடக்கூடாது. விட்டா ..."

தன்னைக் கட்டுப்படுத்திகொண்டான். வேர்வை ஊற்றெடுத்த மேனோனின் கோர முகத்தில் பீதி படர்வதைக் கண்ட அவன் சத்தமில்லாமல் சிரித்தான்.

வெப்ப அலைகள் இரத்த நாளங்களினூடே பாயத் தொடங்கின.

3

தொலைவிலெங்கோ கேட்பதுபோலிருந்த சோகக்கீதம் புகைவண்டியின் இரைச்சலாக மாறியது. ஜன்னல் வழியாக வெளியே பார்க்கும்போது தண்டவாளத்தின் அருகில், வழிப் பாதையில் சங்கிலியால் பிணைக்கப்பட்ட, கை கால்களை இழந்த உயிருள்ள உடல்கள் துடித்துக்கொண்டிருந்தன. கால் எலும்பினூடே துளைத்துப் போடப்பட்டிருந்த சங்கிலியிலிருந்து குதறி ஓலமிடும் மெலிந்த இளைஞனின் கறுத்த முகத்தில் அனல் பறக்கும் கண்கள் ... இரைச்சல் அகன்று போவதும் அருகில் வருவதுமாக இருந்தது.

யாரோ தொட்டு அழைப்பதுபோலிருந்தது. எழுந்தபோது வராந்தாவின் தூசு படர்ந்தப் பழைய குண்டு விளக்கின் வெளிச்சம் அடர் மஞ்சள் நிற ஊசிகளாகக் கண்களைத் துளைத்திறங்குவது போலிருந்தது.

தீயக் கனவில் கண்ட உயிர்ப் பிணங்களின் நினைவுடன் அவன் கேட்டான்:

"உம் .. ?"

"ரைட்டர் உள்ள போய்ப் படுத்துக்குங்க. நான் காலையில வர்றேன்." மேனோன்தான். விடை பெறுகிறார்.

அவன் எழுந்தான். அப்போது திண்ணையில் இன்னொரு பாயில் சுருண்டுக் கிடக்கும் நரை விழுந்த மனிதரைப் பார்த்தான். இவரை எங்கோ பார்த்தோமே? வரும்போது இருட்டில் படிக்கட்டில் உட்கார்ந்திருந்தவர் இவர்தானே?

"வாசலை அடைச்சுப் படுத்துக்குங்க ரைட்டரே, முதலாளி போயிட்டார்." போதை கலந்த தூக்கத்தின் புகைமூட்டம் ஒரு நிமிடம் விலகியது. அறையில் இப்போது நான் மட்டுமல்ல.

வாசலை மூடி வராந்தா வெளிச்சம் உள்ளே வராமல் செய்தான். நடை வழியில் வெளிச்சமில்லை. படுக்கையறை வெளிச்சம் திறந்த வாசலினூடே மஞ்சள் தகடு போல் நிச்சலனமாகக் கிடந்தது.

வாசலைத் தாண்டியதும் பயணிகள் இறங்கிச் சென்ற மூன்றாம் வகுப்பு வெயிட்டிங் ஷெட் போல் படுக்கையறை அலங்கோலமாகக் கிடந்தது. எண்ணெய்ப் பிசுக்குள்ள மஞ்சள் நிறக் காகிதங்கள், எலும்புத் துண்டுகள், காலியான சோடாக் குப்பிகள், கட்டிலில் அவனது மஞ்சள் நிறப்போர்வைக்குள் அவள் படுத்திருந்தாள். சுவர்ப்பக்கம் முகம் திருப்பி ஓரமாகக் கிடந்த அவளைப் பார்க்க சிறுமிபோல் தெரிந்தது.

டீப்பாயின் முன் போடப்பட்ட செயரில் கிடந்த மஞ்சள் பருக்கைளைத் தட்டி விட்டு அவன் உட்கார்ந்தான். இலேசான வெள்ளிக்கம்பிகள் பின்னப்பட்ட குப்பியில் கால் பகுதி மிச்சமிருந்தது. பிரிக்காத ஒரு பொட்டலம் பிரியாணியும் இருந்தது. கிரீடமும் திராட்சைக் குலையும் படம் போடப்பட்ட குப்பியில் இளம் சிவப்புக் கலந்த மஞ்சள் நிறத் திரவத்தைப் பார்த்தபடியே உட்கார்ந்திருந்தான்.

பிறகு, கீழே மண் கூஜாவிலிருந்த நீரைத் தம்ளரில் ஊற்றி ஒரு வாய் குடித்தான்.

இவளுடைய பெயர் என்ன?

முதலாளி கேட்டபோது சொன்னாளே!

“சரோஜினி!...”

அவளது காதில் விழவில்லை.

“சரோஜினீ!...”

“உம்...”

“எழுந்திரு.”

அவள் சுவருடன் சேர்ந்து இன்னும் சற்று ஒட்டிப்படுத்தபோது சேதுவின் சத்தம் உயர்ந்தது:

“சரோஜினீ!”

கண்களைக் கசக்கியபடியே அவள் எழுந்து உட்கார்ந்தாள்.

துவைத்துத் துவைத்து மஞ்சள் நிறத்துக்கு மாறிய அடிப்பாவாடை, சிவப்புப் புள்ளியிட்ட ஜாக்கெட், முகத்தில் சோர்வும் வெட்கமும் கலந்தப் பதற்றம்.

தான் வாசிக்கக் கதைகள் மூலம் மனதுக்குள் பதிந்துக் கிடந்த ஒரு சித்திரமிருந்தது.

விலைமாதர்களின் சித்திரம். மதநீர் ததும்ப அழைப்பு விடுக்கும் கண்கள், தடுமாற வைக்கும் மதர்த்த உடலின் தடைகளைக் கடந்த காட்சிகள். கட்டிலோரம் தரையைப் பார்த்து உட்கார்ந்திருக்கும் அவளை முன்பு எங்கோ பார்த்தது போலிருந்தது. ஏதோ கிராமத்துப் பாதையில், ஓலை வட்டியும் எண்ணெய்க் குப்பியுமாக நடந்து செல்லும் ஒரு சிறுமியின் சித்திரம் மனத்துக்குள் தெளிந்தது.

“சாப்பிட்டியா நீ?”

“உம்...”

“தூக்கம் வருதா?”

கொட்டாவியைக் கைக்குள் மறைத்து, புறங்கையால் கண்களைக் கசக்கிய அவள் இல்லை என்பதுபோல் தலையாட்டினாள்.

“உன் வீடு எங்க இருக்கு?”

ஊர்ப் பெயரைச் சொன்னாள். நகரிலிருந்து ஏழு மைல் தொலைவிலுள்ள ஒரு கிராமம்.

பிரியாணிப் பொட்டலத்தைப் பிரிக்கும்போது பசியில்லைபோல் தோன்றியது.

“படிச்சிருக்கியா நீ?”

“உம்...”

“எத்தனாவது வகுப்பு வரைக்கும்?”

“ஏழாம் வகுப்புத் தோத்த பிறகு படிக்கலை.”

“வீட்டுல யார்லாம் இருக்காங்க?”

அவள் பதில் சொல்லவில்லை. மீண்டும் கேட்டபோது சொன்னாள்:

“எல்லாருமே இருக்காங்க.”

வயது பதினைந்தோ பதினாறோதான் இருக்கும்போல் தோன்றியது. அறிமுகமில்லாத ஆணிடம் முதல் முதலாக அவள் வெட்கத்தை விட்டது அண்மையில்தான் நிகழ்ந்திருக்க வேண்டும். முதல் முதலாக இவளை நகருக்கு அழைத்துக்கொண்டு வந்தவன் யாரோ?

முன்பெல்லாம், விலைமாதர்களைப் பற்றி தீராத வியப்புடன் யோசித்திருக்கிறான். வடக்காற்றங்கரையில் வசித்துவந்த ஒருத்தியைப் பற்றி ஆட்கள் மெதுவானக் குரலில் குறை சொல்வதைச் சிறுவயதில் கேட்டிருக்கிறான். ரொம்ப நாட்களுக்குப் பிறகுதான் புரிந்தது அவள் ஆண்களை வசீகரிப்பவள் என்று. எலிமென்ட்ரி ஸ்கூல் இறுதியாண்டில் கோவிந்தன் வைத்தியரின் மகனுடன் சுற்றித் திரியும்போது அவனிடம் இரகசியமாகக் கேட்டான்:

"எனக்கு அந்தப் பொம்பளையைக் காட்டித் தருவியா?" அவன் தயங்கினான். பையிலிருந்த இரண்டு பளிங்குக் கற்களும் மூடி உடைந்தப் பொடி டப்பாவும் கொடுத்தபோது சம்மதித்தான்.

இடைவழியில் பயந்து பயந்து நடக்கும்போது ராமன்குட்டி சொன்னான்:

"பாத்துக்க."

பூச்சு வேலை செய்யாத ஒரு சிறு வீட்டுத் திண்ணையில் கால் நீட்டி உட்கார்ந்து தலைமுடியைச் சிடுக்கு எடுத்துக்கொண்டிருந்த பெண்ணைச் சரியாகப் பார்த்தான். சிவப்புக் கல் பதித்த அவளது மூக்குத்திப் பளபளத்தது.

வாழ்க்கையில் அது ஒரு பெரிய நிகழ்வாக இருந்தது. கரும்பனையின்கீழ் நிற்கும் யட்சிபோல், சாயங்காலமானால் ஆண்களை வசீகரிப்பதற்காக மூங்கில் கூட்டத்தின் அருகில் நிற்கும் பெண்.

பப்பாளித்தண்டுபோல் மெலிந்த மணிக்கட்டிலுள்ளக் கறுப்பு ரப்பர் வளையல்களைத் திருகியபடி தன் முன் தரையைப் பார்த்து உட்கார்ந்திருக்கும் அவளது தோற்றம் அவனை வேதனைப்படுத்தியது. எழுந்து சென்று கட்டிலருகில் நின்று வேர்வையில் நனைந்த அவளது முதுகில் கை வைத்தபோது சிரிக்க முயன்றாள். விலைமாதின் வசீகரச் சிரிப்பல்ல.

"எழுந்திரு."

அவள் எழுந்தாள். எதிரில் தொட்டு நின்றபோது ஏனோ அருவருப்பு உருவானது.

கட்டிலிலிருந்து போர்வையை எடுத்து கீழே போட்டு விட்டுச் சொன்னான்:

"அங்க எங்காவது படுத்துக்க."

அவளது கண்கள் நிசப்தமான கேள்வியுடன் உயர்ந்தபோது அவனுக்குக் கோபம் வந்தது.

“உன்மேல பரிவோ அன்போ ஏற்பட்டதுனால சொல்லலை. படுத்துக்க.”

மனதுக்குள் சொல்லிக்கொண்டான்: பெரிய பெரிய ஓட்டல்களின் பின்புறமாக வந்து நிற்கும் டாக்சிகளில், தனியாக இருக்கும் முஸாவரி பங்களாக்களில், இருளடர்ந்த வீதிகளில், டயர் கருகும் நாற்றமுள்ள ரெயில்வே தண்டவாளத்தை அடுத்த சதுப்பு நிலங்களில் என எல்லாவற்றிலும் உன் முகம் தெரிகிறது. நீ எனக்கு ஆச்சரியமூட்டுகிற வஸ்து அல்ல!

போர்வையின் சுருக்குகளை நேராக்கினான். எண்ணெயின், ஏதோ மட்டரக வாசனைப் பொருளின் மணம் வீசும் தலையணையைத் திருப்பி வைத்தான். கட்டிலில் படுத்து முழங்கையால் முகத்தை மறைத்தபடி சொன்னான்:

“லைட்டை ஆஃப் பண்ணிக்க.”

வெளியே நடைவழியில் அவள் போர்வையை விரித்துப் படுத்தபோது அவன் கண்களை மூடித் தூங்குவதற்கு முயற்சி செய்தான்.

சில நிமிடங்களுக்குப் பிறகு மிக அருகில் காலடிச் சத்தம் கேட்பதுபோல் தோன்றியது. டீப்பாயின் கீழ்க் கிடந்த காலியான சோடா குப்பிகளின் சத்தம். மெல்லிய இருட்டில் அறைக்குள் அவள் எழுந்து நிற்பதைப் பார்த்தான். சுவரில் தொங்கும் சட்டை பாக்கெட்டில் ஏதாவது கிடைக்குமா என்று பார்க்கிறாளோ? கனத்துக்கிடந்த இமைகளை பிடிவாதமாகத் திறந்தபடி சத்தம் வராமல் ஒருக்கணித்துப் படுத்துக் கவனித்தான். விலை மதிப்புள்ள எந்தப் பொருளும் அறைக்குள் இல்லை.

அவள் வெளியே சென்ற பிறகும் காது கூர்ந்தான். வெளிவாசல் கதவின் சத்தம் கேட்டது. சத்தம் கேட்டு விடக்கூடாதே என்று அவள் கவனமாகத் திறந்தாலும் பழைய தாழ்ப்பாள் இரைந்து ஓசை எழுப்பியது. அவள் வெளியேறுகிறாளாக இருக்கும். கையில் ஏதாவது கிடைத்திருக்கலாம். இடத்தைக் காலி செய்வதற்காக, காவலுக்குக் கிடக்கும் வயதான மனிதரை எழுப்புகிறாள். கொடியில் தொங்கும் விலை குறைந்தப்பட்டுச் சேலையை எடுத்துக்கொள்ளவில்லையே? அவன் எழுந்துச் சத்தம் வராமல் இருட்டினூடே நடந்து திறந்துக்கிடந்த வாசலின் அருகில் வரும்போது அவளது குரல் கேட்டது.

“அப்பா ... இப்படிக் கிடந்துத் தூங்குறே?”

தூங்குபவரின் வாயிலிருந்து முக்கலும் முனகலும் சப்புக்கொட்டலும்தான் பதிலாக வந்தது.

"அப்பா, கொஞ்சம் எழுந்திருப்பா."

திண்ணையில் பழைய பாயில் சுருண்டுக் கிடக்கும் மனிதரை அவள் குலுக்கி எழுப்புவதைக் கண்டான்.

"அப்பா!..."

"என்னடீ?"

தூக்கக் கலக்கம் மாறாத குரல்.

"இந்தாப்பா, இதைச் சாப்பிடு."

மதில் கட்டின் பின்னாலுள்ள இடைவழியில் நகராட்சி விளக்கின் வெளிச்சம் வீசும் திண்ணையில் அமர்ந்து முன்னால் வைக்கப்பட்ட இலைப்பொதியிலிருந்து அவர் அள்ளி அள்ளித் தின்பதைப் பார்த்தான். விக்கல் வந்தபோது நெஞ்சை அழுத்திப் பிடித்தபடி சற்று அசையாமல் இருந்துவிட்டு மீண்டும் ஒரு பிடியள்ளும்போது கேட்கிறார்:

"நீ ஏதாச்சும் சாப்பிட்டியாடீ?"

"சாப்பிட்டேன்."

"முதலாளி எப்ப போகச் சொன்னார்?"

"எதுவுமே சொல்லலை."

"குடிக்கக் கொஞ்சம் தண்ணிக் கிடைக்குமா?"

"தண்ணிக்கு இப்ப எங்க போக?"

கோபத்துடன் ஒலித்த அவளது குரல் திடீரென்று கண்டிப்பாக மாறியது: "மெதுவாப் பேசு. அவரு தூங்குறாரு."

ஓசையில்லாமல் திரும்பி வந்துக் கட்டிலில் படுத்தான். மீண்டும் கவனமாக வாசலை அடைக்கும் சத்தம் கேட்டது. நடைவழியில் காலடியோசையும்.

அவனுக்கு அழ வேண்டும்போலிருந்தது. திறந்துக்கிடக்கும் வாசலுக்குப் பின்னால் முணுமுணுத்தால் கேட்கும் தொலைவில், அடிபணியத் தயாராக இருக்கும் உடலைப் பற்றிய எண்ணம் உருவாகவில்லை.

ஏழு மைல் தொலைவிலுள்ள சிறு வீட்டில் கிழிந்தப் பாயில் படுத்துத் தூங்கும் ஒரு குடும்பத்தின் காட்சி ஏனோ கண் முன் வந்து நின்றது.

சிறு குழந்தைகள் அம்மாவிடம் கேட்கின்றன:

"அக்கா எங்கம்மா?"

"அப்பாவைப் பாக்கப் போயிருக்கா."

"அப்பா ஏம்மா நம்மை அழைச்சிட்டுப் போவலை?"

"பேசாமப் படுடா."

காலையில் கடன் வசூலிக்க வரும் கடைக்காரனிடமும் பக்கத்து வீட்டுக்காரனிடம் தைரியமாகப் பதில் சொல்ல முடியுமென்று அந்தத் தாய் ஆறுதல் கொள்வாளாக இருக்கும்.

ஒரு சில நாட்களில் வீடு வந்து சேரும் மகளின் ஒன்பது ரூபாய் பட்டுச் சேலையைத் துவைத்து அம்மா பத்திரமாக மடித்து வைக்கிறாள். கழுத்தில் கிடக்கும் ரோல்டு கோல்டு நகையைக் கழற்றி ஸ்ரீகிருஷ்ணர் படத்தின் பக்கத்திலுள்ள டப்பிக்குள் பாதுகாப்பாக வைத்துவிட்டுத் திரும்பும்போது அந்த அம்மா கேட்பாளா? "நீ எங்கடீ போயிருந்தே," என்று.

இருமியபடியே திண்ணையில் குந்தியமர்ந்து மடியிலிருக்கும் காகிதப் பொதியைப் பிரித்து, செய்ய வேண்டிய செலவுகளை நினைவுபடுத்திப் பணத்தை ஒப்படைக்கும்போது அவரது மனைவி கேட்பாளா? "எந்த இடம், ஆள் யார்," என்று?

சேர்த்துப்போட்ட மூன்று பாய்களில் அம்மாவும் அப்பாவும் ஏழு பிள்ளைகளும் திருப்தியுடனும் மூச்சுத் திணறலுடனும் தூங்குவதற்காகப் படுத்திருக்கிறார்கள்.

தொலைவில் புகைவண்டி எஞ்சினின் கூக்குரல் கேட்டது.

எப்போது தூக்கம் வந்தது என்று நினைவில்லை. காலையில் கிணற்றங்கரையில் கப்பியும் வாளியும் இரைகிற சத்தம் கேட்டு விழித்தான். எழுந்துப் பார்க்கும்போது மடித்து வைத்தப் போர்வை இடைவழியில் இருந்தது. சுருட்டியப் பழைய பாய் மூலையில் சாய்த்து வைக்கப்பட்டிருந்தது. திண்ணையில் யாருமில்லை. பின்பக்கமிருந்து முற்றத்தினூடே வந்தபோதுதான் சரியாகக் கவனித்தான். நினைத்ததுபோல் அந்த ஆள் வயதானவன் அல்ல. வயது ஐம்பதுக்குள்தானிருக்கும். நரைபடர்ந்த தாடியின் குற்றி ரோமங்களைச் சொறிந்தபடி அவன் ஓரக்கல்லின் அருகில் சந்தேகத்துடன் நின்றிருந்தான்.

"உள்ள இருந்துப் பாத்திரம் எடுத்துக்க. ரெண்டோ மூணோ சாயா வாங்கிட்டு வா."

சாயா வருவது வரைக்கும் பீடி இழுத்தான். முற்றத்தில் நடந்தான். உள்ளே இருந்து தம்ளரைக் கழுவி அவனேதான் சாயா கொண்டு வந்தான்.

டவல் எடுப்பதற்காக சேது உள்ளே சென்றபோது அவள் சேலையுடுத்து, ஜன்னலில் நடுவே தொங்கிய கண்ணாடியின் முன் நின்று தலை வாரிக்கொண்டிருந்தாள். தரையில் படிந்திருந்த எச்சில்களைத் தொட்டு எறும்புகள் வரிசையாக ஊர்ந்து கொண்டிருந்தன.

"இதையெல்லாம் கொஞ்சம் சுத்தமாக்கு."

கொடியில் கிடந்த டவலை எடுத்துக்கொண்டு அவன் குளியலறைக்குச் செல்லும்போது கேட்டாள்:

"பவுடரில்லையா?"

அவன் திரும்பி நின்றான். கோபம் கொப்பளிக்கும் கண்களின் முன் அவள் சற்றுப் பதுங்குவதுபோலிருந்தது. பதில் சொல்லாமல் வெளிவாசலைத் திறந்து அவன் கிணற்றங்கரைக்கு நடந்தான்.

சீக்கிரமாக வெளியே இறங்கிவிடத் தோன்றியது. முகத்தைக் கழுவி, வேகமாகச் சட்டையணிந்து, தலைமுடியைச் சீவிவிட்டு வெளியே இறங்கும்போது அவள் கட்டிலருகில் நின்றுகொண்டிருந்தாள். குளித்து முடித்து உலர்வதற்காக விரித்துப் போட்ட அவளது தலைமுடி, கட்டிலில் படர்ந்துக்கிடந்தது. அவளது உடலுக்குப் பளபளக்கும் சிவப்புப் பட்டுச்சேலைப் பொருந்தவில்லைபோல் தோன்றியது. மேல்முண்டும் வேட்டியும் உடுத்து நெற்றியில் ஒரு வரைப் பொட்டும் வைத்தால் அழகாக இருப்பாளோ? நுனி முடிந்த தலை முடியில் ஒரு செம்பருத்திப் பூவிதழும் வேண்டும்.

படியிறங்கும்போது மேனோன் வருவதைக் கண்டான்.

"என்ன சீக்கிரமா?"

"ஒரு ஆளைப் பாக்கணும்."

மேனோனுக்குப் பேச வேண்டியதிருந்தது. அதற்கு இடம் தராமல் அவன் நடந்தான்.

4

மனச்சோர்வுடனான மற்றொரு பகலின் தொடக்கம்.

முன்பெல்லாம் அந்தி மயங்கும்வேளையில் மனம் அமைதியாக இருக்கும். இருட்டில் தனது கூட்டில் அடைந்தால் பாதுகாப்பாகவும் சில மணி நேரங்களாவது மனம் நிம்மதியாக இருப்பதுபோன்ற உணர்வும் வரும். எனது இருப்பிடத்திலும்கூட தான் அன்னியனாகி விட்டேன் என்ற உணர்வு இடையிடையே அவனைத் தொந்தரவு செய்தது.

பதினொரு மணிக்கு ஜன்னலருகில் குல்மொஹர் மரங்களின் உச்சியைப் பார்த்துக்கொண்டு நிற்கும்போது முதலாளி வந்தார். கூடவே யாரோ ஒரு நண்பருமிருந்தார். செக்குகள் கையொப்பம் வாங்குவதற்காக அறைக்குள் சென்றபோது முதலாளி முகத்தை ஏறிட்டுப் பார்க்காமல் கையொப்பமிட்டுக் கொடுத்தார். முதல் நாளிரவு, தான் இரகசியமாக ஏற்பாடு செய்த விருந்தை ரைட்டருடன் பகிர்ந்துகொள்ள முன்வந்த காட்சி அப்போது அவருக்கு நினைவிருந்தது.

இறங்கிப் போகும்போது முதலாளி அலுவலக விஷயங்களைச் சொன்னார். வீட்டைப் பற்றிக் கேட்டு விடுவாரோ என்று பயந்தது வீண்.

மேனோன் வெளியே சென்றதும் மீண்டும் ஜன்னலருகில் இடம் பிடித்தான். பங்களா வராந்தாவில் யாருமில்லை. திரும்பித் தனது இருப்பிடத்துக்கு விலக இருக்கும்போது போர்ச்சில் பென்ஸ் கார் வந்து வழுக்கி நின்றது. அகன்ற சிவப்புக்கரையிட்ட வெண்ணெய் நிறச்சேலை அவளது நிறத்துக்கு மிகச்சரியாக பொருந்தியிருந்தது. படிக்கட்டுகளில் ஏறும்போது தோளிலிருந்து நழுவிய சேலைத் தலைப்பை பின் முடியை வளைத்து சீராக்கியபடி பங்களாவுக்குள் அவள் நுழைந்தபிறகு மீண்டும் இருக்கையில் வந்தமர்ந்தான்.

சாயங்காலம் வரும்போது இரண்டு கார்கள் நிற்பதைப் பார்த்தான். ஏற்கனவே பார்த்த நம்பர் பிளேட்டுகள்தான். யாருடைய கார்கள் என்று குறிப்பாக நினைவுகூர இயலவில்லை.

பயத்துடனும் சந்தேகத்துடனும்தான் தனது இருப்பிடத்துக்குச் சென்றான். திண்ணையில் குற்றித்தாடியைத் தடவிக்கொண்டுப் பாதி கண்களை மூடியபடி சலிப்புடன் அவன் காவலிருக்கிறான்.

"உள்ள யாரு?"

அவன் முக்கலும் முனகலுமாகச் சொன்னது தெளிவாகக் கேட்கவில்லை.

வெளியே இருந்து கேன்வாஸ் பையைத் தூக்கியபடி உள்ளே ஏறி வந்த ஆள் யாருடைய டிரைவர்? பைக்குள், குப்பிகள் உரசும் சத்தம்.

"பீடியிருக்கா?

பதில் சொல்லாமல், காறி முற்றத்தில் துப்பியபடி இறங்கி இடைவழியைக் கடந்து மெயின் ரோட்டுக்கு வந்தான். பெட்ரோல் பங்கின் பக்கத்திலிருந்து யாரோ கைதட்டிக் கூப்பிட்டார்கள்.

தன்னையல்ல என்று நினைத்து நடக்கும்போது ராஜண்ணனின் குரல்.

"ரைட்டரே!"

ஒரு பழைய போர்டு காரின் அருகில் நான்கைந்து ஆட்களுடன் நின்று தீவிரமான கை அசைவுகளுடன் ராஜண்ணன் வாதம் புரிந்துகொண்டிருந்தான். அருகில் சென்றதும் சொன்னான்:

"ரைட்டர்கூட அவசரமா எனக்கொரு இடம்வரை போகணும். பிள்ளை, தேவையில்லாம நேரத்தை வீணாக்க வேண்டாம். கையடிங்க, சீக்கிரமா."

ராஜண்ணன் அவசரப்படுத்தினான்.

"ரைட்டர் கிளம்பும். நான் பின்னால வர்றேன்."

அவன் நான்கைந்து கடைகளைத் தாண்டிய பிறகுதான் ராஜண்ணன் வந்து சேர்ந்தான்.

"ஒரு வழியா முடிஞ்சுடுச்சு கடவுளே! மூணு நாளா பேசிப் பேசித் தொண்டைத் தண்ணி வத்திப் போச்சு. நூத்தைம்பது ரூபா லாபம். வாங்குனவனைக் கடவுள்தான் காப்பாத்தணும்."

ஓட்டல் வாசலில் பல் குத்தியபடி உட்கார்ந்திருந்த ஆசிட் ராமனையும் அழைத்துக்கொண்டு ராஜண்ணன் அறைக்கு வந்தான்.

"கே.எல்.சி 8181 யாரோட கார் ராஜண்ணா?"

"எதுக்குக் கேட்குறீரு?"

"ஒண்ணுமில்லை. சும்மாதான்."

"சோயிக்குட்டி விலைக்குக் கொடுத்த கார் அது. இப்ப... இப்ப டிஒய்எஸ்பி கிட்ட இருக்கு. பாடியில சின்னச் சின்ன பாட்ச் ஒர்க்குகள் இருக்கு. மற்றபடி எஞ்சின் நல்ல கண்டிஷன்."

நகரிலுள்ள கார்களின் உள்ளும் புறமும் ராஜண்ணனுக்குத் தெரியும்.

ராஜண்ணன் பேச ஆரம்பித்தபோது சேதுவின் கவனம் சிதறியது.

"உம்ம உடம்புக்கென்ன ஓய்?"

"ஒண்ணுமில்லை."

இரண்டாவது தம்ளர் காலியானபோது நெற்றி வேர்வையைத் துடைத்த அவன் ஜன்னல் படியின் பக்கத்தில் வந்து நின்றான்.

“என்ன வேணும்?”

அவன் பதில் சொல்லவில்லை.

“என்ன வேணும்னு சொல்லும் ரைட்டரே?”

“என்னை ரைட்டரேன்னு கூப்பிட வேண்டாம். முதல்ல செய்ய வேண்டியது அது தான். அப்புறம் ...”

“அப்புறம் .. ?”

மூன்றாவது தம்ளரைக் கையில் எடுத்த ராஜண்ணன் கேட்டான்:

“சரி, வேறென்ன வேணும்?”

“கார் வேணும். ஸ்ரீனிவாஸன் முதலாளியோட பங்களா முற்றத்தில கார்ல போய் இறங்கணும்.”

ராஜண்ணன் உரக்கச் சிரித்தபோது சேது தன்னைக் கட்டுப்படுத்திக்கொண்டான். பிறகு, சின்னாப் பின்னமாகச் சிதறிக்கிடந்த சிந்தனைகளை இழை பிரித்துக் கோர்க்க முயற்சித்தபடி மீண்டும் சாய்வு நாற்காலியில் உட்கார்ந்தான்.

– எல்லா மாளிகைகளும் பற்றியெரியும்போது என்னுடைய மாடியில் நின்று இதோ நான், நீரோ மன்னன்போல் வீணை வாசிக்கிறேன்.

வாய் விட்டுச் சிரித்தான் ...

எனக்குத் தேவை ...

பேச்சுக் குழைய ஆரம்பித்த ராஜண்ணன் கடைசியில் மேசையில் தலை சாய்த்துத் தூங்க ஆரம்பித்ததும் சேது எழுந்தான்.

கடைவீதிகள் ஓய்ந்திருந்தன. நகராட்சி விளக்குகள் மங்கலாக ஒளிரும் இடை வழியை அடைந்தபோது மழைத் துளிவிட ஆரம்பித்தது. தடுமாறும் கால்களை இழுத்து நடந்து வாசலருகில் சென்றபோது கார்கள் போய்விட்டன என்று தெரிந்தது. பாசிப் படர்ந்த மதிலை இரு கைகளாலும் அழுந்தப் பற்றிக்கொண்டு நின்று வாந்தியெடுத்தான். கசப்பு நீரைத் துப்பி மூச்சு சீராவதற்காக நிற்கும்போது யாரோ அழைப்பது கேட்டது:

“சேது அத்தான்!”

திரும்பி நின்றான்.

வெளியே நகராட்சி விளக்கின் வெளிச்சத்தில் அருகில் வந்தபோதுதான் தெரிந்தது: உண்ணி.

"சேது அத்தான்!"

நெற்றியை மதிலில் சேர்த்து வைத்தபடி மீண்டும் வாந்தியெடுத்தான். உண்ணி முதுகில் கை வைத்தான்.

"உண்ணீ!"

உண்ணி முதுகைத் தடவிக்கொடுத்தபோது சேது அழுது விட்டான்.

உண்ணியின் தோளைப்பற்றிக்கொண்டு ஆடியாடி நடக்கும்போது அழுதபடியே கேட்டான்:

"நீ ஏன் உண்ணி இங்க வந்தே? தேவையில்லாம எதுக்காக வந்தே?"

"தங்கக்காதான் வரச் சொன்னா."

வராந்தாவில் சுவர் சாய்ந்தமர்ந்தபோது மனதுக்கு ஆறுதலாக இருந்தது. உண்ணி வளர்ந்திருக்கிறான். குழந்தைகள் எவ்வளவு வேகமாக வளர்ந்து விடுகிறார்கள்.

"அஞ்சரை மணிக்கு வந்தேன். ஆஃபீஸ்ல போய் கேட்டப்ப அட்ரஸ் சொன்னாங்க. கேட்டுக் கேட்டு இங்க வந்தேன்."

வராந்தாவில் நின்றிருந்த அந்தக் கிராமத்தானைக் காணோம். மூடிக்கிடந்த வாசலை சிரமப்பட்டுத் திறந்து உள்ளே நுழைந்தான். இடைவழியில் படுத்திருந்த வயதானவரை மிதித்துக் கீழே விழப்போனபோது வாயிலிருந்து எதுவோ வெளிவந்தது.

"உண்ணீ!..."

உண்ணி உள்ளே வரவில்லை. சேது மீண்டும் வெளியே போய்ப் பார்த்தான். உண்ணி தலை குனிந்தபடி உள்ளே ஏறலாமா என்ற சந்தேகத்துடன் நின்றிருந்தான்.

"வரப்போறதா ஒரு லெட்டர் எழுதியிருந்தா நான் எதிர்பார்த்து நின்னுருப்பனே உண்ணி?"

"தங்கக்கா எழுதினாள்."

"ஆங்!"

பிரிக்கப்படாமல் குப்பைக்கூடையில் விழுந்த கடிதங்களில் தங்கமணியின் கடிதமும் ஒன்று.

அவன் பையைத் திறந்து ஒரு கடிதத்தை எடுத்து நீட்டியபடி சொன்னான்:

"தங்கக்காவோட லெட்டர்."

சேது தலை உயர்த்தாமல் அதை வாங்கினான். பரிச்சயமான கையெழுத்து. அதைப் பிரிக்காமல் கையில் வைத்தபடியே கேட்டான்:

"உனக்கு ஸ்கூலுக்குப் போக வேண்டாமா?"

"இன்னைக்கு சனிக்கிழமை."

இனி என்ன கேட்பது? முந்திரிக் கறைபடிந்த நிக்கருடன் திரிந்த பையன் இளைஞனாகி விட்டான். ஊடுருவும் அவனது கண்களின் முன் சேது மீண்டும் பதறிப் போனான்.

"இங்க படுக்க வசதியில்லை உண்ணி. வா, நாம போகலாம்."

உண்ணியின் தோளைப் பற்றிக்கொண்டு சேது படியிறங்கினான். இடைவழியைக் கடந்து மெயின் ரோட்டில் முஸ்லிம் ஓட்டலின் அருகிலுள்ள கட்டடத்தில் அவர்கள் நடத்தும் தங்கும் விடுதிக்குச் சென்று அறை வாடகைக்குக் கேட்டான். தலையில் கோடு போட்ட துவாலையுடன் கவுண்டரில் உட்கார்ந்திருந்த தடியனின் கண்கள் உண்ணியின் மீது பதிந்திருப்பதைக் கவனித்தான்.

நிமிர்ந்து நிற்க முடியவில்லை. இருந்தாலும் அவன்மீது கொலை வெறி உருவானது.

அறை சாவியை வாங்கும்போது கோபத்துடன் அவனைப் பார்த்தான்:

"வாடா, வா! உன் பிணம் கீழே விழுறதைப் பாக்கணும்னா நீ வா!

எப்போது படுத்தோம்; எப்போது தூங்கினோம் என்றெல்லாம் நினைவில்லை. இருளின் ஆழத்தில் திடீரென்று காலிடறி விழுந்ததுபோலிருந்தது. நினைவின் வேர்களைப் பிடித்துத் தொங்க முயன்றபோது எல்லாமே முரண்டுப் பிடித்து ஆழத்தை நோக்கி, ஆழத்தை நோக்கி ... வெயில் வெளிச்சம் தொந்தரவு செய்த பிறகுதான் கண்கள் திறந்தன. எங்கே இருக்கிறோம் என்பதைப் புரிந்துகொள்வதற்கே சற்றுநேரம் பிடித்தது. கனவிலிருந்து இருளடர்ந்த இரவுப் பிரிந்துக் கிடைத்தபோது எழுந்தான்.

"உண்ணி எங்கே?"

வெளிவராந்தாவுக்கு வந்து முற்றம் கூட்டிக்கொண்டிருந்த பளிங்குக்கண்களுள்ள சிறுவனிடம் கேட்டான்:

"இந்த ரூம்ல இருந்த பையனைப் பாத்தியா?"

"வெளுத்தப் பையன்தானே? கையில ஒரு பையோட காலையிலேயே இங்கிருந்துப் போயிட்டானே!"

இதைச் சொல்லும்போது அவனது முகத்தில் அருவருப்பான ஒரு சிரிப்புத் தென்பட்டது. கன்னத்தில் ஓங்கி ஒன்று வைக்க வேண்டும்போல் கை துருதுருத்தது. தனது இயலாமைக்காக சேது வெட்கப்பட்டான். இந்தச் சவலைப் பையனின் எதிரில்கூட நிமிர்ந்து நிற்க முடியவில்லை. தாங்க முடியாத தலை வேதனை யுடன் இறங்கி நடந்தான். வீடு காலியாகக் கிடந்தது.

இடைவழியில் காலடி மண்ணில் புரண்டுக் கிடந்தது தங்கமணியின் கடிதம். நடுங்கும் கைகளால் அதைக் குனிந்து எடுத்தான். தரையில், உடைந்த கண்ணாடித் தம்ளர் துண்டுகளும் காற்றில், மது நாற்றமும் வீசும் படுக்கையறையில் கரிய இரவுகளின் கறை படிந்த மெத்தையில் விழுந்து அழுதான்.

5

எழுத்துக்களில் பட்ட ஈரம் பல இடங்களிலாகப் படர்ந்திருந்தது. சொற்கள் கண்ணீரில் கலங்கி உருமாறி தடம் புரண்டு கொண்டிருந்தன.

தங்கம் கேட்கிறாள், கண்ணீருடன் கேட்கிறாள்: "நான் என்ன குற்றம் செய்தேன்?"

... குற்றம் செய்தவன் நான்தான்.

முன்பு தனது மனம் முழுவதையும் ஆக்கிரமித்திருந்தவள். தென்னை மர நிழல்களினூடே மின்னித் தெரியும் சிறு நிலவு; காற்றின் பெருமூச்சுடன் வீசி வரும் மலர்களின் மெல்லிய வாசம்; மனிதக் கூட்டத்தினூடே தோன்றி மறையும் அழகிய முகம்... எல்லாமே அவளை நினைவுப்படுத்தின. எல்லோரும் எதிர்க்கிறார்கள் என்றறிந்தபோதும் பயமில்லை. மாறாக, பிடிவாதம்தான் அதிகரித்தது. உலக உச்சியில் நின்று என்னால் உரக்கச் சொல்ல முடியும்: "என்னவள் நீதான்! யாரும் இதைத் தடுக்க முடியாது."

திருமணம் தொடர்பான தகவல்களைக் கேட்க நேரிடும்போது புகைந்துகொண்டிருக்கும் கோபம் வெடித்துவிடுமோ என்று தோன்றும்.

கோபமிருந்த இடத்தில் இரகசியப் பிரார்த்தனை எப்போது நுழைந்தது? உன்னைத் திருமணக்கோலத்தில் பார்க்க எந்நேரமும் பிரார்த்தனை செய்தேன். உனக்குத் தெரியாமல் தொலைவில் நின்று. கல்யாணப் பந்தலில் நீ குத்துவிளக்கைச் சுற்றி வருவதைப் பார்க்கவேண்டும். நீ மட்டுமே அறிந்திருக்கும் வலியை மனதுக்குள் மறைத்துக்கொண்டு உனது புகுந்த வீட்டில் விருந்தினனாக வந்தேற வேண்டும்.

தன்னையே நம்ப முடியவில்லை. இப்படியெல்லாம் கற்பனை செய்பவன் நான்தானா? எழுதாத பதிலை மனதுக்குள் உருவிட்டபடி பல நாட்கள் நடந்தான். கடைசியில் முடிவு செய்தான்: நாளைக்கே இந்த நகரைவிட்டுப் போய்விட வேண்டும். 'என்னை மன்னித்துவிடு, நான் இதோ திரும்பி வருகிறேன்.'

கடிதம் எழுத வேண்டும். இதோ கடைசியில் உன்னருகில் வருகிறேன். உன்னுடைய தவறை ஒருநாள் நீ புரிந்துகொள்வாய். வெற்றுக் கனவுகளால் நிரம்பியதல்ல வாழ்க்கை என்பதை நீ புரிந்துகொள்ளும்போது என்னைச் சபித்து விடாதே!

ஞாயிற்றுக்கிழமை. சட்டை உருவும் பாம்புபோல் நகரம் சலனமற்றுக் கிடக்கும் ஞாயிறுகளை அவன் வெறுத்தான்.

நாளை அலுவலகத்துக்குச் சென்று கணக்குகளைத் தீர்த்துவிட்டு இடத்தைக் காலி செய்யப்போகிறோம் என்ற நினைப்பு உருவானதும் உற்சாகம் தொற்றிக்கொண்டது. யாரிடமெல்லாம் விடைபெற வேண்டும்? ராஜண்ணனிடம் ஒரு வார்த்தைச் சொல்லலாம். முதலாளியிடமும் சொல்ல வேண்டும். பங்களாவுக்குச் சென்று அவரது மனைவியிடம் சொல்ல வேண்டுமா? மலையாள சொற்பொழிவு பிறகு எழுதவே இல்லை. கேட்கவில்லை. ஒரு தடவை அவளையும் பார்த்துச் சொல்லிக்கொள்ள வேண்டுமென்று முடிவு செய்தான்.

முகச்சவரம் செய்து, குளித்து உடை மாற்றினான். வெயில் மங்கி நிழல் பரப்பிய பாதையில் இறங்கி நடந்தான். மனஆறுதலுக் காகத் தனக்குள் சொல்லிக்கொண்டான். தங்கமணிக்கு இன்று கடிதமெழுத வேண்டும். இரவின் நீண்ட நிசப்தங்களைப் பழி வாங்குவதுபோல் தங்கமணிக்குக் கடிதம் எழுத வேண்டும்.

கடைகள் மூடிக்கிடந்தாலும் முக்கிய வீதிகளில் ஆள் நடமாட்டமிருந்தது. அடைந்த ஷட்டர்களுக்கு வெளியே வராந்தாக்களிலும் திண்ணைகளிலும் காலண்டர்களும் மயில் எண்ணெயும் சித்தா மருந்துகளும் பரப்பிய புதிய வியாபாரிகள் இடம் பிடித்திருந்தார்கள். கிளி ஜோசியமும் கைரேகையும் பார்க்கிற ஜோதிடர்களின் கூடாரத்துக்கு வெளியே கூட்டமிருந்தது.

மதியம் மழை பெய்ததாலோ என்னமோ, ஈரக் கடற்கரைப் பெருமளவும் காலியாகக் கிடந்தது. கடல் கொந்தளிப்புடன் காணப்பட்டது. நனைந்து இளகிய மணலில் இறங்கிக் கடலை நோக்கி நடந்தான். காலடிகளில் மணலை அரித்தபடி அலைகள் பின் வாங்கின. முன்பொருமுறை ஆளரவமற்ற கடற்கரையில் யாரோ கூச்சமூட்டியதுபோல் அவள் குறு நகையுடன் நின்றிருந்தது நினைவுக்கு வந்தது.

தொலைக்கடலில் மழை பொழிவதுபோலிருந்தது. தெளிவாகத் தெரியவில்லை. கீழ்வானம் ஹோமம் நடந்த களம்போல் வண்ணக் கலவையாய் குலைந்துக்கிடந்தது. விளக்குத் தூண்கள் கண்சிமிட்டத் தொடங்கியபோதுதான் நீண்ட தூரம் நடந்திருக்கிறோம் என்பதைப் புரிந்துகொண்டான். தொலைவில் ஓலைக்குடில்களின் சிம்னி வெளிச்சம் சிவந்த மொட்டுகள்போல் தலை நீட்டியது. அமைதியாக மெல்லத் திரும்பி நடந்து முதலில் பார்த்த வழியினூடே நடைபாதையில் ஏறியபோது குழந்தைகள் பார்க்கின் பின்புறம் முதலாளியின் பென்ஸ் கார் நிற்பதைக் கண்டான். அரைச்சுவரின் அருகில் வந்தபோது கார் மறைவில் ஐஸ்கிரீம் வண்டியின் அருகில் குழந்தைகள் நிற்பதைக் கண்டான். சல்வாரும் கமீசும் பெரியவளை வயதுக்கு மீறிய வளர்ச்சியுடன் காட்டியது. முன் பக்கக் கதவின்மீது அசைந்த வெளுத்த முழங்கையும் மோதிரக் கற்களின் ஒளிச் சிதறல்களும் மனதுக்குள் எங்கோ பிரகாசம் சொரிந்தன. வழியிலிருந்து நடைபாதையில் ஏறிய அவன் கடல் பார்க்கச் செல்வதுபோல் அலட்சியத்துடன் நடந்தான். காரின் அருகில் வரும்போது எதேச்சையாகப் பார்ப்பதுபோன்ற ஆச்சரியத்துடனும் பணிவுடனும் நின்றான்.

“ஹலோ!”

அவன் சிரித்தான். பக்கத்தில் ஐஸ்கிரீம் சாப்பிட்டு முடித்த குழந்தைகள் விளக்குத் தூணின் வெளிச்சம் கண்சிமிட்ட எடுத்துக் கொள்ளும் நேரத்தைக் கணக்கிட்டுக் கொண்டிருந்தார்கள்.

“முதலாளி வரலையா?”

“கூர்க்கில்” என்று சொல்லிவிட்டு கதவை முழுவதுமாகத் திறந்து ஒரு காலை வெளியே வைத்த அவள் சொன்னாள்: “இருந்தா மட்டும் ஃபேமிலியோட இந்நேரத்தில பீச்சுக்கு வந்துடுவாராக்கும்? ரைட்டருக்கு முதலாளியோட ஹேபிட்ஸ் எல்லாம் தெரிஞ்சுக்குற டைம் ஆகலைபோலிருக்கு.”

குறைபட்டுக்கொள்வதாக எடுத்துக்கொள்ள வேண்டாம் என்பதற்காக அவள் வேடிக்கையாகச் சொன்னதுபோல் சிரித்தாள்.

“இன்னைக்கு வெளி புரோகிராம்ஸ் எதுவுமில்லையா?” அவன் கேட்டான்.

மீண்டும் சிரித்தாள்

“சோஷியல் சர்வீஸ்லாம் போதும். இதிலிருந்து எப்படி தப்பிக்கிறதுங்குறதான் இப்போதைய எண்ணம்.”

“முதன் முதலாக இப்பதான் பீச்சுல பாக்குறேன். அடிக்கடி வருவீங்களா?”

“ஐ ஹேட் இட். கிரவ்டும் ஆரவாரமும். இதுங்க விடணுமே? ஹெட் ஏக். பகல் முழுதும் அப்படியே படுத்துக்கிடந்தேன்.”

குழந்தைகள் கலகலவென்று பேசியபடிப் பக்கத்தில் வந்தபோது கண்டித்தாள். அவர்கள் விலகிச்சென்றார்கள். ஆங்கில மொழியின் அழகை அவர்கள் பேசும்போதுதான் சரியாக அறிந்துகொள்ள முடிகிறது.

“மழையில இங்க எங்காவது காரை பார்க் பண்ணிட்டுப் பார்த்தபடியே இருக்குறது எனக்குப் பிடிக்கும். ஆரவாரமும் இருக்காது. ஆட்களோட தொந்தரவும் இருக்காது.”

அவள் மெல்லக் கார் கதவைத் திறந்துப் பிடித்தபடி வெளியே இறங்கினாள். கட்டை மதிலின் அருகில், தொலைவில் கலங்கிப் புரளும் வானப்பரப்பைப் பார்த்தபடி அவள் அமைதியாக நின்றிருந்தாள். எண்ணெய் அம்சமில்லாத முடிக் கற்றைகள் காற்றில் அலைபாய்ந்தன.

“ஆள் நெரிசலில்லாத இடங்கள்தான் எனக்குப் பிடிக்கும். ஜெய்ப்பூர்ல இருக்கும்போது ஃபாதருக்குத் தெரியாம காரை எடுத்துட்டுப்போயிடுவேன். ஏரிகளுக்கும் அரண்மனைகளுக்கும் பேர்பெற்ற ஊர் ஜெய்ப்பூர். ஆட்களில்லாத ஏரிக்கரைகள் அல்லது மலையோரங்கள்ல காரை நிறுத்திட்டு கொஞ்ச நேரம் அமைதியா உட்கார்ந்தாலே போதும். எலோன் இன் தி வில்டேர்னஸ். ஃபாதருக்குத் தெரிஞ்சா திட்டுவார். நோபடி கேன் அண்டர்ஸ்டாண்ட் தாட் லோன்லினஸ் கிவ்டு யூ பீஸ் ஆஃப் மைண்ட்.” இரையும் கடலைப் பார்த்தபடி நின்று அவள் பேசும்போது மனம் அமைதியாக இல்லை என்பது தெரிந்தது. குரல் இடறி விடாமலிருக்க வேகமாகப் பேசுகிறாள். தன்னம்பிக்கையை இழந்தவள் போன்ற பதற்றமிருந்தது.

“லைஃப் இஸ் மிஸரபிள் ஹியர். நத்திங் டு ஸீ. நோ வேர் டு கோ. யாரையும் நம்ப முடியாது.”

அவள் தன்னைக் கட்டுப்படுத்திக்கொண்டு இரண்டடி முன்னால் நடந்தாள்: “டோண்ட் டேக்கிங் சீரியஸ்லி. ஒரு வேடிக்கை தெரியுமா? வயிற்றுக்கில்லாம கஷ்டப் படுறதாச் சொல்லிட்டு வந்த ஒருத்தியை நான் வேலைக்கு வெச்சிருந்தேன். ஸ்மால் கேர்ள் ஸீ வில் நாட் பி மோர்தான் ஃபிஃப்டீன், சிக்ஸ்டீன். இன்னைக்குக் காலையில அவளை நான் டிஸ்மிஸ் செய்தேன். ஸீ, யூ கான்ட்ரஸ்ட் எனிபடி.”

கடைசி வார்த்தையை அவள் தேவைக்கதிகமாக அழுத்திச் சொல்வதுபோல் தோன்றியது. அவன் பதில் சொல்லவில்லை.

"உங்களுக்கு இங்க நிறைய ஃப்ரெண்ட்ஸ் இருக்காங்களா?"

"இல்லை, யாருமே இல்லை." சிமெண்ட் திண்ணையில் உட்கார்ந்து பேசினாள். சிறு வயதில் உத்தியோகத்திலிருந்த அப்பாவுடன் தங்கியிருந்த வடஇந்திய நகரங்களைப் பற்றி, சுக வாசஸ்தலங்களைப் பற்றி, ஆட்களைப் பற்றி ...

"ஒய் டோண்ட் யூ சிட்டவுண்?"

அவன் அவள் பேசுவது காதில் விழுகிற இடைவெளியில் உட்கார்ந்தான்.

"தனியாத்தான் இருக்கீங்களா?"

எதிர்பாராத கேள்வி அது.

"ஆமா."

"எப்படி பொழுது போகும்? ஸே. ஒன் எ ஸண்டே லைக் திஸ்!"

அவன் சிரித்தான். "ஏதாவது வாசிப்பேன். அல்லது சும்மா இறங்கி நடப்பேன்."

புத்தகங்கள்மீது அவளுக்கு எப்போதுமே ஆர்வம்தானாம். கண்ணூரில் கான்வென்டிலும் மதறாஸில் குயின்மேரீசிலும் படிக்கிற காலத்தில் நிறைய வாசித்திருக்கிறாளாம். இப்போது எதற்குமே நேரம் கிடைப்பதில்லை.

"சிலருக்கு வாசிக்கிறதுன்னா அவேர்ஷன். லுக் எட் மை ஹஸ்பண்ட். பத்திரிகைக் கூட வாசிக்க மாட்டார். எங்க ஹனிமூன் டைம்ல வற்புறுத்தி ஒரு சினிமா பாக்க வச்சேன்."

"பெரிய பிஸினஸ் பாக்குறப்ப எதுக்குமே நேரம் கிடைக்காது."

அவளது முகம் ஒரு நிமிடம் இறுகிக் கடினமாவதுபோல் தோன்றியது. சில நொடிகளில் அமைதியை மீட்டெடுத்த அவள் பொதுவாகச் சொல்வதுபோல் முணுமுணுத்தாள்:

"யெஸ், யெஸ்."

அவள் பேசிய எதையும் அவன் கவனிக்கவில்லை. கரிய வானப்பரப்பின்கீழ், அருகில் அமர்ந்திருக்கிறாள் ... சொற்கள் பொருளின் எல்லைகளைக் கடந்து ஒன்றாகி சங்கீதம்போல் மாறியிருக்கிறது. எதிரில் நகரும் வாகனங்களின் கூக்குரல்களும் அதன் பின்னால் தளையறுக்க முயலும் அலைகளின் ஓசையும் அகன்றகன்று போயின.

“வெளியே போகணும்கிறது என்னோட ஆசை. இந்தியாவுக்கு வெளியே. ஃபாரின் சர்வீஸ்ல ஒரு வேலைக்கு ட்ரை பண்றதுக்கு ஃபாதருட்ட சொன்னேன். ஹி டிட் நாட் லைக் இட்.”

திடீரென்று நினைவுக்கு வந்தவள்போல் கேட்டாள்:

“இங்க வேலைக்கு வர்றதுக்கான காரணம்?”

சிக்கலான கேள்விதான். சொல்லவா?

நகரிலுள்ள பெரிய ஓட்டலில் பார்ட் டைம் கணக்கெழுதும் வேலை கிடைப்பதற்கு முன் பிச்சை எடுத்துக்கொண்டுத் திரிந்தேன். அப்போதுதான் முதலாளி பார்த்தார். முதலாளி யார் பெயரிலோ தொடுத்த பொய் வழக்கில் சாட்சி சொல்லப்போனது அங்கே வைத்துதான். ரைட்டரையும் டெலிஃபோன் ஆபரேட்டரையும் சாட்சிகளாகச் சேர்த்தவர் ஓட்டல் முதலாளி.

... பெயர்?

... சேது மாதவன்.

... படிப்பு?

... பிஏ.

... வேலை?

... ஓட்டல் கிளார்க்.

... ஆம் தேதி இரவு நீங்க எங்க இருந்தீங்க?

... கவுண்டர் பக்கத்திலுள்ள ரூம்ல.

வழக்கு முடிவுக்கு வந்தது. சாட்சியின்மீது முதலாளிக்கு மதிப்பு உருவானது. வக்கீல் சொல்லிக் கொடுத்ததுபோல், ஜன்னல் வழியாக, தான் பார்த்ததாகச் சொன்னான். காரில் ஏறவிருந்த முதலாளியை பிரதி தடுப்பதைப் பார்த்தேன். மோசமான வார்த்தைகளைப் பயன்படுத்துவதைக் கேட்டேன். ஸ்ரீனிவாஸன் முதலாளியைத் தாக்கி விடுவாரோ என்று பயந்து நானும் பிபிஎக்சிலுள்ள இளைஞனும் ஓடிச் சென்றோம்...

இதற்குப் பிரதிபலனாக முதலாளி தந்த ஐம்பது ரூபாயை வாங்காமல் மெதுவாகச் சொன்னான்:

“எனக்கொரு வேலை வேணும்.”

சாட்சிக்கூண்டில் நின்ற நிமிடங்களை மறக்க முயற்சித்தபடி சேது சொன்னான்:

“நான் நாளைக்குப் போறதா இருக்கேன்.”

"எங்கே?"

"எங்காவது. வேற ஏதாவதொரு வேலை, வேற ஏதாவதொரு நகரம். போறதுக்கு முன்னால வந்து சொல்லணும்னு நினைச்சிருந்தேன்."

குழந்தைகள் காரில் ஏறியிருந்து ஹார்ன் அடித்து சத்தம் எழுப்பியபோது அவள் எழுந்தாள்.

"ஹோ... நேரம் போனதே தெரியலை."

அவன் விடைபெற தயாராகி காரின் அருகில் வந்ததும் கேட்டாள்:

"எந்த வழியாப் போறீங்க?"

"குறிப்பாக வழியெதுவுமில்லை. சும்மா நடப்பேன்; வீடு போய்ச் சேருவேன்."

"ஐ விஷ் ஐ குட் ரோம் அபௌட் லைக் யூ–வாங்க, நான் ட்ராப் பண்றேன்."

"வேண்டாம், நான்..."

"ஓ... கமான், வாட் ஆஃப் தாட்?"

பையன் டிரைவிங் சீட் பக்கத்தில் இடம் பிடித்திருந்தான். பெண் குழந்தைகள் பின்னால்.

அவள் ஸ்டியரிங் முன்னாலிருந்து எஞ்சினை ஆன் செய்யும் போதும் அவன் காரின் அருகில் சந்தேகத்துடன் நின்றிருந்தான்.

"கெட் இன். தம்பி டோரைத் திற."

டாஸ் போர்டின்மீது எந்நேரமும் தலை அசைத்துக்கொண் டிருக்கும் பிளாஸ்டிக் நாயின் மூக்கைத் தட்டி ரசிக்கும் பையன் சிறு விருப்பமின்மையுடன் டோரைத் திறந்தான். பிறகு, பட்டுவிடாமலிருக்க அம்மாவின் அருகில் முடிந்த அளவு விலகியமர்ந்தான்.

பின்னாலிருந்தப் பெண் குழந்தைகள் பேச்சுக் குரலைத் தாழ்த்தி, கிசுகிசுவென்று பேசினார்கள். பங்களாவின் முன் பிரேக் பிடித்து ஹார்ன் அடித்தபோது வயதான சமையல் காரன் ஓடி வந்து கதவைத் திறந்தான்.

பெண் குழந்தைகள் கீழே இறங்கினார்கள், டோரைச் சத்தமாக அடைத்தார்கள்.

"தம்பி இறங்கு."

பையன் இறங்குவதற்கு வசதியாக முதலில் சேது இறங்கினான். அவன் கையைப் பிடித்ததைப் பையன் விரும்பவில்லை போலிருக்கிறது. பிடியை விடுவித்துக்கொண்டு சிமெண்ட் தரையில் செருப்பை உரசியபடி வீட்டுக்குள் ஓடினான்.

அவள் சமையல்காரனிடம் கேட்டாள்:

“அவ இன்னும் போகலையா?”

“இல்லை, முதலாளி வந்த பிறகுதான் போவாளாம்...”

அவளது குரல் கோபத்தில் நடுங்கியது:

“இழுத்து வெளியே தள்ளி கதவைச் சாத்துன்னு சொன்னனே?”

வயதானவர் பதில் சொல்லாமல் தலை குனிந்தார். தனக்குள் எதையோ அவர் முணுமுணுப்பது போலிருந்தது.

“கெட் இன்.”

“நான் கிளம்புறேன்.”

“கெட் இன். எனக்கு அந்த வீட்டைப் பாக்கணும். மை ப்ராப்பர்ட்டி. என் பேர்ல இருக்குறதா மட்டும் கேள்விப்பட்டேன். ஒன் டே ஐமே லிவ் தேர். வீடு காலியானதும் சாவியை எங்கிட்ட ஒப்படைக்கணும். அதை ரிப்பேர் பண்ணி கம்ஃபர்ட்டபிளாக்கணும்...”

சேது பின் கதவைத் திறக்க முயன்றபோது அவள் கையை நீட்டி முன் கதவைத் திறந்தாள்.

கடற்கரையைச் சுற்றிப்போகும் வழியில் திரும்பி ஸ்பீடை அதிகரிக்கும்போது அவள் வெறுமனே சிரித்தாள்:

“ரைட்டருக்கு பென்ஸ் கார்ல ஒரு ரைடாக இருக்கட்டும். திஸீஸ் யுவர் ஸெண்டாஃப் பார்ட்டி. நாளைக்கு போகப் போறீங்களே? ஐ வில் ஸீ யூ ஆஃப்.”

அருகதையற்ற இடத்தில் எதிர்பாராமல் சிக்கிய கூச்சத்துடன் அவன் குறுகி உட்கார்ந்திருந்தான். கார் மீண்டும் நகரத்தின் மையப் பகுதியை குறுக்காகக் கடந்தது. சாயங்காலம் நிரம்பி வழிந்த கடை வீதிகள் ஆளரவமற்றிருந்தன. மென்கரங்கள் அலட்சியமாக ஸ்டியரிங்கில் சஞ்சரிப்பதைக் கடைக்கண்களால் வியப்புடன் கவனித்தான்.

மெயின் ரோட்டிலிருந்து இடைவழிக்குத் திரும்பும்போது கேட்டாள்:

“பார்ட்டி எப்படியிருந்துச்சு?”

“எந்த பார்ட்டி?”

“யுவர் பார்ட்டி... வீட்டுல நடக்குற பார்ட்டிக்கு முதலாளியை மட்டும் கூப்பிட்டா போதுமா?”

அவன் குழப்பத்திலாழ்ந்தான்.

“யாரெல்லாம் வந்திருந்தாங்க?”

“எனக்குத் தெரியாது.”

“யூ ஆர் தி கோர்டேக்கர். யூ ஷுட் நோ.” என்றபடி அவள் சொன்னாள்:

“லேட்டாகவாவது எல்லாம் எனக்குத் தெரிய வந்துடும். நான் அறியாத ரகசியம்னு எதுவுமில்லை.”

வசிப்பிடங்களினூடே வளைந்து செல்லும் பாதை, வழக்கத்துக்கு மாறாக இருண்டு கிடந்தது. மின்னிணைப்பு எங்கோ பழுதாகி இருக்கலாம்.

திரும்ப வேண்டிய இடங்களில் எல்லாம் அவன் வழிகாட்டிக் கொண்டிருந்தான்.

வீட்டை அடைந்ததும் சந்தேகத்துடன் நின்ற அவன் இருளில் மூழ்கிய வீட்டைச் சுட்டிக்காட்டிச் சொன்னான்: “வீடு அதுதான்.”

ஸ்டியரிங் வீலின் நடுவில் இல்லாத புள்ளியின்மீது பார்வையைப் பதித்திருந்த அவள், அவன் சொன்னதைக் கவனிக்கவில்லையோ?

“வீட்டைப் பாக்கணுமா?”

இதயத் துடிப்புடன்தான் கேட்டான். இரவில் வெளித்திண்ணையில் காவல் கிடந்த ஆள் வரவேற்பாளனாக மாறுவதும் நினைவில் இருந்தது. இதயத் துடிப்பு அடங்கியபோது எங்கிருந்தோ தைரியம் வந்தது. இரகசிய எதிர்பார்ப்புடனும் பயமும் குரூரமும் கலந்த ஆவேசத்துடனும் பானட்டைச் சுற்றி மறுபக்கம் வந்து டோரைத் திறந்துவிட்டுக் கேட்டான்:

“இறங்கலையா?”

டோரைத் திறந்தபோது உள்ளே இருந்த வெளிச்சத்தில் அவளது பதற்றமான முகத்தை ஒரு நிமிடம் பார்த்தான்.

காய்ந்த இலைகள் விழுந்துக்கிடக்கும் முற்றத்தினூடே அவளுடன் இருட்டில் நடக்கும்போது கால்கள் நடுங்குவது போலிருந்தன.

“இங்க ஸ்டெப்ஸ் இருக்கு. மெதுவா.”

அவள் கை நீட்டினாள். மெல்லிய கரம், நடுங்கும் விரல்களுக்குள் ஒடுங்கியபோது இரத்தவோட்டம் முகத்தில் பாய்ந்தது.

வராந்தாவில் ஏறியதும் பிடியை விட்டான். வாசலைத் திறப்பதற்கு வழக்கத்துக்கு மாறாக அதிக நேரமானபோது மனதுக்குள் சபித்துக்கொண்டான். உள்ளே விளக்குகளை ஏற்றி, வீட்டுக்காரனாக மாறிய அவன் சொன்னான்: “வாங்க, பாக்க வேண்டாமா?”

இடைவழியையும் சமையல் கட்டையும் காட்டி விட்டு படுக்கையறை வாசலைக் கடந்த அவன் சொன்னான்:

“இதைத்தான் நான் பயன்படுத்துறேன்.”

சுவரில் பலகைப் பெயர்ந்த அலமாராவிலிருந்தப் புத்தகங்களை எடுத்துப் புரட்டினாள்.

ஏதாவது பேச வேண்டுமே என்பதற்காக சேது கேட்டான்:

“இந்தக் கட்டடத்தை எப்ப இடிக்கப் போறீங்க?”

அவள் அதைக் கேட்காததுபோல் சொன்னாள்:

“எங்கிட்ட இருந்த புக்ஸ்ல நிறைய போயிடுச்சி. ஓரளவு புக்ஸ் இப்பவும் இருக்கு.”

“எனக்கு அதைப் பாக்கணும்.”

“வென் ஆர் யூ, லீவிங்?”

“முடிவு பண்ணலை. நாளை அல்லது நாளை மறுநாள்.”

அறைக்குள் அவள் சஞ்சரிக்கும்போது அந்தப்புரத்தின் காவல்காரன்போல் அவன் விலகி நின்றான். புத்தகங்களிலிருந்து முகத்தை உயர்த்திய அவள் சொன்னாள்:

“உங்க தற்போதைய மனவோட்டங்களை என்னால யூகிக்க முடியுது.”

எந்த மனவோட்டமுமில்லை என்பதை வலியுறுத்துவதுபோல் அவன் வெறுமனே மறுதலிப்பின் ஓசைகளை வெளிப்படுத்தினான்.

‘என்னை மதிப்பிட வேண்டாம். டோண்ட் திங், ஐயாம் பேட், ஒன்லி திங் இஸ் ஐயாம் ஓரீட். வெரி பேட் டே ஃபார் மி.’

அவள் எழுந்து வெளியே போகும்போது அவனும் கூடவே சென்றான்.

மீண்டும் இருண்ட முற்றத்தினூடே நடக்கும்போது அவன் வழிகாட்டுவதற்காக கையைப் பிடித்தான். முதல் படியை அடையும்போது உணர்வு கலங்குவதுபோல் தோன்றியது. தனக்கே புரியாத மொழியில் அவன் எதையோ சொன்னான்.

... இது ஒரு கனவு. இடையனின் குடிலில் இளவரசி நுழைந்த அனுபவம். நான் யாருமில்லை. ஆனால், உன்னைக் காண்பதற்காக தினமும் ஜன்னலருகில் காவல் நிற்கிறேன்.

விடுவிக்க முயலும் கையை விடாமல் பிடியை இறுக்கினான்.

ஐ வொர்ஷிப் யூ...

பலமுறை ஆச்சரியத்துடன் நினைத்துப் பார்த்திருக்கிறான். எப்படி, இவ்வளவு வேகமாக தேவைக்கேற்ப வார்த்தைகள் உயிர் பெறுகின்றன?

காரின் அருகில் நின்று விடை கொடுக்கும்போது சொன்னான்:

"நான் போறதாக இல்லை."

"உம்..?"

எனக்குக் கனவு காண வேண்டும். அதற்கான வாய்ப்பு எதுவும் இங்கே இல்லாமல் இருந்தது. இடையனின் குடிலுக்குள் மீண்டும் இளவரசி வருவாள். நான் அதைக் கனவு காண்பேன். காரின் இரைச்சலுடன் சிரிப்புச் சத்தமும் சேர்த்து அகன்றுபோனது. நிமிடங்களுக்குப் பிறகு, இருட்டில் படிக்கட்டில், தான் தனியாக நிற்கிற உணர்வு உருவானது.

படுக்கையில் வந்து படுத்தபோது, புதையல் கிடைத்த மகிழ்ச்சியுடன் நினைவு கூர்ந்தான்: நுனி விரல்களில் நீங்காத வாசம் தங்கி நிற்கிறது.

சுகந்த நினைவுகளினூடே இரவு ஒரு மலர்போல் சுற்றிப் படர்ந்து வளர்கிறது. கருந்தாமரைபோல் உலகம் முழுவதையும் அது வியாபித்து நிற்கிறது. அலைகளின் தாலாட்டை அனுபவித்தபடி அதன் இதழ்மீது அவன் தலை சாய்த்து உறங்கினான்.

6

நகர எல்லையில் ஒரே ஒரு அறையுள்ள சிறு டிராவலர்ஸ் பங்களாவுக்கு ஜீப்பைத் திருப்பும்படி டிரைவரிடம் சொன்னான்.

முதலாளியுடன் நான் பலமுறை இங்கே வந்திருக்கிறேன் என்ற தனது அனுபவத்தைப் பகிர்ந்துகொள்ளும் நோக்கத்துடன் டிரைவர் அறிவுரை சொன்னான்:

"அந்தப் பக்கம் பெரிய டூரிஸ்ட் ஹோமிருக்கு. அதுதான் வசதியாக இருக்கும்."

அவன் காதில் விழாததுபோலிருந்தான்.

முஸாவரி பங்களா இருளில் மூழ்கிக்கிடந்தது. சருகுகள் மூடிய முற்றத்தைப் பார்க்கும்போது அண்மைக்காலங்களில் யாரும் இங்கே தங்கியதுபோல் தெரியவில்லை, டிரைவர் ஜீப்பை வராந்தாவின் முன் நிறுத்தினான். இரண்டு நிமிடம் தொடர்ந்து ஹார்ன் அடித்தபோது இருட்டின் காட்டுப் பொந்தை வகுந்து உருவாக்கிய வழியினூடே வாட்ச் மேன் வந்தான். வராந்தாவில் விளக்கேற்றி அறையைத் திறக்க முற்படுவதைக் கண்ட பிறகுதான் சேது ஜீப்பிலிருந்துக் கீழே இறங்கினான்.

கனத்த செங்கற்கள் தகர்ந்துக் கிடக்கும் தரை. பிரம்புகள் அறுந்து உட்கார இயலாத மூங்கிலால் செய்யப்பட்ட பழைய சாய்வு நாற்காலி. ஒளியிழந்த கண்ணாடி. பொத்தானில்லாமல் விலகிய கோட்டும் தலைப்பாகையும் அணிந்த மீசை வைத்த குடகுக்காரன் முதுமையால் குறுகியிருந்தான். அலமாராவைத் திறந்து மடித்து வைத்த போர்வையை எடுத்துப் பழைய மெத்தையில் விரித்தான். பிறகு அமைதியாகக் கூஜாவை எடுத்துக் குளியலறையின் பின்பக்க வாசலை சிரமத்துடன் திறந்து வெளியே சென்றான்.

மேசைமீது கால்களைத் தூக்கி வைத்து சிகரெட்டைப் பற்ற வைத்து, அமைதியாக உட்கார்ந்தபோது டிரைவர் அறைக்குள் வந்தான்.

"இந்த டூரிஸ்ட் ஹோம் தங்குறதுக்குச் சரிப்படாது. யாருமே இங்க வர்றதில்லை."

சொல்லிவிட்டு, அர்த்தம் சரியாக விளங்கியிருக்காதோ என்ற எண்ணத்துடன் டிரைவர் சிரித்து வைத்தான்.

உனது அத்துமீறல் பிடிக்கவில்லை என்பதை சேது முகத்தில் காட்டினான்.

டிரைவர் அதிகப்படியான சுதந்திரம் எடுத்துக்கொள்வது இது முதல்முறையல்ல! முதலில் மேனோன்தான் இதைப் புரிந்துகொண்டார். அக்கௌண்டிங்கிலும், யார்டிலும், மில்லிலும் போக ஆரம்பித்தபோது அங்குள்ள பணியாட்களும் இதைப் புரிந்து கொண்டார்கள். இன்னும் அவன் அதை நிறுத்துவதாக இல்லை. பயணத்தின்போதும் பலமுறை அதை நினைவுபடுத்தினான். ஒரே வார்த்தையில் பதில் சொல்லி தவிர்த்துக்கொள்ள முயற்சித்தாலும் அவன் பேசிக்கொண்டுதானிருப்பான். கார் இருக்கையில் தான்

வைத்த தீப்பெட்டியை எடுத்து எந்தத் தயக்கமுமில்லாமல் பீடி பற்ற வைக்கும்போதெல்லாம் மனதுக்குள் கோபம் கொப்பளிக்கும். இப்போது அறைக்குள்ளும் அதிகாரத்துடன் நுழைந்து சுற்றி வருகிறான்.

சேது முகத்தைத் திருப்பாமல், குளிர்க்காற்றில் இறுகி நிற்கும் புகை வளையங்களைப் பார்த்தவாறே கூப்பிட்டான்:

“டிரைவர், கார்ல இருந்து பெட்டியை எடுத்துட்டு வா.”

அதிகாரக் குரலின் முன் அவன் முகம் சிறுப்பதை ஓரக்கண் களால் கவனித்தான். எதிர்த்து ஏதாவது பேசுவானா என்று ஒரு நிமிடம் சவால் விடுப்பதுபோல் எதிர்பார்த்தான். ‘வா, தைரியமிருந்தால் வா.’

தலை குனிந்தபடி வெளியே சென்ற அவன் பெட்டியுடன் திரும்பி வந்து தேவைக்கதிகமான ஓசையுடன் அதை மேசையின்மீது அழுத்தி வைத்தான். சேதுவுக்கு அப்போது கோபத்துக்குப் பதில் ஏளனம் கலந்த சிரிப்புதான் வந்தது. (இத்துடன் முடிந்து விடவில்லை. இனிமேல்தான் நீ அறிந்துகொள்ளப் போகிறாய்.)

அலுவலகத்திலும் யார்டிலும் மில்லிலும் உருவான சில மாற்றங்களை அண்மையில் அவனும் கவனித்தான். ஆக்ஷனுக்கு முதலாளியே தன்னை அனுப்ப ஆரம்பித்தபிறகு உருவான மாற்றங்களா இவை?

அல்லது அதற்கு முன்பாகவா? மேனோனின் கண்கள் எல்லா இடங்களுக்கும் செல்லும். முதலாளியம்மாவுடனான சேதுவின் சந்திப்புகள் அவனுக்குத் தெரியாமல் இருக்காது. வதந்திகளின் மெல்லிய அலைகள் மேலிடங்களில் கசியத் தொடங்கிவிட்டதை அறிந்தபோது மனதுக்குப் பெருமையாக இருந்தது. இது ஒருநாள் முதலாளியின் காதுகளுக்கும் எட்டும். அப்போது மாறவிருக்கும் காட்சிகளை அவன் பயம் கலந்த மகிழ்ச்சியுடன் எதிர்பார்த்திருந்தான்.

மேனோன் மூச்சு வாங்க ஓடி வரும்போது தன்னை எதற்கும் தயார்ப்படுத்தி நின்றிருந்தான்.

“முதலாளிக்கு சுகமில்லை. ஆஸ்பத்திரியில சேத்திருக்கு”

நர்சிங் ஹோம் முன்னால் ஏராளமான கார்கள் நின்றிருந்தன. இரவில் குளியலறையில் விழுந்துவிட்டார். மனைவியின் அலறல் சத்தம் கேட்டு வேலைக்காரர்கள் ஓடி வந்தபோது நினைவு தவறியிருந்தது.

யாரோ சொன்னார்கள்: "ஸ்ட்ரோக். பராலிசிஸ்." ஒரு மாத சிகிச்சைக்குப் பிறகு பங்களாவுக்குத் திரும்பி வரும்போது உடலின் ஒரு புறம் தளர்ந்துபோயிருந்தது ...

வாட்ச்மேன் குளியலறையில் தண்ணீர் ஊற்றினான்.

உடைந்துபோன குடகு மலையாளத்தில் அவன் சாப்பாடு பற்றிக் கேட்கும்போது, வாசலுக்குப் பின்னால் கோபத்துடன் பீடி இழுத்துத் தீர்க்கும் டிரைவரை அழைத்தான்.

"வாட்ச்மேனை அழைச்சிட்டு டவுனுக்குப் போயிட்டு வா" என்றபடி வயதான அவரிடம் சொன்னான்:

"ஏதாவது ஆம்லெட்டோ பிரட்டோ கூட போதும். லைட்டா ஏதாவது. டிரைவரும் ஏதாவது சாப்பிட்டு வந்துடு."

டிரைவரிடம் ஐந்து ரூபாய் நீட்டினான்.

அவர்கள் வெளியே புறப்பட்டார்கள். அறைக்குள் தனியான அவன் எழுந்து ஜன்னலைத் திறந்து வைத்தான். பனிப்படலம், தாழ்வார மரங்கள்மீது ஏதோ நினைவுகள் போல் தவழ்ந்துகொண்டிருந்தன. குளிர் அதிகரித்துக்கொண்டிருந்தது. சட்டையின் மடித்த கைப்பகுதியைத் தாழ்த்தி விட்டுக்கொண்டான். இன்னொரு சிகரெட்டைப் பற்ற வைத்தான். வாட்ச்மேனும் டிரைவரும் திரும்பி வந்தபோது சொன்னான்:

"வாட்ச்மேன், டிரைவர் படுக்குறதுக்கு ஏதாவது ஏற்பாடு பண்ணிக் கொடுங்க."

"சரிங்க முதலாளி."

அறைக்குள் காலியாகக் கிடக்கும் இன்னொரு கட்டிலை ஆசையுடன் அவன் பார்ப்பதையும் கவனித்தான்.

குடகன் காலடியில் கொண்டு வந்துப் போட்ட பழகிய நெடியுள்ள கம்பளியின்கீழ் படுத்துத் தூக்கம் வருகிற நேரத்தில் வெளியே கார் வந்து நிற்கும் சத்தம் கேட்டது.

வராந்தாவில் நின்று யாரோ பேசுகிறார்கள். வாசல் கதவைத் தட்டும் சத்தம் கேட்டதும் எழுந்து கதவைத் திறந்தான்.

"ஹலோ!"

ஒல்லூரிலிருந்து கருணாகரன், கொச்சியிலிருந்து முஹம்மது சேட், அறிமுகமில்லாத மூன்றாம் மனிதனை கருணாகரன் அறிமுகம் செய்து வைத்தான்:

“அய்யங்கார். மத்றாஸிலுள்ள பெரிய ஏற்றுமதியாளர்கள்ல ஒருத்தர்.”

“ஸ்ரீனிவாஸன் எப்படி இருக்கார்?”

“பரவால்லை.”

புறப்படுவதற்கு முன் விடை பெறுவதற்காக முதலாளியின் அறைக்குள் சென்றபோது பார்த்த காட்சி நினைவினூடே மீண்டும் கடந்துபோனது.

இடது கையையும் இடது காலையும் பயன்படுத்திக் கயிற்றில் தொங்கியபடி குளியலறைக்கு நகரும்போது உதவிக்குச் சென்ற பணியாளரை அதட்டினார்:

“போடா, நாய்க்குப் பிறந்தவனே ...” கண்களின் குரூரமும் நாவின் கூர்முனையும் அதிகரிப்பதுபோல் தோன்றியது. சிட்டிங் ரூமின் அருகில் கிடக்கும் மெத்தையில் ஆயுர்வேத வைத்தியர் சொன்னபடி புறாக்களை அரவணைத்தபடி பகல் முழுவதும் படுத்திருக்கிறார். இரவானதும் பணியாட்கள் உதவியுடன் படுக்கையறைக்கு இடம் மாறுகிறார் ...

“என்ன இங்க வந்துட்டீங்க?”

“சும்மாதான். ரொம்ப அமைதியான இடம்.”

கருணாகரனின் கண்கள் கலங்கியிருந்தன. பேசும்போது இலேசான விஸ்கி வாடை அடித்தது.

அவர்களுடன் காரில் வெளியே செல்லும்போது, சேலைத் தலைப்பால் முலைக் கச்சைக் கட்டிய குடகுப்பெண்களின் அழகையும், போனமுறை ஏலத்துக்குச் சென்றபோது நிகழ்த்திய சாகசங்களையும் பகிர்ந்துகொள்ளும்போது மனதுக்குள் சொல்லிக்கொண்டான்: லட்சங்கள் கைமாறுபவர்களிடையே அங்கீகாரம் பெற்று விட்டோம்.

நடுச்சாமத்துக்குப் பிறகு டிபியின் முன்னால் அவர்கள் கொண்டு வந்துவிட்ட போது ஒரேயொரு விஷயம் மட்டும்தான் மனதுக்குள் தங்கி நின்றது. நாளைக்கு ஏலத் தொகையை உயர்த்தாமல் பின்வாங்கினால் அய்யங்கார் ஐயாயிரம் ரூபாய் ரொக்கமாகத் தருவார்.

ஐயாயிரம் ரூபாய்.

பத்து மணிக்கு டெப்போவின் முன் ஜீப்பை நிறுத்திய கருணாகரன் பக்கத்தில் வந்து கேட்டான்:

"நைட்ல சொன்ன விஷயத்தைச் சூட்டோடு சூடா மறந்துடலையே?"

"அவ்வளவு சீக்கிரமா நான் மறந்துட மாட்டேன்."

டூரிஸ்ட் ஹோமில் பணத்தைப் பங்கிட்டு முடித்தபோது சேட் வற்புறுத்தினான்:

"இது மட்டுமில்லை. சாமியோட வகை போட்டுல வரணும்."

உடனடியாக இடத்தைக் காலி செய்ய வேண்டுமென்ற முடிவுடன் எழுந்தான். அவர்கள் சேர்ந்தே போகலாமென்றார்கள். இரவுநேர வாய்ப்புகள் குறித்தும் நினைவூட்டினார்கள். வற்புறுத்தல்களிலிருந்துத் தந்திரமாக விலகிக்கொண்டான்.

கவருக்குள்ளிருந்த ஐயாயிரமும் பனியனுக்குள் நெஞ்சில் பற்றிப் பிடித்துக்கிடந்தது.

மலைத்தொடரினூடே உறுமியிறங்கும் ஜீப்பின் வேகம் போதாதுபோல் தோன்றியது. மனம் நகரத்தை அடைந்துவிடும் அவசரத்தில் இருந்தது. அந்திப் பொழுதின் மங்கிய ஒளியில் ஜன்னல் கர்ட்டனை விலக்கிய இடைவெளியினூடே வாசல்படியைப் பார்த்துத் தவமிருக்கும் தருணங்களை மனம் விரும்பத் தொடங்கியிருந்தது. கார் கதவை மூடும்போது மனக்கதவுகள் திறக்கின்றன... சிமெண்ட் பாதையில் ஹை ஹீல்ட் ஷூஸ் பதியும் சத்தத்தில் நிமிடங்கள் முதல் நாள் பூக்களின் இதழ்கள்போல் உதிர்ந்து விழுகின்றன. வண்ணம் புரண்ட, வாசனை தோய்ந்தக் கைகளுக்குள் விழுந்தெழும்போது இரத்தத் தமனிகளுக்குள் உலகைச் சுமக்கும் அசுர பலம் நுழைந்தேறுகிறது.

நகர எல்லையிலிருக்கும் அந்தச் சிறு வீட்டை அவன் நேசிக்கத் தொடங்கினான்.

ஜன்னல்களில் இளம்பச்சை நிறமுள்ள விரிப்புகளிட்டான். வாசலில் சித்திர வேலைகள் செய்யப்பட்ட நடுவில் பிரியும் கர்ட்டன். மெத்தையிலும் அருகிலும் நீலக்கோடுகளுள்ள வெள்ளை விரிப்புகள்.

ஜன்னல் விரிப்புகள் குளிர்ந்த மெல்லிய இருட்டு அறையைப் பரிவுடன் பாதுகாக்கின்றன. கட்டிலிலிருந்துக் கையெட்டி பட்டனை அழுத்துகிறத் தொலைவில் வைக்கப்பட்ட ரிக்கார்ட் பிளேயர்.

"அயாம் கோயிங் டு கீவ் யூ ஸம்திங். எ கம்பானியன் ஃபார் யூ."

இளம் மஞ்சள் நிறத்தில் ஸாட்டின் பெட்டிகோட் மட்டும் அணிந்து ரிக்கார்ட் பிளேயர் செயல்படுவதைச் சொல்லித் தந்த சாயங்காலம்தான் யார்டிலிருந்து அளவுகாரன் வந்தான்.

வெளியே வந்து பேசி அனுப்பும்போது அவன் கேட்டான்:

"முதலாளியோட கார் வெளியே நிக்கிறதைப் பாத்தேன்."

"நான்தான் கொண்டு வந்தேன்."

என்ன இதற்கு மேலும் விளக்கம் வேண்டுமா என்பது போன்ற பயமுறுத்தலுடன் சேது முகத்தைக் கறுவியபோது அவன் அவசரமாக இடத்தைக் காலி செய்தான்.

'பாப்' பாடகர்கள் குறித்து விவரிக்கும்போது கீழ்ப்படிதலுள்ள மாணவன்போல் செவிமடுத்தான்.

'... மூடர்களின் புகழ் அரங்குகள்' பாடுவது பாற்றுபியூண். 'இருண்ட சந்திரன்' பாடுகிற டோனிபிரைண்ட் ஒரு இந்தியன்.

– மை பெட், டோண்ட் பி ஃபோர்மல். கால் மி மை நேம்.

– என்னால முடியலை. என்னவோ ஒரு மாதிரியா ...

– பேர் சொல்லிக் கூப்பிடு. ஏண்டீன்னு சொல்லு. ஐ லைக் இட்.

அவன் சிரித்துவிட்டான்.

– மை பெட். என் தங்கக்குடம் இல்லையா?

பட்டுப்போன்ற பாடலின் ஸ்வர இழைகள் அறைக்குள் தவழ்ந்துத் திரிந்துச் சுற்றிலும் மெல்லிய திரைகள் நெய்தன. தலையணையில் கூந்தல் கற்றையின் வாசமும் மெத்தையில் சுருள்களும் மிச்சமான நிமிடங்களுக்குப் பிறகு தனிமைப்படும்போது மனம் மெல்லிய வேதனை கலந்த இனிமையைக் கண்டடைகிறது. கருங்கல் பாதைகளில் காலடியோசை கேட்கும் மற்றொரு நாளுக்காக, தருணங்களுக்காக அது காத்திருக்கத் தொடங்கி விடுகிறது.

குடகிலிருந்து திரும்பி வந்த மூன்றாவது நாள்.

ஞாயிற்றுக்கிழமை காலையில் எழுந்தபோது நினைவு வந்தது. இன்று சாயங்காலத்திற்குப் பிறகு நிச்சயமாக வருவாள்.

மில்லுக்கும் யார்டுக்கும் போய்விட்டு மதியத்திற்கு முன் திரும்பி வந்தான். நன்றாகக் கூட்டி சுத்தம் செய்து, குளியலறையில் தண்ணீர் நிரப்பி டிஃபன் கேரியரில் உணவும் ஃபிளாஸ்கில் காஃபியும் கொண்டு வந்து வைத்த சிறுவன் காத்து நின்றபோது சொன்னான்:

“நீ போ. ராத்திரி எட்டு மணிக்கு வந்தா போதும்.”

கேள்வி கேட்காமல் கீழ்ப்படிவதற்கு அவனை முதலில் கற்பித்தது முதலாளிதான்.

கர்ட்டன் இடைவெளி வழியாக வாசல் படியைப் பார்த்துக் கொண்டிருந்தான். அலைபாயும் சுருள் கூந்தலும் செழித்த முகமும் வாசல் பக்கம் தென்படுவதை எதிர்பார்த்திருக்கும்போது யாரோ படியேறி வருவதைக் கண்டான். மில் கணக்குப்பிள்ளை பாச்சுக்குட்டிபோல் தெரிந்தது. மறு நிமிடம் திகைப்புடன் ஆளை அடையாளம் கண்டு கொண்டான். பரமேஸ்வரண்ணன். சத்தமாக மூக்கைச் சீந்தி, சிரித்தபடி அவன் திண்ணையில் ஏறியபோது சிரிப்பதற்கு முயற்சி செய்தான்.

“இப்பதான் வர்றியாண்ணே?”

“நான் நேத்தைக்கே வந்தேன். அவளுக்கு உடம்பு சரியில்லை. ஆஸ்பத்திரியில அட்மிட் பண்ணியிருக்கேன்.”

அவள் என்றால் அண்ணியைச் சொல்கிறான்.

“அண்ணியோட உடம்புக்கென்ன?”

“ஒண்ணு ரெண்டு மாசமா, எதைச் சாப்பிட்டாலும் வாந்தி. ஆபரேஷன் பண்ண வேண்டியதிருக்குமோன்னு சந்தேகம்.”

வராந்தாவில் புதிதாகப் போடப்பட்ட செயர்களில் ஒன்றை நீக்கி வைத்தான்.

கனத்த புஷ் கோட்டின் பட்டனைத் திறந்து நெஞ்சில் ஊதியபடி தலைகுனிந்து எதுவும் பேசாமல், அமைதியாக உட்கார்ந்திருந்தான் பரமேஸ்வரண்ணன்.

“சாப்பிட்டியாண்ணே?”

“நான் சாப்பிட்டுட்டுதான் வர்றேன். உனக்கு இங்க—மெஸ் வசதியிருக்கா?”

“வேளாவேளைக்கு ஓட்டல்ல இருந்து வரும். ஒரு பையன் இருக்கான். அவன் கொண்டு வருவான்.”

அண்ணியின் உடல்நிலைக் குறித்து தேவையில்லாத கேள்விகள் கேட்டான். காய்ச்சல் இருக்கா? வயிற்று வேதனை இருக்கா? பரமேஸ்வரண்ணனுக்குப் பேச வாய்ப்புக் கொடுக்காமலிருப்பதுதான் நோக்கம். ஆஸ்பத்திரியில மற்ற வசதிகள்லாம் எப்படி? இப்போது பொது வார்டில் இருக்கிறாள். ஸ்பெஷல் வார்டில் இருந்தால்தான் இரவில் யாராவது கூட

இருக்க முடியும். ஸ்பெஷல் வார்டின் வாடகை பற்றியெல்லாம் அவன் பேச ஆரம்பித்தபோது தைரியமூட்டினான்.

"அதெல்லாம் பிரச்சினையில்லைண்ணே. சமாளிச்சுக்கலாம்."

தனியாக உட்கார்ந்து சாப்பிடும்போது ருசிக்கவில்லை. மனம் அமைதியை இழந்திருந்தது. பரமேஸ்வரண்ணன் எப்போது கேட்பானோ?

'அறுபது மைல் தூரத்தில இருந்தும் நீ ஏன் ஊருக்கு வராம இருக்கே?'

சாப்பிட்டதாகப் பாவித்து பாத்திரத்தின் தட்டுகளை அடுக்கி வைத்து, கையை அலம்பிவிட்டு திண்ணைக்கு வரும்போது அண்ணன் முதல் நாள் பத்திரிகையைப் புரட்டிக்கொண்டிருந்தான்.

"அப்பா லெட்டர் போட்டிருந்தாரே?"

"ஆமாண்ணே. நேத்தைக்குப் பதில் எழுதி, பணமும் அனுப்பினேன்."

மணியார்டர் கூப்பனில் எப்போதும் எழுதுகிற ஒரு வார்த்தை. லெட்டர் ஃபாலோஸ்.

– கடிதம், பின்னால் எழுதி அனுப்புகிறேன்.

வழக்கமாக எழுதுவதில்லை. வட்டிக்காரனுக்கும் பணம் கடன் கொடுக்கிற அளவுக்குச் சம்பாதிக்க ஆரம்பித்த பிறகுதான் மணியார்டர் அனுப்புகிறான்.

"நீ ஞாயிற்றுக்கிழமை வர்றதாக அம்மா சொன்னா. நான் வந்திருந்தேன். மூணு நாலு ஞாயிற்றுக்கிழமை உன்னை எதிர்பார்த்தேன்."

"வரணும்னுதான் நினைச்சேண்ணே. அதுக்குள்ள முதலாளி படுக்கையில ஆயிட்டார். வேலை நெருக்கடி. ஏகப்பட்ட ரெஸ்பான்ஸ்பிலிட்டீஸ். ஞாயிற்றுக்கிழமையும்கூட ..."

ஒழுங்கும் வடிவமுமில்லாமல் ஏதேதோ சொல்கிறோம் என்ற உணர்வு வந்ததும் பதற்றத்தை மறைப்பதற்காக ஒரு சிகரெட் பற்ற வைத்தான். புகை விட்ட பிறகுதான் திடீரென்று நினைவு வந்தது. பரமேஸ்வரண்ணனின் முன்னால் இதற்கு முன் தைரியமாக உட்கார்ந்ததுகூட இல்லை. இப்போது எதிரில் உட்கார்ந்து சிகரெட் பிடிக்கிறோம்.

சிகரெட் பாக்கெட்டை அண்ணனின் முன் மரியாதையுடன் நீக்கி வைத்தான்.

அண்ணன் அதைக் கவனிக்கவில்லைபோல் தோன்றியது.

"கஷ்ட காலத்துக்கு அம்மாவுக்கு வேற உடம்புக்கு சரியில்லை. எப்பவும் படுக்கைதான்."

"ஏதாவது டாக்டருட்ட காட்டியிருக்கலாமே?"

"பெரியவருட்ட காட்டினேன். ரெண்டு மூணு தடவை லாசர் டாக்டரையும் வரவழைச்சுக் காட்டினேன்."

பரமேஸ்வரண்ணன் கண்ணாடியைக் கழற்றித் துடைத்து விட்டு பாக்கெட்டிலிருந்து விலை குறைந்த ஸ்டார் சிகரெட்டை எடுத்துப் பற்ற வைத்துப் புகை விட்டபடி முற்றத்தைப் பார்த்துக் கொண்டு உட்கார்ந்திருந்தான். பாவமாக இருந்தது. கடந்த சில வருடங்களுக்குள் அண்ணன் திடீரென வயதானவன்போல் தோற்றமளிக்கிறான். காதோரம் நரை படர்ந்திருக்கிறது. உச்சியில் முடி உதிர்ந்த பகுதியில் சிரங்குகள் பழுத்திருப்பதைப் பார்த்தால் அருவருப்பு தோன்றும்.

நேரமாவதைப் பற்றிய உணர்வு வந்தபோது கேட்டான்:

"அண்ணி அட்மிட்டாகி இருக்குற வார்டு எதுண்ணே?"

"பதினாறு. மாடியில கடைசியில."

வாசலில் கார் வந்து நிற்கும் சத்தம் கேட்டு விடுமோ என்று பயந்தான். அவள் எந்த நிமிடம் வேண்டுமானாலும் வரக்கூடும். இரண்டு மணிக்கு மனநல மருத்துவமனை ஆலோசனைக் கமிட்டிக் கூட்டம் முடிந்து வரும்போது இந்த வழியாக வருவேன் என்று சொல்லியிருக்கிறாள்.

"நேற்று ராத்திரி எங்க தங்கியிருந்தேண்ணே?"

"ஆஸ்பத்திரி பக்கத்தில ஒரு ஓட்டல்ல ரூம்ல. அந்நேரத்துல உன் ரூமைத் தேடிக் கண்டுபிடிக்கிறது சிரமங்குறதால அங்கயே படுத்துட்டேன்."

அண்ணன் போகவில்லை என்றால் ஒரு வாய்ப்புப் பறிபோய்விடும் என்று பயந்தான். உள்ளே போய் வேட்டியும் சட்டையும் மாற்றிக்கொண்டு அண்ணனிடம் வந்து சொன்னான்:

"எனக்கு பண்டாலை வரைப் போக வேண்டியதிருக்குண்ணே. ஒரு கஸ்டமர் வந்திருக்காரு."

அண்ணன் எழுந்தான்.

"நான் போயிட்டு வர்றேன். அண்ணன் கொஞ்சம் ரெஸ்ட் எடு."

இதற்கான பதில் அவன் எதிர்பார்த்ததுபோலவே வந்தது.

"வேண்டாம். நானும் கிளம்புறேன்."

"வேலை முடிஞ்சதும் நான் ஆஸ்பத்திரிக்கு வர்றேண்ணே." வாசலைப் பூட்டிவிட்டு அவன் வெளியே வந்தான். திரும்புமிடம் வந்ததும், "நேரா போனாப் போதுண்ணே. ஒன்பதாம் நம்பர் பஸ் வரும். ஆஸ்பத்திரி முன்னால போய் இறங்கிடலாம்" என்றான்.

இடைவழியில் திருடனைப்போல் பதுங்கி நின்றுவிட்டுத் திரும்பி வந்தான்.

பூட்டிய வாசலைத் திறக்கும்போது வாசலில் கார் வந்து நிற்கும் சத்தம் கேட்டது.

7

ஆஸ்பத்திரி சூழலின் அருவருப்பான நெடி, குணமாகாத ரணங்களை நினைவூட்டியது.

இரும்புக் கட்டிலில் இடுப்புவரைக்கும் சிவப்புக் கம்பளி போர்த்திப் படுத்திருக்கும் அண்ணியின் முகம் வெளுறியிருந்தது. சேது அருகில் சென்றதும் தளர்ந்தக் கண்கள் மகிழ்ச்சியில் பிரகாசித்தன.

அண்ணி சோகங்களைச் சொல்வாள் என்று நினைத்தான். சோகமல்ல, கறுத்த உதடுகளிலும் ஈரம் படர்வதுபோன்ற கண்களிலும் வேதனைதான் தெரிந்தது.

"சரியான ஆளுதான். நேத்திலிருந்தே உன்னை எதிர் பாத்துருக்கேன்."

"அண்ணன் வந்து சொன்ன பிறகுதான் தெரியும்." தலைமாட்டில் கட்டிலில் தொங்கவிடப்பட்டிருந்த சார்ட் பேப்பர்களை மருத்துவம் தெரிந்தவன்போல் புரட்டிப் பார்த்தான். "நாம ஸ்பெஷல் வார்டுக்கு மாறிடுவோம். அண்ணனுட்ட சொல்லியிருக்கேன். நேரம் கிடைக்கும்போதெல்லாம் நான் வர்றதுக்கும் அதுதான் வசதியா இருக்கும். ஒண்ணும் பயப்பட வேண்டிய தேவையில்லை. நமக்கு என்ன தேவையோ அதையெல்லாம் இங்க ஏற்பாடு செய்துக்கலாம்."

"எல்லாம் நானும் கேள்விப்பட்டேன். அதிர்ஷ்டம் கிடைச்சிருக்கு, இல்லையா?"

"என்ன பெரிய அதிர்ஷ்டம்." அவன் வெறுமனே சிரித்து வைத்தான்.

"உன் காசு பணம் ஒண்ணும் எனக்கு வேண்டாம். எப்பவாவது ஒரு கடுதாசி போட்டு எப்படி இருக்கேன்னு கேட்கலாமில்லையா?"

பதில் சொல்லாமல் நின்றிருந்தான்.

வெள்ளை வடு மாங்காயும் நாவல் பழமும் பொறுக்கி அண்ணிக்குக் கொண்டு போய் கொடுப்பதற்காக குன்றில் சரிவில் அலைந்துத் திரிந்த காலம் எவ்வளவு தொலைவில் போய்விட்டது என்று தோன்றியது.

பதில் சொல்லாமல் நின்றபோது அவள் சொன்னாள்:

"இதுல உட்காரு."

கட்டிலின் கால் மாட்டில் உட்கார்ந்தான்.

"உடம்பு குணமாகட்டும். சேதுகூட ஒருநாள் தங்கியிருந்துட்டு தான் வருவேன். நிறைய விஷயங்கள் பேச வேண்டியதிருக்கு."

"அதெல்லாம் சீக்கிரம் குணமாயிடும். கொஞ்ச நாள் சுகமா இங்க தங்கிட்டுப் போகலாம்."

"என்ன சுகம்! பிள்ளைங்க விஷயத்தை நினைக்கும்போதுதான் வருத்தம்."

வார்டில் கட்டில்களைச் சுற்றிலும் நோயாளியைப் பார்க்க வந்த உறவினர்களின் கூட்டம் அதிகரித்துக்கொண்டிருந்தது. நாலாபுறமிருந்தும் கலகலவென பேச்சுச் சத்தம்.

"ஒண்ணு ஒண்ணரை மாசமாகுது நான் வீட்டுக்கு வந்து. அம்மாவுக்கு உடம்புக்கு சரியில்லாம ஆனது முதல்." வீட்டு விஷயங்களையும் ஊர் பஞ்சாயத்தும் பேச ஆரம்பித்தபோது வார்டிலுள்ள ஆரவாரம் அகன்று போனது. அண்ணி, திருட வந்தவன் ஆசாரித் தோட்டத்துக் கிணற்றில் விழுந்த கதையைச் சொல்லிச் சிரித்தாள். சிரிக்கும்போது அண்ணியின் கண்கள் மூடிக்கொள்ளும்.

"மாதவன் மாமா இப்ப வீட்டுலதான் தெரியுமா?"

"தெரியாது."

"யூஸப் கடையை இப்ப மாதவன் மாமா வாங்கிட்டார். பலசரக்கு யாவாரம். நல்ல யாவாரம்னு சொல்லிக்கிறாங்க."

"கேள்விப்பட்டேன்."

"வடக்கு வீடு பாகம் வெச்சது தெரியுமா?"

தெரியாது. கடையை வாங்கினதும் தெரியாதுதான். இருந்தாலும் சொன்னான்:

"சமீபத்தில யாரோ சொல்லிக் கேள்விப்பட்டேன்."

"அந்தச் சின்னப் பொண்ணோட கல்யாணமும் முடிஞ்சிடுச்சி. சேலத்திலோ தஞ்சாவூரிலோ ஓர்க் ஷாப்ல வேலை பாக்குற பையன்."

சுமித்ரா? சுமித்ராவைப் பற்றி அறிந்துகொள்ளும் ஆர்வத்தை வெளிப்படுத்தாமல் இருந்தான். சுமித்ராவும் தேவுவும் பாகம் வைத்துப் பிரிந்துவிட்டார்கள். குன்றின்மீது ஒரு வீடு வைத்து சுமித்ரா அதில் தனியாகத்தான் இருக்கிறாள். தேவு வடக்கு வீட்டில். மாதவன் மாமா எப்போதாவது ஒரு முறைதான் வடக்கு வீட்டுக்குப் போவார். குழந்தைகளைப் பார்ப்பார். செலவுக்கு ஏதாவது கொடுப்பார்.

அண்ணி பேச ஆரம்பித்தபோது குன்றின் சரிவில் தனியாக இருக்கும் வீடும் சிவ ராத்திரி அன்று நடந்த சண்டையும் மனதுக்குள் வந்து போனது.

– ஊர்க்காரர்கள் வரி பிரித்து சிவராத்திரி விழா நடத்திய அன்றுதான் மாதவன் மாமா சாயாக்கடை ஆரம்பித்தார். வியாபாரத்தில் நல்ல வருமானம். சமையலுக்கு அழைத்தது உண்ணி நம்பூதிரியை. அரிசி அரைத்தது சரியில்லை என்று சொல்லி ஆட்களின் முன்னால் வைத்து மாதவன் மாமா, உண்ணி நம்பூதிரியை அடித்தார். சாயங்காலத்துக்குப் பிறகு சாமி எழுந்தருள்வதைப் பார்க்க வந்த தேவுவும் பிள்ளைகளும் அப்போது கடையில் இருந்தார்கள். தேவு, மாதவன் மாமாவைத் தடுத்தபோது அடி அவளுக்கும் விழுந்தது. அன்றிரவு வடக்கு வீட்டிலிருந்து தேவுவின் அலறல் சத்தம் உயர்ந்தது. மாதவன் மாமா இறங்கி வெளியே போனார்.

அம்மா வற்புறுத்திய பிறகும் மாதவன் மாமா கொஞ்ச நாட்கள் வடக்கு வீட்டுக்குப் போக மறுத்துவிட்டார். கண்டன்குளங்கரை மேனோனின் பஞ்சாயத்துக்குப் பிறகு எப்போதாவது ஒரு முறை பகல் நேரங்களில் மட்டும் போய், பிள்ளைகளைப் பார்ப்பார்.

"சுமித்ராவுக்குத் தலைக்கு சுகமில்லை."

பிரம்மரக்ஷஸ் பீடத்துக்குப் பக்கத்தில் வீடு கட்டியதால்தான் என்று ஆட்கள் பேசிக்கொண்டார்கள். ஒருமுறை ஆற்றில் மூழ்கியெழுந்து தலை துவட்டாமல் வயல் வரப்பினூடே

அட்டகாசக் குரலெழுப்பியபடி ஓடினாள். அதுதான் தொடக்கம். தெற்கு வயலின் கடைசியில் ஓடைக்கரையில் வைத்து ஆட்கள் பிடித்து நிறுத்தியபோது சுய உணர்வை இழந்திருந்தாள்.

"இப்ப யாரிருக்கா அவகூட?"

"யாரிருக்கா, கூட இருக்க?"

பையில் பால் பாத்திரமும் ரொட்டியும் ஆரஞ்சுமாக வந்த பரமேஸ்வரண்ணன் அண்ணியைத் திட்டினான்."

"உடம்புக்கு முடியாத இந்த நிலமையிலேயும் நாக்கை அடக்க மாட்டியா?"

பார்வையாளர்கள் வெளியேறுவதற்கான மணியடித்தபோது அண்ணனிடம் சொன்னான்:

"நான் கிளம்புறேன்."

"நானும் வர்றேன்."

நாளை வருவதாகச் சொல்லி அண்ணியிடம் விடைபெற்று வெளியே வந்தான்.

"அந்த ரூமைக் காலி பண்ணிடுண்ணே. அங்க எங்கூட தங்கிக்கலாம்."

"ரெண்டரை ரூபாதான் வாடகை. பக்கத்துல இருக்கே? இங்கயே தங்கிக்கிறேன்."

ஆஸ்பத்திரி கேட்டை அடுத்துள்ள சிறு ஓட்டலின் முன்னால் வைத்து விடைபெறும்போது அண்ணன் சொன்னான்:

"வா, ரூமுக்குப் போயிட்டுப் போகலாம். அவசரம் ஒண்ணுமில்லையே?"

"இல்லண்ணே, அவசரம் ஒண்ணுமில்லை."

அறையில், சட்டையைக் கழற்றிவிட்டு அழுக்கு வேட்டியைத் திருப்பி உடுத்திய அண்ணன் கட்டிலில் உட்கார்ந்தபோது அப்பாவை விடவும் தளர்ந்து போயிருப்பதுபோல் தோன்றியது.

"எத்தனை நாள் லீவு போட்டிருக்கண்ணே?"

"ரெண்டு வாரம். அதுக்கு மேல லீவு போட்டா லாஸ் ஆஃப் பே ஆயிடும்.

அண்ணன் எதையோ சொல்ல நினைக்கிறான் என்பது தெரிந்தது. பதற்றத்தை மறைக்க முயற்சித்தபடி இன்னொரு

சிகரெட்டைப் பற்ற வைத்தான். "உனக்கு லெட்டர் எழுதணும்னு நினைச்சிருந்தேன். எழுதியும் பிரயோஜனமில்லை. நீதான் பதில் எழுதமாட்டியே?"

சுருங்கி, சிறிதாக ஆவதுபோல் உணர்ந்தான்.

எதுவோ சொல்ல வந்தான். சொல்வதற்கு நியாயங்கள் எதுவுமில்லை. ஆகவே, உமிழ்நீரை விழுங்கிவிட்டு அமைதியாக இருந்தான்.

"புஷ்போத்து விஷயங்களைப் பற்றி நீ என்ன முடிவு பண்ணியிருக்கே?"

"உம்... அதைப் பின்னால பாத்துக்கலாம்."

"அதுல யாருக்கும் எந்த எதிர்ப்புமில்லை. யாரோ எதுவோ சொன்னாங்கன்னு அதையெல்லாம் நீ கவனத்துல எடுத்துக்க தேவையில்லை."

"பாக்கலாம், பின்னால பாக்கலாம்."

"பின்னாலன்னா, எப்ப?"

அதற்கு நேரடியாகப் பதில் சொல்லாமல் தொழிலைப் பற்றி பேசினான். சொந்தமாக தொடங்க இருக்கிற பிசினசுக்குத் தேவைப்படுகிற முதலீடு. இப்படி பல திட்டங்களுடன் சுற்றிக்கொண்டிருப்பதாகச் சொன்னான்.

எல்லாவற்றையும் கேட்ட பிறகும் அண்ணனின் முகத்தில் பாவமாற்றங்கள் எதுவும் ஏற்படவில்லை.

"நான் சீக்கிரமா வர்றேன்."

"உம்..."

சிறிதும் நம்பிக்கை இல்லாததுபோல் அண்ணன் முனகி வைத்தான்.

எழுந்து ஏற்கனவே தயாராக வைத்திருந்த நூறு ரூபாய் நோட்டைப் பாக்கெட்டிலிருந்து எடுத்து நீட்டினான்:

"இதை வெச்சுக்கண்ணே. நாளைக்கே ஸ்பெஷல் வார்டுக்கு மாத்துறது நல்லது."

"வேண்டாம். அத்தியாவசியச் செலவுகளுக்கு எங்கிட்ட பணமிருக்கு."

எப்படி வற்புறுத்துவது என்று தெரியாமல் தயக்கத்துடன் நின்றிருந்தான்.

"வேண்டாம். எனக்கு சிரமம் எதுவுமில்லை."

நான்காக மடித்த நோட்டைத் திரும்பவும் பாக்கெட்டில் வைத்துவிட்டு அறையிலிருந்து வெளியே வந்தான். இரவின் தொடக்கத்தில் கலங்கிப் புரளும் நகரில் தனியாக நடக்கும்போது பிரம்மரக்ஷஸ் பீடத்தின் பக்கத்துக் குடிலில் தனியாக இருக்கும் சுமித்ரா நினைவுக்கு வந்தாள். நகரின் ஆரவாரமான வழிகள் கண்களை விட்டு மறைந்துபோயின. நாவல் கூட்டங்களும் குன்றின் சரிவுகளும் கண் முன் நின்றன. இழந்துபோன உலகம் முழுவதும். இடுப்புச் சரடில் திருகிய பித்தான் அறுந்த நிக்கருடன் ஓடிக்கொண்டிருக்கும் சிறுவன் மனதில் தெரிந்தான். நசுங்காத ஒரு நாவல் பழத்துக்காக குன்றின் சரிவு முழுவதும் அலைந்துத் திரிந்தவன். கடைசியில், கிடைத்ததை அண்ணிக்குக் கொடுக்க, வெளுத்த அழகான அவளது பற்களில் படிந்த ஊதா நிறத்தைப் பார்த்து பெருமிதத்துடன் உடல் சிலிர்த்து நின்றவன்...

தளர்ந்தக் காலடிகள் வைத்து நடந்தபோது நகரின் அநேகமாயிரம் ஓசைகள் மீண்டும் சுற்றிலும் நின்று அலறத் தொடங்கின.

8

ஆறு வறண்டுபோயிருந்தது.

கடந்தோடிய வருடங்களைத் தாண்டி வறண்ட மணல் திட்டினூடே பாதையில் ஏறினான்.

குளித்துறையில் வெட்டுக்கற்களால் புதிதாகப் படிக்கற்கள் கட்டப்பட்டிருந்தன. எதிர்ப்புறமிருந்த ஓலை வேய்ந்தப் பள்ளிவாசல், ஓடு வேய்ந்தப் புதிய தொழுகைப் பள்ளியாக மாறியிருந்தது.

வழிப்பாதையில் நடந்துசென்ற பதினாறு வயது பையன்கள் சேதுவை வியப்புடன் பார்த்தனர்.

கிராமத்தின் எல்லையில் அண்மையில்தான் உயர்நிலைப் பள்ளிக்கூடம் வந்தது. முன்பெல்லாம் பையன்கள் பெரும்பாலும் ஐந்தாம் வகுப்புடன் படிப்பை நிறுத்திவிட்டு வியாபாரத்திற்கும் விவசாய வேலைகளுக்கும் செல்வது வழக்கம். இப்போது எல்லோருமே பிள்ளைகளை உயர்நிலைப் பள்ளிக்கு அனுப்பத் தொடங்கி விட்டார்கள் போலிருக்கிறது. பீடிப்புகையின் பின்னால், பென்சிலால் மீசை வரைந்துக் கறுப்பாக்கிக் காலரை உயர்த்தி வைத்து நடந்துபோகிற அவர்களைப் பார்க்க வேடிக்கையாகவும் கொஞ்சம் வேதனையாகவும் இருந்தது.

கிராமப்புற ராஜகுமாரன்கள் சான்றிதழ்களுடன் தெருவில் அலையும் காட்சி மனதுக்குள் தெரிந்தது.

அது நீண்ட காலத்தொலைவில் நடந்ததுபோல் தோன்றியது. நகரம் மந்திரச் சொற்களால் கட்டுண்ட ஆயிரம் வாசல்கள்கொண்ட பிரம்மாண்ட இரகசியம்போல் எதிரில் நின்றது. போர்டு தொங்கும் வளைவுகளும் படிக்கட்டுகளும் கடந்து மூச்சு வாங்க நிழலில் நின்று வேர்வையைத் துடைத்தபடி, ஏறவும் இறங்கவும் செய்கிற மனிதர்களைப் பார்க்கிறான். பகையுடனும் பொறாமையுடனும் . . .

பாதையினூடே மெதுவாக நடக்கும்போது முதலில் தெரிந்தது ஆற்றோரத்தில் புதிய ஓடு வேய்ந்த வீட்டின்மீது நிறுத்தி வைத்த பளபளக்கும் சிலை. முன்பு அங்கே யாரிருந்தார் கள்? மீன்காரன் மாப்பிளையின் குடிசை. அதன் முன்பக்கப் பாதையோரத்தில் பகல் முழுவதும் நிழல் விரித்து, கட்டிப் பிணைந்து நிற்கும் இரட்டை ஆலமரத்தை நினைத்துப் பார்த்தான். அதை வெட்டியிருக்கிறார்கள். அதன் நிழலில் பாரமேற்றிச் செல்லும் வண்டிகளின் நுகத்தடியிலிருந்து தற்போது விடுபட்டக் காளைகள் மெல்லிய மணியோசைகளுடன் அசைபோட்டபடி படுத்திருக்கும்.

கண்டன்குளங்கரைக்காரர்களின் மதில் கூடத்துக்குச் செல்லும் பெரிய தோட்ட வழி பழைய காலத்தில் சிறு பாதையின் அகலத்திலிருந்தது. இப்போது இரு புறமும் செதுக்கியதில் மண் சொரிந்து அகலம் குறைந்திருந்தது. பழைய தோட்ட வழி ஒற்றைக் காளை வில்வண்டி செல்வதற்காகப் போடப்பட்டதாம்.

பிளாக்குக்காரர்கள் வழியோரமாக வைத்திருந்தத் தகவல் பலகையைப் பார்த்தான். வாசிக்கவில்லை. முண்டகம் நெல் அறுவடை முடிந்த வயல், மேட மாதப் புதுமழையை எதிர்பார்த்துக் காய்ந்து வறண்டுக் கிடந்தது. வடக்கு வீட்டுக்குத் திரும்பும் இடத்துக்கு வந்தபோது நெஞ்சுத்துடிப்பின் வேகம் அதிகரித்தது. இல்லை, வெளியே யாருமில்லை. கமுகந்தோப்பின் இடையிலூடே யாராவது பார்க்கிறார்களா? படி வரப்பைக் கடந்தபோது ஓரக்கற்கள் உடைந்துச் சிதறிக்கிடந்தன. பாசிப் பிடித்துக் கறுத்த வலது புற மதிலின் மூலையைத் தகர்த்தபடி செந்தென்னை, தரையில் தலைசாய்த்துக் கிடந்தது. சிதலரித்த பழைய மூங்கில்படியின் மரக்கால்கள், கை பட்டதும் நடுங்கியது.

சிதிலமடைந்த மேற்கூரையின்கீழ் கூனிக்குறுகியிருக்கும் வீட்டைப் பார்த்தபோது மொட்டையடித்து உச்சியில் பொடி வைத்து யாரும் பார்க்காமல் கண்களை மூடி வெயில் காயும்

ஏறோ பாட்டிதான் நினைவுக்கு வந்தாள். உயர்ந்த முற்றத்துக்குப் போகும் திண்டுகளை வேகமாகக் கடந்து ஏறினான்.

திண்ணையில் ஏறும்போது தலை பட்டுவிடாமலிருக்க குனிய வேண்டியதாயிற்று. அப்போது வாசலில் எட்டிப் பார்த்த, கறுத்து மெலிந்த இளம்பெண்ணைக் கண்டான்.

– பத்மு!

மூக்கு வடித்துக்கொண்டு அடம் பிடித்து நடந்த நேற்றைய பத்மு. அவளை இடுப்பில் வைத்துக்கொண்டு கமுகந்தோப்பு வழியாக வடக்கு வீட்டுக்கு ஓடும்போது பின்னால் சித்தியின் அலறல் சத்தம் கேட்கும்...

"என்னடீ, சித்தி எங்கடீ?"

மகிழ்ச்சித் தடுமாற்றத்துடன் அவள் கூவினாள்:

"அம்மா, சேதுண்ணன்."

மதிலோரம் குவித்து வைத்திருந்த சாணத்தைக் காகங்களும் கோழிகளும் கிளறிப் போட்டு அதில் கிடக்கும் பருத்தப் புழுக்களைக் கொத்தித் தின்கின்றன. உத்தரத்தில் கை வைத்து நின்றபோது நினைவு வந்தது: முன்பு, உத்தரத்தின் கீழ்ப் பகுதியைத் தொடுவதற்குக் கால் பெருவிரலை தரையில் ஊன்றி நிற்க வேண்டும். வளர்ந்திருக்கிறோமா என்று தெரிந்துகொள்வதற்காக வாரமொருமுறை இப்படிச் செய்து பார்ப்பான்.

தாடையில் வடியும் துப்பலை முழங்கையால் துடைத்தபடி சித்தி இழுத்திழுத்து நடந்து திண்ணைக்கு வந்தாள்.

"ஆரப்பா இது? நாங்க சிலபேரு இங்க இருக்கோமுங்குற ஞாபகமாவது இருக்கா மவனே? எவ்வளவு காலமாகுது உன்னைப் பாத்து."

வாசல் கட்டளையில் சாய்ந்து நின்று அவள் அழுதபோது வேகமாக திண்ணைக்கு வந்து, சுமட்டுக்காரனின் தலையிலிருந்தப் பெட்டியை இறக்கினான்.

சித்தியின்மீது வயது மாற்றங்கள் எதையும் நிகழ்த்தவில்லை போல் தோன்றியது. உதடுகளைச் சுற்றிலும் தேமல் அதிகமாகப் படர்ந்திருந்தது. நரையும் அதிகரித்திருந்தது. இன்னும் மெலிந்திருக்கிறாள். சுருக்கம் விழுந்தப் பாதங்களிலும் சிவந்தத் தேமல் அடையாளங்கள்.

"ஒண்ணா ரெண்டா, எத்தனை வருசம்... வரப்போறே... வரப்போறேன்னு கேள்விப்பட்டு எவ்வளவு காலமாக் காத்திருக்கோம்."

சொற்கள் மீண்டும் அழுகையாக மாறியபோது உள்ளே வந்தான். வீடும் வராந்தாவும் தலைவாசலும் உட்கூடமுமெல்லாம் தன் மனதுக்குள் பாதுகாப்பாக வைத்திருந்த வடிவத்தை விடவும் சிறிதாக இருப்பதுபோல் தோன்றியது.

அழுகையினூடே சித்தி மீண்டும் சொன்னாள்:

"சித்தி இனி ரொம்ப காலமொண்ணும் இருக்கப் போறதில்லை."

உள்வாசலில் பரிதாபம் கலந்த சிரிப்புடன் ஒதுங்கி நின்ற பத்முவிடம் பயணம் போய்விட்டுத் திரும்பி வந்த வீட்டுக்காரனின் உரிமையுடனும் அதிகாரத் தோரணையுடனும் சொன்னான்:

"அடியே, அந்தப் பெட்டியை முன்வாசல் மாடியில வைக்கச் சொல்லு."

வாசலைக் கடந்து வந்த அவள் கீழே குத்துக்காலிட்டு உட்கார்ந்து தேம்பலுடன் முணுமுணுக்கும் அம்மாவைக் குரல் தாழ்த்திக் கண்டிக்கிறாள்:

"ஸ்ஸ்ஸ்... அழுறது கொள்றது எல்லாம் பிறகு பாத்துக்கலாம். யாரெல்லாமோ வர்றா போலிருக்கு."

"அடியே." சித்தி தன்னைக் கட்டுப்படுத்திக்கொண்டாள்.

"முதல்ல அவன் உக்காரட்டும். ஒரு புல் பாய் விரிச்சுக் கொடு."

சித்தி அழுது முடித்துவிட்டாள் என்பதைப் புரிந்துகொண்ட அவன் மீண்டும் முன்வாசலுக்கு வந்தான்.

முன்வாசலில் அப்பா உட்காரும் சாய்வு நாற்காலியைக் காணோம். சாய்வுப் படியில் பொத்தல் விழுந்த இடத்தை அடைத்த சுண்ணாம்புக் கலவைப் பெயர்ந்து உதிர்ந்திருந்தது.

"சாய்வுக் கசேரையில ஸ்குருவாணி கழண்டுக் கிடக்கு. இருந்தா விழுந்துருவே." பத்மு சங்கோஜத்துடன் சொன்னாள்.

வெளியாட்கள் முற்றத்துக்கு வந்தார்கள். நாராயணன் நாயர், அப்ப நாயர், முன்னால் துருத்தி நின்ற பற்களைப் பிடுங்கிய சங்குண்ணியை உடனடியாக அடையாளம் தெரியவில்லை.

"ஊருக்கு வர்றதுக்கான வழி இப்பவும் ஞாபகமிருக்கா, என்ன ?"

சிரித்துவிட்டு நலன் விசாரித்தான். சொற்களில் மரியாதை இழையோடியது.

“அப்புறம், வேறென்ன விசேஷங்கள் நாராயணன் நாயரே?”

வெட்டு வழியில் பார்த்த யாரோ யூகத்தில் சொன்னதைக் கேட்டு சந்தேகத்தைத் தீர்ப்பதற்காக வந்திருந்தார்.

“உக்காருங்க. அந்தப் பாயை எடுத்துப் போடு.”

“பாயெல்லாம் வேண்டாம்.”

இடிந்துத் தகர்ந்துக் கரிபெயர்ந்தத் திண்ணையில் அவர்கள் உட்கார்ந்தார்கள். சேது, ஓரக்கல்லில் கால் வைத்து தூணில் சாய்ந்து உட்கார்ந்திருக்கும்போது சித்தி நினைவுப்படுத்தினாள்:

“வேட்டியில தூசு படியும்.”

பத்மு கொண்டு வந்த புல் பாய்த் தடுக்கை அவன் வாங்க வில்லை.

“ஒரு கடுதாசிகூட போடாம என்ன திடுதிப்னு? நேத்து அப்பாவைப் பாத்தேன். வர்ற விவரத்தை அவரும் சொல்லலையே?”

“திடீர்னு நேரம் கிடைச்சு வந்துட்டேன்.”

“கார்லயா வண்டியிலயா?”

“அக்கரை வரைக்கும் கார்ல வந்தேன்.”

“நம்ம ஆத்துல ஒரு பாலம் கட்டணும். நீங்கள்லாம் எங்கெங்கோ போறீங்க, பெரிய பெரிய ஆட்களைப் பாக்குறீங்க. நீங்கள்லாம் கொஞ்சம் முயற்சி பண்ணா கார் ஊருக்குள்ள வரும்.”

வெயிலைப் பற்றியும் கமுகு மரங்களை நோய் பாதித்து குருத்துக் காய்வது பற்றியும் அவர் பேசும்போது ஆர்வத்துடன் கேட்பதுபோல் பாவித்தான்.

சங்குண்ணி சொன்னார்:

“அப்பா போகும்போது பாதைவரைக்கும் நானும் கூட போனேன். நல்லா தளந்து போயிட்டாரு.”

நகரத்தின் வெயில், அங்கே அரிசி விலை, மர வியாபாரத்தில் லாபம் – பேசுவதற்கு வேறு விஷயங்களில்லை என்றானதும், தன்னைத் தனியாகப் பார்ப்பதற்காக இருக்கலாம், சித்தி நினைவுப்படுத்தினாள்:

“சட்டையை மாத்தவோ, கை கால் அலம்பவோ வேணும்னா போ. கொஞ்ச தூரம் நடந்து வந்ததில்லையா?” அவர்கள் போக எழுந்தபோது கேட்டார்கள்:

“இங்க எவ்வளவு நாள் இருப்ப?”

“இன்னும் முடிவு பண்ணலை.”

“வெளிய இறங்குறியா? எல்லாரையும் ஒண்ணு பாத்துட்டு வரலாம்.”

“பிறகு பாத்துக்கலாம்.”

அவர்கள் சென்றதும் வேட்டி போர்த்திய ஒரு பெரியவர் கம்பூன்றியபடி படியேறி வருவதைப் பார்த்தான். யாராக இருக்குமென்று யோசித்துக்கொண்டிருக்கும்போது பத்மு சொன்னாள்:

“சின்னன் மேனன் வர்றாரு.”

சித்தி சிறுகோபத்துடன் சொன்னாள்: “அதுக்குள்ள ஊரு முழுசும் தெரிஞ்சு போச்சா? வந்து ஏறுதுக்குள்ளே எல்லாரும் வந்து கூடுறா.”

கோபத்துடன் சொன்னாலும் சித்திக்கு அதில் பெருமிதம் இருப்பது தெரிந்தது.

“புல்ப்பாயை எடுத்துப் போடுடி.”

கண்டன்குளங்கரை மேனோனை மதிக்க வேண்டும். அவர் திண்ணையோரத்தில் வாரியைப் பிடித்துக்கொண்டு நின்றார். கம்பூன்றியபடி சிரமப்பட்டு ஓரக்கல் ஏறி முற்றத்துக்கு வந்ததும் மூச்சு வாங்க கேட்டார்:

“என்னடா, என்னைத் தெரியுதா?”

சிரித்தபடி மரியாதை தொனிக்க உட்காரச் சொன்னான்:

தோளில் கிடந்த மேல் முண்டை எடுத்து வீசி வேர்வையைப் போக்குவதினிடையே மேனோன் சொன்னார்:

“இழுப்புக் கோளாறிருக்கு. டாக்டர் கோபால மேனோன் பூங்களத்துக்கு வந்தப்ப போய்ப் பாத்தேன். வைத்தியமெல்லாம் நிறைய பாத்தாச்சு. இப்பவும் அமாவாசை வந்துட்டா தூக்கம் கிடையாது.”

சித்தியிடம் கேட்டுக் கொதித்த தண்ணீர் வாங்கிக் குடித்து இழுப்பு மாறியதும் கேட்டார்:

“இப்ப உன் லைன் என்ன?”

“சின்னச் சின்ன பிசினஸ்கள்...”

“மர யாவாரமா?”

“உம் ...”

“சொந்தமாவா?”

அதற்கும் மெல்ல முனகி வைத்தான்.

“கொஞ்ச நாளாவே அப்பாட்ட எழுதச் சொல்றேன். வந்ததாக் கேள்விப்பட்டதும் நேர்ல வந்துட்டேன்.”

சித்தி சொன்னதுபோல் தான் வந்திருக்கும் தகவல் மிக விரைவாக ஊருக்குள் பரவி விட்டது.

“என் பேரனை நீ பாத்திருக்க மாட்டே. ஒன்பதுல தோத்துட்டான். பிறகு படிக்க வைக்கலை. அவனுக்குப் படிக்க ஆர்வமில்லை. மூணு நாலு வருஷமா சும்மாதான் இருக்கான். அவனுக்கு நீதான் எங்காவது ஒரு வேலை வாங்கிக் கொடுக்கணும்.”

“வேலை கிடைக்கிறது இந்தக் காலத்தில ...”

முடிக்க விடாமல் மேனோன் இடை மறித்து ஆறுதல் சொன்னார்:

“இன்ன வேலைதான்னு இல்லை. ஊர் எதுவாக இருந்தாலும்கூட பரவால்லை. உன்னால இப்ப ...” ஒரு நிமிடம் இடைவெளி விட்டுத் தொடர்ந்தார்: “அது முடியும். கண்டவங்க கிட்ட போய் நான் கேக்குறது நல்லாவா இருக்கும்?”

“பாக்குறேன்.”

“குடும்பத்துல இப்ப நான் மட்டும்தான். பாகம் வெச்சதெல்லாம் கேள்விப்பட்டிருப்பியே.”

“கேள்விப்பட்டேன்.”

“சாயங்காலம் அக்கரைவரைக்கும் போக வேண்டியதிருக்கு. அதுதான் இப்பவே வந்தேன். எப்ப அவனை அனுப்பி வைக்கட்டும்?”

“முதல்ல நான் விசாரிக்கிறனே? பிறகு லெட்டர் போடுறேன்.”

மேனோன் சென்றதும் உள்ளே இருந்து பித்தளைத் தம்ளரில் சாயா கொண்டு வந்த சித்தி சொன்னாள்:

“மூணு வேளையும் குடி. அதனால தம்பிமார்கூட தகராறு.”

தம்ளரை உதட்டில் வைக்கும்போது புதிதாகக் கறந்த ஆட்டுப்பாலின் நெடி. தம்ளரை கீழே வைத்துவிட்டு தயக்கத்துடன் இருக்கும்போது சித்தி அவசரப்படுத்தினாள்.

“இனிப்புப் போதாதா? யாராவது இப்ப வருவாங்க. அதை எடுத்துக் குடிச்சிடு.”

முக்கால் பகுதியைக் குடித்து முடித்து, தம்ளரைக் கொடுத்து விட்டு ஒரு சிகரெட்டைப் பற்ற வைத்துச் சாய்வுப் படியோரம் உட்கார்ந்தான்.

"காசு பணமொண்ணும் வேண்டாம். இருந்தாலும் . . ." சித்தியின் குரல் மீண்டும் தழுதழுத்தது.

"வீடிருக்கு. இங்க நாங்க சிலர் இருக்கோமுங்குற ஞாபகம் வேணும். எத்தனை வருசமாகுது தெரியுமா? ஒண்ணு ரெண்டுல்லப்பா, ஒம்பது வருசம். எல்லாமே உனக்கும் தெரியும்."

— ஒன்பது வருடங்கள்.

ஒன்பது வருட நிகழ்வுகளையும் சித்தி பட்டியல்போட ஆரம்பித்து விடுவாள்போல் தோன்றியது. அவன் மெல்ல எழுந்தான்.

முன்வாசல் மாடியறை. உருளை வடிவ மரச்சட்டமிட்ட ஜன்னல் இடைவெளியினூடே வெளிச்சம் தயக்கத்துடன் எட்டிப் பார்க்கிற அறைக்குள் பழைய பகல்களும் இரவுகளும் மயங்கிக் கிடந்தன. சுவரில் கோடிட்டு வைத்த வரிகளும் முகவரிகளும் அழிந்துபோய் விட்டனவா? விளக்கு வெளிச்சத்தில் பார்த்தால்தான் தெரியும். அறைக்குள் களிம்புப் படர்ந்த பித்தளைப் பாத்திர வாசமுள்ள பழைய அதே காற்றுதான் இப்போதும். சட்டையையும் பனியனையும் கட்டிலுக்குக் கீழே போட்டுவிட்டு, பெட்டியிலிருந்த டவலை எடுத்து தோளிலிட்டு விட்டு சாய்வுப்படியில் மல்லார்ந்துப் படுத்தான்.

அறை முன்பைவிடவும் அதிகமாக இருண்டு விட்டதோ? கண்கள் தளர்ந்து விட்டதால்தான் மெல்லியக் காவி நிறமுள்ள தரை தெரியவில்லையா?

கீழே சித்தி, பத்முவுக்கு ஏதோ உத்தரவுகள் பிறப்பித்துக் கொண்டிருந்தாள். கிழக்கு வராந்தாவில் நின்று சாதுரியமாகப் பேசி யாரையெல்லாமோ திருப்பியனுப்பிக் கொண்டிருந்தாள்.

"ரொம்ப தூரம் நடந்து வந்த களைப்புல இப்பதான் கொஞ்சம் படுத்தான். காரை அக்கரையில நிறுத்தியிருக்கானாம். நீ போயிட்டு நாளைக்கு வா. தாமி, சின்னத் தம்புரான் போயிட ஒண்ணும் மாட்டான். கண்டிப்பாப் பாக்கலாம். நீ, போயிட்டு அப்புறமா வா."

சித்தி மெல்ல படியேறி வருகிற சத்தம் கேட்டபோது எழுந்து உட்கார்ந்தான்.

"செறுமன், செறுமி, மாப்பிளைங்கன்னு எவ்வளவு பேர்தான் வருவாங்க." கரிய ஈறுகளைக் காட்டிச் சிரித்தபடியே

தொடர்ந்தாள்: "எல்லாம் ஏதாவது கிடைக்கும்னுதான். நீ பணமா அள்ளுறதால்ல எல்லாரும் இங்க பாடிட்டு திரியிறாங்க."

ஓவறை மரப்பலகையில் சாய்ந்து நின்றபடி சித்தி சொன்னாள்:

"உடம்புக்குக் கொஞ்சமும் முடியலைப்பா."

சித்தி தனது நோய்களைப் பற்றி விவரித்தாள்: "ராத்திரியானா காலைத் தரையில வைக்க முடியலை. ஒரே வேதனை. குதிகால் வாதம்னு தைலமெல்லாம் புரட்டிப் பாத்தாச்சி. ஜீரணக் கோளாறு. எதைத் தின்னாலும் புளிச்ச ஏப்பம்."

எல்லாவற்றையும் உம் கொட்டிக் கேட்டுக்கொண்டான்.

பொடி போட்டக் கையை உதறி, விரிந்த மூக்கை நிமிண்டிக் கொண்டு *கிளிவாசல் வழியாக வெளியே பார்த்தபடி சிறிது நேரம் பேசாமல் நின்றிருந்த சித்தி திடீரென்று கேட்டாள்:

"பரமேஸ்வரனோட தந்தி வர்றப்ப நீ அங்க இருந்ததானே?"

முகத்தை சுவர்ப்பக்கம் திருப்பி மூடிய கண்களைக் கசக்கியபடி அவன் மெதுவாகச் சொன்னான்:

"இல்லை."

"உம்..."

முகத்தைத் திருப்பிய அவன், சித்தி ஈரக்கண்களைத் துடைப்பதைக் கண்டான்.

"வருவே, வருவேன்னுட்டு விடியக்காலை வண்டி வர்றது வரைக்கும் எதிர்பாத்தோம். பிறகுதான் பிணத்தை எடுத்தோம்."

மே மாதம். இளங்குளிர் வீசும் இரவு. அனல் பறக்கும் வெயிலிலிருந்து அந்நாளின் நினைவுகள் ஆரம்பித்தன...

ஓட்டல் அறையில் தூக்கமிழந்த கண்களும் கனத்தத் தலையுமாக ஒன்பது மணிக்கு எழுந்திருக்கும்போது வெளியே வெயில் உக்கிரமாக ஆரம்பித்திருந்தது. குளிரில் உறைந்த மூளைக்குள் நினைவு உணர்ந்தெழுந்தது. இன்று தீர்ப்பு நாள்.

முதல் நாள் நள்ளிரவுக்குப் பிறகு, நினைவுகளைப் போதையில் மூழ்கடித்து விட்டுப் படுத்துத் தூங்கினான்.

பகுதி நேர கணக்குப்பிள்ளையாக வாழ்க்கையைத் தொடங்கிய, நகரத்திலுள்ள ஒரு ஓட்டல் அறை. இதை நினைவில் வைத்திருக்கும் பட்லர்களே சொல்கிறார்கள்:

---

* சிறு சாளரம்

"பதினாலில யாரு இருக்கா?"

"சேது முதலாளி."

காஃபித் தம்ளரை எடுத்தக் கை நடுங்குவதுபோல் தோன்றியது. ஒரு மடக்குக் குடித்துவிட்டு கௌண்டரில் அழைத்துச் சொன்னான்: "ஒரு லார்ஜ் விஸ்கி."

கோர்ட் பதினொரு மணிக்குக் கூடும்.

புதிய நண்பர்கள் பத்து மணிக்கெல்லாம் வந்துவிடுவார்கள், ஒரு தைரியத்துக்காக!

இரவு அவள் தூங்கியிருப்பாளா? தொலைபேசியின் அருகில் சந்தேகத்துடன் நிற்கும்போது மணியடித்தது.

"ஹவ் ஆர் யூ?"

இறுகிய நரம்புகளின் தளர்ந்துபோன குரல்.

"ஐயாம் ஆல் ரைட்!" சொல்லி அமைதிப்படுத்த முயற்சி செய்தான்:

"நீ எதுக்கும் பதற்றப்படத் தேவையில்லை."

"ஆர் யூ வொரீட்?"

சிரித்தான். ஜீவனற்ற சிரிப்பு.

டிஸ்மிஸ் ஆர்டரின் ரெஜிஸ்டர் கவரை ஒப்பிட்டு வாங்கிய பிறகுதான் அதன் உள்ளடக்கம் தெரிந்தது. இதை எதிர்பார்த்துதான் ஏற்கனவே வீட்டைக் காலி செய்திருந்தான். கடிதத்தை அலட்சியத்துடன் வாசித்த உடனே லலிதாவுக்கு ஃபோன் செய்தான்.

"ஒரு குட் நியூஸ். இனி நான் உன் புருஷனோட வேலைக்காரன் கிடையாது."

அவள்தான் முன்னறிவிப்பு தந்தாள். பம்பாயிலிருந்து அண்ணனை வரவழைத்திருக்கிறார். நேற்று முழுவதும் படுக்கையருகில் உட்கார்ந்து அண்ணனும் வக்கீலும் இரகசியக் குரலில் ஆலோசனை நடத்தினார்கள்.

வியாபாரத்தில் பெருந்தொகையைக் கையாடி விட்டதாகத் தொடுத்த வழக்கின் சம்மன் வந்தபோதும் அவன் பதறவில்லை. அலுவலகத்திலிருந்து நீக்கம்செய்த ஃபைல்களிலிருந்து அட்ஜஸ்ட்மென்டுக்காக தன் பெயரில் வரவு வைத்த தொகைகளைக் கணக்குப் பார்த்தான். இரவோடிரவாக வக்கீலைத் தட்டியெழுப்பி ஒரு எதிர் வழக்கு. ஒரு லட்சம் ரூபாயும் லாபத்தில்

பங்கும் வேண்டும். பேச்சு வார்த்தைக்கு வந்தவர்களிடம் சொன்னான்:

"முதலாளிதானே? கேஸை நடத்தி ஜெயிச்சுக்கட்டும்."

"முதலாளி கேசை விட்ரா பண்ணிக்குவார். ரொம்ப மோசமான உடல் நிலையில இருக்குறவரில்லையா? தப்பு யார் பக்கம்னு எங்களுக்குத் தெரியாது. இருந்தாலும் மனிதாபிமானம் கருதி..."

உரக்கச் சிரித்து விட்டான்.

சமரசம் பேச வந்தவர்கள் வெளிறிப்போய் நின்றார்கள்.

"ஏன் சிரிக்கிறீங்க?"

"ஒண்ணுமில்லை."

மனிதாபிமானம் கருதி..!

"சரி, நாங்க என்ன முடிவுக்கு வர்றதுக்கு?"

"என்ன முடிவுக்கு வேணாலும் வாங்க. நான் மனுசனே கிடையாதுங்குற முடிவுக்கு வரைக்கும்."

ஒருநாளிரவு லலிதாவிடம் கேட்டான்:

"உனக்குத் தைரியமிருக்கா?"

"எதுக்கு?"

"எதுக்கும்."

"தைரியமிருந்ததால்தானே இங்க வந்தேன். ஐ தோட் ஐ வில் நெவர் கம் ஹியர். ஐ குட் நோட் ஸே நோ."

"அப்படின்னா ஒரு ஸூட் ஃபைல் பண்ணு."

"எதுக்கு?"

"டிவோர்ஸ்."

அவனது முழங்கையின் கீழிருந்த வேர்வைத் துளிர்க்கும் திரட்சியான முகம் திடீரென்று வெளிறியது. மௌனத்தைத் தாங்க முடியாத அவன் எழுந்து குளியலறைக்குச் சென்று உடைகளை அணிந்துவிட்டு வெளியே வரும்போது அவள் டிரெஸ்ஸிங் டேபிள் முன் உட்கார்ந்து முடி சீவிக்கொண்டிருந்தாள். கண்ணாடியில் தென்பட்ட உருவத்தின்மீது பார்வையைப் பதித்த அவள் உடனே கண்களைத் திருப்பிக்கொண்டாள்.

குளியலறையின் பின்புற வாசலுக்குப் பின்னால் இருளடர்ந்த இடைவழியில் நின்றுகொண்டிருக்கும் காரை

நோக்கி நம்பிக்கைக்குரிய டிரைவர் நகர்ந்ததை அவன் கவனிக்க வில்லை. அகன்று செல்லும் காலடியோசைகள் இடையிடையே சந்தேகத்துடன் நிற்பதைக் கவனித்தாலாவது அவனால் புரிந்து கொண்டிருக்க முடியும்.

தூக்கத்தில் டெலிஃபோன் மணியடித்தபோது அவன் கொஞ்சமும் எதிர்பார்க்கவில்லை.

"ஐயாம் ரெடி."

"வாட் ?"

"ஐயாம் ரெடி."

மறுநாள், புகழ்பெற்ற கிரிமினல் வக்கீல் 'எக்ஸ்ட்ரீம் மென்டல் க்ரூவல்டி'யையும் 'இன்கம்பாற்றபிளிட்டி'யையும் விவரிக்கும்போது எதிர்ப்புறம் அவள் எந்தப் பாவ வேறுபாடுமின்றி கேட்டுக்கொண்டிருந்தாள்.

மணி பதினொன்று

நரம்புகள் முறுகி வெடித்துவிடும்போல் தோன்றிய நிமிடம் டெலிஃபோன் மணியடித்தது. வக்கீலின் கனத்தக் குரல்:

"ஒரு மணியாயிடும். டோன்ட் வொர்ரி."

வெளியே வெயில் அனல் பறந்துகொண்டிருந்தது. காலியான வயிற்றுக்குள் மெர்சன்ட் கிளப் சிப்பாய் கப்பல்காரர்களிடமிருந்து டியூட்டி கட்டாமல் கடத்திய ஃபாரின் விஸ்கியின் தீக்கனல் பறந்தது. மயக்கத்தை நோக்கி நழுவிக்கொண்டிருந்த உணர்வு நிலையில் மீண்டும் அழைத்தார் வக்கீல்:

"கங்கிராஜுலேசன்ஸ். நாம ஜெயிச்சுட்டோம்."

வாய்விட்டுச் சிரித்தான்.

யாருக்கு வாழ்த்துச் சொல்வது ? தன்னைத்தானே வாழ்த்திக் கொள்வதா ? இந் நிமிடத்துக்காகக் காலம் முழுவதும் காத்திருக்கத் தயாரென்று முன்பு தனக்குள் பலமுறை சொல்லிக்கொண்டான். உண்மையின் முகத்தோற்றத்தை மாற்றுவதில் புகழ்பெற்ற வக்கீல் அகம்பாவக் குரலில் சொல்கிறார்: "வாழ்த்துக்கள்."

— எனக்கா ?

எதையும் அடைந்துவிடவில்லை என்ற உணர்வு மனதுக்குள் அரும்பியது. யார்தான் வெற்றி பெற்றார்கள் ?

டெலிஃபோன் மணி தொடர்ந்து அடித்துக்கொண்டிருந்தது. இறுதியில் லலிதாவின் தளர்ந்தக் குரல்: "ஹலோ ! ஆர் யூ ஹேப்பி ?"

– நலலது, பகிழ்ச்சி! உரக்கச் சிரிக்க வேண்டும்போலிருந்தது.

உடனடியாக புறப்பட வேண்டுமென்றாள். கொஞ்ச நாட்கள் மற்றவர்களின் கண்களை விட்டு விலகியிருக்க வேண்டுமாம்.

பரமேஸ்வரண்ணனின் தந்தி அன்று சாயங்காலம்தான் வந்திருக்க வேண்டும்.

அப்போது புகழ்பெற்ற ஏரிக்கரை பூங்காவின் அருகிலுள்ள ஓட்டலுக்கு வந்திருந்தார்கள். மாடியில் மூன்றாவது ஸூட்டின் வெளியே உள்ள தனி வராந்தாவிலிருந்து அவள் குழந்தைகளைப் பற்றி பேசிக்கொண்டிருந்தாள்.

தனது அலுவலகத்துப் பேசுவதற்கான டிரங்கால் கிடைத்த போது புதிய குமாஸ்தா சொன்னான்:

“ஒரு தந்தி வந்திருக்கு.”

“எங்கிருந்து?”

இளம் குமாஸ்தா பதில் சொல்லத் தயங்குவதைப் புரிந்து கொண்டு உற்சாகத்துடன் சொன்னான்:

“பிரிச்சுப் படிடா.”

“வீட்டிலிருந்து முதலாளி. மதர் – மதர் – மதர் எக்ஸ்பைர்ட்...”

ஃபோனைக் கீழே வைத்து விட்டு வரவேற்பறையைப் பிரிக்கும் கர்ட்டனை விலக்கிப் படுக்கையறை டீப்பாயிலிருந்து சிகரெட்டை எடுத்துப் பற்ற வைத்தபோது அவளும் கூடவே வந்து கேட்டாள்:

“என்ன விசேஷம்?”

“நத்திங்.”

அவளது முகத்தைப் பார்க்காமல் பதில் சொன்னான். வராந்தாவில் போய் நிற்கும் போது அழ வேண்டும்போலிருந்தது. இல்லை, மனம் ஊற்றுகளற்ற பாறைபோல் கனத்துக் கிடந்தது.

“டீ ஆறிடும்.”

மீண்டும் உள்ளே இருந்து நினைவூட்டினாள்.

கீழே பூங்காவின் சதுர – வட்டங்களைச் சுற்றி, செயற்கை நிலவொளி பரப்பும் ஒளிக்குடில்களின் கீழ் நகர்ந்துகொண்டிருக்கும் பார்வையாளர்களை வெறுமனே பார்த்துக் கொண்டு நின்றான். அபயமற்ற வழிப்போக்கன்போல் மனதின் வாசல்படியில் சொற்கள் நின்று இரைந்தன: “அம்மா இறந்துபோய் விட்டாள்.”

அறைக்குள் வந்தபோது புது வாசம் பூசி, சுருக்கம் விழுந்த ஓரக்கண்களில் மாக்ஸ்ஃபேக்டர் தடவிக்கொண்டு நிற்கும் நேற்றைய அழகியின் தளர்ந்த முகத்தில் வேதனை நிழல் படர்ந்திருப்பதைக் கண்டான்.

மீண்டுமொரு சிகரெட்டைப் பற்ற வைத்து ட்ரே இருந்த டீப்பாயின்மீது காலைத் தூக்கி வைத்தபோது மீண்டும் நினைவுப்படுத்தினாள்:

"டீ ஆறிடிச்சி."

குற்றம் சொல்கிறாளா?

"சிங்கில ஊற்றிடு."

குரலில் கண்டிப்புத் தொனித்து விட்டதா? வியப்பை விடவும் அதிகமான பதற்றத்துடன் பக்கத்தில் வந்து நின்ற அவளது உதடுகள் நடுங்குவதுபோல் தோன்றியது. என்ன? என்ன நடந்தது? வெளிவராத கேள்விகள் முகத்தில்.

நத்திங். ஒன்றுமில்லை. எனக்கு எதுவும் ஆகிவிடவில்லை.

பெரிய இரட்டைக் கட்டிலின் ஒரு புறம் வாசமுள்ள மூச்சுக் காற்றை சுவாசித்துப் படுத்திருக்கும்போது தனக்குள் கேட்டுக்கொண்டான்: கருங்கல் பாதையில் காலடியோசை கேட்கும்போது அனுபவித்த மகிழ்ச்சி இன்று எங்கே போனது?

குளிர் மெத்தையில், சில்லிட்ட உடல் ஸ்பரிசமேற்று மெல்லிய இருளில் படுத்திருக்கும்போது மூடிய கண்கள் அவனையறியாமல் நிரம்பின. இல்லை, இன்னமும் அழுவதற்கான மனதை இழந்துபோய் விடவில்லை. விதும்பியதுபோலவும் தோன்றியது. தன்னைக் கட்டுப்படுத்திக்கொள்ள முயற்சிக்கும்போது சோர்ந்தக் குரலில் கேட்டாள்:

"வாட்டிஸிட் டார்லிங்?"

– ஒண்ணுமில்லை. எனக்கெதுவும் ஆகிவிடவில்லை. இளஞ் சூடான கை மெல்ல மார்பில் நகரும்போது தாங்கிக்கொள்ள இயலாமல் தவித்தான்.

"சொல்லு, என்னாச்சு?"

"நத்திங்."

நத்திங். இருளடர்ந்த இந்த இராப்பொழுதோ கடந்து வந்த நீண்ட தொலைவுகளோ எதுவுமல்ல . . . ஆவலுடன் எதிர்பார்த்திருந்து அனுபவித்த ஆனந்தமோ தலையணைகளின்

சுகவாசியோ எதுவுமல்ல நத்திங் . . . நீ எதுவுமல்ல . . . நீ சொன்ன இலக்கங்களோ கணக்குகளோ . . . விலையுயர்ந்த ஓட்டல் அறைகளோ. . . காரின் விண்ட் ஸ்கிரீனில் பதித்த சிங்க இலச்சினைகளோ எதுவுமல்ல . . . உன்னால் இதைப் புரிந்துகொள்ள இயலாது . . . நத்திங் . . . நத்திங் . . .

"டெல் மீ, எங்கிட்ட சொல்லு."

"ஒண்ணுமில்லை."

குளிர்ந்து மரத்த இரவின் ஈரத் தலையணைகளில் ஆரம்பிக்காத முதலிரவு முடிவுக்கு வருகிறது . . .

. . . கிளிக்கூண்டின் அருகில் சந்தேகத்துடன் வட்டம் சுற்றி நின்ற வண்டு கடைசியில் மண்புற்றில் நுழைந்தது. சித்தி சொன்னாள்:

"ஒரு வகையில அவளைக் கடவுள்தான் காப்பாத்துனார். மத்தவங்களைத் தொந்தரவா நினைக்க விடாம கண்ணை மூடிட்டா. மிச்சமிருக்குறவங்க பிரார்த்தனையும் அதுதான் . . . இந்தப் புள்ளையை யார் கையிலாவது நீ ரெண்டு கச்சைக்குப் பிடிச்சுக் கொடுத்துட்டாப் போதும். உன்னை நான் பெறலைங்குறது மட்டும்தான். அது போதும், எனக்கு வேற ஒண்ணுமே வேண்டாம். அதுக்குப் பிறகு, நான் எப்படி இருந்தாலும் பிரச்சினையில்லை."

நரைத்த வைக்கோல் இழைகளில் கண்களைப் பதித்த அவன் அமைதியாக உட்கார்ந்திருந்தான்.

"என்னப்பா யோசிக்கிறே?"

"ஒண்ணுமில்லை."

9

ஓரக்கல்லில் அந்தி விளக்கேற்றிவிட்டு பத்மு வீட்டுக்குள் சென்றாள். பகலின் மிச்ச வெளிச்சம், பாதி மறந்த சோகம்போல் வெளிறி நின்றது. வடக்கு வீட்டிலிருந்து கேட்கிறதா? ஏதோ ஒரு குழந்தை யாருக்காகவோ சொல்வதுபோல் நாமம் ஜெபிப்பது கேட்டது. தெற்கே, மூங்கில் காட்டுக்குப் பின்னால் எங்கிருந்தோ லவுட் ஸ்பீக்கரில் ஒரு பழைய திரைப்படப் பாடல் கேட்டது. திருமண வீடாக இருக்கும். தொடர்ந்து, வடக்கு வீட்டுக் குழந்தையின் குரல் அமைதியானது. முற்றத்தில் அங்குமிங்குமாக நடந்துகொண்டிருக்கும்போது சித்தி கேட்டாள்:

"குளிக்கிறியா? தண்ணி சூடாக்கித் தரவா? இருட்டுன பிறகு கிணற்றங்கரையில நின்னுக் குளிக்கலாம்."

இதைச் சொல்லிவிட்டு கிணற்றங்கரையில் நான்கு மடல் ஓலை வைத்து மறைத்துக் கட்டுவதற்குப் பலமுறை சொல்லியும் கேட்காத தாமியைத் திட்டினாள்.

"குளிக்கலை. கை கால் அலம்பினா போதும்."

முற்றத்தின் மேற்கு மூலையிலிருந்துப் பார்க்கும்போது இல்லத்தோட்டத்தில் இருள் படர்வது தெரிந்தது. நரைத்த மேற்புரைக்குள் ஆளில்லை என்றுதான் முதல் பார்வையில் தோன்றும். சமையல் கட்டின் கரி படிந்த நிலைப்பலகையின் பின்னால் அப்போது சிம்னி விளக்கின் வெளிச்சம் தெரிந்தது.

இல்லத்துக்கு வரும் வழிப்பாதை காடு தட்டிக் கிடந்தது. தகர்ந்த வேலியருகில் தென்பட்ட கரிய உருவத்தைப் பார்த்ததும் மனம் திடுக்கிட்டது.

மங்கிய வெளிச்சத்தில் யாரோ நடந்து வந்துகொண்டிருப்பது தெரிந்தது. அருகில் வந்தபோதுதான் ஆள் யாரென்று புரிந்தது. உண்ணி நம்பூதிரி.

உண்ணி நம்பூதிரி முழுவதுமாக நரைத்துப் போயிருந்தான். அறுபது வயதானவன் போல் தோற்றம். கால் முட்டிக்கு மேலே உடுத்தியிருந்த அழுக்கு டவலை அவிழ்த்துவிட்டு பக்கத்தில் வந்து நின்று சிரித்தான்.

"அப்புறம் வேறென்ன விசேஷங்கள் உண்ணிம்பூரி?"

"இப்பதான் கேள்விப்பட்டேன், வந்திருக்குறதா."

"உக்காரணும் உண்ணிம்பூரி."

திண்ணை ஓரக்கல்லின் அருகில் உட்கார்ந்தான். அந்தித் திரி அணைந்திருந்தது. பத்மு ராந்தலைப் பற்ற வைத்து கீழ்த் திண்ணையில் கீழ்ப்பக்கமாக வைத்தாள். உண்ணி நம்பூதிரியின் முகத்தை ராந்தல் வெளிச்சத்தில் பார்க்கும்போது பயமாக இருந்தது. நரை படர்ந்தக் குற்றித்தாடியும் கறுத்துத் தேய்ந்த பற்களும், கலைந்துக் கிடக்கும் சவுரிக்கட்டு போன்ற தலை முடியும். தனித்துப் போகும் வழியில் யாராவது பார்த்தால் விலகிக் கொள்வதுபோன்ற தோற்றம்.

சேதுவை இடையிடையே பார்ப்பதும் அவன் கவனித்தால் தலை குனிந்துக் கொள்வதுமாக இருந்தான் உண்ணி நம்பூதிரி.

"இப்ப திருவிழாவுக்கெல்லாம் போறதில்லையா, உண்ணிம்பூரி?"

"இல்லை."

உண்ணி நம்பூதிரி ஏதாவது பேசுவான் என்று எதிர்பார்த்தான். எதையாவது சொல்லிவிட்டு உரத்தக் குரலில் பொக்கையாக சிரிப்பான்போல் தோன்றியது. மங்கிய இருளில் மயானத்தின் காஞ்சிரங் கம்புபோல் அசையாமல், சத்தமில்லாமல் உட்கார்ந் திருந்தான்.

"உண்ணிம்பூரிக்கு எத்தனை பிள்ளைங்க."

"மூணு." சிறு அமைதிக்குப் பிறகு மீண்டும் சொன்னான்: "மூணுமே பெண் குழந்தை. இருந்த ஒரு உண்ணியும் போயிட்டான்."

அந்தர்ஜனத்தின் மனைக்காரர்களின் கோயிலில் பன்னிரெண்டு வருடங்களுக்குப் பிறகு திருவிழா. உண்ணி நம்பூதிரி சீக்கிரமாகப் போய்விட்டான். பகல் திருவிழாவின் போது சாமி எழுந்தருள்வதைப் பார்த்தபடி பெரிய மதில் கட்டின்மீது உட்கார்ந்திருந்த உண்ணி நம்பூதிரியின் மடியிலிருந்த குழந்தை உண்ணி, திடீரென்று நழுவி கீழே விழுந்து விட்டான்.

"விழுந்ததைத்தான் பாத்தேன்... பாத்துட்டு நிக்கும்போதே..."

உள்வாசலில் நின்று சித்தி மெதுவான குரலில் உருவிட்டாள்: தாயே, மகாமாயீ!

மீண்டும் தாங்க இயலாத அமைதி. மூச்சடைக்க நிற்கும்போது சித்தி கேட்டாள்:

"மாங்கா மரத்தை விலைக்குக் கொடுத்தாச்சா உண்ணிம்பூரி?"

"பதினைஞ்சு ரூபா கிடைச்சு. இன்னும் பத்து தரணும்."

உண்ணி நம்பூதிரியும் ஏதாவது உதவி கேட்டு வந்திருப்பான் என்று நினைத்தான்.

போகும்போது பத்து ரூபாய் கொடுக்க வேண்டுமென்று மனதுக்குள் நினைத்துக்கொண்டான். அப்போது உண்ணி நம்பூதிரி எழுந்து முற்றத்தில் நடந்துகொண்டிருக்கும் சேதுவின் அருகில் வந்தான். மண்ணின், காய்ந்த வெற்றிலையின், வேர்வையின் நெடி.

"இனி போறது எப்ப?"

"முடிவு பண்ணலை."

"அப்புறம்..."

உண்ணி நம்பூதிரி தயக்கத்துடன் நிறுத்தியபோது சேது பரிவுடன் சொன்னான்:

"சொல்லணும் உண்ணிம்பூரி, தயங்க வேண்டாம்."

"நான் சேது மாதவன்கூட வந்தா, எங்காவது ஒரு வேலைப் பாத்துத் தர முடியுமா?"

"உண்ணிம்பூரிக்கா?"

"உம்."

சேது சிரிக்க முயன்றான்: "இல்லத்திலுள்ள விஷயங்களை யாரு கவனிப்பா?"

உண்ணி நம்பூதிரி சிரித்தான். பழைய பொக்கைச் சிரிப்பல்ல. குரல் தழுதழுப்பை மறைப்பதற்காக சிரமப்பட்டு சிரிப்பதுபோல் தோன்றியது.

"என்ன இருக்கு இங்க கவனிக்கிறதுக்கு? கோவிந்தன் கையிலிருந்து ஒரு மணி நெல்கூட கிடைக்கிறதில்லை. பாக்குப் பறிக்கிறதும் நின்ன பிறகு... அதெல்லாம் பெரிய கதை."

என்ன சொல்வதென்று யோசிக்கும்போது உண்ணி நம்பூதிரியே சொன்னான்:

"சமைக்கவோ வெச்சி விளம்பவோ கூட இருக்கலாம். பரவால்லை."

இருட்டில், மிக அருகில், எதிரில் தெரியும் பளபளக்கும் கண்களைப் பார்த்த சேது ஒரு அடி பின்னால் நகர்ந்து நின்று சொன்னான்:

"ஆகட்டும், உண்ணிம்பூரி கிளம்பணும். பாக்கலாம்."

களத்துமேட்டின் பின்புற வழிப்பாதையில் படிந்துக் கிடக்கும் இருளினூடே உண்ணி நம்பூதியின் கரிய உருவம் காணாமல் போனது.

"பத்தாயத்தை வரைக்கும் உடைச்சி வித்தாச்சு. அகத்துள்ளவளைப் பாக்கணுமே, செறுமிகளை விட மோசமா யிட்டாள்."

சித்தி அவசரப்படுத்தியபோது கல் தொட்டியில் போய் கை கால் கழுவினான்.

"சாப்பிட நேரமாச்சா?"

"ஒண்ணும் அவசரமில்லை."

"மாதவன் வர்றதுக்கு எப்பவுமே நேரமாவும். ராத்திரிதான் யாவாரம் கொஞ்சம் அதிகமா நடக்கும்."

மாதவன் மாமா வழக்கத்துக்கு மாறாக அன்று கடையை சீக்கிரமாக மூடிவிட்டு வந்தார். இரையும் செருப்பைக் கழற்றி

விட்டு வராந்தாவின் ஓரத்தில் உட்கார்ந்தபோது மடியிலிருந்த சாவிக்கொத்துக் கிலுங்கியது. மாதவன் மாமா இன்னும் கொஞ்சம் தடித்திருந்தார். காலர் வைத்த கம்பெனி பனியனும் தோளில் சிவப்புக் கரை துண்டும் கிடந்தது. லைட்டரில் அவர் பீடி பற்றவைக்கும்போது முன்புறம் ஒரு பல் இல்லாதது தெரிந்தது.

"வரும்போது பிள்ளைகளையும் அழைச்சிட்டு வந்துருக்கலாமேடா?"

– பிள்ளைகளா? என் பிள்ளைகளா? அவர்கள் இன்னொரு கோர்ட் உத்தரவை எதிர்பார்க்கிறார்கள். வீட்டுக்கு வரும்போது அழைப்பதற்கான ஒரு வார்த்தையை அவர்கள் தேடிக் கொண்டிருக்கலாம்.

மாதவன் மாமா தனது குடும்பத்தைப் பற்றிதான் கேட்கிறார். தட்டுத் தடுமாறியபடி அவன் பதில் சொன்னான்:

"அவசரமா ஒரு வேலையிருந்தது. புறப்படும்போது – திடீர்னு."

"நான் கொள்முதலுக்கு அங்க வர்றதுண்டு. நீ இருக்குற இடம் எனக்குத் தெரியாது. போற அன்னைக்கே திரும்புறதுனால தேடிப்பிடிக்க நேரமும் இல்லை."

மாதவன் மாமா பனியனை மாற்றிவிட்டு டவலை வாங்கி விட்டு கிணற்றங் கரைக்கு நடக்கும்போது சொன்னார்:

"ஆத்துல சொட்டுத் தண்ணி கிடையாது. கால தோஷம்."

வாசலின் பின்னால் நின்று சித்தியை அழைத்து பத்மு மெதுவாகக் கேட்பது காதில் விழுந்தது: "அப்பளத்தைக் குழம்பு வைக்கவா, காய்ச்சவா?"

சித்தி ஒரு கறிகூட வைக்கச் சொல்லிவிட்டு அவளுடன் சமையல் கட்டுக்குச் சென்றாள்.

நேற்றிரவு இதே நேரம் கே.எம். மேனோனின் ஹவுஸ் வாமிங் பார்ட்டி நடந்தது... ரங்கூனில் குண்டு போட்ட காலத்துக் கதைகளை மேனோன் போதை மொழியில் விவரிப்பதைக் கேட்டுக்கொண்டிருந்தான்.

கண்கள் இடையிடையே மூலையில் ரேடியோவின் அருகில் கிடந்த சோஃபாவை நோக்கிச் சென்றன. நிசப்தமான ஒரு கண்டிப்பை அவளுக்கு உணர்த்துவதற்காக அவை சிரமப்பட்டன.

இரவில் டீப்பாயிலிருந்து கார் சாவியைத் தேடியெடுத்துக் கையில் தரும்போது கண்கள் யாசித்தன.

ஆகவேதான் கேட்டான்:

"போலாமா?"

"போலாமா?"

குழைந்துபோன சொற்களைத் தேவைக்கதிகம் பயன்படுத்த வேண்டியதிருக்கிறது. அள்ளியெடுக்கும் அர்த்தமற்ற சொற்களைக்கூட மாலை கோர்க்கும் நயத்துடன் முன்பு பேச முடிந்தது. பேசிப் பேசி கடைசியில்...

– நாம என்ன பேசிட்டிருந்தோம்?

ஒன்றுமில்லை!

மை காட்! சரி, மணி என்னாகுது?

சொற்கள் இப்போது தேவைக்குப் பயன்படுத்துகிற, எளிதில் உடைந்துபோகிற, கண்ணாடிக்கூண்டுக்குள் அடைபட்ட அபூர்வப் பொருளாக மாறிவிட்டன.

நகரில் புதிதாகத் தொடங்கிய ஓட்டலில் நடந்த முதன் முதல் காபரே இரவின் கறுப்பு தின நினைவு மனதுக்குள் இன்னும் மிச்சமிருந்தது.

நினைவுகளை மீட்டுவதுபோல் வேதனையை வெளிக்காட்டாமல் சொன்னான்:

"இஃப் யூ டோண்ட் மைண்ட்? மிஸஸ் மேனோன்கிட்ட தலை வலின்னு சொல்லிக்கலாம்." தலைவலி இப்போது வரப்பிரசாதம். பிளஸ்ஸிங் இன் டிஸ் கைடு. தாங்க் காட்!"

வெறுப்பை வெளிக்காட்டாமல் சிரிப்பதற்குக் கடந்த வருடங்கள் கற்றுத் தந்திருந்தன.

"கெட் ரெடி."

ஏராளமானப் பணத்துடன் நகருக்குப் புதிதாக வந்திருக்கும் மேனோன் தம்பதியைப் பற்றி கார் ஓட்டுவதினிடையே சொன்னாள். மிஸஸ் மேனோன், மேனோனின் இரண்டாவது மனைவியென்றும் சொன்னாள்.

நகரத்தின் எல்லையைக் கடந்த ஒரு பகுதியில்தான் வீடு. கடற்காற்றின் குளிரும் அலைகளின் இரைச்சலும் காதுகளில் வந்து மோதின. இளம் பச்சை நிற விளக்குகள் பொருத்திய முகப்பைக் கடந்து போர்ச்சுக்கு வந்தபோது கார்கள் அணி வகுத்து நின்றிருந்தன.

வரிசையாக நிற்கும் கார்களில் ஒன்றை ஆர்வத்துடன் பார்த்த லலிதா கேட்டாள்:

"மோரிஸ் ஆக்ஸ்ஃபோர்ட். இம்போர்ட்டட். யாரோட கார்?" மனதுக்குள் விலையைக் கணக்கிட்டிருப்பாள்.

"தெரியலை."

அர்த்தமற்ற உபச்சாரச் சொற்கள், அறிமுகங்கள்.

மிஸஸ் மேனோன் ஜின் நிரப்பிய தம்ளருடன் எல்லா இடங்களிலும் நிறைந்து நின்றாள். மேனோனின் பக்கத்தில் நின்றால் மகளாக இருக்குமென்று தவறாக நினைத்துவிடுவார்கள். பைஜாமாவும் குர்த்தாவும் அணிந்த பதினாறு வயது மகள் சிகரெட் டின்னைத் திறந்து முன்னால் வைத்தாள்.

வெளியே சீற்றத்துடன் வந்து நின்ற சிவப்பு ஸ்போர்ட்ஸ் காரிலிருந்து யாரோ இறங்கினார்கள்.

வரவேற்பாளர் வாசலுக்கு விரைந்தபோது சேது, மனைவியைப் பார்த்தான்.

"ஐயாம் ஆல் ரைட்."

இணைந்த புருவமும் செழித்த உதடுகளும்கொண்ட முழங்கையில் இரும்பு வளையம் அணிந்த உயரமான இளைஞன் அதை அதிகரித்துக் காட்டுவதுபோல் குனிந்து வாசலைக் கடந்தபோது எல்லோருடைய கவனமும் அவன்மீது திரும்புவதுபோல் தோன்றியது.

மேனோன் அறிமுகம் செய்து வைத்தார். மார்வாடிகளின் கம்பெனியில் புதிதாக வந்த எஞ்சினியர். இந்திரஜித்.

தன்னை சுய அறிமுகம் செய்யும்போது சொன்னான்:

"நான் இந்திரஜித். நீங்க இதுல ஏமாறுகிற விஷயம் என்னன்னா நான் ராவணனோட மகனல்ல என்கிறதுதான்."

சேதுவுக்கும் பக்கத்திலிருந்த டாக்டருக்குமிடையில் உட்கார்ந்த அவன் சியர்ஸ் சொல்லித் தம்ளரை உயர்த்தும்போது மனதுக்குள் பொறாமை உருவானது. சொற்களில், பார்வையில், நடையில் தன்னம்பிக்கை நிரம்பி வழிவதுபோன்ற தோற்றம்.

தம்ளர்கள் காலியாவதும் நிரம்புவதுமாக இருந்தன. ஸ்டீரியோவிலிருந்து சங்கீதம் ஒழுகியது. சிரிப்பு முழக்கம் அதிகரித்தது. அருகில் வருகிறவர்கள் சொல்வதைக் கேட்கும் போதும் அவன் மனைவியைக் கவனித்தான். மெதுவாக, மெதுவாக...

கண்களின் தாக்கீதை அவள் கவனிக்காததுபோல் நடித்தாள்.

கையிலிருக்கும் பாதி காலியான தம்ளர், இரண்டாவதா, மூன்றாவதா? மேசையிலிருந்து தீப்பெட்டியை எடுக்கச் செல்வது போல் எழுந்து மனைவியிடம் முன் நின்று முணுமுணுத்தான்: "கேர் ஃபுல்."

அவள் முகத்தை உயர்த்திப் பார்க்கவே இல்லை.

பார்ட்டியைச் சூடு பிடிக்க வைக்க மிஸஸ் மேனோனுக்குத் தெரியும்.

அவள் அறிவித்தாள்:

"சர்க்குலேட்."

அனைவரும் இடம் மாறி உட்கார வேண்டும்.

ஃபிளவர் மில் உரிமையாளர் சிந்தியும் மேனோனும் வெளியே நடக்கும்போது அழைத்தார்கள்:

"வாங்க, கொஞ்சம் சுத்தமான காத்தை சுவாசிப்போம்."

தம்ளர்களைக் கையிலெடுத்துக்கொள்ளச் சொல்லி வற்புறுத்தினார் மேனோன். முற்றத்தின் அருகில் சென்று நின்றார்கள். தான் உருவாக்க இருக்கும் ஸிம்மிங்ஃபூல் பற்றி ஆவேசத்துடன் வர்ணித்தார் மேனோன். பின்னால் எங்கிருந்தோ கடலின் இரைச்சல் தெளிவில்லாமல் கேட்டது. எங்கோ கேட்கும் திருவிழா ஓசைபோல்.

மொட்டை மாடிக்கேறிய குழுவினரில் யாரோ 'ஒன் டூ த்ரீ... ஐ லவ் யூ' சீட்டியடித்தார்கள்.

நேரம் சென்றுகொண்டிருப்பதை எண்ணிப் பொறுமையிழந்த நிலையில் விடை பெறத் தொடங்கும்போதெல்லாம் மேனோன் குறுகிய இரவை நினைவூட்டினார்.

மிர்ச்சந்தானியின் உதவியுடன் தப்பித்துத் திரும்பி வரும்போது டைனிங் ஹாலில் மிஸஸ் மேனோனின் செழுமையான கையில் தனது விரல்களை அலையவிட்டு ரேகை பார்த்து விளக்கம் சொல்லிக்கொண்டிருந்தான் நடுத்தர வயதுள்ள இன்ஸூரன்ஸ் காரன்.

"எங்கே?"

"ஓ, டோன்ட் பி எ பெஸ்ட்! லீவ் ஹெர் ஃப்ரீ." சொற்கள் குழைகின்றன. நேராக நிற்க மறுத்த அவளது தலை இடையிடையே கைரேகை நிபுணனின் தோளில் சாய்கிறது. அருவருப்புடன்

உள்ளே நுழையும்போது ஆங்காங்கே சிறு சிறு குழுக்கள் உருவாகியிருப்பதைப் பார்த்தான்.

"என் மிஸஸைப் பாத்தியா?"

"வருவாங்க!"

யாரோ சிரித்தார்கள். தனக்கு எந்தப் பிரச்சினையுமில்லை என்று காட்டுவதற்காக இரண்டு மூன்று நிமிடங்கள் அவர்களுடன் நின்றுவிட்டு, யாரும் கவனிக்காதபடி பின் வாங்கினான்.

கடைசியில் மொட்டை மாடியில் கண்டுபிடிக்கப்படும்போது இரும்பு வளையமிட்ட கையைக் கழுத்தில் சூடி நின்றுகொண்டிருந்தாள் அவள்.

அகன்ற ஏணிப்படிகளில் இறங்குவதைக் குளிர்ந்து மரத்த மனதுடன் பார்த்துக்கொண்டு நின்றான். தடுமாறும் காலடிகள் இடறிக் கீழே விழுந்துவிடுவாள்போல் தோன்றியது. அலுமினியப் பிடியைப் பற்றும் விரல்கள் சற்றுத் தடுமாறினால் இருபத்தேழு படிகளைக் கடந்துக் கீழே வந்து பதியும் குவியலில் சிவப்பு ஈரம் படரும் காட்சியை மனதுக்குள் கற்பனை செய்தபடி காத்து நின்றான் ...

கார் கதவை மூடுகிற சத்தம் கேட்டதும் திடுக்கிட்டான். கதவை மூடியது நான் தானா?

தேம்பல் சத்தம் காதில் விழவில்லை என்பதுபோல் நடித்தான்.

முக்குவக் குடில்களையும் இடையிடையே கண் விழிக்கும் விளக்குத்தூண்களையும் கடந்து, வளைந்து நெளிந்த நகர வீதிகளை அடைந்ததும் பயந்துபோன விளக்குத் தூண்கள் உயிர்ப்பயத்துடன் பின்னால் ஓடி மறைந்தன. அடுத்த வளைவில்... அடுத்த வளைவில் பெரிய மதில் கட்டு வருமிடத்தில் வைத்துக் கண்களை மூடி ஆக்சிலேட்டரை ஓங்கி மிதித்துக் கையை விட்டு விட்டுச் சிரிக்க வேண்டும்போல் தோன்றியது. சிரிப்பின் ஓயாத தொனிகள் சக்கரங்களின், உலோகத்தின் அலறலில் சீறியடங்கும்போது . . .

இடது புறம் தேம்பலையடக்கிய அமைதியுடன் பீதியின் மூச்சடைப்புக் கேட்டது. விலக இடம் கிடைக்காமல் நின்றிருந்த தனித்த விளக்குத்தூண் காயம்பட்டுக் குதித்தோடித் தப்பிப்பதைக் கண்டு வாய்விட்டுச் சிரித்தான்.

"உனக்குப் பைத்தியம்."

“யெஸ், நமக்கு. இந்த காருக்கும், விளக்குத்தூணுக்கும்கூட. யெஸ்.”

மீண்டும் சிரித்தான்.

– கடைசியில் உன் வாசலுக்கு வந்துவிட்டேன். பயணம் எப்போதுமே இங்கே தான் முடிவடைகிறது. நீ கலையம்சம் காட்டிய தோட்டத்தினூடே வந்து வாசலைத் திறந்து உனது படுக்கையறையை அடைகிறேன். சீறிப்பாயும் சக்கரங்களின், தகரும் உலோகத் தகடுகளின் அலறல் சத்தம் கேட்ட நிமிடம் இழந்ததை நினைத்து நபுஞ்சகனின் கோபத்துடன் உனது குளிர்ந்த மெத்தையின் அருகில் நிற்கிறேன்...

காலையில் மஞ்சளும் கறுப்பும்கொண்ட பழைய டாக்சிக்காரர்கள் வாசலில் வந்து நின்றபோது எந்தக் கேள்விகளுமில்லை. வேலைக்காரன் அவசரமாக ஏற்பாடு செய்த தோல்பெட்டியை சீட்டில் வைக்கும்போது பயத்துடன் ஒரு கேள்வியை எதிர்பார்த்தான். இல்லை, எங்கே என்று சொல்ல வேண்டிய தேவை ஏற்படவில்லை.

கிருஷ்ணா, குருவாயூரப்பா நீதான் காக்கணும்!” திருநீறணிந்து, வராந்தாவில் இறங்கி நின்ற மாதவன் மாமா கேட்டார்: “நீ ஏன் இருட்டுல உக்காந்திருக்கே?”

“சும்மாதான்.”

எழுந்தான்.

“சாப்பிட வா. இலை போட்டு வெச்சி நேரமாகுது. திருநீறு போட்டு முடியட்டும்னு காத்திருந்தேன்.”

பத்மு ராந்தலுடன் கூடவே வந்தாள்.

சமையல் கட்டுத்தளத்தில் சாப்பிடுவதற்காக உட்கார்ந்திருக்கும் போது சித்தி சொன்னாள்: “நல்ல மீனொண்ணும் கிடைக்கலை. செறுமப் பையன் குருவோழி முழுசும் அலைஞ்சு ஒரு படி வேளூரி கொண்டு வந்தான்.”

“காலையில தூண்டில்காரன்கிட்ட சொல்லணும். நாளைக்கும் இருப்பேன்னா சொல்லிரலாம்.”

இருப்பேன் என்றோ மாட்டேன் என்றோ சொல்லவில்லை.

முருங்கைக் கீரையும் பருப்பும் கலந்த துவரன் சுவையாக இருந்தது. பத்மு மீண்டும் குண்டுப் பீங்கானில் கொண்டு வந்து பரிமாறினாள்.

மறு சோறு வைக்க வந்த சித்தியிடம் போதும் என்றபோது அவள் கேட்கவில்லை.

"ஒரு பிடிகூட, மோர் விட்டு."

கையை அலம்பி விட்டுத் திண்ணைக்கு வந்தான். முற்றத்தில் இருட்டில் நடந்தான். பத்மு, மாதவன் மாமாவுக்குத் திண்ணையில் போர்வை விரித்துக் கொடுத்தாள். சித்தி சொன்னாள்: "முன்வாசல் மாடியில பாய் போட்டிருக்கு. படுக்கப்போகும்போது சொல்லு. விளக்குக்கொண்டு போய் வைக்கணும்."

"நான் இப்ப படுக்கலை."

"அப்பாவைப் பாக்கப் போவலையா?"

"போகணும்."

"அப்பாவுக்கும் ரொம்ப முடியாம ஆயிடுச்சு. இடையில ஒரு நாள் போய்ப் பாக்கக் கூடாதா?" சொல்லிவிட்டு பத்முவிடம் உரத்தக் குரலில் சொன்னாள்:

"எடியே, நீ ஏதாவது தின்னுட்டு ஒரு பக்கமாப் போய்ப் படுத்துக்க. நான் ராத்திரி எதுவும் சாப்பிடுறதில்லை. வாயுத்தொல்லை இப்ப அதிகமாயிருக்கு."

பொடிபோட்ட மூக்கை நிமிண்டி விட்டு சித்தி கீழ்த் திண்ணையில் கால் நீட்டி உட்கார்ந்துகொண்டாள். இழுத்து முடித்த துண்டு பீடியை முற்றத்தில் சுண்டியெறிந்து விட்டு, கொட்டாவி விட்டபடி நீண்டு நிமிர்ந்துப் படுத்த மாதவன் மாமாவிடமிருந்து குறட்டைச் சத்தம் கேட்க ஆரம்பித்தது.

"புஷ்போத்து தங்கமணி இப்ப பாம்பேல. நீ அறிஞ்சிருப்பியே?"

இருட்டிலும் தன்னுடைய முகம் காட்டிக்கொடுத்து விடுமோ என்ற பயத்துடன் திரும்பி நின்றான். இதயம் துடிப்பதை அவனால் உணர முடிந்தது.

"எல்லாம் ஒரு யோகம்தான். இரண்டாவது குழந்தைப் பேறுக்கு ஊருக்கு வந்ததாக் கேள்விப்பட்டேன்."

நடுங்கும் காலடிகளுடன் நடந்து, தகர்ந்த மதில் கட்டின் அருகில் நின்று, கீழே வாழைத்தோட்ட இருளின் ஆழத்தில் காற்றும் இலைகளும் கூத்தாடுவதைப் பார்த்தபடி நின்றிருந்தான்.

இனி எதுவும் சொல்லி விடக்கூடாதே என்று பிரார்த்தனை செய்தான். சித்தி பெருமூச்சு விட்டாள்.

“நீ ஒரு தடவை குழந்தைகளை அழைச்சுட்டு வா. அவளை நான் பாக்க வேண்டாமா?”

வறண்ட தொண்டையிலிருந்து சத்தமெழுப்ப சிரமமாக இருந்தது.

“ஆகட்டும்.”

“ஒரு விளக்குக் கொடுங்க, படுக்கட்டும்.”

“ராந்தலைக் கையில எடுத்துக்க. உள்ள வேற விளக்கு வெச்சிருக்கு.”

மாடியறையில் ராந்தல் திரியைத் தாழ்த்திவிட்டுப் படுத்துக்கொண்டான். பித்தளைப் பாத்திரத்தில் குடிப்பதற்கான தண்ணீர் கொண்டு வந்து சாய்வுப் படியின்மீது மூடி வைத்த சித்தி மீண்டும் எதையோ சொல்ல வந்தாள். அவன் தூக்கம் வருவதுபோல் பாவித்தான்.

தனிமைக் கிடைத்ததும் விளக்கை அணைத்தான்.

வெளியே சாரல் மழைக்கான அறிகுறிகள் தென்பட்டன. வாழைக்கூட்டங்களிலிருந்து மழைத்துளிகளின் ஓசை வருவதை எதிர்பார்த்தான். மழை பெய்யவில்லை. குன்றின் சரிவில் எங்கோ நரிகளின் ஊளை கேட்டது. கிளிவாசலினூடே குளிர்க்காற்று நுழைந்தேறியது. பழைய இருளில், இரவின் தாழ்வாரத்தில் கண்களை மூடி வெறுமனே படுத்திருக்கும்போது மனதுக்கு ஆறுதலாக இருந்தது. டிரான்குலைசரின் உதவியின்றி இன்று ஒருவேளை தூங்க முடியும். நினைவுகளை மறக்கச் செய்யும் தூக்க மாத்திரை இரவுகளையும் ஈர் வாட்கள் இரையும் பகல்களையும் பற்றிய யோசனைகளின்றி.

பல வருடங்களுக்குப் பிறகு காலையில் கோயிலுக்குப்போய் சாமி கும்பிட வேண்டுமென்று மனதுக்குள் நினைத்துக்கொண்டான். குழந்தைப் பருவத்தில் எப்போதோ கும்பிட்ட சாமி. கோயில் வாசலில் மீண்டும் பக்தனாகப் போய் நிற்கும்போது ...

என்னவென்று பிரார்த்திப்பது?

இல்லை, பிரார்த்திப்பதற்கு எதுவுமில்லை. பிரார்த்தனைகள் மனதுக்குள் உள்ளன.

“இன்னொரு முறை, இன்னொரு முறை வாய்ப்புக் கொடு.”

கிடைக்காத வரங்களை அசைபோட்டு மூடிய கோயில் வாசல்களில் போய் நிற்கிறான்.

– எப்போதும் நாம் நிற்கவே செய்கிறோம்.

– இன்னொரு முறை, இன்னொரு முறைகூட!...

பொழியாத மேகங்களின் மேடச் சூடு தலைக்குள் வெம்பி நிற்பதுபோல் தோன்றியது.

தளர்ந்துபோய் திரும்பிப் படுத்துக் கண்களைத் திறந்தான். கிளிவாசலினூடே நிலவு மின்னுவதைப் பார்த்துப் புல்லரிப்புடன் எழுந்து உட்கார்ந்தான். கனவுபோல், வியந்துப் பார்க்கும் உலகம் முழுவதும் நிலவு படர்ந்திருக்கிறது. முன்பொரு காலத்தில் கிளிவாசலில் நின்று குரல் கொடுத்து எழுப்பிய அதே நிலவு இப்போது மீண்டும்...

எழுந்து சாய்வுப்படியில் கைமூட்டுகளை ஊன்றிப் படுத்தபடி வெளியே பார்த்தான். வானப்பரப்பில் ஆயிரம் மந்தாரைகள் கண் திறக்கின்றன. தலை குலைத்தாடுகிற கமுகு மர உச்சிகளில் கனவின் மந்தகாசம்போல் முயங்கும் நிலவொளி. காலியானக் களத்து மேட்டில் அச்சுறுத்தும் அழகு ஒழுகி நடந்தது. வாழைத்தோட்டத்தின் நிழல் கீற்றுகளைச் சுற்றிலும் வெளுத்த இலைத் தளிர்கள் விழுந்து உருண்டன, வாய்விட்டுச் சிரித்தன.

வறண்டுக் கிடக்கும் ஆற்று மணற்பரப்பில் விழும் நிலவை இங்கிருந்துப் பார்க்க முடியவில்லை என்பதில் வருத்தமிருந்தது. தொலைவில் இல்லத் தோட்டத்துக்குச் செல்லும் பாதையில் செந்தட்டிக்காடுகள் சுற்றிப்படர்ந்த பாழ் நிலத்தில் இரவு ஒளிந்திருக்கிறது. செந்தட்டிப் படர்ப்புகள் காற்றில் அசையும்போது சடை முடி தரித்த இராட்சஷன் நினைவுக்கு வந்தான்.

அதற்குப் பின் பக்கம்தான் அம்மா சொல்கிற 'தெற்குத் தோட்டம்.' மண்மேட்டின் மார்பில் நட்ட தென்னங்கன்றுகள் வளர்ந்திருக்கின்றனவா?

குழந்தைப் பருவத்தின் கதைகளை மனம் அசைபோடத் தொடங்கியபோது பயமாக இருந்தது. பாலை மரத்தின் கந்தர்வனும் மேலத்தோட்டத்தின் கருநீலியும் இல்லத் தோட்டத்தின் பிரம்மரட்ஷசும் நிலவொளியில் தங்கள் யாத்திரையைத் தொடங்கினார்கள்.

மீண்டும் படுத்துக்கொண்டான். தூக்கத்தில் இடறி விழும்போதெல்லாம் திடுக்கிட்டு விழிக்கவும் செய்தான்.

பெட்டியில் சிறு தகர அடுக்குக் குப்பிகளில் ஒன்றில் டிரான்குலைசர் மாத்திரை இருந்தது. எழுந்து அதை எடுப்பதற்குச் சோர்வாக இருந்தது.

மனதுக்குள் மந்திரித்தான்:

'அர்ஜுனன் ஃபன்குனன் பார்த்தன் விஜயனும்.'
விசுத்தமாய பேர் பின்னெ, 'கிரீடியும் ...'

மீண்டும் மீண்டும் ஜெபித்து, தன்னுடைய குரல் கேட்க ஆரம்பித்தபோது, மனம் அமைதியானது ...

... எங்கோ வாசல்கள் இரையும் சத்தம் கேட்டுக் கண் விழித்தான். கண்களைக் கசக்கி விட்டுப் பார்த்தபோது கரிதோய்ந்த பகலின் முகம் தென்பட்டது.

சத்தம் கேட்காமல் படியிறங்கி கீழே வரும்போது யாரும் விழித்திருக்கவில்லை. உடுத்தியிருந்த வேட்டியை மூடிப் போர்த்தியபடி மாதவன் மாமா குறட்டை விட்டுத் தூங்குகிறார்.

மேற்குப் படியேறி குன்றின் சரிவை நோக்கி நடந்தான்.

பழைய பாதைகள் மாறியிருந்தன. நாவல் மரங்கள் நின்ற குன்றின் சரிவு, கிழங்கு நடுவதற்காகத் துண்டுகளாகப் பிரிந்துக் கிடந்தது.

கீழ்த்திசையில் வறண்டுக் கிடந்த ஆற்றங்கரை வயலுக்கும் மரக்கூட்டங்களுக்கும் பின்புறம் ஒளியின் காயம்பட்ட இடத்தில் இரத்தத்துளிகள் துளிர்க்கத் தொடங்கியிருந்தன.

மண் அள்ளிய பகுதி அரைவட்டக் குகையாக மாறியிருந்த இடம் இந்த வளைவு தான். காட்டைத் திருத்தி அகலம் கூட்டிய இடைவழியில் மழைக்காலங்களில் ஆடுகள் ஒதுங்கிய குகை காணாமல் போயிருந்தது.

மூங்கில் கூட்டத்தின் அடுத்து இலையுதிர்த்து நின்ற தேக்கு மரம் வெட்டப்பட்டிருந்தது. சிதல் புற்றுகள் மூடிய மரக்கணுவின் அருகில், நனைந்த சருகுகள் மிதிபட அவன் நடந்துகொண்டிருந்தான்.

குட்டைப்பனைகளின் பின்புறம் உயரம் குறைந்த மண் சுவர்கள்மீது வைக்கோல் வேய்ந்த ஒரு மேற்கூரை தெரிந்தது.

சாணி மெழுகிய முற்றத்தை மிதித்தபோது பரிவு தோன்றவில்லை. காலியாகக் கிடந்த திண்ணையையும் சாய்த்து வைக்கப்பட்ட வாசலையும் பார்த்ததும் கூப்பிடத் தோன்றியது. பின்னால் காலடிச் சத்தம் கேட்டு நடுக்கத்துடன் திரும்பினான்.

சுமித்ரா.

நனைந்தக் காவி வேட்டியால் உடலை மூடிப்போர்த்தி நிற்கும் சுமித்ரா குளித்துவிட்டு வருகிறாள். தாழ்ந்துக்கிடக்கும் தடித்த சடை முடியின் நுனியிலிருந்து நீர் இற்று விழுந்துகொண்டிருந்தது.

ஒட்டிய கன்னங்களின், உந்தி நிற்கும் எலும்புகளின் மறைவில் விரிந்து வரும் கண்களிலிருந்து பார்வையை விலக்கிக் கொண்டபோது சுமித்ரா சொன்னாள்:

"இன்னைக்கு பூயம். காலம்பற எழும்பி ஆத்துல போயிக் குளிச்சிட்டு வரேன்."

அவன் அமைதியாக நின்றிருந்தான்.

"உக்காரு."

சாய்த்து வைத்த வாசலைத் திறந்து அவள் உள்ளே சென்ற போதும் அவன் உட்காரவில்லை. திண்ணையில் விரல்களால் வரைந்தபடி கூரைச் சரிவின்கீழ் நின்றிருந்தான்.

வெளியே வந்தவள் முகத்தில் எந்த பாவமாற்றமும் இல்லாமல் கேட்டாள்:

"உக்காரலையா?"

அவளுக்குப் புரியவில்லையா?

அவளது நீலம் பூத்த உதடுகள் மெல்ல எதையோ முணுமுணுப்பது போலிருந்தது. ஈர நெற்றியில் திருநீற்றுப் பட்டை. அள்ளி முடிந்த முடிக் கற்றையில், கீரைக்கட்டுபோல் துருத்திய சடை முடியில் அப்போதும் நீர்த்துளிகள் மிச்சமிருந்தன. கறுத்த நிழல் வளையங்களின் பின், பெரிய கண்களில் பகல் வெளிச்சத்தில் மங்கித் தெரியும் அந்தி விளக்கின் வெளிறிய ஒளி மிச்சமிருந்தது.

"சுமித்ரா!"

அசைந்துகொண்டிருந்த அவளது உதடுகள் ஒரு நொடி நிச்சலனமாகி மீண்டும் தெளிவாக அசையத் தொடங்கின.

"நீ இங்க தனியாவா இருக்கே?"

"பகவானிருக்கார்."

"அதைக் கேட்கலை. உன் உதவிக்கு யாராவது?"

"பகவானிருக்கார்."

கேலி செய்கிறாளா? எலும்புத் துருத்திய மெலிந்த மணிக்கட்டிலும் கழுத்தின்கீழ் துருத்திய எலும்பிலும் கண்களை ஓடவிட்டபடி கேட்டான்:

"உனக்கு உடல்நிலை சரியில்லைன்னுக் கேள்விப்பட்டேன்."

"அப்படியில்லை."

"சுமித்ரா!"

காலடியில் மிதிபட்ட, தும்பைப்பூ முகக் கண்கள் ஒரு நொடி துடித்தன.

ஏதோ சொல்ல வந்து நாவின் நுனிவரை வந்த சொற்கள் உயிரற்று வேகமாக உதிர்ந்து விழுந்தன.

"உனக்கு எம்மேல வெறுப்பிருக்கா?"

சுமித்ரா சிரித்தாள். பல வருடங்களுக்குப் பிறகு கேட்ட அந்தச் சிரிப்பின் எதிரொலி ஒரு நிமிடம் மனதுக்குள் படர்ந்து சென்றது.

"எனக்கு – எனக்கு உன்மேல ஆசையிருந்துச்சு."

சுமித்ரா எள்ளல் தொனியில் சிரித்தாள்.

'ஆசை.' அவன் திண்ணையில் சாணி பெயர்ந்த அடையாளங்கள்மீது கண்களைத் தாழ்த்தியபோது சுமித்ரா சொல்வது கேட்டது:

"சேதுவுக்கு எப்பவும் ஒரே ஒரு ஆள்மேல மட்டும்தான் ஆசை. அது சேதுமேல மட்டும்தான்!..."

அவன் திரும்பிப் பார்த்தபோது சுமித்ரா சிரித்தபடி கேட்டாள்:

"இல்லையா?"

அவன் பதில் சொல்லவில்லை.

சேது தாழ்வாரத்தின்கீழ் நிற்கிறான் என்ற உணர்வே இல்லாததுபோல் சுவரோரம் அமர்ந்த அவள் நாமம் ஜெபிக்க ஆரம்பித்தாள்:

"நாராயணா! நாராயணா! நாராயணா!..."

ஜெபக்குரல் உயர்ந்துக் கேட்க ஆரம்பித்தது.

சில நிமிடங்கள் அமைதியாக நின்றிருந்த அவன் குனிந்தத் தலையுடன் திரும்பி நடந்தான்.

கீழ்த்திசையில் இரத்தம் புரண்ட ஒளியின் தலை வெளியே நீண்டது. இரவின் பன்னீர்க்குடம் உடைந்து ஆகாயச் சரிவு கலங்கிப் புரண்டிருந்தது.

ஆற்றின் அக்கரையில், பாரமேற்றிய பெட்டிகள் இரும்புப் பாலத்தில் நகரும் இரைச்சலும், நனைந்த மரத்தடிகளின் வாசமும் ஆகாயச் சரிவில் வாட்கள் வெட்டிப் பிரியும் ஓசையும் புலன்களுக்குள் நுழைந்தேறின.

10

இரவின் வேர்வை விழுந்து ஈரமான மணல் திட்டில் நீலம்படர்ந்த பனிப்படலங்கள்.

இளஞ்சூடான மெல்லிய வெயிலில், வெறுமையான ஆற்றங்கரையோரத்தில் நீண்ட நிழல் அவனுடன் வந்து சேருவதற்காக இழுத்திழுத்து நடந்தது.

தொலைவில் மர உச்சிகளின்மீது உதயத்தின் கண் கூசும் கோபுரங்களைப் பார்த்தபடி தளர்ந்துபோன காலடிகளுடன் நடக்கும்போது நினைத்துக்கொண்டான். முதலில் உதயத்தைப் பற்றி ஒரு கவிதை எழுத வேண்டும். கோயில் மதில் கட்டின் தகர்ந்துக் கிடக்கும் இடைவழியினூடே நுழைந்தேறும் சூரியக் கதிரின் முதல் மலரைப் பற்றி...

ஒளி விரல்கள் தீண்டிக் கண்விழிக்கும் காணாமல்போன தாமரைக் குளத்தைப் பற்றி...

பழைய அறைக்குள் சுவரில் பென்சிலால் குறித்து வைத்த இரண்டு வரிகள் – அதன் தொடக்கம் என்ன?

நினைவுபடுத்த முடியவில்லை. வற்றிப்போன ஆறுபோல் மனம் வெறுமையாகிக் கிடந்தது.

முடிவுறாத மணல் திட்டில் புதையும் காலடிகளை இழுத்து வைத்து நடக்கும்போது இயலாமையைப் புரிந்துகொள்ள முடிகிறது. நினைவுகூர இயலவில்லை.

சுமட்டுக்காரச் செறுமன், கூடவே வரும் காலடிச்சத்தம் கேட்கிறது.

தொலைவில் இரும்புப் பாலமும் தண்டவாளங்களும் கிடுகிடுத்தன... மலை வெள்ளக் கனவுடன் தூங்கும் ஆறு, என்னுடைய ஆறு, இரத்தம் வற்றி வீழ்ந்துக் கிடக்கும் உடல்போல் பின்னால் சலனமற்றுக் கிடக்கிறது.